ஒரு நகரமும் ஒரு கிராமமும்

சென்னை வளர்ச்சி ஆராய்ச்சி நிறுவனம்
தமிழ் நூல் வரிசை

பொதுப் பதிப்பாசிரியர்:
ஆ. இரா. வேங்கடாசலபதி

திராவிடச் சான்று: எல்லிஸும் திராவிட மொழிகளும்
— தாமஸ் ஆர். டிரவுட்மன்
(தமிழில் : இராம. சுந்தரம்)

ஒரு நகரமும் ஒரு கிராமமும்: கொங்குப் பகுதியில் சமூக மாற்றங்கள்
— எஸ். நீலகண்டன்

ஆடம் ஸ்மித் முதல் கார்ல் மார்க்ஸ் வரை: செவ்வியல் அரசியல் பொருளாதாரம்
— எஸ். நீலகண்டன்

O

பிற

அவல நிலையில் தமிழக ஆறுகள்
— எஸ். ஜனகராஜன்

ஒரு நகரமும் ஒரு கிராமமும்
கொங்குப் பகுதியில் சமூக மாற்றங்கள்
எஸ். நீலகண்டன் (1935)

செட்டிபாளையம் குக்கிராமத்தில் வசித்த (திருவாவடுதுறை ஆதீனத் துக்குச் சொந்தமான 'பட்டவர்த்தி' வயல்களை நீண்ட நாள் குத்தகை யெடுத்திருந்ததன் மூலம்) 'பட்டவர்த்தியார் குடும்ப'த்தில் பிறந்த எஸ். நீலகண்டன் கரூர் நகராட்சி உயர்நிலைப் பள்ளி, வேலூர் கந்தசாமிக் கண்டர் உயர்நிலைப் பள்ளி, மதுரை அமெரிக்கன் கல்லூரி, சென்னை பச்சையப்பன் கல்லூரி, சென்னை சட்டக் கல்லூரி ஆகிய வற்றில் பயின்றவர். 1957–60இல் நீதியரசர் பி.எஸ். கைலாசம் அவர் களிடம் வழக்கறிஞர் பயிற்சிபெற்ற பின்னர் தமிழ்நாடு அரசு கல்விப் பணியில் சேர்ந்து உதகை, சேலம் அரசு கலைக் கல்லூரிகளில் பொருளாதாரம் பயிற்றுவித்தார். சென்னைப் பல்கலைக்கழகத்தில் 'சொத்துரிமையும் இந்திய அரசியலமைப்புச் சட்டமும் பொருளியல் மாற்றங்களும்' என்கிற ஆய்வுக்காக 1979இல் முனைவர் பட்டம் பெற்றார். பாரதிதாசன் பல்கலைக்கழகப் பொருளியல் பேராசிரியராகப் (1979–90) பணியாற்றினார். 1986 – 87இல் அமெரிக்க 'புல்பிரைட்' கல்வியுதவிக்குத் தேர்ச்சிபெற்று வாஷிங்டன் பல்கலைக்கழகத்தில் (பின்னர் நோபல் பரிசு பெற்ற) பேராசிரியர் டக்லஸ் சி. நார்த் மேற்பார்வையில் பணியாற்றினார். தமிழ்நாடு அரசின் சிறந்த கல்லூரி ஆசிரியர் (1986 – 87) பரிசு பெற்றவர். சென்னை வளர்ச்சி ஆராய்ச்சி நிறுவனத்தின் இயக்குநராகப் (1990 – 95) பணியாற்றியவர். இந்தியப் பொருளாதாரக் கழகத்தின் பரிந்துரையை ஏற்று 'நவீன அமைப்புப் பொருளாதாரமும் விவசாய மாற்றமும்: ஓர் அரிச்சுவடி' என்கிற நூலை எழுதியிருக்கிறார். 2008இல் வெளியான இவருடைய 'ஒரு நகரமும் ஒரு கிராமமும்: கொங்குப் பகுதியில் சமூக மாற்றங்கள்' என்ற இந் நூல் மிகப் பரவலான கவனத்தைப் பெற்றது.

1996இல் சொந்த ஊருக்குத் திரும்பிய இவர், அங்கு சொட்டு நீர்ப் பாசனத்தை அறிமுகப்படுத்தி வெற்றிகரமாகப் பழப் பயிர்களை விளைவித்தார். 2006இல் ஆற்று மணல் முழுதும் சுரண்டப்பட்டு, நிலத்தடி நீரே கீழிறங்கிவிட்டதால், பழ மரங்களை வெட்டி, தரிசு நிலமாக்கி, அங்கு சில காலம் ஆட்டு வளர்ப்பில் ஈடுபட்டிருந்தார். 2012இல் 'ஆடம் ஸ்மித் முதல் கார்ல் மார்க்ஸ் வரை' நூல் வெளியாகி அதுவும் வரவேற்கப்பட்டது. இப்போது பொருளியல் வரலாற்று நூல் 'ஜெவான்ஸிலிருந்து பீகு வரை' எழுதிக்கொண்டிருக்கிறார்.

யுனெஸ்கோவின் துணைப் பொது இயக்குநராகவும், சென்னைப் பல்கலைக்கழகத்தின் துணைவேந்தராகவும் விளங்கிய முனைவர் மால்கம் ஆதிசேஷையாவின் முயற்சியாலும் தொலைநோக்காலும் உருவானது எம்.ஐ.டி.எஸ். 1971இல் தொடங்கப்பட்ட எம்.ஐ.டி.எஸ்., இந்திய அரசின் ஐ.சி.எஸ்.எஸ்.ஆர். அமைப்பின்கீழ் 1977இல் தேசிய நிறுவனமாக அடையாளம் காணப்பட்டுச் சீரமைக்கப்பட்டது. தமிழகத்தின் சமூக, பொருளாதாரப் பிரச்சனைகள் பற்றி ஆய்வு செய்வதற்கென ஓர் உயராய்வு அமைப்பு வேண்டுமென விழைந்த முனைவர் ஆதிசேஷையா தம் உழைப்பையும் செல்வத்தையும் இதற்காக முழுமையாகக் கையளித்தார். வறுமை, நிலச் சீர்திருத்தம், சிறார் தொழிலாளர் நிலை, தொழில் துறை, நீர்வளம், பாசன மேலாண்மை, மக்கள் தொகையியல், எழுத்தறிவு, இடஒதுக்கீடு, உள்ளாட்சி, ஊரக ஆய்வுகள், சமூக – பண்பாட்டு வரலாறு, பாலினம், உலக வர்த்தகம் முதலானவை பற்றிய முன்னோடியான, சீரிய ஆய்வுகளை எம்.ஐ.டி.எஸ். நிகழ்த்தியுள்ளது. எம்.ஐ.டி.எஸ். சென்னைப் பல்கலைக் கழகத்தின் அங்கீகாரம் பெற்ற பிஎச்.டி. ஆய்வு மையமாகும்.

சென்னை வளர்ச்சி ஆராய்ச்சி நிறுவனம்
Madras Institute of Development Studies (MIDS)
79, காந்தி நகர் இரண்டாம் பிரதான சாலை
அடையாறு, சென்னை 600 020
தொலைபேசி : 24412589 / 2295 / 9771 / 1574
தொலைநகல் : 0091 44 24910872
இணையம் : http://www.mids.ac.in

எஸ். நீலகண்டன்

ஒரு நகரமும் ஒரு கிராமமும்

கொங்குப் பகுதியில் சமூக மாற்றங்கள்

mids
சென்னை
வளர்ச்சி
ஆராய்ச்சி
நிறுவனம்

காலச்சுவடு
பதிப்பகம்

இந்நூலில் இடம்பெறும் கருத்துகள் நூலாசிரியருடையவை; சென்னை வளர்ச்சி ஆராய்ச்சி நிறுவனத்தின் கருத்துகள் அல்ல.

ஒரு நகரமும் ஒரு கிராமமும்: கொங்குப் பகுதியில் சமூக மாற்றங்கள் • ஆசிரியர்: எஸ். நீலகண்டன் • © எஸ். நீலகண்டன் • முதல் பதிப்பு: மே 2008 • மேம்படுத்திய இரண்டாம் பதிப்பு: மே 2019 • வெளியீடு: சென்னை வளர்ச்சி ஆராய்ச்சி நிறுவனம், சென்னை 600020 மற்றும் காலச்சுவடு பப்ளிகேஷன்ஸ் (பி) லிட்., 669, கே.பி. சாலை, நாகர்கோவில் 629001

நூல் கிடைக்குமிடம்:

காலச்சுவடு, 669, கே.பி. சாலை, நாகர்கோவில் 629001.
தொலைபேசி: 91–4652 278525; கைபேசி: 9677778863

காலச்சுவடு, புதிய எண்: 257, திருவல்லிக்கேணி நெடுஞ்சாலை, சென்னை 600005. தொலைபேசி: 91–442844 1672; கைபேசி: 9677778864

oru nagaramum oru gramamum: kongup pagutiyil samUga maattrangal • Author: S. Neelakantan • © S. Neelakantan • Language: Tamil • First Edition: May 2008 • Revised Second Edition: May 2019 • Size: Demy 1 × 8 • Paper: 18.6 kg maplitho • Pages: 256

Published by Madras Institute of Development Studies, Adyar, Chennai 600020 and Kalachuvadu Publications Pvt. Ltd., 669 K.P. Road, Nagercoil 629001, India • Phone: 91-4652-278525 • e-mail: publications@kalachuvadu.com • Wrapper printed at Print Specialities, Chennai 600014 • Printed at Mani Offset, Chennai 600077

ISBN: 978-81-89945-36-7

05/2019/S.No.251, kcp 2334, 18.6 (2) OMLL

பொருளடக்கம்

முன்னுரை	9
இரண்டாம் பதிப்பின் முன்னுரை	16
வரைபடம்	17
பகுதி 1 கரூர் நகரம்	19
பகுதி 2 செட்டிபாளையம் குக்கிராமம்	97
முடிவுரை	249

முன்னுரை

ஐக்கிய நாடுகள் கல்வி, மற்றும் சமுதாய அமைப்பு, உலகின் வளர்ந்துவரும் நாடுகளில் குறுகிய நாட்களில் மிகுந்த முன்னேற்றம் பெற்றிருக்கும் பகுதிகளை அடையாளம் காட்டியுள்ளது. அவற்றில் தமிழ்நாட்டில் ஆம்பூர் - வாணியம்பாடி வட்டாரம், திருப்பூர் - கரூர் - திருச்செங்கோடு வட்டாரம் போன்றவையும் அடங்கும். 1992 அல்லது 1993இல் திருச்செங்கோட்டின் முன்னேற்றத்திற் கான காரணிகள் பற்றிப் புதுச்சேரியில் பிரெஞ்சு இன்ஸ்டிடியூட் நடத்திய ஒரு ஆய்வுக் கருத்தரங் கத்திற்கு என்னையும் அழைத்திருந்தார்கள். அதில் ஒரு பிரெஞ்சுப் பேராசிரியர் திருச்செங் கோட்டின் விரைவான முன்னேற்றத்திற்கு, அந்த வட்டாரத்தின் கொங்கு வேளாளக் கவுண்டர்களின் முனைப்பான செயல்திறன் முக்கியக் காரணம் என்று ஒரு கருத்தினை முன்வைத்தார். அந்த இனத்தைச் சேர்ந்த என்னை அது தற்காலிகமாகப் பெருமிதமடையச் செய்தது. அதே சமயம் இத்தகைய கூற்றுகள் தீவிரமான தனிமுறை சிறப்புப் புள்ளிவிவர ஆய்வுகள் மூலம் நிரூபிக்க முடியாதவை என்பதும், உலக வரலாற்றில் எல்லா இனங்களும் சரியான வாய்ப்புகள் அமையும்போது செயற்கரியதாகக் கருதப்படும் சாதனைகளைச் செய்திருக்கிறார்கள் என்பதையும் நினைவு படுத்தின. எனினும் அந்தப் பேராசிரியரின் கருத் தையே ஒரு அனுமானமாகக் கொண்டு, அது உண்மைதானா எனச் சோதிக்க விரும்பினேன்.

மக்கள் தொகையில் மிகச் சிறிய இனமான யூதர்கள், நோபல் பரிசு பெற்றவர்களில் அதிக விழுக்காடு இருக்கிறார்கள் என்பதனால், அவர்களை மிகுந்த புத்திசாலிகள் என்று சொல்வதுண்டு. அது போலவே, இந்திய மக்கள் தொகையில் *0.001* விழுக்காடு மட்டுமே உள்ள பார்ஸிகள், இந்திய தேசிய வருவாயில் *2* சதவிகிதத்தைக் கட்டுப்படுத்துவதால், அவர்கள் அதிகத் திறமைசாலிகள் என்றும் சொல்வதுண்டு. இவை உண்மையில் உயர்வு நவிற்சியணிக் கூற்றுகள். புத்திசாலித்தனம் குறித்து யூதர்களையும் ஆப்ரோ-அமெரிக்க (கருப்பர்) இனத்தவர்களையும் ஒப்பிட்டு நடத்தப்பட்ட தீவிரமான ஆய்வில் நுட்பமான சிறப்புப் புள்ளிவிவர அடிப்படையில் அவர்களிடையே குறிப்பிடத்தக்க வேறுபாடுகள் கண்டறியப் படவில்லை. அதுபோலவே பார்ஸிகள் ஒப்பீட்டடிப்படையில் மற்ற இனத்தவரைவிடத் திறமைசாலிகள் என்று நிரூபிக்கும் எந்த ஆய்வறிக்கையையும் நான் கண்டதில்லை.

திருப்பூர்-கரூர்-நாமக்கல்-திருச்செங்கோடு நாற்கரத்தில் கடந்த ஐம்பது ஆண்டுகளில் கொங்கு வேளாளக் கவுண்டர் சமூகத்தினர் தங்களின் பரம்பரையான விவசாயத் தொழிலைக் கடந்து மற்ற தொழில்களில் நுழைந்து வெற்றி பெற்றிருப்பது வெளிப்படையாகத் தெரிகிறது. இது, அந்த இனத்தினருக்கு இயற்கையாக அமைந்திருக்கும் முனைப்பான செயல்திறன் காரணமாகவா என்பதை ஓர் ஆராய்ச்சியாக அல்லாமல், ஓர் கருதுகோள் என்கிற அளவில், அறிந்துகொள்ள என் சொந்த ஊரான செட்டிபாளையம் குக்கிராமத்தையும், அருகிலிருக்கும் நகரான கரூரையும் பற்றி நான் கேள்விப்பட்டிருந்த வதந்திகளையும் செய்திகளையும் ஒன்று திரட்டி, அவற்றை ஒரு பருந்துப் பார்வையாகப் *(bird's eye view)* பார்த்தேன். அதில் தெரிந்த வாய்மொழி வரலாற்றிலிருந்து பெறப்பட்ட பொது வரைவை அதற்கு முன் நடந்த நிகழ்ச்சிகளுடன் ஒப்பிட்டேன்.

*1930*க்கும் *1940*க்கும் இடைப்பட்ட காலத்தில் கோவை மாநகரில் பருத்தி நூற்பாலைகள் தொடங்க நல்ல வாய்ப்புகள் இருந்தன. அந்த வட்டாரத்தில் பெரு நிலக்கிழார்களாக இருந்தவர்களில் கொங்கு வேளாளக் கவுண்டர்களும், நாயுடுகளும் முக்கியமானவர்கள். இரு குழுவினரின் பெரிய குடும்பத்தினரிடமும் வங்கிகளுக்கு அடமானம் காட்டி நூற்பாலைகள் தொடங்கக் கடன் வாங்குமளவுக்கு நில ஆதாரங்கள் இருந்தன. பைகாராவில் மின் உற்பத்தி தொடங்கப்பட்டுத் தனியார் நிறுவனத்தால் மின் விநியோகம் செய்யப்பட்டது. அவர்கள் பெரிய வாடிக்கையாளர்களுக்குச் சலுகைக் கட்டணங்களில் மின் இணைப்பு அளிக்க முன்வந்தனர். கோவையின் தட்பவெப்பம் நூல் உற்பத்திக்குத்

தகுந்ததாயிருப்பதை ஆராய்ச்சியும் அனுபவமும் உணர்த்தின. அப்போதைய பெரிய வங்கியான 'திருவாங்கூர் தேசிய வங்கி' புது ஆலைகள் தொடங்குபவர்களுக்குக் கடன் தரத் தயாராயிருந்தது. அந்தப் பத்தாண்டுகளில் கோவையில் தொடங்கப்பட்ட நாற்பதுக்கும் மேற்பட்ட ஆலைகளில், நான்கே நான்குதான் கொங்கு வேளாளக் கவுண்டர்களால் தொடங்கப்பட்டவை என்பதை மும்பைப் பல்கலைக் கழகத்தின் முனைவர் பட்ட ஆராய்ச்சியொன்றிலிருந்து தெரிந்து கொண்டேன். எனவே அந்தக் காலகட்டத்தில் கொங்கு வேளாளக் கவுண்டர் இனம், வாய்ப்பிருந்தபோதுகூடப் போதுமான முனைப்பைக் காட்டவில்லை என்று அனுமானித்தேன்.

அது மட்டுமன்று! அந்த இனத்தின் முன்னோடித் தொழிலதிபர் பொள்ளாச்சி நா. மகாலிங்கத்தைப் பின்பற்றி, அவர் வளர்ந்த காலகட்டத்தில் அவருடைய வட்டாரத்திலேயே பெரிய தொழில் முனைவோர் பலர் வந்துவிடவில்லை. சுதந்திரத்திற்கு முன் சேலத்தில் அந்த இனத்தின் முக்கியக் கண்டுபிடிப்பாளரான வெங்கடாசலக் கவுண்டர் மின்செக்கு ஒன்றை வடிவமைத்து, எண்ணெய் எடுக்கும் தொழிலுக்கு வித்திட்டவர் என்பதையும், 1940களில் மாணிக்கம் செட்டியார் முதன்முதலாகச் சேலத்தில் ஜவ்வரிசி (குச்சிக்கிழங்கு மாவு) தயாரிக்க அவர்தான் இயந்திரங்களை வடிவமைத்தவர் என்பதையும் என் கவனத்தில் எடுத்துக் கொண்டேன். அவர் சேலம் சண்முகா சேகோ பாக்டரியைத் தொடங்கியவர். ஆனால், அவர் காலத்தில் இந்தத் தொழிலில்கூட இந்த இனத்தினர் பெரிதாக நுழைந்துவிடவில்லை.

இந்த முன் நிகழ்ச்சிகளையும், செட்டிபாளையம் - கரூர் பற்றிய பொது வரைவையும் ஒன்றாகப் பார்த்தபோது, கரூரின் வளர்ச்சிக்குச் சில எதிர்பாராத திருப்பங்கள் காரணமாக அமைந்தன என்பதையும், அதனால் வளர்ச்சி தொடங்கி, வாய்ப்புகள் புலப்பட்டவுடன் இந்த முறை கொங்கு வேளாளக் கவுண்டர் இனம் அவற்றை ஊக்கத்துடன் உடனடியாகப் பின்பற்றியது என்பதையும் அறியமுடிந்தது. இதில் கவனத்திற்குரியது என்னவெனில், அந்த வளர்ச்சியைத் தொடங்கியவர்களில் கொங்கு வேளாளக் கவுண்டர்கள் தவிர மற்றவர்களும் முக்கியமானவர்கள் என்பதுதான். கரூரின் ஜவுளித் தொழில் புரட்சி அமர்ஜோதி, அனார், சி.ஆர்.என் நிறுவனங்களிடையேயிருந்த கடுமையான போட்டியில் ஆரம்பித்ததென்றாலும், முதன்முறையாகக் கரூரிலிருந்து அவர்கள் நிறுவன விலாசத்திலேயே ஏற்றுமதியைத் தொடங்கியவர் சி.ஆர்.என் நிறுவனத்தின் வையாபுரி முதலியார்தான். பேருந்து உடல்கூடு கட்டும் தொழிலைத் தொடங்கியவர் எல்.ஜி. பாலகிருஷ்ணன் (நாயுடு)

அவர்கள்தான். திருமணங்களை இல்லங்களிலிருந்து திருமண மண்டபங்களுக்கு இடப்பெயர்ச்சி செய்த சாதனையாளர் கோபி தங்கமணிக் கவுண்டர் அவர்களும், கொங்கு வேளாளக் கவுண்டர் அல்லர்! அதுபோலவே நாமக்கல்லில் லாரி உடல்கூடு கட்டும் தொழிலையும் கோழி வளர்ப்புத் தொழிலையும் தொடங்கியவர்கள் கொங்கு வேளாளக் கவுண்டர்கள் அல்லர்! எனவே, 1950கள் வரை வாய்ப்பு களைக் கோட்டைவிட்ட கொங்கு வேளாளக் கவுண்டர்கள், பின்னர் பாடம் கற்றுக்கொண்டு வருகிற வாய்ப்புகளைக் கெட்டியாகப் பிடித்துக்கொண்டதைத்தான் என் பொது வரைவு காட்டியது. அவர்களின் பாரம்பரியத் தொழிலான விவசாயத்தில் முன்னேறும் வாய்ப்புகள் குறையக் குறைய, வேறு தொழில்களில் வெற்றிபெற அவர்கள் எடுத்துக்கொண்ட முயற்சிகள் விரிந்து கொண்டேயிருந்ததை இது காட்டுவதாக நான் அனுமானிக்கிறேன். காலம் கனிந்துவருவதை உணர்ந்து கொண்ட எந்த இனமானாலும், அவர்கள் முயற்சியால் முன்னேற்றம் காண முடியும் என்பதையே என் பொது வரைவு காட்டுவதாகக் காண்கிறேன். அது மட்டுமின்றித் தொழிலில் வளர்ச்சி காண்பதற்கு எந்த இனமும் தான் பின்தங்கிய இனம் என்றோ தாழ்த்தப்பட்ட இனம் என்றோ தனிச்சலுகைகள் கேட்கவுமில்லை, பெறவுமில்லை என்பதை யும் கவனிக்கிறேன். தன்னம்பிக்கையுடன் இடைவிடாத, சலிப்பில்லாத உழைப்புதான் வெற்றிக்கு வழிகோல்கிறது எனக் கரூரின் சமீபத்திய வரலாறு நிறுவுகிறது.

என் சொந்த ஐயத்தைத் தீர்த்துக்கொள்வதற்காக மேற் கொண்ட வாய்மொழி வரலாற்றிலிருந்து பெறப்பட்ட பொது வரைவை, பொது மக்களுக்குத் தெரிவிக்கும் நோக்கோடு, அப்போது நான் பணியாற்றிய சென்னை வளர்ச்சி ஆராய்ச்சி நிறுவனத்தின் வாராந்திரக் கூட்டங்களில் (டிசம்பர் 1995) இரண்டு சொற்பொழிவுகளாக அளித்தேன். என்னுடன் பணியாற்றியவர்கள் என்னை ஊக்குவித்ததால் அவற்றை ஒன்று திரட்டி, 1996 ஜூலை திங்களில் அப்படியே ஒரு முடிவுபெறாத ஆய்வுக் கட்டுரையாக *(MIDS Working paper no.139, July 1996)* ஆங்கிலத்தில் வெளியிட்டேன். அதன் தொடக்கத்திலேயே அது ஒரு தீவிரமான ஆய்வு முடிவு அன்று என்பதையும், அதில் விவரிக்கப்பட்டுள்ள பல நிகழ்ச்சிகளுக்கு வதந்திகள்தான் அடிப்படை என்பதையும் தெளிவுபடுத்தியிருந்தேன். அதில் விவரிக்கப்பட்டிருந்த நிகழ்ச்சிகளின் சில பகுதிகளைச் சில வெளிநாட்டு ஆய்வா ளர்கள் கரூருக்கு வந்து சரிபார்த்துத் தங்கள் ஆய்வுக் கட்டுரைகளில் வெளியிட்டிருக்கிறார்கள். நான் எழுதிய பூர்வாங்க வரைவை மாற்றமின்றிப் புனேயிலிருந்து வெளிவரும்

Journal of Indian School of Political Economy, January-March 2002 இதழில் மறுபதிப்புச் செய்தார்கள். அதில், 1995க்கும் 2002க்கும் இடைப்பட்ட காலத்தில் ஏற்பட்ட மாற்றங்களைச் சுருக்கமாகப் பின்குறிப்பாய் எழுதியிருக்கிறேன். பேராசிரியர் ஏ. வைத்தியநாதன் அவர்களின் கட்டாயத்தால் அந்தக் கட்டுரையின் தொடர்ச்சியாக அமராவதி ஆற்றுப் பாசனத்தில் எங்கள் வட்டாரத்தில் வந்த மாறுதல்களை மற்றொரு முடிவுபெறாத ஆய்வுக் கட்டுரையாக *(MIDS Working paper no.182, December 2003)* வெளியிட்டேன். சென்னை வளர்ச்சி ஆராய்ச்சி நிறுவனத்தின் பேராசிரியர் ஆ.இரா. வேங்கடாசலபதி இதைத் தமிழில் எழுதச் சொல்லி என்னைத் தூண்டினார். என் சோம்பேறித்தனத்திலிருந்து விடுவித்து, இந்தப் பணியை முடிப்பதற்காக அவர் திரும்பத்திரும்ப உந்திக்கொண்டேயிருந்தார். அவருடைய அன்பான நச்சரிப்பினால்தான் நான் இதைத் தமிழில் எழுதி முடித்தேன். அதற்காக அவருக்கு என் நன்றியை உரித்தாக்குகிறேன். இந்தத் தமிழ் வரைவில் இதன் மூலக் கட்டுரை பதிப்பிக்கப்பட்ட பிறகு நடந்த நிகழ்ச்சிகளையும், மற்ற பல நிகழ்வுகளையும் புதிதாகச் சேர்த்திருக்கிறேன்.

இது தத்துவ அடிப்படையில் வந்த சந்தேகங்களைக் கருதுகோள்களாக்கி, அவற்றைச் சேகரிக்கப்பட்ட சான்றுகளின் மூலம் சரிபார்த்து, அவற்றில் மிகப் பெரும்பாலானவை ஒரே திசை நோக்கி ஆதரித்து அல்லது மறுத்துச் சுட்டிக் காட்டியதன் அடிப்படையில் எடுக்கப்பட்ட இறுதி முடிவுகளைக் கொண்ட ஆய்வு அன்று. இது வெறும் அனுமானங்களை மாத்திரம் வெளியிடும் பொதுக் கட்டுரைதான். அதனால்தான் இதன் ஆங்கில மூலத்தின் தலைப்பிலேயே இது ஒரு வதந்தி பரப்புநரின் *(gossipmonger)* தொகுப்பு என்று தெளிவாக்கியிருந்தேன்.

இதில் விவரிக்கப்படுகிற கரூர் நகரமும் செட்டிபாளையம் குக்கிராமமும் மற்றெல்லா நகரங்களையும் குக்கிராமங்களையும் பிரதிபலிக்கும் தன்மையுடையவையன்று. கரூர் நகரம், அது அமைந்துள்ள வட்டாரத்தினை ஓரளவு பிரதிபலிக்கலாம். ஆனால் செட்டிபாளையம் குக்கிராமம் 1920களிலேயே பலர் ஆரம்ப நிலைக் கல்வி பெற்றிருந்த சற்று வித்தியாசமான கிராமமாகும். நூலாசிரியரின் அரட்டை பெருமளவுக்கு 'உழுவித்துண்பவர்'களுடன் நிகழ்ந்ததால், அதன் தாக்கமும் ஆசிரியரின் முடிவுகளைப் பாதித்திருக்கலாம். இப்போது, இந்த நூலில் 1945இலிருந்து 2005வரையான அறுபதாண்டுகளின் மாற்றத்தை ஒப்பிட்டுள்ளேன். ஆங்கில மூலத்தின் அடிப்படையான விவரிப்புகளிலோ முக்கியமான முடிவுகளிலோ இந்த நூல் எந்தப் பெரிய மாறுதலையும் செய்து

விடவில்லை. ஆனால் சமீப காலத்தில், கரூரின் இளைய தலைமுறையினர் ஜவுளித் தொழிலின் உலகமயமாக்கல் காரணமான போட்டிச் சூழ்நிலையைச் சமாளிக்கும் திறமை பெற்றவர்களாக உருமாற்றம் பெற்றிருக்கிறார்கள் என்பதைப் புதிதாகச் சுட்டிக் காட்டியுள்ளேன்.

இக்கட்டுரை முதலில் எழுதப்பட்டபோது, 1945-1995க்கு இடைப்பட்ட ஐம்பது ஆண்டுகளில் எவ்வாறு ஒரு நகரமும், அதனருகிலமைந்திருந்த ஒரு குக்கிராமமும் உருமாற்றம் பெற்றன என்பதை அதில் விவரித்திருந்தேன். அந்த வட்டாரத்தைச் சேர்ந்தவனாயிருப்பினும், நடைபெற்ற சிக்கலான பன்முகச் சமுதாய மாற்றங்களை நிகழ்ச்சிகளில் ஒட்டியும் ஒட்டாமலும் ஒரு வழிப்போக்கனின் பார்வையில், நான் பல தடயங்களைக் கொண்டு விவரித்துள்ளேன். தற்செயல் நிகழ்ச்சிகளினால் கரூர் நகரம் எப்படி வியத்தகு வளர்ச்சியைப் பெற்றது என்பதும் காட்டப்பட்டுள்ளது. அதே சமயம், அருகிலிருந்த செட்டிபாளையம் குக்கிராமம் வளராமல் தேங்கி நின்றது. இரு இடங்களிலும் ஐம்பது ஆண்டுகளில் உழைக்கும் வர்க்கத்தினரின் பேர சக்தி அதிகரித்திருக்கிறது. ஆனால் இதில் தொழிற்சங்கங்களின் பங்கு முக்கியமில்லை. இரு இடங்களிலும் கல்வி எல்லா வர்க்கத்தினருக்கும் விரிவடைந்துள்ளது. இரு இடங்களிலும் கல்வி பெண்களுக்கு மதிப்பையும் முக்கியத்துவத்தையும் கூட்டியிருக்கின்றது எனினும் வரதட்சிணைக் கொடுமை பரவலாயிருக்கிறது என்பதும் உண்மை. கிராமத்தில் கொத்தடிமைகளைப் போன்ற நிலையிலிருந்த சோற்றாட்கள் மறைந்துவிட்டனர். ஆனால், அது கொத்தடிமை ஒழிப்புச் சட்டத்தை அரசு நடைமுறைப்படுத்தியதனாலன்று. குத்தகைதாரர்களின் பாதுகாப்புச் சட்டங்கள் பெரும்பாலான உண்மையான குத்தகைதாரர்களைப் பாதுகாக்கவில்லை. ஆனால், செயல்படுத்தப்படாத சட்டங்கள் அரசு அதிகாரிகளுக்குக் கையூட்டுக் கிடைக்க வழி செய்தது. கிராமத்தின் அளவுக்கு நகரத்தில் அரசின் தாக்கம் காணப்படவில்லை.

சாதிய வழக்கங்கள் பலவிதங்களில் மாறிக்கொண்டிருக்கின்றன. குடும்ப அளவில், மரபுவழி சாதிப் பழக்கங்களின் கொடுமைகள் உணரப்பட்டு, அவை மிக மெதுவாகக் கைவிடப்படுகின்றன. எனினும், பரந்த அளவில் உட்சாதி அடையாளங்களின் பிரகடனங்கள் பரப்பப் பட்டு, அவற்றிற்கு எதிர்மொழியாக மற்ற உட்சாதியினரும் தங்கள் தங்கள் அடையாளங்களை வெளிப்படுத்தும் கூட்டங்கள், சாதியத்தின் இரும்புப் பிடி மேலும் இறுக்கப்படுவதைக் காட்டுகிறது. அதன் காரணமாக ஏற்படும் இடைவிடாத அழுத்தம் சில சமயங்களில் வன்முறையோடு கூடிய சாதிக் கலவரங்களாக வெடிக்

கிறது. நகரத்தில் திட்டமிட்டு அமைப்புப் பெற்ற குற்றங்கள் அறிமுகமாகிவிட்டன. கிராமத்தில் கள்ளச் சாராயம் காய்ச்சுவதும் விற்பதும் பகிரங்கமாகவே நடக்கின்றன. நகரத்தின் அமைப்புப் பெற்ற குற்றங்களைத் திட்டமிடுபவர்களுக்கும் கள்ளச் சாராயம் காய்ச்சுபவர்களுக்கும் தொடர்பு இருக்கிற தென்றாலும், அது வலுவானதாகவில்லை. நகரத்திலும் கிராமத்திலும் வாழ்க்கைத்தரம் உயர்ந்திருக்கிறது. இரு இடங்களிலும் அகிலமுழுதும் பாராட்டுகிற நற்பண்புகளான நேர்மை, வாய்மை, மனித நேயம் ஆகியவை சுருங்கிக் கொண்டே வருகின்றன என எனக்குத் தோன்றுகின்றது. தன்னலம் பேணுவதால்தான் புத்தாக்கங்களும் கடுமையான முயற்சிகளும் மேற்கொள்ளப் பட்டு, அதனால்தான் வியத்தகு முன்னேற்றம் ஏற்பட்டிருக்கிறது. ஆனால், தன்னலம் பெறுவதற்காக, மற்றவர்களை ஒழுக்கக் குறைவான நடவடிக்கைகளுக்குத் தூண்டுவது தவறு என்கிற எண்ணமே அருகிவருகிறது. கையூட்டுக் கொடுத்துக் காரியம் சாதிப்பதுதான் திறமைசாலிக்கான அடையாளம் என்கிற மனப்பான்மை வளர்ந்து கொண்டிருக்கிறது. செல்வம் வளர்வதற்கு மனிதப் பண்புகளின் சீரழிவை விலையாகக் கொடுக்கிறோமோ என்கிற ஐயம் வருகிறது.

இந்நூலில் தெரிவிக்கப்பட்டிருக்கும் சில நிகழ்ச்சிகளில் எங்கள் குடும்பத்தினரே நேரடியாகச் சம்பந்தப்பட்டிருக்கிறார்கள். அவர்களில் சிலர் செய்திருக்கிற சாதனைகளை வியப்புடனேயே பதிவு செய்திருக்கிறேன். அவற்றைக்கூட என்னால் முடிந்த அளவு புறப் பார்வையில் காட்டியுள்ளேன். இந்தச் செய்திகளை எனக்குத் தெரிவித்தவர்களில் பலர் இப்போது உயிருடன் இல்லை. திருவாளர்கள் ந. காளியண்ண கவுண்டர், சி. ஆர். நல்லசாமி, சி.வி. ஜகதீசன், பாலப்பட்டி சி. சுப்பிரமணியம், சி.எஸ். சிவசாமி, சி.கே. ராமசுப்பு ஆகியோர் அதில் முக்கியமானவர்கள். அவர்களை இப்போது நன்றியுடன் நினைவுகூர்கிறேன்.

இந்நூலைப் படைப்பதற்கு நான் நன்றி கூற வேண்டியவர்களின் பட்டியல் மிக நீளமானது. அதில் திருவாளர்கள் பி. வையாபுரி முதலியார், ஏ. நடேசன், சி.எல். கண்ணபிரான், சி.கே. சுப்பிரமணியம், சி.என். மோகன், இல. பரணன் ஆகியோரை மட்டும் சொல்லி, மற்றவர்களைச் சொல்லாமல் விட்டதற்காக மன்னிப்பைக் கோருகிறேன்.

இந்நூலை வெளியிட முன்வந்த சென்னை வளர்ச்சி ஆராய்ச்சி நிறுவனத்திற்கும், காலச்சுவடு பதிப்பகத்தினருக்கும் என் நன்றியை உரித்தாக்குகிறேன்.

எஸ். நீலகண்டன்

இரண்டாம் பதிப்பின் முன்னுரை

இந்நூலின் *'2008'* முதல் பதிப்புக்கும் இப்புதிய பதிப்புக்கும் இடைப்பட்ட நிகழ்வுகளை விரிவாக எழுத ஒரு புதிய நூலே தேவை! இந்தப் புதிய பதிப்பை முதல் பதிப்பிலுள்ள தவறுகளைத் திருத்திக்கொள்ளவும், இடைப்பட்ட காலத்தில் நிகழ்ந்த மாறுதல்களின் முக்கியமானவற்றின் திசைகளைச் சுட்டிக்காட்டவும் பயன்படுத்தியுள்ளேன்.

நூல் வெளிவந்த பிறகு அதிலிருக்கும் பிழைகளையும், அதில் விடுபட்ட முக்கிய சேதிகளையும் எனக்குத் தெரிவித்த திருவாளர்கள் முனைவர் வா.செ. குழந்தைசாமி, கோவை *Indian Chamber of Commerce and Industry*யின் தலைவர் டி. பாலசுந்தரம், எழுத்தாளர் பவுத்த அய்யனார், கே.ஆர். அதியமான், அப்பிபாளையம் ஏ. நடேசன், தெற்குச் செட்டிபாளையம் ஏ. நடேசன், காக்காவாடி சி. சத்தியமூர்த்தி, பழமாபுரம் வி. ஈஸ்வரமூர்த்தி, அருகம்பாளையம் வி.கே. தங்கவேல், பசுபதி பாளையம் எம். சேகர், அட்லாண்டிக் பேப்ரிக்ஸ் ஆர். குப்புசாமி மற்றும் பெயர் குறிப்பிடாத பலருக்கும் என் மனமுவந்த நன்றியைத் தெரிவித்துக்கொள்கிறேன். கூடியவரை பிழைகளைத் திருத்தியிருக்கிறேன். எடுத்துரைத்திருந்த பழைய நிகழ்வுகளின் கோவை மாறாமல் புதிய செய்திகளைச் சேர்க்கவும் முயன்றிருக்கிறேன். எஞ்சியிருக்கும் பிழைகளுக்கும் விடுபட்ட சேதிகளுக்கும் நானே பொறுப்பு.

கரூர்
22.04.2019

– ஆசிரியர்

Pudukkottai
Madurai
Devakottai
Ilavalai
Point Pedro
Karainagar
Jaffna
Ilayangudi
Athiyuthu
Kilinochchi
Ramanathapuram
Panikkankulam
Puliyankulam
Thoothukudi
Vavuniya
Kumpuru
Tirunelveli
Wilpattu National Park
Hamillewa
Keenparai
Megaswewa
Anjugramam
Tambuttegama
Avukana
Ambanpola
Sri Lanka
Mahawewa
Ginulla
மதுரை
NH7
அம்பபாளையம்
அமராவதி ஆறு
காந்தி கிராமம்
காசா காலனி
கிழக்காலூர்
செட்டிபாளையம்
மதுரை இரயில்வே

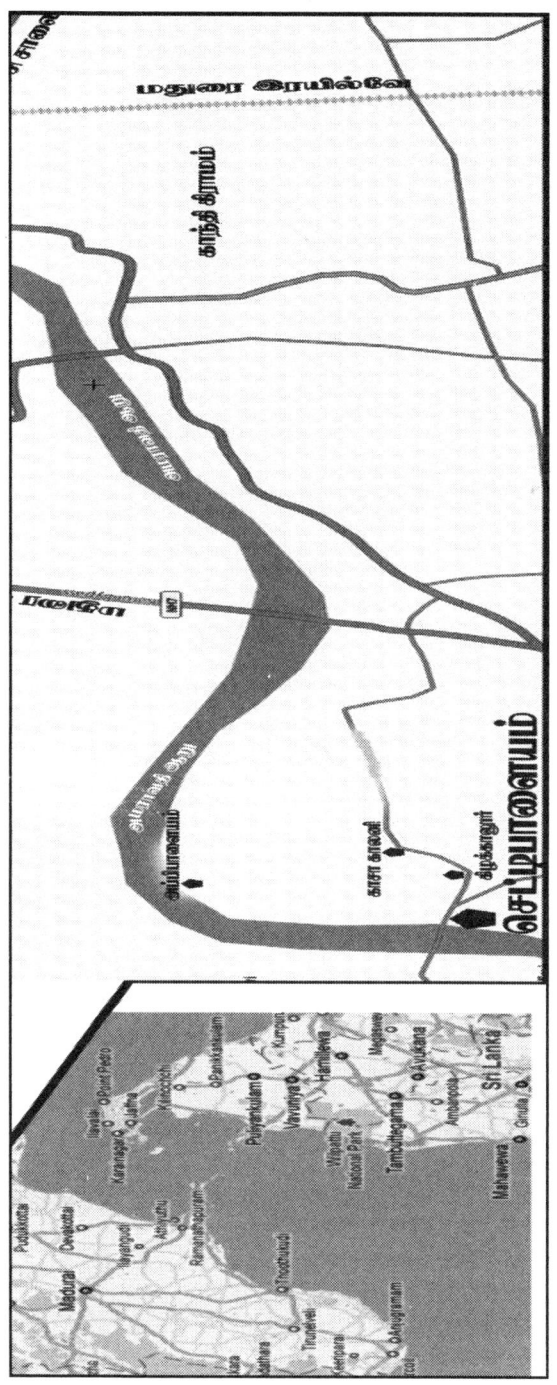

பகுதி 1
கரூர் நகரம்

கரூரின் புத்தமைப்பு - ஊகங்களும் அனுமானங்களும்: நிகழ்வுகளின் வர்ணனை

ஐம்பதாண்டுக் கால ஓட்டத்தில், கரூரில் பல துறைகளில் வியத்தகு மாற்றங்கள் நிகழ்ந்திருக்கின்றன. மாற்றங்களில் விரும்பத்தக்கவையும் விரும்பத்தகாதவையும் கலந்தே இருக்கின்றன. மாற்றங்களில் பின்வருபவை பிரதானமானவை:

- 1940–50இல், கரூரில் சுமாராக இருபது லட்சாதிபதிகள் இருந்தனர். அண்ணாமலை முதலியார், சுப்பா ரெட்டியார் போன்ற சில 'புதுப் பணக்காரர்'களைத் தவிர மற்றவர்கள் பெரும்பாலும் மரபுவழி நிலப் பிரபுக்களாகவோ நெடுநாளைய வணிகக் குடும்பத்தின ராகவோதான் இருந்தனர்.

    ○ 2005இல் கரூரில் சுமாராக இருநூறு கோடீஸ்வரர்கள் இருந்தனர். அவர்களில் சுமார் இருபது பேர் மட்டுமே மரபுவழி நிலப் பிரபுக்களிலிருந்தோ நெடுநாளைய வணிகக் குடும்பத்திலிருந்தோ வந்தவர்கள். மற்றவர் களனைவரும் கீழ்த்தட்டிலிருந்து மேல்நோக்கி முன்னேறி யவர்கள்தான்.

- 1940களில், சாதிப் படிநிலைகளில் ஒவ்வொரு நபரின் இடமும் நிச்சயமாக உறுதி செய்யப்பட்டிருந்தது. இருபதாம் நூற்றாண்டின் ஆரம்பத்தில் சாதிகளுக்கிடையே காணப் பட்ட வேறுபாடுகளின் கடுமை, 1940களிலும் தொடர்ந்தது. 1940களில் சாதியம், அதன் மையப் பகுதியான பிறப்பு, இறப்பு, திருமணம் போன்ற வாழ்க்கை வட்டச் சடங்கு களையும், அதன் வெளிப்புறப் பிரதிபலிப்புகளான நடத்தைகளையும் (தீண்டத்தக்கவராயிருத்தல், சமமாக உணவருந்தத் தக்கவராயிருத்தல், வீட்டுக்குள் நுழைய அனுமதிக்கத் தக்கவராயிருத்தல், குறிப்பிட்ட வேலைகளுக்குப்

பணியிலமர்த்தத் தக்கவராயிருத்தல்) ஆகிய இரண்டு பகுதிகளையும் பாதுகாத்தது.

- 2005இல் சாதியத்தின் மையப் பகுதியான வாழ்க்கை வட்டச் சடங்குகள் தொடர்ந்து பாதுகாக்கப்பட்டு, மேலும் இறுக்கமடைந்துள்ளதாகவே தோன்றுகிறது. ஆனால், அதன் வெளிப்புறப் பிரதிபலிப்புகள் காலத்தின் ஓட்டத்தோடு இணங்கி மாற்றம் பெற்றிருக்கின்றன.

- 1940–50களில், நிலப்பிரபுக்கள் சமுதாய, பொருளாதார, அரசியல் துறைகளில் வலுப்பெற்றவர்களாக இருந்தார்கள். அப்போது கரூர் வட்டாரத்தில் வேளாளக் கவுண்டர்கள் எண்ணிக்கையில் பெரும்பான்மையாக இருந்தார்களெனினும், அவர்களின் நிலப்பிரபுக்களைப் போலவே, வேட்டுவர், முதலியார், நாயக்கர், பிள்ளை, கவுண்டர், காவல்காரர் மற்றும் பிராமண வகுப்பினரின் நிலப்பிரபுக்களும் அவரவர் வட்டாரங்களில் செல்வாக்குடன் விளங்கினார்கள். காவல்காரர்கள் என்று இந்த வட்டாரத்தில் அழைக்கப்பட்ட முத்தரையர்கள், சோழிய வெள்ளாளர்கள் மற்றும் நாடார்கள் தென்னந்தோப்பு ஒப்பந்தக்காரர்களில் முதன்மை வகித்தார்கள். நாட்டுக்கோட்டை மற்றும் கோமுட்டிச் செட்டியார்கள் வணிகர்களில் பிரதானமானவர்கள். அவர்களுடன் கோனார்களும் மண்டி வியாபாரத்தில் முன்னணியில் இருந்தார்கள். நெசவுத் தொழில் முற்றிலும் முதலியார்கள் வசம் இருந்தது.

  - 1990களில், நிலப்பிரபுக்களின் முதன்மை ஒடுங்கிவிட்டது. எல்லா இனத்தினரும் முன்னகர்ந்திருந்தாலும், வேளாளக் கவுண்டர்கள் மற்றவர்களைக் காட்டிலும் அதிக விழுக்காடு முன்னேறியிருக்கிறார்கள். அதனால் முதலியார், நாயக்கர் போன்றவர்களிடம் பாரம்பரியமாக இருந்த செல்வாக்கு, ஒப்பீட்டளவில் குறைந்துவிட்டது.

- 1940–50களில், பத்துக்கும் மேற்பட்ட பட்டதாரி இளைஞர்களை ஒரே இடத்தில், ஒரே சமயத்தில் சந்திக்க விரும்பினால் சப்–கோர்ட்டுக்கோ அல்லது உயர்நிலைப் பள்ளிக்கோதான் செல்ல வேண்டும். கரூர் வட்டத்திலேயே கரூர் பள்ளியில் படித்துப் பின் ஐ.ஸீ.எஸ். தேர்வு பெற்ற எஸ்.ஜி. செங்கோட்டையன் அவர்கள் தவிர மேலும் இருவர்தான் வெளிநாட்டில் படித்தவர்கள். அதில் ஒருவர் கேம்பிரிட்ஜில் எம்.ஏ. முடித்திருந்தார். அந்தக் காலகட்டத்திலேயே பெண்கள் கல்வி தொடங்கிவிட்டது எனினும், அப்படிக் கல்வி கற்றவர்களின் விழுக்காடு மிகக் குறைவே. அவர்களும் எஸ்.எஸ்.எல்.ஸியைத் தாண்டிப் படிப்பது அரிது.

- *2005களில் குறைந்தபட்சம் நூற்றுக்கும் மேற்பட்ட கரூர் மாணவர்கள் அமெரிக்கா, இங்கிலாந்து, ஆஸ்திரேலியா, கனடா, ரஷ்யா மற்றும் ஜப்பான் நாடுகளில் படிக்கச் சென்றிருந்தனர். 1940–50களில் பட்டதாரிப் பெண்கள் அனேகமாக இல்லை. 2005களில் மேல்தட்டு, நடுத்தர வர்க்கப் பெண்கள் மட்டுமின்றிப் பல கடைநிலை வர்க்கப் பெண்களும் பட்டப் படிப்புப் படிக்கிறார்கள். 2007இல் கரூரில் மகளிருக்காகவே இரு கல்லூரிகள் இயங்குகின்றன.*

- *1940களில் சோதனை முயற்சி முதலீடுகள் (Venture Capital) அனேகமாக இல்லை. விவசாயத்திற்குக் கடன் வழங்குபவற்றில் முக்கியமானவை மண்டிகளும் மரபுவழி வட்டிக் கடைகளும்தான். அவற்றில் பெரும்பாலானவை நாட்டுக் கோட்டை, கோமுட்டிச் செட்டியார்கள் மற்றும் கோனார்கள் வசம் இருந்தன. லக்ஷ்மி விலாஸ் மற்றும் வைஸ்யா வங்கிகள் அமைப்புப் பெற்ற கடன் வழங்கும் நிறுவனங்கள். அவையும் நாட்டுக்கோட்டை மற்றும் கோமுட்டிச் செட்டியார்கள் கட்டுப்பாட்டில் இருந்தன. எல்லா வகுப்பினருக்கும் வழிவழியாகக் கடன் வழங்கும் தொழில் செட்டியார்கள் வசம்தான் இருந்தது.*

  - *2004–05களில் கரூரில் எண்ணற்ற 'பைனான்ஸ் கார்ப்பரேஷன்கள்' செயல்பட்டன. அவை எல்லா வகுப்பினருக்கும் கடன் வழங்கியதன்றிச் சோதனை முயற்சி முதலீடுகளுக்கும் கடன் வழங்கின. அவற்றில் பங்குதாரர்களாகவும் டெபாஸிட்தாரர்களாகவும் எல்லா இனங்களையும் சார்ந்த எல்லாத் தரப்பு மக்களும் இருந்தனர். அதில் வேளாளக் கவுண்டர்கள் முதன்மை பெற்றிருந்தார்கள்.*

- *1940களில் புதுவழிச் சோதனைகள் செய்யும் தொழில் முனைவோர் அரிது. அப்படிச் செய்தாலும், அதற்கு முதலீட்டுக் கடன் கொடுக்க முன்வருவோர் அதனினும் அரிது. தொழிலில் அபரிமிதமான வெற்றிகளும் மிகப் பெரிய வீழ்ச்சிகளும் அரிதினும் அரிது.*

  - *1990–95களில் நிலைமை தலைகீழாக மாறிவிட்டது. ஏராளமான சோதனை முயற்சிகள் மேற்கொள்ளப்படுகின்றன. அவற்றிற்கு 'பைனான்ஸ் கார்ப்பரேஷன்கள்' தாராளமாகக் கடன் கொடுக்கின்றன. பல வெற்றிகளும், அதுபோலப் பல வீழ்ச்சிகளும் எவ்விதச் சலனமுமில்லாமல் ஏற்றுக்கொள்ளப்படுகின்றன.*

- *1990வரை புதிய தொழில்களுக்குச் சென்றவர்களில் பெரும்பாலானோர் அந்தத் தொழிலில் ஈடுபட்டுப் பயிற்சி*

பெற்றவர்கள்; அல்லது அப்படி ஒருவரைக் கூட்டாளி களாகக் கொண்டவர்கள். அவர்கள் ஏற்றுமதித் தொழிலைக் கூட அனுபவத்தால்தான் கற்றவர்கள். அவர்களுக்குப் படிப்பறிவைவிடப் பட்டறிவுதான் அதிகமாகக் கைகொடுத் தது. உலக மயமாக்கலுக்கு முன்பே தங்களின் தொழிலை வளர்த்தவர்கள். அவர்கள் வெளிநாட்டு ஏற்றுமதிக்கான ஆணைகளை இடைத்தரகர்கள் மூலம்தான் பெற்றார்கள்.

- ஆனால் 1990க்குப் பிறகு இளைய தலைமுறையினர் தங்கள் கல்வியறிவைக் கொண்டும், தொழிலைப் பற்றிய தகவல் தொடர்புகளைக் கொண்டும் அவர்களின் பெற்றோர்கள் ஆரம்பித்த நிலையிலிருந்த தொழிலைப் புத்தாக்கம் செய்து வருகிறார்கள். நவீன வியாபார உத்திகளுக்கு முக்கியத்துவம் வந்திருக்கிறது. உலகமய மாக்கலின் பன்னாட்டுப் போட்டிச் சூழ்நிலைக்குத் தங்களை இவர்கள் தயார்படுத்திக் கொண்டிருக்கிறார் கள். வெளிநாட்டின் மிகப் பெரிய வணிக நிறுவனங் களுடன் நேரடியாக நீண்ட கால வர்த்தக ஒப்பந்தங்கள் செய்துகொண்டு ஏற்றுமதித் தொழிலைச் செய்கிற அளவிற்கு வளர்ந்திருக்கிறார்கள். படுகிடையாகவும் செங்குத்தாகவும் தொழிலின் பலவேறு அங்கங்களையும் ஒருங்கிணைக்கத் தெரிந்திருக்கிறார்கள். அமெரிக்கா விலும் சீனாவிலும் கிளைகள் ஏற்படுத்தும் அளவுக்குத் தொழில் திறனை வளர்த்துக்கொண்டுள்ளார்கள்.

- 1940களில் பள்ளி ஆசிரியர்களின் தொழில்முறை ஒழுக்கம் சிறப்பானதாகவிருந்தது. தமிழ் வித்வான்களும் ஹிந்திப் பண்டிதர்களும், பி.டி. படித்த பட்டதாரி ஆசிரியர் அளவுக்குச் சம்பளம் வாங்கவில்லை எனினும், அனைத்து ஆசிரியர்களும் பரிவோடும் பற்றோடும் பாடம் கற்பித்தனர். மாணவர்களும் கவனத்தோடு கற்றுக்கொண்டனர். பிராமண மாணவர்களை விட அதிக மதிப்பெண்கள் பெற்றுக் காட்டிய பிராமணரல்லாத மாணவர்களை மற்ற மாணவர் கள் கதாநாயக அந்தஸ்துக் கொடுத்துப் பாராட்டுவதற்குத் திராவிட இயக்கம் காரணமாகவிருந்தது. அப்படிப்பட்ட மாணவர்களைப் பிராமண ஆசிரியர்களும் ஊக்குவித்துப் பாடம் நடத்தினர். மாணவர்களில் பெரும்பகுதியினர் நகராட்சி அல்லது அரசுப் பள்ளிகளில்தான் படித்தனர். தனியார் வசம் ஒரு மகளிர் பள்ளியும், ஒரு தொழிற் பள்ளியும்தான் அப்போது செயல்பட்டன.

  - 2004–05களில் நிலைமை தலைகீழாக மாறிவிட்டது. பல அரசுப் பள்ளி ஆசிரியர்கள் உபதொழில்களில் அதிக அக்கறை காட்டுவதாகக் குற்றச்சாட்டுகள்

எழுந்துள்ளன. கல்வி பெறும் மாணவர்களின் எண்ணிக்கை பிரமாண்டமாக வளர்ந்துவிட்டது. அதே சமயம், மாணவர்களிடையேயும் அக்கறையின்மை முன்பைவிட ஒப்பீட்டளவில் அதிகமாகிவிட்டது. தொழிற்கல்வி பெற மிகுந்த போட்டிக்குத் தயாராகிற மாணவர்களும் அந்த வளர்ச்சியில் அடங்குவர். ஒரு பக்கம் போட்டிக்குத் தயாராவதற்காக மிகுந்த செலவில் கல்வி வாய்ப்புகள் பெறும் சிறு பகுதி, மற்றொரு பக்கம் சராசரி அல்லது அதற்குக் குறைவான வாய்ப்பு களுடன் இயந்திர கதியில் கல்வி பெறும் மிகப் பெரிய பகுதி ஆகிய இரண்டும் கலந்த கலவையாகவே கல்வி வளர்ந்திருக்கிறது. ஒட்டுமொத்தமாகப் பார்க்கும்போது குறைந்த விழுக்காடு மாணவர்கள்தான் நல்ல கல்வியைப் பெற முடிந்திருக்கிறது. நகராட்சிப் பள்ளி, அரசுப் பள்ளிகளில் படிப்பவர்களைவிடப் பன்மடங்கு மாணவர்கள் இப்போது தனியார் பள்ளிகளில்தான் பயில்கிறார்கள். தனியார் பள்ளிகளில் பெரும்பாலா னவை 1990க்குப் பின் தோன்றியவை.

- உழைப்பாளர்களின் நிலை 1940–50களில் கீழேயிருந்தது போலவே, 2005களிலும் கீழேதானிருக்கிறது. எனினும், இடைப்பட்ட காலத்தில் ஒரு மிகப்பெரிய மாறுதல் ஏற்பட்டுள்ளது. தொழிலாளர்கள் 1940–50களில் தங்களின் கீழ்நிலையிலிருந்து விடுபட முடியுமென்ற நம்பிக்கையே இல்லாமல், அந்த நிலையைச் சாஸ்வதமென்று ஏற்றுக் கொண்டவர்களாகத்தான் இருந்தனர். சுருக்கமாகச் சொன்னால், அந்தக் கீழ்நிலை தங்களின் விதி என்று ஏற்றுக் கொண்ட மனப்பான்மை பரவலாகக் காணப் பட்டது.

    - இப்போது தொழிலாளர்களின் உண்மைக் கூலி மட்டம் 1940–50களிலிருந்ததைவிட வெகுவாக உயர்ந்திருக்கிறது. அது மட்டுமின்றி அவர்கள் அனைவருக்கும் தங்கள் முயற்சியினால் முன்னேற முடியுமென்கிற நம்பிக்கை துளிர்த்திருக்கிறது. அவர்களின் பங்காளிகளிலோ மாமன் மைத்துனர்களிலோ நண்பர்களிலோ யாரோ ஒருவர் அவர்களிடையே ஓட்டாண்டியாக வாழ்க்கையைத் தொடங்கி, சுய முயற்சியாலேயே கோடீஸ்வரர் ஆகியிருப் பதைக் கண்ணெதிரிலேயே பார்த்திருக்கிறார்கள். எல்லோருக்கும் 'யாவாரத்தில்' ஈடுபட்டுச் சோதனை செய்து பார்க்க ஆவல் முளைத்துள்ளது. வெகு விரை வாகப் பங்குதாரர்கள் இணைந்து புது நிறுவனங்கள் உருவாகின்றன. அதே வேகத்தில் நிறுவனங்கள்

மடிகின்றன. ஆனால், 1940களைப் போலன்றி 1990களில் வியாபாரத் தோல்வி இயல்பானதாக ஏற்றுக் கொள்ளப் படுகிறது. அது அவமானமாகக் கருதப்படுவதில்லை. எனவே நம்பிக்கை, ஏராளமான புதுப் புது முயற்சி களுக்கு வித்திட்டுக்கொண்டிருக்கிறது.

- 1940களில் குற்றம் புரிவது ஓர் அமைப்புப் பெற்ற குழு நடவடிக்கையாக இல்லை. அப்போதும் சில 'தாதா'க்கள் இருக்கத்தான் இருந்தனர். பல சந்தர்ப்பங்களில் அவர்களின் 'கட்டைப் பஞ்சாயத்து' முடிவுகள் நியாயமான நீதிமன்றத் தீர்ப்புகளைக் கோர்ட்டுச் செலவுகளின் ஒரு பகுதிச் செல விலேயே பெறக்கூடிய வழிமுறையாக அமைந்திருந்தன. அப்போது அந்தத் 'தாதா'க்கள் தங்களின் வன்முறையைப் பயன்படுத்தி அடுத்தவர் சொத்துக்களைக் கைப்பற்றிக் கொண்டதாகவோ அரசியல் கட்சிப் போர்வையைப் போர்த்திக்கொண்டு அரசு மற்றும் தனியார் நிலங்களைக் கையகப்படுத்திக்கொண்டதாகவோ தெரியவில்லை.
  - 1990களில் மேற்கூறிய மாற்றங்கள் நிகழ்ந்துவிட்டன. குற்றம் புரிவது ஓர் அமைப்புப் பெற்ற குழு நடவடிக்கை யாக மாறிவிட்டது. அரசியல்வாதிகள், காவல்துறை மற்றும் கிரிமினல்களின் கூட்டணியாக, கள்ளச் சாராய விற்பனையோடு தொடர்புள்ளதாக, இது தென்படு கிறது. மணல் கொள்ளை, சமீப காலத்தில் வருவாய்த் துறையையும் இந்தக் கூட்டணியின் முக்கிய அங்கமாக்கி யிருக்கிறது.
- 1980வரை, கரூரின் திடீர்ச் செல்வப் பெருக்கம் கீழ்த்தட்டு மக்களை, குறிப்பாகத் தீண்டத்தகாதவர்களாக நடத்தப் பட்டவர்களைச் சென்றடையவில்லை.
  - சில எதிர்பாராத காரணங்களால், 1980களுக்குப் பிறகு, அவர்களில் சிலருக்குப் புதிய வாய்ப்புகள் மூலம் வளர்ச்சியின் பலன்களைப் பெற முடிந்திருக்கிறது. இதில் ஒரு விசித்திரம் என்னவெனில், அவர்களின் இந்த வளர்ச்சி வாய்ப்புகள், சாதியத்தின் மையக் கூறுகளுக்கு எதிரான சக்திகளை ஒன்றுதிரட்டி அவற்றை உடைத்தெறிவதற்குப் பதிலாக, அப்படி வளர்ந்தவர்களின் சாதிகளில் அவற்றை மேலும் வலுப்பெறவே செய்திருக்கிறது.
- 1940-50களில் கரூர் சுற்றுச்சூழல் மாசுபடாத பகுதியாக விளங்கியது. அமராவதி ஆற்றங்கரை கரூரின் 'பீச்' போலக் காற்று வாங்கும் இடமாக இருந்தது. அமராவதி ஆற்று நீர் மாசுபடாத குடிநீராக வழங்கப்பட்டுவந்தது.

- ○ கரூரின் வளர்ச்சிக்குச் சுற்றுப்புறச் சூழல் மாசினை விலையாகக் கொடுக்க வேண்டிய நிலை ஏற்பட்டுக் கொண்டிருக்கிறது. அமராவதிக் கரையில் மணல் முழுதும் அள்ளப்பட்டு, அங்கு துர்நாற்றம் வீசும் சாயக் கழிவு நீர் குட்டைகள்தான் அதிகம் தெரிகின்றன. ஆற்று நீர் குடிப்பதற்குப் பயன்படாமல் போய் நெடு நாட்களாகிவிட்டன.

- விடாமுயற்சியால் வெற்றிகளைக் குவிக்கலாம் என்கிற நம்பிக்கை, இளங்காலைப் பொழுதுபோல எங்கும் மலர்ந்துள்ளது. ஆனால், அத்துடனேயே சமூக நற்பண்பு களுக்கு ஒரு அறைகூவலாகவும் இந்த மாற்றங்கள் விளங்குகின்றன. காசை வீசி அடித்தால், எந்த மலையை யும் புரட்டிவிடலாம் என்கிற மனப்பான்மை, சமூக அமைப்புகளையே ஆட்டம் காண வைத்திருக்கிறது. கரூரின் வளர்ச்சிக்கு அடித்தளமாக அமைந்த சமூக நற்பண்புகளின் சக்தி தேய்ந்து கொண்டேயிருக்கிறது.

கரூரின் அமைப்பிடமும் வரலாறும்

அமராவதி நதிக்கரையில், தமிழகத்தின் மையப் பகுதியில், திருச்சிராப்பள்ளியையும் ஈரோட்டையும் இணைக்கும் இருப்புப் பாதைத் தடத்தில், அவ்விரு நகரங்களுக்கும் இடையில் அமைந்திருக்கும் நகர் கரூர். 1874இலிருந்து நகராட்சி யாக அங்கீகரிக்கப்பட்ட கரூர், 1974இல் முதல் நிலை நகராட்சியானது. தற்போது சிறப்பு நிலை நகராட்சியாகவிருக் கிறது. கரூர் நகர ஒருங்கிணைப்பில், கரூர் நகராட்சியோடு, இனாம் கரூர், தாந்தோன்றி மூன்றாம் 'கிரேடு' நகராட்சிகளும் ஒன்று சேர்க்கப்பட்டுள்ளன. 1951இல் கரூர் நகராட்சியின் மக்கள் தொகை 42,155. 2001இல் இது 76,336 ஆக உயர்ந்தது. 2001இல் கரூர் நகர ஒருங்கிணைப்பின் மொத்த மக்கள் தொகை 1,53,365. 77 சதவிகிதத்தினர் எழுதப் படிக்கத் தெரிந்தவர்கள். மக்கள் தொகையில் 40 சதவிகிதம் உழைப்பாளர்கள்.

பிரிட்டீஸாரின் ஆட்சியில் கரூர் தாலுகா முதலில் கோவை மாவட்டத்தின் ஒரு பகுதியாகத்தான் இருந்தது. 1910இல்தான் அது திருச்சிராப்பள்ளி மாவட்டத்தின் பகுதியாக மாற்றப் பட்டது. 1995இலிருந்து தனி மாவட்டமாக அங்கீகரிக்கப் பட்டுள்ளது.

சங்க காலத்தில் அமராவதி ஆறு ஆன்பொருனை நதி என்று அழைக்கப்பட்டது. கருவூர்கிழார் உட்பட பத்து சங்கப் புலவர்களை இந்த வட்டாரத்தில் வாழ்ந்தவர்களாகக்

கருதலாம். சேரர்களின் தலைநகரான வஞ்சியே இன்றைய கரூர் எனச் சொல்வதற்கு ஆதாரங்கள் உள்ளன. கரூர், சோழர் களின் ஆறு தலைநகர்களில் ஒன்று என்றும், இங்குதான் கரிகால் சோழன் பிறந்தான் என்றும் சொல்பவர்களும் இருக் கிறார்கள். கரூரைச் சுற்றி, ஆறு நாட்டார் மலை, சுக்காலியூர், ஐவர்மலை போன்ற இடங்களில் காணப்படும் சமணர் படுக்கை கள் கி.மு. மூன்றாம் நூற்றாண்டிலிருந்து கி.பி. இரண்டாம் நூற்றாண்டுவரை இந்தப் பகுதியில் சமணம் சிறப்புற்றிருந்த தற்குச் சான்று கூறுகின்றன. கொங்கு நாட்டில் தேவாரப் பாடல் பெற்ற ஏழு தலங்களில் கரூர் பசுபதீஸ்வரர் ஆலயமும் ஒன்று. பேரரசன் இராசராச சோழனின் ஆன்மீகக் குருவும் தஞ்சைப் பெரிய கோயிலின் இலிங்கத்திருவுருவைப் பிரதிஷ்டை செய்தவரும் திருவிசைப்பா இயற்றியவருமான கரூவூர் தேவர் அவதரித்த இடம் கரூர். கரூரின் தெற்கெல்லையாகவிருக்கும் கல்யாண வெங்கட்ராம சுவாமி கோயில் அமைந்துள்ள தாந் தோன்றி மலை வைணவர்களின் முக்கியத் தலங்களில் ஒன்று.

கொங்கு நாட்டின் ஒரே ஐ.சி.எஸ். தேர்ச்சி பெற்ற அதிகாரியான காலஞ்சென்ற எஸ்.ஜி. செங்கோட்டையன் கரூர் நகராட்சிப் பள்ளியின் முன்னாள் மாணவர். சிறந்த பொறியியல் வல்லுநரும், ஆழ்ந்த தமிழறிஞரும், அண்ணா பொறியியல் பல்கலைக்கழகம், மதுரை காமராசர் பல்கலைக் கழகம், இந்திராகாந்தி திறந்தநிலைப் பல்கலைக்கழகம் ஆகியவற்றின் துணைவேந்தராகப் பணியாற்றியவருமான வா.செ. குழந்தைசாமியும் அதே பள்ளியின் முன்னாள் மாணவர்தான்.

திருச்சிராப்பள்ளி–ஈரோடு இரயில் தொடர்பு 1868இல், அப்போதைய 'கிரேட் ஸவுத் இண்டியன் ரெயில்வே' கம்பெனி யாரால் ஏற்படுத்தப்பட்டது. 1860களில் சென்னையிலிருந்து திருச்சிராப்பள்ளிக்கு, விழுப்புரத்திலிருந்து விருத்தாசலம் மார்க்கமாகக் குறுக்கு வழித்தடம் அமைப்பதற்கு முன், விழுப்புரம்–கடலூர்–தஞ்சை வழியாக முதன்மை வழித் தடத்தை அந்த நிறுவனம் அமைத்திருந்தது. அதே சமயம், சென்னையிலிருந்து ஈரோடு வழியாகக் கோழிக்கோட்டுக்கு 'மெட்ராஸ் ரெயில்வே' என்கிற நிறுவனம் இருப்புப் பாதை அமைத்திருந்தது. இந்த இரு வழித்தடங்களையும் இணைக்கும் விதமாகத்தான் திருச்சிராப்பள்ளி–ஈரோடு இரயில் பாதை அமைக்கப்பட்டது. விழுப்புரத்திலிருந்து விருத்தாசலம் மார்க்கமாகத் திருச்சிராப்பள்ளிக்கு இரயில் இணைப்பு ஏற்படுத்துவதற்கு முன்பே, திருச்சிராப்பள்ளி–ஈரோடு இரயில் பாதை அமைக்கப்பட்டுவிட்டது என்பது குறிப்பிடத்தக்கது. இந்த வழித்தடத்தின் மையத்தில் அமைந்திருந்த கரூர் நகருக்கு அருகில் ஓடிய அமராவதியில் அப்போது அமைக்கப்பட்ட

இரயில்வே பாலம், நூற்றொன்பது ஆண்டுகளுக்குப் பின்வந்த பெரு வெள்ளத்தில், 1977ஆம் ஆண்டு நவம்பர் திங்களில், அடித்துச் செல்லப்பட்டுப் புதுப்பிக்கப்பட்டது. கரூருக்கு 1868யிலேயே இரயில் போக்குவரத்து வந்தது, இந்நகர் வளர்ச்சிக்கு முக்கியக் காரணங்களில் ஒன்று.

முதல் உலகப் பெரும்போருக்குப் பிறகு இங்கு குடிவந்த நகரத்தார் குலச் செம்மல், பெத்தாச்சி செட்டியார் கரூரின் வளர்ச்சிக்குப் பெரிதும் உதவியிருக்கிறார். செவிவழிச் செய்தி களின்படி, செட்டிநாட்டுச் செல்வரான அவருக்கு பிரிட்டிஷ் அரசு வழங்கிய 'ஸர்' பட்டம் பெற மிகுந்த விருப்பமாம். அதற்காக அவர் தன் குடும்ப வழக்கறிஞரான தேசிகாசாரி யிடம் ஆலோசனை கேட்டாராம். அவர் பெத்தாச்சி செட்டி யாரை முதலில் ஒரு 'ஜமீந்தார்' பட்டத்தைப் பெற்றுக்கொள்ளச் சொல்லி ஆலோசனை சொன்னதால், கரூருக்கருகில் விலைக்கு வந்த ஆண்டிபட்டி 'ஜமீனை' வாங்கியிருக்கிறார். அதை நிர்வகிக்க அருகிலிருந்த நகரான கரூரில் ஒரு தோட்ட விடுதி கட்டிக்கொண்டு இங்கேயே குடியிருந்திருக்கிறார். கரூர் பசுபதீஸ்வரர் கோயிலுக்குக் குடமுழுக்குச் செய்து, சிதிலமடைந் திருந்த சுற்றுச் சுவர்களைப் புதுப்பித்து, மடவளாகத் தெருக் களை ஏற்படுத்திப் பிராமணர்களைக் குடியமர்த்தியிருக்கிறார். சிதிலமடைந்திருந்த சுற்றுச்சுவரிலிருந்த பல கல்வெட்டுக் களைக் கோயில் வடமேற்கில் குழிவெட்டிப் புதைத்தது தெரியாமல் செய்த தவறும் இவருடையதே! கரூர் நகராட்சியின் 'சேர்மனாக' இருந்தபோது நகராட்சிப் பள்ளிக்குத் தன் செலவில் தன் தந்தையின் பெயரில் சிதம்பரம் மாணவர் விடுதி கட்டித் தந்திருக்கிறார். நகர வளர்ச்சிக்கு அவர் தலைமையில் பல நல்ல திட்டங்களைச் செயல்படுத்தியிருக்கிறார். திருச்சி நேஷனல் கல்லூரி அமைவதற்கு நிலம் வாங்கிக் கொடுத்து, மாணவர் விடுதியும் அமைத்துக்கொடுத்த அவருடைய வள்ளல் தன்மை பேர்பெற்றது. அரசு பெண்கள் பள்ளியில் உமையாள் கட்டடத்தையும் அவர்தான் கட்டு வித்தார். வெண்ணைமலைக் கோயில் புனருத்தாரனத்திற்குப் பொருளுதவி செய்திருக்கிறார். அந்நாள் கவர்னர் வெலிங்டன் பிரபு, அவர் மனைவி சீமாட்டி வெலிங்டன் ஆகிய இருவரையும் கரூருக்கு அழைத்துவந்து நகராட்சியில் வரவேற்புக் கொடுத்து, அதற்காக ஒரு ஞாபகார்த்த வளைவை நகராட்சிக் கட்டடத்திற்கு அருகில் கட்டினார். அப்படி வெள்ளைத் துரைத்தனத்தை மகிழ்வித்து, அதன் மூலம் 'ஸர்' பட்டம் வாங்க வேண்டுமென்ற அவர் கனவு நனவாகவில்லை. அமராவதி ஆற்றிற்குத் திருமாநிலையூரிலிருந்து கரூர்வரை முதல் பாலமமைப்பதற்கு ஏற்பாடுகள் செய்து பொருளுதவி செய்திருக்கிறார். நல்வாய்ப்பின்மையால், 1919இல் தொடங்கப்பட்ட அந்தப் பாலம் முடியுமுன்பே

மிக இள வயதிலேயே அவர் இறந்துவிட்டார். அந்தப் பாலம் அவருடைய வழக்கறிஞா ஸர். தேசிகாசாரியார் ஜில்லா போர்டின் தலைவராக இருந்தபோது 1924இல் கட்டி முடிக்கப் பட்டது. தேசிகாசாரியார் பெயரில்தான் அந்தப் பாலம் அழைக்கப்படுகிறது. அந்தப் பாலம் 20.06.1924இல் அப்போதைய சென்னை கவர்னர் வைகவுண்ட் ஹாக்ஹர்ஸ்டினால் திறக்கப்பட்டது. ஆனால் சீமாட்டி வெலிங்டன் வருகை நினைவாக அவர் கட்டிய ஞாபகார்த்த வளைவு, 1971ஆம் ஆண்டு ஏப்ரல் திங்கள் 11ஆம் நாள் பெயர் மாற்றப்பட்டுப் 'பெத்தாச்சி ஞாபகார்த்த வளைவாக' ஆகியிருக்கிறது!

கரூருக்கும் பசுபதிபாளையத்திற்கும் இடையேயுள்ள வாராவதி 1964இல் கட்டி முடிக்கப்பட்டு, கக்கன் அவர்களால் திறக்கப்பட்டது. கரூர் – திண்டுக்கல் இரயில்வே தொடர்பு 06–08–1988இல் பிரதம மந்திரி ராஜீவ் காந்தியால் தொடங்கி வைக்கப்பட்டது. தேசிய நெடுஞ்சாலை எண் 7 கரூர் வழியாகச் செல்வதால், கரூர் பகுதியில் மு. தம்பிதுரை முதல் முறை எம்.பி.யாக இருந்தபோது நான்குவழிப் பாதை அமைக்கப் பட்டது. நாகை – கோவை எண் 67 சாலையும் கே.சி. பழனிசாமி எம்.பி.யாக இருந்தபோது நான்குவழிச் சாலையாக அமைக்கப் பட்டது. எனவே 2008இல் கரூர் நான்கு திசைகளிலும் நான்கு வழி தேசிய நெடுஞ்சாலைகளால் இணைக்கப்பட்டு விட்டது. கரூரிலிருந்து நாமக்கல் சாலையில் காவிரி நதியில் தவிட்டுப்பாளையத்திலிருந்து வேலூருக்கு 1950இல் கட்டப் பட்ட பாலம் காரணமாகத்தான் NH7 கரூரிலிருந்து நாமக்கல்லுக்கு இப்போதும் அதிக தூரம் சுற்றிக்கொண்டு செல்கிறது. காவிரி நதிக்கு வாங்கலிலிருந்து மோகனூருக்குப் பாலம் கட்டிக் கரூரிலிருந்து நாமக்கல் செல்வதால் பயண தூரம் 12 கி.மீ. அளவுக்குக் குறையும், நேரமும் எரிபொருளும் சிக்கனமாகும் என்று 1980களிலிருந்து தொடர்ந்து பசுபதி பாளையம் சகோதரர்கள் எம். ரவீஸ்வர மூர்த்தி, எம். சேகர், காலஞ்சென்ற தக்ஷிணாமூர்த்தி, முன்னாள் எம்.பி.க்கள் கே. கோபால், நாட்ராயன், முன்னாள் மந்திரி சின்னசாமி, காலஞ்சென்ற எம்.எல்.ஏ. வாசுகி முருகேசன் போன்றவர் களின் பகீரத முயற்சி காரணமாக வாங்கல், மோகனூர் வழியாகக் காவிரியில் புதிய பாலம் கட்டி முடிக்கப்பட்டு 2017இல் சாலை திறக்கப்பட்டு விட்டது. கரூருக்கும் சேலத்துக்குமிடையே இரயில்வே இணைப்பும் 2013இல் ஏற்படுத்தப்பட்டு விட்டது. அதனால் கரூர்–நாமக்கல் சேலம் இணைப்பு தூரம் குறைந்திருக்கிறது. 2013இல் தமிழ்நாடு அரசின் போக்குவரத்து மந்திரி செந்தில் பாலாஜி கரூரைச் சுற்றிச் சுற்று வட்டப்பாதை அமையப் போவதாக்

அறிவித்தார். அதைத் தொடர்ந்து முதலமைச்சர் ஜெயலலிதா 2013இலேயே அந்தத் திட்டத்தை 110 விதியின் கீழ் சட்டசபை யிலேயே அறிவித்து, அதற்கு நிதியும் ஒதுக்கியிருந்தார். ஆனால், அதற்குப் பிறகு திட்டம் கிடப்பில் போடப்பட்டு விட்டது. கரூரின் சாலைகளில், குறிப்பாகக் கோவை சாலையில் தற்போதைய அபரிமிதமான போக்குவரத்து நெரிசலைத் தீர்ப்பதற்கு அந்தத் திட்டம் நிரந்தரமான ஒரு தீர்வாகும். 2018இல் கரூர் நாடாளுமன்ற உறுப்பினர் தம்பிதுரை கரூர்–கோவை சாலைக்குப் புதிய வழித்தடம் ஏற்படுத்தப்பட்டு ஆறுவழிச்சாலையாக மாற்றப்படும் என்று அறிவித்துள்ளார். தற்போது கரூர் நகரத்துக்குள் போக்குவரத்து மிக ஆபத்தான, நேரத்தை வீணாக்கும், சிக்கலான பிரச்சினையாக மாறியிருக்கிறது.

இரண்டாம் உலகப் பெரும்போரின்போது கரூரின் நிலை

அன்றைய சூழ்நிலையில், நகரத்தில் வாழ்ந்த மக்களின் வாழ்க்கை ஒருவரையொருவர் சார்ந்து அமைந்திருந்தது வெளிப்படையாகத் தெரிந்தது. ஒவ்வொருவரின் வாழ்க்கை முறையும் அவரவர் சார்ந்திருந்த சாதி அல்லது மதத்தின் அடிப்படையில் இப்படித்தான் இருக்கும் என்று எதிர்பார்க்கிற வகையில்தான் நடந்தது. அவ்வாறு வாழ்வதை இயல்பானதாக ஏற்றுக்கொள்ளும் வழக்கமும் இருந்தது. அந்த நாள்களில் இந்துக்கள் கைலி கட்டமாட்டார்கள்! கைலி கட்டிய ஒருவரைச் சந்தித்தால் அவர் இஸ்லாமியர் என்று ஊகிப்பது இயல்பாயிருந்தது. வாழ்க்கை இப்போது போன்று இவ்வளவு துரித கதியில் இயங்கவில்லை. இரண்டாம் உலகப் பெரும் போர் காரணமாக, இரவில் விளக்குகள் எரிப்பதற்குக் கட்டுப்பாடுகள் விதிக்கப்பட்டிருந்தன. தெரு விளக்குகள் சுற்றிலும் மூடி போடப்பட்டு, விளக்குக்கு நேர் கீழே இருக்கும் இடங்களில் மட்டும் வெளிச்சம் இருக்கிற மாதிரி மாற்றி யமைக்கப்பட்டிருந்தன. விமானங்கள் இரவில் நகரங்களை அடையாளம் கண்டுபிடித்துக் குண்டு வீசாமலிருக்க வேண்டும் என்பதற்கான முன்னெச்சரிக்கை நடவடிக்கை அது. அந்த விளக்குகளும் இரவு பத்து மணிக்கு முழுமையாக அணைக்கப் பட்டு விடும். நகரத்தின் பெரும்பகுதி வீடுகளில் அப்போது மின் இணைப்பு இல்லை! சீமை எண்ணெய் (கெரொஸின்) அப்போது எளிதில் கிடைக்காத பொருள். எனவே, இரவில் ஒன்பது மணிக்கு மேல் விழித்திருப்பவர்களைப் பார்ப்பதே அரிதாக இருந்தது. இரவு ஒன்பது மணியிலிருந்து அதிகாலை நான்கரை மணிவரை நகர இயக்கமே நின்றுபோன மாதிரி தான் தோன்றும். பகலிலும், நகரில் இப்போது பார்க்கும்

கூட்டத்தை அப்போது திருவிழா நாள்களில்கூடக் கண்ட தில்லை. நகரின் மிகப் பிரபலமான மாரியம்மன் திருவிழாவின் போதுகூட, வண்டி வேஷம் பார்ப்பதற்கும் கே.பி. சுந்தராம்பாள் பித்தளைப் பாத்திரத்தில் அக்னிச் சட்டி எடுப்பதைப் பார்ப் பதற்கும், அவர் பாடுவதைக் கேட்பதற்கும் சுற்றியிருந்த கிராமங்களனைத்திலிருந்தும் பெருங்கூட்டம் கூடியதென்றா லும், இப்போதைய கூட்டங்களை ஒப்பிடும்போது அவை மிகச் சிறியதாகவே தெரிகிறது. மக்கள் தொகை இவ்வளவு இல்லாததாலும், போக்குவரத்து வசதிகள் குறைந்திருந்ததாலும், செய்தித் தொடர்புகள் இந்த அளவு இல்லாதிருந்ததாலும் தான் அப்போதைய கூட்டம் குறைவு. அதே காரணங்களால் தான் வாழ்க்கை ஓட்டமும் இவ்வளவு வேகம் நிறைந்ததாகவும் அழுத்தம் – இறுக்கம் நிறைந்ததாகவும் இருக்கவில்லை. சுருக்கமாகச் சொன்னால், அந்த நாள்களில், கரூர் நகரத்தில் கூட, ஒரு தனிநபருக்கு ஒரு விபத்து ஏற்படுவதைக் கண்ணுற்ற மற்றவர்கள் அனைவரும் உடனடியாக உதவிக்கு வருவது நடந்தது. தற்காலத்தைப் போல விபத்தைப் பார்ப்பவர்கள் கண்டும் காணாமல் போவதும் அல்லது போலீஸ் அல்லது ஆம்புலன்ஸுக்குத் தங்கள் விலாசத்தைத் தராமல் விவரத்தை மட்டும் தெரிவித்துவிட்டுத் தங்கள் கடமையைச் செய்துவிட்ட தாகத் திருப்திப்பட்டுக்கொள்வதும் அப்போது இல்லை. மற்ற மனிதர்களிலிருந்து தனிநபர்கள், இப்போது போல, அந்த நாள்களில் அன்னியமாகிவிடவில்லை.

அந்நாட்களில் கரூருக்குள்ளும் அருகிலிருக்கிற கிராமங் களை இணைக்கும் போக்குவரத்திற்கு குதிரை வண்டிகளும் ஒற்றை மாட்டு வண்டிகளும்தான் பயன்படுத்தப்பட்டன. 1940–50களில் கரூரிலிருந்து ஐந்து கி.மீ. தூரத்திலிருந்த சுக்காலியூர் பண்டுதாரரின் பண்டுவம் (மருத்துவம்) மிகப் பிரசித்தமானது. அவர் அறுவை சிகிச்சையும் செய்வார். அதில் விசித்திரம் என்னவெனில், அவர் மனிதர்களுக்கும் மிருகங்களுக்கும் மருத்துவர்! அதுவும் ஒரே கத்தியில்தான் அறுவை செய்வார்!! அவரிடம் மருத்துவம் செய்துகொள்ள மக்கள் நீண்ட வரிசை யில் நிற்பார்கள். அவர் காலம் வரை கரூரின் பெரும்பாலான வாடகைக் குதிரை வண்டிகளுக்கும் மாட்டு வண்டிகளுக்கும் நிரந்தரமான சவாரி சுக்காலியூர் நோக்கியே இருந்தது! அடுத்த நிலையில் கரூரிலிருந்து வாங்கலையும் நெரூரையும் நோக்கிச் செல்லும் வண்டிகள் இருந்தன. அவர் மறைந்த பிறகு, அவரது வாரிசுகளால் மருத்துவத்தை வெற்றிகரமாகத் தொடர முடியவில்லை. மிகப் புகழ் பெற்றதும், பெரும்பாலான வரின் நோய்களைத் தீர்த்ததுமான வெற்றிகரமான ஒரு மருத்துவ முறை, மற்றவர்கள் அறியாமல் ரகசியமாகப் பாதுகாக்கப்

பட்டதால், பின் வந்த தலைமுறையினருக்குப் பயன்படாமல் மறைந்து போனது. நகரப் பேருந்துகளும் சிற்றுந்துகளும் வந்த பிறகு, கரூரிலிருந்து முதலில் ஒற்றை மாட்டு வண்டி களும், பின்னர் குதிரை வண்டிகளும் அனேகமாக மறைந்து போய்விட்டன.

1940களில் பெட்ரோலுக்கு மிகுந்த பற்றாக்குறை இருந்தது. பேருந்துகள், அடுப்புக் கரியிலிருந்து உருவாக்கப்பட்ட ஒரு வாயுவினால் இயக்கப்பட்டன. அந்த எரிவாயு உற்பத்தி செய்யும் இயந்திரம் பேருந்துக்குப் பின்னால் அமைக்கப் பட்டிருக்கும். அந்த எரிவாயுவைக் கரியிலிருந்து உற்பத்தி செய்ய, அந்த இயந்திரத்தின் உலைக்குள் காற்றுச் செலுத்தும் விசிறியை ஒரு சிறுவன் மணிக்கணக்கில் கையால் சுற்றிக் கொண்டேயிருப்பான். அப்படியும் அந்தப் பேருந்துகளை கிளப்புவதென்பது மிகக் கடினமான செயல். பேருந்து நடுவழியில் நின்றுவிட்டால் அதை மறுபடியும் கிளப்ப வெகு தூரத்துக்கு அந்தப் பேருந்தைப் பயணிகள் தள்ளிக் கொண்டு செல்வது மிக சகஜமாக அன்றாடம் காண்கின்ற காட்சி. அந்த நாட்களில் பயணிகளை ஏற்றிச் செல்லப் பேருந்து, பயணிகளின் வீட்டுக்கே வந்து விடும்! திண்டுக்கல் ரோடும் கடைவீதியும் சந்திக்குமிடத்தில் அமைந்திருந்த பேருந்து நிலையத்திலிருந்து கிளம்புகிற பேருந்து, முன்னமே விலாசம் கொடுத்திருந்த பயணிகளின் இல்லங்களுக்கே சென்று அவர்களை ஏற்றிக்கொண்டுதான் திருச்சிக்கோ பழனிக்கோ செல்லும்.

இரண்டாம் உலகப் போரின்போது, அரிசி உட்பட இன்றியமையாப் பொருள்களுக்கு மிகுந்த பற்றாக்குறை இருந்தது. அப்போதும் கறுப்புச் சந்தை இருக்கத்தான் செய்தது. உணவுப் பொருள்களின் விலையைக் கட்டுப்படுத்த, 'ரேஷன்' (பங்கீடு) நடைமுறைப்படுத்தப்பட்டிருந்தது. கரூரில் 'ரேஷன்' கடைகளில் கோதுமை கிடைத்ததால், கோதுமைப் பரோட்டா முதன்முறையாக ஒரு உணவுப் பண்டமாக அறிமுகமாகியது. 'உணவுப் பஞ்சமே வராட்டா, நானும் தின்பேனோ இந்தப் பரோட்டா' என்று ஒரு சினிமா பாட்டுக்கூட வருமளவுக்கு அப்போது கோதுமை உணவுக்கு வரவேற்பில்லாமலிருந்தது! நகரத்தில் சில பிரபலமான உணவு விடுதிகளிருந்தனவென் றாலும், அருகிலிருந்த கிராமங்களிலிருந்து அன்றாடம் வேலைக்கு வருபவர்கள்கூடத் தங்களின் உணவைப் பித்தளைப் பாத்திரங்களில் எடுத்துவருவார்கள். அல்லது உறவினர் வீட்டில் சமைத்துச் சாப்பிடுவார்கள். உணவு விடுதிகளில் உணவருந்தச் செல்வது அபூர்வமாகவே நிகழ்ந்தது.

அதுவும், மேல் மட்டத்தினரிடம் மாத்திரமே அதிகம் காணப் பட்ட வழக்கம். மண் சட்டிகள் தவிர்த்துப் பித்தளைப் பாத்திரங்கள்தான் மிக அதிகமாகப் புழக்கத்திலிருந்தன. பித்தளைப் பாத்திரங்களுக்கு வெள்ளீயம் பூசுவது சிறப்புத் தேர்ச்சி பெற்றிருந்த தொழில். ஈயம் போன பாத்திரங்களில் உணவை வைத்தால் கைத்துப் போய்விடும்!

கரூரின் உருமாற்றம்

சில தற்செயல் நிகழ்வுகள்

1940களோடு ஒப்பிடும்போது, கரூரில் 1990களில் கூடுவிட்டுக் கூடு பாய்ந்ததுபோல் வியத்தகு மாற்றங்கள் நிகழ்ந்திருப்பது தெரிகிறது. ஆனால், இந்த மாற்றங்களைக் கூர்ந்து கவனிக்கும் போது அவை சிறிது சிறிதாக, விட்டுவிட்டு வந்தவை என்றும், நிறுவன அமைப்புகளை மாற்றிய அனுகூலமான, எதிர்பாராத, தொடர் வரிசையான நிகழ்ச்சிகளால் ஏற்பட்டவை என்பது தெரியும். அவை ஒரு குறிப்பிட்ட காலகட்டத்தில், அப்போதைய சூழ்நிலைகளுக்கேற்பச் செய்யப்பட்ட பரிசோதனைச் சூதாட்ட முயற்சிகளின் வெற்றியினால் விளைந்தவை என்பதும் விளங்குகிறது. அவை அந்த வட்டாரத்தின் ஏற்றுக்கொள்ளப் பட்ட நடத்தைகளையும் நடவடிக்கைகளையும் திருத்தியமைத் திருப்பதும் தெரிகிறது. பொதுவாகக் கூறினால், அவையனைத் தும் – பரிவர்த்தனைச் செலவுகள், அளவீட்டுச் செலவுகள், பேரம் பேசும் செலவுகள், ஒப்பந்தம் செய்யும் செலவுகள், காவல் காக்கும் செலவுகள், ஒப்பந்தங்களைச் செயல்படுத்தும் செலவுகள் அனைத்தையும் உள்ளடக்கிய பொருளியல் கோட் பாடான – 'கொடுக்கல் வாங்கல் பரிமாற்றச் செலவுகள்' (transaction costs) அனைத்தையுமோ அவற்றில் சிலவற்றையோ குறைக்கும் வகையில் செயல்பட்டுள்ளன.

புதிய பரிசோதனை முயற்சிகளை மேற்கொண்டவர்கள் அவற்றை ரகசியங்களாகக் காப்பாற்றி, அதன் மூலம் அந்தத் தொழிலில் முற்றுரிமை பெற முயன்றனர். அவர்களால், அம்முயற்சியைச் சிறிது காலமே வெற்றிகரமாகச் செயல்படுத்த முடிந்தது. அந்தத் தொழில் பரிசோதனைகளின் இயல்பு அத்தகைய ரகசியங்கள் நெடு நாள்களுக்குக் கசியாமல் காப்பாற்றக் கூடியதாக அமைந்திருக்கவில்லை. கரூரின் செழிப்பும் பெருவாழ்வும் ஆரம்பத்தில் தொடர்வரிசையான அனுகூலமான விபத்துகள் காரணமாக ஏற்பட்டதேயன்றி, எவரும் திட்டமிட்டுச் செய்த செயல்களால் நிகழவில்லை. குறிப்பாக, அரசின் திட்டமிட்ட நடவடிக்கைகளால் இந்த

வளர்ச்சி ஏற்படவில்லை. அரசு நடவடிக்கைகளால், எல்லா நிலைகளிலும் கல்வி பரப்பப்பட்டது. இந்தக் கல்வி வளர்ச்சி, கரூரின் முன்னேற்றச் செயலாக்க நடைமுறைகளைத் தீவிர மாகச் செறிவடைய உதவியிருப்பது உண்மையே. இது தவிரக் கரூரின் சிறப்பான வளர்ச்சிக்கு, அந்த வளர்ச்சியின் ஆரம்ப நாள்களில் அரசின் பங்கு அற்பமானதாகவே இருந்தது.

இரண்டாம் உலகப் போருக்குப் பிறகு, 1940களின் பிற்பகுதியில், இந்தியா முழுவதும் படுக்கை விரிப்புகளுக்கான பூர்த்தி செய்யப்படாத தேவை அதிகமாகவிருந்தது. கரூரில் அப்போது நெசவுத் தொழிலில், மரபு வழியில் அந்தத் தொழிலில் வழிவழியாக ஈடுபட்டுவந்த இந்து மற்றும் கிறுத்துவக் கைக்கோள முதலியார் குடும்பங்கள் முதன்மை பெற்றிருந்தன. அவர்களின் வியாபாரம் சூடாக நடந்து, நல்ல வசூல் கிடைத்தது. அப்போது கரூர் நகரில், நாட்டுக் கோட்டை மற்றும் கோமுட்டிச் செட்டியார் வணிகக் குடும்பங்கள்தான் செல்வமிக்கவைகளாகத் திகழ்ந்தன. கோவையில் தொடங்கப்பட்ட முதல் பேருந்தின் நடத்துநராக வாழ்க்கையைத் தொடங்கிய திருப்பூரைச் சேர்ந்த எல்.ஆர்.ஜி. நாயுடு, கரூரில் 'வி.எம்.எஸ்.' என்கிற விலாசத்தில் பேருந்துகள் நடத்திப் பெரும் பொருள் ஈட்டினார். இரண்டாம் உலகப் போருக்குப் பின் போக வகையைச் சேர்ந்த 'கிரிஸ்லர்' கார் வைத்திருக்கும் அளவுக்கு அவர் உயர்ந்திருந்தார். டீ.எஸ். மணி அய்யர் அப்போதைய மற்றொரு பேருந்து முதலாளி. அப்போதைய செல்வர்களின் பட்டியலில் இவர்களும் முக்கிய மானவர்கள். பிராமணர்கள், வேளாளர்கள், வேட்டுவக் கவுண்டர்கள், முதலியார்கள், நாயக்கர்கள், கண்டர்கள், பிள்ளைகள் முதலியோர் கிராமப்புற நிலவுடைமை காரண மாகச் செல்வமும் செல்வாக்கும் பெற்றிருந்தனர். இந்த வட்டாரத்தில் வேளாளக் கவுண்டர்கள் பெரும்பான்மை பெற்றிருந்தபோதிலும், அவர்களில் சில குடும்பங்கள் பெரிய நிலவுடைமையாளர்களாகவிருந்த போதிலும், கரூர் நகரில் அப்போது அவர்கள் தனி முக்கியத்துவம் பெற்றிருக்கவில்லை. கரூரைச் சுற்றியிருந்த தென்னந்தோப்புகளில் காவல்காரர்கள் என்று இந்த வட்டாரத்தில் அழைக்கப்பட்ட முத்தரையர்கள் மற்றும் நாடார்கள் உடைமையாளர்களாக இருந்தார்கள். கரூரின் மண்டிக்கடைகள் கோமுட்டிச் செட்டியார்கள் மற்றும் கோனார்கள் வசம் இருந்தன. 1950க்குப் பிறகு பனிரெண்டாம் செட்டியார் வகுப்பைச் சேர்ந்த சில குடும்பங்களின் மண்டிக்கடைகள் பிரபலமடைந்தன. தோல் தொழிலிலும், லேவாதேவித் தொழிலிலும் ஈடுபட்டிருந்த சிறிய, எனினும் செல்வாக்கு மிக்க, இசுலாமிய சமுதாயம்

இருந்தது. நிலப் பிரபுக்களுக்குச் சமூக அந்தஸ்து நிறையவே இருந்தது. லேவா தேவித் தொழிலில் பெரும் பொருள் ஈட்டிய சுப்பா ரெட்டியார் அப்போதைய மிகப் பெரிய செல்வர்களில் ஒருவர் என்றாலும், அப்போதைய நடுத்தர வர்க்க நிலவுடைமை யாளருக்குக் கிடைத்த அளவு அந்தஸ்துதான் அவருக்குக் கிடைத்தது. சுருக்கமாகச் சொன்னால், பரம்பரையான நிலவுடைமையாளர்களுக்கு அன்றைய சமுதாயத்தில் கரூரின் தொழில்களில் ஈடுபட்டுப் பெரும் பொருள் ஈட்டியவர்களுக்குக் கிடைத்த அளவு அல்லது அதற்கு மேல் மரியாதை கிடைத்தது.

1940களில் சுயமரியாதை இயக்கம் நேரடியாகவும், தேசிய இயக்கம் மறைமுகமாகவும், வழிவழி வந்த நடத்தைகளுக்கும், விசுவாசம் – அபிமானங்களுக்கும் சவால் விடுத்தன. ஈ.வெ. ராமசாமிப் பெரியார் பட்டிதொட்டிகளிலெல்லாம் தன் கருத்துகளைப் பரப்பினார். சி.என். அண்ணாதுரை இளைஞர் களின் இதயத்தைக் கவர்ந்தார். இவர்களின் பிரச்சாரங்கள், கரூரில் சமூக மாற்றங்களுக்கு வழிகோலினவேயன்றிச் சமூக மாற்றங்களை நேரடியாக நிகழ்த்திய காரணிகளாக அமைய வில்லை என்பது என் கணிப்பு. 1940களில் பிராமணரல்லாத மாணவர்களுக்கு, பிராமண மாணவர்களைவிட அதிக மதிப்பெண்கள் எடுத்துக்காட்ட வேண்டும் என்கிற உந்துதலை அவர்களின் பிரச்சாரம் ஏற்படுத்தியது. அப்போது நகராட்சிப் பள்ளியின் மாணவனாக இருந்த எனக்கு, அவ்வாறு தங்கள் வகுப்புகளில் முதன்மை பெற்றுத் தொடர்ந்து அதைத் தக்க வைத்துக் கொண்டிருந்த மாணவர்களான வா.செ. குழந்தை சாமி, ஜே.என். ராமசாமி போன்றவர்களுக்கு எங்கள் சக மாணவர்களனைவரும் கிட்டத்தட்டக் கதாநாயக அந்தஸ்து கொடுத்துக் கொண்டாடியது நினைவுக்கு வருகிறது. அப்போது தலைமை ஆசிரியராகத் ஜே. ஆல்பர்ட் ஞானமுத்து இருந்தார் கள். நிறைய பி.டி. படித்த பிராமண ஆசிரியர்கள் அப்போது மேல் வகுப்பு ஆசிரியர்களாக இருந்தார்கள். திராவிட இயக்கத்தின் தாக்கம் பிராமணரல்லாத மாணவர்களிடம் மிக அதிகமாக இருந்தது என்பதை அவர்கள் நன்கு உணர்ந்திருந்தாலும், மாணவர்களிடம் வித்தியாசப்படுத்தி அவர்கள் பாடம் போதிக்கவில்லை. சிறப்புத் தகுதி பெற்ற மாணவர்களுக்கு அவர்கள் கொடுத்த ஊக்கம்தான் அவர் களைத் தர வரிசையில் முதல் மாணவர்களாக இடம்பெறச் செய்தது. ஆசிரியராயிருப்பது ஒரு சம்பளம் வாங்கும் உத்தி யோகம் மாத்திரமன்று! அது மாணவர்களின் அறிவுக் கண்களைத் திறந்துவிடும் சிறப்புப் பணி என்பதை அவர் களனைவரும் உணர்ந்து செயல்பட்டார்கள்.

நாடு சுதந்திரம் பெற்றதற்குப் பின் கொஞ்ச நாள்களில் கரூரை வளர்ச்சிப் பாதைக்குத் திருப்பிய சில தற்செயல் நிகழ்ச்சிகள் அடுத்தடுத்து நிகழ்ந்தன.

அதில் முதலாவது, அண்ணாமலை முதலியாரின் கிட்டங்கி எரிந்ததால் வந்த விளைவாகும். அப்போது கரூரின் மிகப் பெரிய தனவந்தர்களில் அண்ணாமலை முதலி யாரும் ஒருவர். இவருடைய குதிரையும் குதிரை வண்டியும் அப்போது பேர் பெற்றது. இவர்தான் கரூர் நகரில் முதல் முறையாகக் குழித் தறி என்கிற பழைய முறையைக் கைவிட்டு நவீனத் தறியை அறிமுகப்படுத்தியவர் என்று செவிவழியாகக் கேள்விப்பட்டிருக்கிறேன். அதன் மூலம் ஒரே தலைமுறையில் மிகப் பெரும் செல்வத்தைக் குவிக்க இயலும் என்று இவர் மெய்ப்பித்தார். இவருடைய அபரிமிதமான வளர்ச்சியும், வாழ்நாளின் இறுதியில் ஏற்பட்ட மிகப் பெரிய வீழ்ச்சியும் புதினங்களில் வரும் நிகழ்ச்சிகள் போல் தோன்றுகின்றன. அவருடைய அந்திம நாள்களில் அவர் ஏற்படுத்திய அறக்கட்டளையின் அன்னதானத்தில் உணவு பெற்று, அவர் கட்டிய கோயிலிலேயே வசித்து, அங்கேயே அவர் மரணமடைந்ததாகச் சொல்வார்கள்.

கரூரின் ஜவுளி வியாபாரத்தில் இவர் பிரதான நிலையைப் பெற்றிருந்தார். அதுபோலவே, நூல் வியாபாரத்திலும் இவர் கிட்டத்தட்ட முற்றுரிமையே பெற்றிருந்தார். 1948இல் இவருடைய நிறுவனத்தின் தொழிலாளர்கள், கம்யூனிஸ்டு – திராவிடக் கழக ஆதரவுடன், ஒரு வேலைநிறுத்தம் செய்தனர். அப்போது யாரோ அவருடைய மிகப் பெரிய நூல் கிட்டங்கிக்குத் தீ வைத்துவிட்டார்கள். பல நூற்றுக்கணக்கான நூல் பொதிகள் தீக்கிரையாகின. இதன் விளைவாகக் கரூரின் படுக்கை விரிப்புகளுக்குப் பெரிய தட்டுப்பாடு ஏற்பட்டது. அதிலும், வெளி மாநிலங்களுக்குச் சென்று கரூர் ஜவுளிகளை விநியோகம் செய்யும் விற்பனையாளர்கள் தங்களின் ஒப்பந்தங்களுக்கேற்ப நடந்துகொள்ளச் சிரமப்பட்டனர். தறிகளுக்கு நூல் தட்டுப்பாடு மிக அதிகமாகிவிட்டது. நூலின் விலை கள்ளச் சந்தையில் விஷம்போல் ஏறியது. இந்தச் சந்தர்ப்பம் எம்.கே. மற்றும் கே.பி. என்கிற நிறுவனத்தின் அப்போதைய பங்குதாரரான கே.பெரியசாமிக் கவுண்டருக்கு ஒரு எதிர் பாராத வாய்ப்பை அளித்தது. இவர் 1930களில் காய்கறி வியாபாரியாக இருந்து, 1940 ஆரம்பத்தில் ஜவுளித் துறைக்குள் நுழைந்தவர். உலகப் பெரும்போர் முடிந்தபோது, அவர் சினிமா விநியோகத் துறையில் நுழைந்தார். ஏ.வி.எம்.மின் படங்களான ‘நாம் இருவர்’, ‘வேதாள உலகம்’, ‘வாழ்க்கை’

போன்ற வெற்றிப் படங்களை விநியோகித்துக் கையில் பண முதல் வைத்திருந்தார். நூல் கிடைப்பது அரிதான காலத்தில், இவர் தன் பணத்தைக் கொண்டு கறுப்புச் சந்தையில் நூல் வாங்கிக் கரூரில் நூலாகவே விற்றும், படுக்கை விரிப்புகளாக நெய்து விற்றும் தன் செல்வத்தை வேகமாகப் பெருக்கினார்.

இந்த அனுபவம் அவரைப் புதிய சோதனைகளைச் செய்யத் தூண்டியது. அப்போது நடைமுறையில் இருந்த 'லைனில்' அனுப்பிப் படுக்கை விரிப்புகளையும் மற்ற கரூர் ஜவுளிச் சரக்குகளையும் விற்கும் பழக்கத்தையே மாற்ற முடிவு செய்தார். இப்படிப்பட்ட புதிய சோதனைகளைச் செய்வதனால் வரக்கூடிய ஆபத்துக்களை ஏற்பதற்கு அவருடைய அப்போதைய கூட்டாளி தயங்கினாரென்றும், அதனால் அவர்கள் கூட்டைப் பிரித்துக்கொண்டதாகவும் சொல்லப்படுகிறது. அதனால் கே. பெரியசாமிக் கவுண்டர் தன் சகோதரருடன் 'அமர்ஜோதி' நிறுவனத்தைத் தொடங்கினார்.

கரூரில் பல ஆண்டுகளாக ஜவுளித் தொழிலின் முன்னோடிகளான முதலியார் நிறுவனங்களால் செயல்படுத்தப்பட்டு வந்த முறை, ஜவுளிகளை 'லைனில்' அனுப்பி விற்கும் முறை. அவர்கள் கரூரின் படுக்கை விரிப்புகளையும் மற்ற ஜவுளிச் சரக்குகளையும் ஆண்டு முழுவதும் உற்பத்தி செய்வார்கள். முடிவு பெற்ற வெளியீடுகளை ரயிலில் ஏற்றி தில்லி, கான்பூர், மும்பை, கோல்கத்தா போன்ற பெருநகரங்களுக்கு அனுப்பி, அங்குள்ள கிட்டங்கிகளில் நிலைப்படுத்துவார்கள். அவற்றோடு, அந்த நகரங்களுக்குச் செல்லும் நிறுவனப் பிரதிநிதிகள் முழுப் படுக்கை விரிப்புகளின் வெவ்வேறு வடிவங்களைச் சுமந்துகொண்டு சென்று, கடைக்காரர்களுக்குக் காட்டி, அவர்கள் விரும்பும் வடிவங்களைக் கிட்டங்கியிலிருந்து கொடுத்து வியாபாரம் செய்தனர். பல சந்தர்ப்பங்களில் இந்த முறையில் ஜனரஞ்சகமான வடிவங்கள் கிட்டங்கிகளிலிருந்து விரைவில் காலியாகி விட்ட பிறகு, அந்த வடிவப் படுக்கை விரிப்புகளை விரும்பிக் கேட்கும் புதிய வாடிக்கையாளர்களுக்குத் தருவதில் மிகுந்த காலதாமதமாகியது.

ஆனால், 'மாதிரிகள் மூலம் பகிர்வு' செய்யும் முறையில், இந்தக் குறையைத் தவிர்க்க முடிந்தது. இந்த முறையில், உற்பத்தி செய்யும் நிறுவனத்தின் பிரதிநிதி ஒரு பெட்டியில் வெவ்வேறு வடிவப் படுக்கை விரிப்புகளின் 'மாதிரிகளை' (சாம்பிள்) வாடிக்கையாளர்களுக்கு எடுத்துச் சென்று காட்டி, அவர்களிடமிருந்து செயல்பட ஆணை (ஆர்டர்) பெற்று, அதைத் தங்களின் நிறுவனங்களுக்கு அனுப்பி ஆணைகளை நிறைவேற்றுவார். 'அமர்ஜோதி' நிறுவனம் கரூருக்கு இந்த 'மாதிரிகள் மூலம் பகிர்வு' முறையை 1950களின் ஆரம்பத்தில்

அறிமுகப்படுத்தியது. இதனால், வாடிக்கையாளர்களின் விருப்பங்களுக்கேற்ப உற்பத்தியை மேற்கொள்ள முடிந்தது. கிட்டங்கிகளில் நாள்படச் சரக்கை இருப்பாக வைக்கும் அவசியம் குறைந்தது. பிரதிநிதிகள் பல நாள்கள் வெளியூர்களில் முடங்கிக்கிடக்கும் சங்கடமும் தவிர்க்கப்பட்டது. போக்குவரத்துச் செலவு குறைந்தது. எல்லா நிலைகளிலும் கொடுக்கல் வாங்கல் பரிமாற்றச் செலவுகள் குறைந்தன. நிறுவனமும் வாடிக்கையாளரும் புதியமுறையினால் அதிகத் திருப்தியடைந்தனர். 'அமர்ஜோதி' நிறுவனம் வியத்தகு வளர்ச்சியைப் பெற்றது.

புதியமுறைக்கு விரைவில் மாறியவர்களில் 'அனார் பேப்ரிக்ஸ்' முக்கியமானது. 'சி.ஆர்.என்' நிறுவனம், சி.ஆர். நல்லசாமி அவர்களால், கே.பெரியசாமிக் கவுண்டரின் மைத்துனரையும் மேலும் மூவரையும் பங்குதாரர்களாகக் கொண்டு தொடங்கப்பட்டது. அதிலிருந்த முதலியார் பங்குதாரர்தான் அந்த நிறுவனத்தின் சூத்திரதாரியாகத் திகழ்ந்தார். 'அமர்ஜோதி', 'அனார் பேப்ரிக்ஸ்', 'சி.ஆர்.என்.' ஆகிய பெரிய நிறுவனங்களுக்கிடையே கடும் போட்டி நிலவியது. 'அமர்ஜோதி' மும்பைச் சந்தையையும், 'அனார் பேப்ரிக்ஸ்' தில்லிச் சந்தையையும் அப்போது தங்கள் பிடிக்குள் வைத்திருந்ததாகப் பேசப்பட்டது. பசுபதி டெக்ஸ்டைல்ஸ், ஏ1 டெக்ஸ்டைல்ஸ் போன்ற புதிய கவுண்டர் நிறுவனங்கள் தொடங்கப்பட்டன. வழிவழியாகக் கரூர் ஜவுளிச் சரக்குகளை உற்பத்தி செய்துவந்த புகழ்பெற்ற நிறுவனங்கள் (சின்னசாமி முதலியார், இன்னாசிமுத்து முதலியார், எம்.எம்.எம். போன்ற வர்கள்) இந்தப் புதிய முறையால் தங்களின் வியாபாரம் பாதிக்கப்படுவதை உணர்ந்து, அவர்களும் புதிய முறைக்கு மாறினார்கள். நன்கு நிர்வகிக்கப்பட்ட எல்லா ஜவுளி நிறுவனங்களும் வளர்ச்சியடைந்தன. கொஞ்சம் கொஞ்சமாக 'லைனில்' சரக்கு அனுப்பும் மூலவகை முறையே கரூரில் இல்லாமல் போய்விட்டது.

இரண்டாவது தற்செயல் நிகழ்ச்சி 'எல்.ஆர்.ஜி.' நிறுவனத்தில் ஏற்பட்டது. அப்போது 'எல்.ஆர்.ஜி.' நிறுவனத்திற்குக் கரூர், எர்ணாகுளம், அனந்தபூர் ஆகிய இடங்களைத் தலைமை யிடங்களாகக் கொண்டு, ஒவ்வொரு தலைமையிடத்திலும் நூற்றுக்கும் மேற்பட்ட பேருந்துகள் இயக்கப்பட்டுவந்தன. மூன்று தலைமையிடத்தையும் சேர்த்துப் பார்த்தால், அப்போது இந்தியாவிலேயே பெரிய பேருந்துச் சேவை அவர்களுடைய தாக இருந்திருக்கலாம். 1950களின் தொடக்கத்தில், எல்.ஆர்.ஜி. நாயுடுவுடைய மூத்த மகன், ஒரு விமானச் சேவையைத் தொடங்க நிச்சயித்து, ஒரு 'டகோடா' ரக விமானத்தையும்

வாங்கிவிட்டார். ஆனால், அந்தச் சமயத்தில் இந்திய அரசு, இந்திய உள்நாட்டு, வெளிநாட்டு விமானச் சேவைகளை நாட்டுடைமையாக்கி விட்டது. அதனால், எல்.ஆர்.ஜி. நிறுவனம் தாங்கள் வாங்கியிருந்த விமானத்தை இழப்புடன் விற்க வேண்டிய கட்டாயம் ஏற்பட்டது. அதைவிட முக்கிய மாக, பேருந்துச் சேவையைக்கூட அரசு நாட்டுடைமையாக்கி விடலாம் என்கிற எச்சரிக்கையும் அவர்களுக்குத் தந்தது. முன்னெச்சரிக்கையாக அவர்கள் பேருந்து இயக்கும் தொழி லோடு வேறு தொழில்களுக்கும் செல்ல முடிவு செய்தார்கள். அதுவரை பேருந்துத் தொழிலில் மட்டும் ஈடுபட்டிருந்த அவர்கள், கரூரில் பேருந்து உடல்கூடு கட்டும் (பாடி பில்டிங்) தொழிலுக்கும், சென்னையில் உணவு மற்றும் தங்கும் விடுதி (ஓட்டல்) தொழிலுக்கும் புதிதாக நுழைந்தனர்.

மூன்றாவது தற்செயல் நிகழ்ச்சி 1949இல், ஜி.சி. வேலா சாமி செட்டியார் தம்முடைய 'ஸ்டாண்டர்டு' டெக்ஸ்டைல்ஸ் வெளியீடுகளை ஒரு ஜவுளிக் கண்காட்சிக்காக இங்கிலாந்துக்கு ஏற்றுமதி செய்ததாகச் சொல்லப்படுவது. (அவர் நகராட்சி உயர்நிலைப் பள்ளி ஆசிரியராக இருந்தவர். இதுகுறித்து வேறு எந்தத் தகவலும் தெரியவில்லை. இந்த ஏற்றுமதி வியாபாரம் அவரால் அதற்குப் பிறகு தொடரப் படவில்லை.)

இந்தத் தற்செயல் நிகழ்ச்சிகளின் தாக்கம் கரூரின் உருமாற்றத்துக்கு வித்திட்டது. டெக்ஸ்டைல்ஸ் தொழில் வேகமாக விரிவாக்கம் பெற ஆரம்பித்தது. எல்.ஆர்.ஜி. நிறுவனத்தின் பேருந்து உடல்கூடு கட்டும் தொழில், அவர்களின் முன்னோடிகளாகயிருப்பதற்குத் தேவையான தொழில் முனைப்பின் ஒரு எடுத்துக்காட்டுதான். எல்.ஆர்.ஜி. யோடு தொடர்பு கொண்ட, சேலத்திலிருந்து இயங்கிய 'சேலம் சர்வீஸஸ்' நிறுவனம்தான் இந்தியாவிலேயே முதன் முதலாக 'பெர்கின்ஸ்' டீஸல் எஞ்சின் பொருத்திய பேருந்தை இயக்கியது. அதாவது, இந்தியாவில் டீஸல் பேருந்துகளை அறிமுகம் செய்தது எல்.ஆர்.ஜி.யோடு தொடர்பு கொண்ட நிறுவனம்தான். அதைத் தொடர்ந்து, 1949இல் எல்.ஆர்.ஜி. நிறுவனமே கரூரில் 'பெர்கின்ஸ்' டீஸல் எஞ்சின் பொருத்திய பேருந்துகளை இயக்கலானது. அவர்களின் நிறுவனத்தில் பணியாற்றிவந்த ஒரு இயந்திரப் பழுதுபார்ப்பவர்தான் (மெக்கானிக்) முதன்முதலாக ஒரு 'போர்டு' கார் உடல் கூட்டில் 'பெர்கின்ஸ்' டீஸல் எஞ்சினைப் பொருத்தி, தமிழ் நாட்டிலேயே, ஏன், இந்தியாவிலேயே டீஸல் காரை இயக்கிய முதல் மனிதர் என்கிற பெருமையைப் பெற்றதாகத் தெரிகிறது. அதற்குப் பிறகு கார்களில் பெட்ரோல் எஞ்சின்களை எடுத்துவிட்டு, டீஸல் எஞ்சின்களைப் பொருத்தும் தொழில்

பல இடங்களுக்கு வேகமாகப் பரவியது. எல்.ஆர்.ஜி. நிறுவனம் கரூரில் பேருந்து உடல்கூடு கட்டும் தொழில் தொடங்கிய காலகட்டத்தில்தான் நாமக்கல்லிலும் ஒரு தொழில் முனைவர் லாரிகளுக்கு உடல்கூடு கட்டும் தொழிலைத் தொடங்கினார். இவ்விரு ஊர்களிலும் இந்த உடல்கூடு கட்டும் தொழில் நன்கு விருத்தியடைந்துள்ளது.

இந்தத் தற்செயல் நிகழ்வுகள், கரூரில் ஆபத்துக்களை ஏற்றுக்கொண்டு புதிய முயற்சிகளில் ஈடுபடும் தொழில் முனைவோருக்கு அபரிமிதமான லாபம் வரக்கூடும் என்பதைத் தெளிவுபடுத்தின. புதிய வழிகளில், புதிய பரிசோதனைகளைச் செய்வதனால் வேகமாக முன்னேற முடியும் என்கிற நம்பிக்கையை வளர்த்தன. மரபு வழிகள் தவிரப் புதுப் பாதைகளில் பயணிப்பது சிரமமானதாயினும், நல்வாய்ப் பிருந்தால் பெரும் வெற்றிகளுக்கு இட்டுச்செல்லும் என்கிற எண்ணத்தைத் தொழில் முனைவோர் மனதில் விதைத்தது.

ஏற்றுமதியும் சாயப் பட்டறைகளும்

கரூரின் ஜவுளித் தொழிலைப் பொறுத்தவரை, உள்நாட்டு அங்காடிகளில் 1950–60களில் 'அமர்ஜோதி', 'அனார் பேப்ரிக்ஸ்' ஆகியோரின் கை ஓங்கியிருந்தது. 1950களின் பிற்பகுதியில் 'சி.ஆர்.என்.' நிறுவனம் 'பின்னி' நிறுவனத்துடன் ஓர் ஒப்பந்தம் செய்துகொண்டு, 'பின்னி' விலாசத்திலேயே அவர்களுக்குப் படுக்கை விரிப்புகள் நெய்து கொடுத்தார்கள். 'பின்னி' நிறுவனம் அவற்றை வெளிநாடுகளுக்கு ஏற்றுமதி செய்தது. இதனைக் கூர்ந்து கவனித்த 'சி.ஆர்.என்.' நிறுவனத் தின் பங்குதாரர் வையாபுரி முதலியார், நாமே ஏன் ஏற்றுமதி செய்யக் கூடாது என்று யோசித்து, அதற்கான முயற்சியை மேற்கொண்டார். 1955இல் அவரை 'சி.ஆர்.என்.' நிறுவனம் ஏற்றுமதிக்கான சாத்தியக் கூறுகளை ஆராய்வதற்காக இங்கிலாந்துக்கு அனுப்பிவைத்தது. அதைத் தொடர்ந்து மேற்கொண்ட முயற்சிகளால் 1958இல் 'சி.ஆர்.என்.' நிறுவனத் தின் பெயரில் கரூரிலிருந்து முதல் ஏற்றுமதி இங்கிலாந்துக்கு நிகழ்ந்ததாகத் தெரிகிறது. 1958 ஆரம்பத்தில், கரூருக்கு டெக்ஸ்டைல்ஸ் ஏற்றுமதிக்கான முதல் எல்.ஸி. (லெட்டர் ஆப் கிரெடிட்) அந்த நிறுவனத்திற்கு வந்ததாகத் தெரிகிறது. அதைத் தொடர்ந்து 'சி.ஆர்.என்.' நிறுவனம் தனது ஏற்று மதியை ஆஸ்திரேலியாவிற்கும் நியூசிலாந்துக்கும் வேகமாக விரிவடையச் செய்திருக்கிறது.

திருப்பூரில் பின்னலாடை ஏற்றுமதி தொடங்குவதற்குக் கிட்டதட்டப் பதினான்காண்டுகளுக்கு முன்னரே, கரூரின்

படுக்கை விரிப்புகள், தலையணை உறைகள் ஆகியவை ஏற்றுமதி செய்யப்பட்டன என்பது கவனத்திற்குரியது. அந்தக் காலகட்டத்தில் தில்லி, பம்பாயைச் சேர்ந்த இடைத்தரகர்கள் கரூரின் படுக்கை விரிப்புகள், துண்டுகள் மற்றும் பிற ஜவுளி வகைகளை ஆப்பிரிக்கக் கண்டத்துக்கும் அமெரிக்காவுக்கும் அனுப்ப ஆரம்பித்தனர். அத்தகைய இடைத்தரகு நிறுவனங் களுக்குச் சரக்குகளை உற்பத்தி செய்து தரக் கரூர் டெக்ஸ் நிறுவனங்கள் ஒப்புக்கொண்டன. 'சி.ஆர்.என்.' நிறுவனம் 'பின்னி'யோடு செய்துகொண்ட ஒப்பந்தமும் அத்தகையதே. கரூரில் சி.ஆர்.என். நிறுவனம் 1960களில் தன் உபயோகத்துக்கு மட்டும் தனியாக ஒரு 'டெலக்ஸ்' இயந்திரத்தை அமைத்துக் கொண்டது. வணிக வளர்ச்சிக்கு நவீனத் தகவல் தொடர்புச் சாதனங்களின் இன்றியமையாமையை முன்னறிவித்த நிகழ் வாகும் இது. கரூரை வளர்ச்சிப் பாதைக்குத் திருப்பிய தற்செயல் நிகழ்ச்சிகளில், ஏற்றுமதி வர்த்தகம் இங்கு தொடங் கியது மிக முக்கியமானது.

உள்நாட்டு வர்த்தகத்தில் முன்னணியிலிருந்த 'அமர்ஜோதி' நிறுவனர் ஏற்றுமதி வர்த்தகத்திலும் ஈடுபட முயன்றார். அதற்கு அவருக்கு வெளிநாட்டு இறக்குமதியாளர்களின் தொடர்பு தேவைப்பட்டது. தில்லி, பம்பாய் நகரங்களிலிருந்த பிரபலமான ஏற்றுமதி நிறுவனங்களை நாடி, அவர்கள் மூலம் ஏற்றுமதிக்கான ஆணைகளை வாங்கி அவற்றை நிறைவேற்றினார். அதாவது, அந்த ஏற்றுமதி நிறுவனங்களை இடைத் தரகர்களாகப் பயன்படுத்தித்தான் அவர் ஏற்றுமதி செய்தார். கரூரின் மற்ற பெரிய ஜவுளி உற்பத்தி நிறுவனங் களும் இந்த வழியைப் பின்பற்ற ஆரம்பித்தன. அந்தக் காலகட்டத்தில் வெளிநாடுகளுக்கு ஜவுளி ஏற்றுமதி செய்யும் நிறுவனங்களின் விலாசங்களைத் தெரிந்துகொள்வதே சிரம மான காரியமாகவிருந்தது. அவர்களில் பலர் ஆப்பிரிக்கக் கண்டத்துக்கு இந்தியப் படுக்கை விரிப்புகள், தலையணை உறைகள், லுங்கிகள், துண்டுகள் ஆகியவற்றை அதிகமாக ஏற்றுமதி செய்தார்கள் என்றும், அதனால் அந்த வகைத் துணிகளின் உற்பத்தி அப்போது கரூரில் வேகமாக அதிகரித்தது என்றும் சொல்லப்பட்டது. அமர்ஜோதி நிறுவனர் நேரடியாக வெளிநாடுகளில் இறக்குமதி செய்பவர்களைத் தொடர்பு கொள்ள முயன்றார். அதற்காக அவர் ஒரு புதுமையான வழியைக் கையாண்டாராம். அப்போது சேலம்-கோவைப் பகுதிகளில் பொறியியல் படிப்பை முடித்துவிட்டு, அமெரிக்கா வில் மேல் படிப்பு படிப்பதற்காக அமெரிக்கப் பல்கலைக் கழகங்களில் இடம் வாங்கிவிட்டு, அங்கு செல்லப் பணமுடை யால் சங்கடப்பட்ட சில மாணவர்களுக்குப் பொருளுதவி செய்து, அவர்கள் அமெரிக்கா சென்ற பிறகு, அவர்கள்

மூலமாக அமெரிக்க இறக்குமதியாளர்களுடன் தொடர்பு ஏற்படுத்திக்கொண்டாராம்!

1960களின் முற்பகுதியில், ஏற்றுமதி வர்த்தகம் ஒரு சில நிறுவனங்கள் மட்டுமே அறிந்திருந்த இரகசியமாக இருந்தது. மும்பை, தில்லியைச் சேர்ந்த இடைத்தரகு ஏற்றுமதி நிறுவனங்கள் ஆணைகள் கொடுத்து, அவர்கள் வெளிநாடு களில் தரும் விலாசங்களுக்குக் கரூர் உற்பத்தியாளர்கள் சரக்குகளை அனுப்பி வைக்கும் நிலைதான் அப்போது அதிகம். இறக்குமதி செய்தவர்கள் என்ன விலைக்குத் தங்கள் சரக்குகளை வாங்குகிறார்கள் என்பது கரூர் உற்பத்தியாளர் களுக்கு அப்போது தெரியாதிருந்தது. இடைத்தரகு செய்த இந்திய ஏற்றுமதியாளர்கள்தான் அந்த விவரத்தை அறிந்திருந் தார்கள். அவர்களோடு பேரம் பேசி, அவர்களிடம் நிர்ணயிக்கப் பட்ட விலைகள்தான் கரூரின் உற்பத்தியாளர்களுக்குக் கிடைத்தன. அந்த விலைகளே, கரூர் உற்பத்தியாளர்களுக்கு நல்ல லாபத்தைத் தந்ததால் இடைத்தரகு ஏற்றுமதி நிறுவனங் கள் மூலம் ஏற்றுமதி செய்யும் வழக்கம் கரூரில் மெதுவாகப் பரவியது. நேரடியாக ஏற்றுமதி செய்த நிறுவனங்கள் அப்போது மிகக் குறைவே. 'அமர்ஜோதி', 'சி.ஆர்.என்.' போன்ற சில நிறுவனங்கள்தான் நேரடியாக ஏற்றுமதி செய்துவந்தன.

அப்போதைய பெருநிறுவனங்கள் அனைத்தும் உற்பத்தி யின் எல்லாப் பகுதிகளையும் தங்களின் முழுக் கட்டுப்பாட்டில் வைத்திருந்தார்கள். தங்களின் சொந்தச் சாயப்பட்டறைகளில் சாயமேற்றி, தங்களின் சொந்தத் தறிகள் அல்லது தங்களின் கட்டுப்பாட்டில் உள்ள தறிகளில் நெய்து, தங்களின் தையல் பிரிவிலேயே தைத்துச் சரக்குகளை அனுப்பினார்கள். வெளி நாட்டுக்கு ஆர்டர்கள் தரும் இந்திய முகவர்கள், வெளிநாட்டு இறக்குமதியாளர்கள் ஆகியோரின் விலாசங்கள் அறிந்தவர்கள், அந்த விவரங்களை எச்சரிக்கையுடன் காப்பாற்றினார்கள்.

1960களின் நடுப்பகுதியில் அமர்ஜோதியின் மேலாளர், முதன்மைக் கணக்காளர், முதன்மைச் சாயமேற்றுபவர் போன்ற முக்கியப் பதவியிலிருந்த ஏழு நபர்கள் ஒரே நாளில் பதவி விலகி, அந்த நிறுவனத்தின் போட்டி நிறுவனங்களில் அல்லது புதிதாகப் போட்டிக்குத் தொடங்கப்பட்ட நிறுவனங்களில் பங்குதாரர்களாகச் சேர்ந்ததாகவும், அவர்கள் அமர்ஜோதியின் வெளிநாட்டுக்கு ஆணைகள் தரும் இந்திய முகவர்கள், வெளி நாட்டு இறக்குமதியாளர்களின் விலாசங்களையும் தங்களோடு எடுத்துச் சென்று தாங்கள் பங்குதாரர்களாகச் சேர்ந்திருந்த நிறுவனங்களுக்குக் கொடுத்துவிட்டதாகவும் சொல்லப்பட்டது. இந்தப் புதிய நிறுவனங்களும் நேரடி ஏற்றுமதியைத் தொடங்கின. இதற்கு முன்பு ஒரு சில நிறுவனங்களால் மட்டுமே செய்யப்

பட்டுவந்த கரூரின் ஏற்றுமதித் தொழில், இதற்குப் பிறகு விரிவடைய ஆரம்பித்தது.

1980களில் டெக்ஸ் தொழில் போட்டி காரணமாக வெளி நாட்டு இறக்குமதி செய்பவர்களோடு நேரடித் தொடர்புகளை ஏற்படுத்திக் கொள்வதும் புதிய அங்காடிகளை வெளிநாடு களில் தேடுவதும் அவசியமாகியது. 'பி.கே.ஜி.' சகோதரர்களின் நிறுவனத்தில் ஸ்தாபகரே வெளிநாடுகள் சென்றாரென்றாலும், அவருடைய மகள் திருமதி தனம் என்பவர்தான் முனைப் புடன் செயல்பட்டார் என்று சொல்லப்பட்டது. கணவர் மற்றும் குடும்பத்தினரின் முழு ஒத்துழைப்போடு அவர் பல வெளிநாடுகளுக்குச் சென்று அவர்களின் நிறுவன உற்பத்திகளுக்கு வாடிக்கையாளர்களை அவர் உருவாக் கினார். உலகின் அனைத்துக் கண்டங்களிலும் அடிவைத்த முதல் கரூர் பெண் என்று அவரைப் பற்றிச் சொல்வார்கள். முதலில் கிண்டலாக நையாண்டி பேசியவர்கள், பிறகு அதிசயமாகப் பார்த்து, இறுதியில் வியந்து பாராட்டும் நிலையை அவர் பெற்றார். வேறு சில மகளிர் தொழில் முனைவோருக்கு இவர் முன்மாதிரியாகத் திகழ்ந்தார். துரதிர்ஷ்டவசமாக இவர் இளவயதிலேயே இயற்கையான காரணங்களால் மரணமடைந்துவிட்டார்.

வளரும் உள்நாட்டு மற்றும் வெளிநாட்டுத் தேவை காரணமாகக் கரூரில் படுக்கை விரிப்புகள், திரைச் சீலைகள், துண்டுகள், தலையணை உறைகள், ஏப்ரன்கள் போன்றவற்றின் உற்பத்தி அதிகரித்தது. புதிய வடிவங்கள் அறிமுகப்படுத்தப் பட்டன. வேட்டி உற்பத்தி இந்த ஊரில் குறைந்தது. ஜாக்கார்டு தறிகளின் எண்ணிக்கை பெருகியது. ஜவுளித் தொழிலின் எல்லாப் பகுதிகளிலும் நிலைகளிலும் திறமையான, அனுபவ மிக்க உழைப்பாளர்களுக்கு மிகுந்த தேவை ஏற்பட்டது. அப்படிப்பட்டவர்களுக்கான தேடலில் நிறுவனங்களுக் கிடையே போட்டி மிகுந்தது. அந்தக் காலகட்டத்தில் கரூரின் கம்யூனிஸ்டு கட்சி (அப்போதைய அதன் தலைவரான காலஞ் சென்ற K.S. ராமசாமி என்கிற சோமு அவர்கள் தலைமையில்) தொழிலாளர் வர்க்கத்திற்காகப் பெரும் போராட்டங்களை நடத்தியது. மற்ற கட்சிகளின் தொழிற்சங்கங்கள் அந்தப் போராட்டங்களை ஆதரித்தன. பல வெற்றிகளையும் பெற்றனர். இதன் விளைவாக உழைப்பாளர்களின் கூலி உயர்ந்தது. ஆனால் பிற்காலத்தில் கம்யூனிஸ்டு கட்சியின் செல்வாக்கு ஒப்பீட்டளவில் வெகுவாகக் குறைந்துவிட்டது.

அக்காலகட்டத்தில், குறிப்பாக நூலுக்குச் சாயமேற்றும் தொழிலில், கருத்துடன் கவனித்துப் பொறுப்புடன் செயல்

படும் திறமைமிக்க அனுபவசாலிகளுக்கு எல்லாப் பெரிய நிறுவனங்களிலும் நல்ல வரவேற்பிருந்தது. அத்தகையவர்கள் மிகக் குறைவான அளவிலேயே அப்போது இருந்தனர். அவர்களில் பெரும்பாலானோர், அமர்ஜோதி, அனார் பேப்ரிக்ஸ், சி.ஆர்.என்., பசுபதி டெக்ஸ்டைல்ஸ், ஏ1 டெக்ஸ்டைல்ஸ், சின்னசாமி முதலியார், இன்னாசிமுத்து முதலியார், இஜர்ட்.ஏ.எம். போன்ற பெரிய நிறுவனங்களின் சாயப் பட்டறைகளில் தொழில் கற்றுக்கொண்டு, அங்கேயே வேலையிலும் இருந்தவர்கள். ஜவுளித் தொழிலின் வளர்ச்சி அதிகரிக்க, அதிகரிக்கப் புதிய நிறுவனங்கள் தோன்றுவதும் அதிகரித்தது. அத்தகைய நிறுவனங்கள் பலவற்றில், தொழில் கற்றுக்கொண்ட அனுபவசாலிகளான உழைப்பாளர்களைக் 'கஷ்டக் கூட்டாளிகளாக'ச் சேர்த்துக்கொள்ளும் வழக்கம் அதிகரித்தது. இத்தகைய 'கஷ்டக் கூட்டாளிகளுக்கு' அவர் களின் உழைப்பு மட்டும்தான் பிரதான மூலதனம். அதுதவிரப் புதிதாகத் தொடங்கப்பட்ட நிறுவனங்களில் அவர்கள் உள்ளிட்ட பண முதலீடு, விழுக்காடு அளவில் குறைவாகவே இருந்தது. அத்தகைய நிறுவனங்கள் பல இந்தக் 'கஷ்டக் கூட்டாளிகளின்' திறமையை நம்பித்தான் தொடங்கப் பட்டன. அல்லது இத்தகைய 'கஷ்டக் கூட்டாளிகள்'தான் மற்றவர்களை முதலீடு செய்யத் தூண்டிவிட்டு அத்தகைய நிறுவனங்களையே தொடங்கினார்கள். அப்படித் தொடங்கப் பட்ட புதிய நிறுவனங்கள் விரிவடைந்தபோது அந்தக் 'கஷ்டக் கூட்டாளிகளின்' பண முதலீடு விழுக்காடு அளவும் அதிகரிக்கப்பட்டு, மற்ற கூட்டாளிகளுக்குச் சமமாக ஆகிவிடு வது சகஜமாக நிகழ்ந்தது. பத்தாண்டு காலத்திலேயே திறமை யான சில தொழிலாளர்கள் முதலாளிகளாக உருமாற்றம் பெற்றது பகிரங்கமாகத் தெரிந்தது. ஜவுளித் தொழிலில் போட்டி மிகுந்தது. போட்டியைச் சரியான வழிகளிலோ தவறான வழிகளிலோ எதிர்கொள்ள வல்லமை படைத்த நிறுவனங்கள் தப்பித்தன. வளர்ந்தன. மற்றவை அழிந்தன.

1970களில் உள்நாட்டு அல்லது ஏற்றுமதிக்கான ஆணை கள் கிடைத்தாலும் போதுமான சிறப்புத் தேர்ச்சி பெற்ற தொழிலாளர்களின் கிடைப்பருமை காரணமாகப் பெரிய நிறுவனங்களால்கூடக் கால இலக்குகளைப் பூர்த்திசெய்வது கடினமாக இருந்தது. அதிலும், திறமையான தொழிலாளர்கள் திடீர், திடீரென்று வேலையை விட்டு விலகியதால், ஏற்றுக் கொண்டுவிட்ட ஆணைகளை நிறைவேற்றுவது சிரமமாக இருந்தது. எனவே, பெரிய நிறுவனங்களும் கூட ஒப்பந்த அடிப்படையில், வேலையின் வெவ்வேறு பகுதிகளை, வெவ்வேறு சிறு நிறுவனங்களுக்குப் பிரித்துக் கொடுத்து

அவர்களிடமிருந்து வாங்கி ஒருங்கிணைத்துத் தங்கள் ஆணைகளை நிறைவேற்ற ஆரம்பித்தார்கள். இதனால், ஜவுளித் தொழிலின் எல்லாப் பகுதிகளையும் ஒரே நிறுவனத்துக்குள் செய்துகொண்டிருந்த நிலை மாறலானது. சாயப்பட்டறைத் தொழில், டெக்ஸ்டைல் தையல் தொழில் போன்றவை தனித்தனித் தொழில்களாக வளர ஆரம்பித்தன. இதனால் ஒவ்வொரு உபதுறையிலும் திறமையான தொழிலாளர்கள், அந்தந்த உபதுறையில் முதலாளிகளாக உருமாற்றம் பெறுவதற்கான வாய்ப்புகள் பெருகின.

இதில் சாயப்பட்டறைத் தொழிலின் வளர்ச்சி சிறப்பானது. 1940க்கு முன்பு கரூரின் துணிகளுக்குத் திருப்பூரில் சாயமேற்றியதாகத் தெரிகிறது. நொய்யலாற்றுத் தண்ணீரில் சாயம் போட்டால் துணிகள் மினுமினுப்பாயிருக்கும் என்ற நம்பிக்கை ஆரம்பத்தில் இருந்திருக்கிறது. 1940களில் கரூரிலேயே சாயப் பட்டறைகள் தொடங்கப்பட்டன. அப்போதிருந்த பெரிய டெக்ஸ் நிறுவனங்கள் அனைத்தும் தங்களின் தேவைக்காகத் தாங்களே சாயப்பட்டறை வைத்திருந்தார்கள். 1950களில் பெரிய ஒருங்கிணைந்த டெக்ஸ்டைல் தொழிலை நடத்திவந்த அமர்ஜோதி, சி.ஆர்.என். போன்ற நிறுவனங்களால்கூட அனுபவமும் திறமையும் தொழில்நுட்பமும் நிறைந்த தங்களின் முக்கியமான உழைப்பாளர்களைத் தங்கள் நிறுவனங்களிலேயே தக்கவைத்துக்கொள்ள இயலவில்லை. காலப்போக்கில் பல பெரிய நிறுவனங்கள்கூடத் தங்களின் சாயப்பிரிவை மூடி விட்டுத் தங்களின் தேவைகளை வெளிவேலையாகச் சுதந்திரமாக இயங்கிய சாயப்பட்டறைகளில் ஒப்பந்த அடிப்படையில் கொடுத்துச் சாயமேற்றி வாங்கிக்கொள்ள ஆரம்பித்தனர். இதனால் டெக்ஸ் தொழிலின் வளர்ச்சிக்கு இணையாக சாயப்பட்டறைகளும் வளர்ந்தன.

முதலில் கரூர் நகருக்குள்ளேயே இந்தச் சாயப்பட்டறைகள் அமைந்திருந்தன. 1970க்குப் பிறகு கரூர் நகராட்சி, சாயப்பட்டறைக் கழிவுகள் மாசு மிகுந்ததாக இருப்பதைக் காரணம் காட்டி, நகர எல்லைக்குள் புதிதாகச் சாயப் பட்டறைகள் தொடங்குவதற்கு அனுமதி வழங்க மறுத்தது. எனவே புதிய சாயப்பட்டறைகள் தொடங்குவது, மாசுக் கட்டுப்பாடு வாரியத்தின் சட்ட திட்டங்களைப் பூர்த்தி செய்வதற்காகவும், கரூருக்குள் அதிகரித்துவரும் நில விலை காரணமாகவும், தொழிலின் இன்றியமையாத தண்ணீர்த் தேவை காரணமாகவும் நகருக்கு வெளியில் அமராவதி ஆற்றின் இரு கரைகளிலும் அமைந்திருந்த ஆண்டாங்கோயில் ராஜவாய்க்கால், திருமாநிலையூர் ராஜவாய்க்கால் ஆகியவற்றின் கரைகளை ஒட்டிய நிலங்களில் வேகமாக விரிவடைந்

தது. அந்த வாய்க்கால்களின் கரைகளில் நிலம் வைத்திருந்த விவசாயிகள் பலர் சாயத் தொழில் தொடங்குபவர்களோடு கூட்டுச் சேர்ந்துகொண்டது, புதிதாகத் தொழிலில் ஈடுபட்ட வர்களின் ஆரம்ப கால முதலீட்டின் அளவைக் குறைக்க உதவியது. விவசாயிகளாக இருந்த பலரைத் தொழில் முனை வோர்களாக மாற்றுவதற்கும் இது உதவியது. அத்தகைய விவசாயிகளில் பெரும் பகுதியினர் வேளாளக் கவுண்டர் வகுப்பினராயிருந்ததால் அந்த இனத்தினரின் ஆதிக்கம் அதிகரித்தது. அதே சமயம் வளர்ந்துவரும் தொழிலில் இலாபத்தின் ஒரு பகுதியை நகருக்கு வெளியிலிருந்த கிராமங்களுக்குப் பகிர்ந்தளிக்கவும் இந்த இடப்பெயர்ச்சி உதவியது. கரூரின் புறநகர்ப் பகுதி நிலங்களின் விலை ஏற்றமடைய ஆரம்பித்தது. டெக்ஸ் தொழில் வளரவளர, அதைச் சார்ந்த பல உபதொழில்களும் (நூல் வணிகம், சாயங்கள் வணிகம், தையல் தொழில், அச்சுத் தொழில், சரக்குப் பொதிச் சாதனங்கள் தயாரித்தல், வெளியூர் வணிகர் களுக்கான தங்குமிடங்கள், உணவு விடுதிகள் போன்றவை) சிறிது சிறிதாக வளர ஆரம்பித்தன.

‘பைனான்ஸ் கம்பெனிகள்’, ‘லாரி’ இயக்குதல், மற்ற சில தொழில்கள்

1960களில் கரூரின் வளர்ச்சியை நிர்ணயித்த மற்றொரு தொழிலும் விரிவடைந்தது. ‘பைனான்ஸ் கம்பெனி’கள் என்றழைக்கப்பட்ட இந்த வட்டிக்கடைகள் 1940களிலேயே தொடங்கப்பட்டுவிட்டன எனினும் 1960களில்தான் பரவலாயின. இந்த ‘பைனான்ஸ் கம்பெனி’கள், அமைப்புப் பெற்ற பண அங்காடி சார்ந்த வங்கிகளுக்கும் எல்லா இடங்களிலும் காணப்பட்ட அமைப்பு சாராத கந்து வட்டிக்காரர்களுக்கும் இடைப்பட்ட நிதி–இடைத்தரகு நிறுவனங்களாகச் செயல் பட்டன. இவை பொதுமக்களிடமிருந்து குறைந்த வட்டியில் வைப்புத் தொகை பெற்று, கடன் வேண்டி அவர்களிடம் விண்ணப்பிப்பவர்களுக்கு அதிக வட்டியில் கடன் கொடுத்து, இடைப்பட்ட வட்டி வித்தியாசத்தில் இலாபம் சம்பாதித்தனர். 1960களிலிருந்து இவர்களிடம் டெபாஸிட் செய்தவர்களில் முக்கியமாக நான்கு வகையானவர்களை இனம் காணலாம். முதலாவது, டெக்ஸ்டைல் தொழிலில் அதிகக் கூலி வாங்கிய சிறுபான்மைத் தொழிலாளர்களும், புதிய நிறுவனங்களில் ‘கஷ்டக் கூட்டாளிகளாகி’ வந்திருக்கும் இலாபத்தைச் சேமித்துக் கொண்டிருப்பவர்களும். இவர்களில் பெரும்பான்மையான வர்கள் விரைவில் தாங்களே தொழில் தொடங்கவோ அல்லது தாங்கள் சார்ந்திருக்கும் நிறுவனங்களில், தங்களின் பங்கு விழுக்காட்டினை அதிகரிக்கவோ சிறுகச் சிறுக முதல் சேமிக்கும்

வழியாகப் பைனான்ஸ் கம்பெனிகளில் டெபாஸிட் செய்தார்கள். இரண்டாவது, வரிக்கணக்கில் காட்டப்படாத வருமானத்தைப் பெற்ற மருத்துவர்கள், வழக்கறிஞர்கள், ஆடிட்டர்கள் போன்ற நகரவாசிகள் மற்றும் கள்ளச் சாராய வணிகம் மற்றும் கறுப்புப் பணத்தில் ஆதாயம் பெற்றவர்கள். மூன்றாவது, நகர எல்லை விரிவடைவதால் வந்த மனைகளின் விலையேற்றத்தின்போது நிலங்களை விற்றுப் பணமாக வைத்திருந்தவர்கள், நில உச்சவரம்புச் சட்டம், குத்தகைதாரர்கள் பாதுகாப்புச் சட்டம் போன்றவற்றிலிருந்து தப்பிப்பதற்காகத் தங்களின் நிலங்களின் பகுதிகளை விற்றவர்கள் போன்ற விவசாயிகள். நான்காவது, கிராமங்களில் சீட்டுப் பிடித்து (சிட் பண்டுகள் நடத்தி) அதில் திரட்டப்பட்ட தொகுப்பில் ஒரு பகுதியை நகரத்திற்கு அனுப்புபவர்கள். பைனான்ஸ் கம்பெனிகள் தாங்கள் வாங்கும் டெபாஸிட்களுக்கு வங்கிகளைவிட அதிக வட்டி கொடுத்தன.

கொங்கு வட்டாரத்தில் தரவரிசையில் அடங்காத, முன்மாதிரியில்லாத, புதிதாக வெளிப்பட்ட ஸ்தாபனங்களில் பைனான்ஸ் கம்பெனிகள் தனித்தன்மையானவை. இந்த வட்டாரம் முழுவதிலும் நூற்றுக்கணக்கான பைனான்ஸ் கம்பெனிகள் இயங்குகின்றன. இவை புதிய முயற்சிகளில் ஈடுபட விரும்பும் சிறு மற்றும் நடுத்தரத் தொழில் முனைவோரின் சோதனை முதலீடுகளுக்கும் கடன் தருகின்றன. அமைப்புப் பெற்ற நிதி நிறுவனங்களான வங்கிகளில் ஏராளமான நெறிமுறைக் 'காகித வேலை'களைப் பூர்த்தி செய்தால் தான் கடன் வழங்கப்படும். கடன் கேட்பவர் அதற்காக கிராம அதிகாரிகளிடமும், ரெவின்யூ அதிகாரிகளிடமும், பதிவு அலுவலகங்களிலும் அலைய வேண்டியிருக்கும். ஆனால் பைனான்ஸ் கம்பெனிகள் பெருமளவு நம்பிக்கையின் அடிப்படையில் கடன் வழங்குகின்றன. பெரிய தொகைகளுக்கு அடமானமாக அசையாச் சொத்துக்களைப் பெற்றுக் கொண்டுதான் அவையும் கடன் தருகின்றன. எனினும், பைனான்ஸ் கம்பெனிகளில் கடன் வாங்கப் பெரிய நடைமுறைச் சிக்கல்கள் இருப்பதில்லை. கடன் கேட்டு வந்துள்ள தனிநபர் நம்பிக்கைக்குரியவர் என்று அவர்களின் கூட்டாளிகளில் ஒருவர் சொன்னால், அதனடிப்படையிலேயே பைனான்ஸ் கம்பெனிகள் கடன் வழங்கத் தயாராகிவிடுகின்றன. அதே சமயம், சொத்துப் பத்திரம் போன்றவற்றை அவர்களிடம் சமர்ப்பித்தால்தான் பெரிய தொகை கடனாகக் கிடைக்கும். ஆனால் அதற்கான 'காகித வேலை'கள் சிக்கலானதாக இருப்பதில்லை. புதிய தொழில் தொடங்குபவர்கள், ஓரளவு தங்களின் சொந்த முதலீடு செய்தது போக மீதியைப் பைனான்ஸ் கம்பெனிகளிடம் கடனாகப் பெறுவது இயல்பாகி

விட்டது. 1960களில் கரூரில் நூற்றுக்கும் மேற்பட்ட பைனான்ஸ் கம்பெனிகள் இயங்கின.

பைனான்ஸ் கம்பெனிகள் தொழில் நெகிழ்ச்சி மிகுந்த அமைப்புகள். பைனான்ஸ் கம்பெனி தொடங்குபவர், தன் முதலாகக் கொஞ்சம் பெரிய தொகையைப் போடுவார். அவரோடு மேலும் 10–15 பேர் கூட்டுச் சேர்வார்கள். ஒவ்வொரு கூட்டாளியும் ரூபாய் 10000 முதல் 20000 வரை தங்களின் பங்குத் தொகையாக முதலீடு செய்வார்கள். ஒரு பைனான்ஸ் கம்பெனியில் கூட்டாளியாக இருப்பவர், வேறு பைனான்ஸ் கம்பெனிகளிலும் கூட்டாளியாகச் சேர்ந்துகொள்வது ஏற்றுக் கொள்ளப்பட்ட நடவடிக்கையாக இருக்கிறது. ஒவ்வொரு கூட்டாளியும் தனக்குத் தெரிந்தவர்களிடமிருந்து தங்களின் நிறுவனத்திற்கு டெபாஸிட் பெற்றுத் தர வேண்டும் என்று எதிர்பார்க்கப்படுகிறது. அதுபோலவே கூட்டாளிகள் ஒவ்வொரு வரும் தங்களிடம் கடன் கேட்பவர்களின் நம்பகத்தன்மையைப் பற்றித் தாங்கள் அறிந்ததையும், விசாரித்து அறிந்ததையும், தங்களின் நிறுவனத்திற்குத் தெரிவிக்க வேண்டும் என்றும் எதிர்பார்க்கப்படுகிறது. இத்தகைய நடவடிக்கைகள் எந்தவிதக் கட்டுப்பாட்டிலும் அடங்காத, நிறுவன வளர்ச்சிக்கான இயல் பான, எளிமையான கூட்டாளிக் கடமையென்று பரவலாக ஏற்றுக்கொள்ளப்படுக்கிறது. அது போலவே, கொடுத்த கடன் களை வசூல் செய்வதில் ஒவ்வொரு கூட்டாளியும் தன் முழு முயற்சியையும், தன் பங்காளிகள், மாமன் மைத்துனர்கள், நண்பர்கள், சாதி அமைப்பு முதலிய எல்லா இடங்களிலும் அவர்களுக்கிருக்கிற செல்வாக்கு முழுவதையும், பயன்படுத்தத் தயாராக இருக்க வேண்டுமென்றும் எதிர்பார்க்கப்படுகிறது. பைனான்ஸ் கம்பெனிகளில் நிர்வாகிகளாகவும் கூட்டாளி களாகவும் எல்லா சாதியினரும் இருக்கிறார்கள். எனினும் இந்த வட்டாரத்தின் பெரும்பான்மையான பைனான்ஸ் கம்பெனிகள் வேளாளக் கவுண்டர்களின் கட்டுப்பாட்டில் தான் இருக்கின்றன.

அதிக ஆபத்து நிறைந்த நிதிச் சந்தையில் வெற்றிகரமாக இடைத் தரகு செய்ய மூன்று நிபந்தனைகள் பூர்த்திசெய்யப் பட வேண்டும்.

நிதிச் சந்தையில் டெபாஸிட் செய்பவர்களுக்குத் தங்களின் டெபாஸிட் தொகை வட்டியுடன் உறுதியாகத் திரும்பக் கிடைக்கும் என்று நம்பிக்கை வரவேண்டும்.

நிதிச் சந்தையில் கடன் வழங்குபவர்கள், கொடுத்த கடன்களைத் திரும்ப வசூல் செய்வதில் வரக்கூடிய சிக்கல் களைத் தீர்த்துக்கொள்ள இயலும் என்கிற முனைப்புடை

யவர்களாக இருக்க வேண்டும். அவர்களின் அத்தகைய முயற்சிகளுக்குச் சமுதாய ஒத்துழைப்புக் கிட்ட வேண்டும்; குறைந்த பட்சம், சமுதாய எதிர்ப்பு வரக்கூடாது!

அதிக ஆபத்துகளை எதிர்கொள்ளத் துணிந்து கடன் வாங்க வருபவர்கள்கூடத் தங்களுக்கும் நிதிச் சந்தையில் கடன்கள் கிடைக்கும் என்று நம்புகிற நிலை நிலவ வேண்டும்.

பைனான்ஸ் கம்பெனிகள் கரூர் நிதிச் சந்தையில் வெற்றி கரமாக இடைத்தரகு செய்கின்றன. அதாவது, மேற்கூறிய மூன்று நிபந்தனைகளும் கரூரின் பைனான்ஸ் கம்பெனிகள் நிதிச் சந்தையில் பூர்த்தி செய்யப்படுகின்றன.

பைனான்ஸ் கம்பெனிகளை வேறுபடுத்தும் தனிச் சிறப்பு, அவை பல சந்தர்ப்பங்களில் தொழில் முனைவோருக்குச் சொந்த ஜாமீனிலேயே கடன் வழங்க முன்வருவதுதான். திறமையான, அனுபவமிக்க உழைப்பாளர்கள் சொந்தமாகத் தொழில் தொடங்கத் தீர்மானித்துப் பைனான்ஸ் கம்பெனி களை அணுகினால், அவரைப் பற்றிய முழு விவரங்களையும் பைனான்ஸ் கம்பெனியின் கூட்டாளிகளில் யாராவது ஒருவர் தன்னுடைய சாதிச் செய்தி இணைப்புகளின் வழி யாகத் தெரிந்துகொண்டு, நம்பத்தகுந்தவர் எனக் கருதினால், கடன் வழங்கச் சிபாரிசு செய்வார். நம்பத்தகுந்தவராயிருந் தாலும் முதலீட்டுக்கான மொத்தத் தொகையையும் ஒரே பைனான்ஸ் கம்பெனி கடனாகக் கொடுப்பதில்லை. மாறாக, ஏழெட்டு பைனான்ஸ் கம்பெனிகள் அவருக்குக் கொஞ்சங் கொஞ்சம் கடன் வழங்கி, மொத்த முதலீட்டின் பெரும் பகுதியைத் திரட்ட உதவி செய்கிறார்கள். அவ்வாறு தொழில் தொடங்கியவர் வெற்றிபெற்றால், பைனான்ஸ் கம்பெனி களுக்கு நல்ல இலாபம் கிடைக்கிறது. மாறாக, அவர் தோல்வி யுற்றாரெனில் இழப்பு பல பைனான்ஸ் கம்பெனிகளுக் கிடையே பகிரப்படுகிறது. ஆபத்துப் பகிர்வு பல பைனான்ஸ் கம்பெனிகளுக்கிடையே நிகழ்வதால், எந்தவொரு தனி பைனான்ஸ் நிறுவனமும் பெரிய சிக்கலில் அகப்படாமல் தப்புகின்றது. சில ஆண்டுகள் வெற்றிகரமாகத் தொழில் நடத்துகிற புதிய 'டெக்ஸ்' அல்லது மற்ற நிறுவனங்கள் அமைப்புப் பெற்ற நிதி நிறுவனங்களான வங்கிகளிடமிருந்து நெறிமுறைக் 'காகித வேலை'களைப் பூர்த்திசெய்து குறைந்த வட்டியில் கடன் வாங்கக் கூடிய அளவுக்கு வளர்ச்சி பெறு கின்றன. எனவே, அதற்குப் பிறகு அத்தகைய நிறுவனங்கள் தங்களின் தற்காலிக அவசரத் தேவைகளுக்குத்தான் பைனான்ஸ் கம்பெனிகளை நாடுகின்றன. ஆனால், புதிது புதிதாக நிறுவனங்கள் உருவாகிக் கொண்டேயிருப்பதால், பைனான்ஸ் கம்பெனிகளின் வளர்ச்சி தடைப்படாமல் தொடர்கிறது.

அதே சமயம், 1950களில் 'டெக்ஸ்', லாரி, சாயப்பட்டறை போன்றவற்றில் தொழிலாளர்களாகத் துவங்கிய பலர் 1960-70களில் முதலாளிகளாக மேன்மை பெறுவதற்கு பைனான்ஸ் கம்பெனிகளும் ஓரளவு காரணமாயிருந்தன. அப்பொழுது 'டெக்ஸ்' முதலாளிகளின் ஒரே கனவு, ஏற்றுமதி வியாபாரத்தில் ஒரு பங்கைக் கைப்பற்றுவதுதான். 1960களில் மரபுவழி அமைப்புகள் புதிய உபயோகங்களுக்குத் திசை திருப்பிப் பயன்படுத்தப்பட்டன. உதாரணத்திற்கு, 'கட்டைப் பஞ்சாயத்து'. 'கட்டைப் பஞ்சாயத்து' கிராமங்களில் வரும் வழக்குகளை விரைவாகத் தீர்க்கக் கையாளப்பட்ட மரபுவழி நடவடிக்கை. 1960களில் ஒரு விவசாயி கரூரில் ஒரு மளிகைக் கடை ஆரம்பித்துச் சிறப்பாக நடத்தினார். மிகப் பிரபலமாக விளங்கிய அந்தக் கடையில் கடனுக்குச் சாமான்கள் வாங்கிய பல வாடிக்கையாளர்களிடமிருந்து பணம் வசூல் செய்ய இயலாததால் கடை திவாலாகிவிட்டது. அந்தக் கடைக்குக் கடன் கொடுத்திருந்த பல பைனான்ஸ் கம்பெனிகளும் மற்றவர்களும் கடனைத் திரும்பப் பெற முயற்சிகள் செய்து பலன் கிடைக்காமல், கடைசியாக ஒரு கட்டைப் பஞ்சாயத்துக்கு ஒப்புக்கொண்டன. அதில் கடையின் சாமான்கள், இருப்பு முதலியவற்றை விற்று உடனடியாக ஒவ்வொரு ரூபாய் கடனுக்கும் பைசா 50க்கு மேல் விகிதாச்சாரமாக வழங்குவதென்றும், அவருடைய நிலவுடைமைகளை விற்ற பிறகு மேலும் பைசா 15 விகிதாசாரமாக வழங்குவதென்றும் தீர்மானிக்கப்பட்டது. அதற்குப் பிறகு, கட்டைப் பஞ்சாயத்து மூலம் விகிதாச்சாரப் பகிர்வுசெய்து திவாலானவர்களின் கடனைப் 'பைசல்' செய்வது பரவலாக மேற்கொள்ளப்படும் நிகழ்ச்சியாக விட்டது. நீதிமன்ற யுத்தங்களில் ஏட்டளவில் வெற்றிபெற்றவர் வழக்கறிஞர்களுக்கு ஃபீஸ்களினாலும் மற்ற செலவுகளினாலும் கால விரயத்தினாலும் உண்மையில் தோல்வியே அடைகிறார் என்று ஆபிரகாம் லிங்கன் சொல்லியதாக வழங்கும் கூற்றின் உண்மை பைனான்ஸ் கம்பெனிகளால் அங்கீகரிக்கப்பட்டுச் செயல்வடிவமும் பெற்றிருக்கிறது. கடன்களை வாங்கிவிட்டுத் திட்டமிட்டு ஏமாற்ற முயல்பவர்களைச் சட்டத்திற்குப் புறம்பான வழிகளில் பைனான்ஸ் கம்பெனிகள் 'கவனி'ப்பதும் உண்டு. அதற்காக வன்முறையும் சில சமயங்களில் பயன்படுத்தப்படுகிறது. அந்த நிலை வருவதற்கு முன், இன, சாதித் தலைவர்கள் அல்லது செல்வாக்கு மிக்க நபர்கள் மூலம் எச்சரிக்கைகள் செய்யப்பட்ட பின்னரே கடைசி ஆயுதமாக வன்முறை கையாளப்படுகிறது. கரூரின் வேகமான இயக்கத்திற்குப் பின்னணியில் செயல்படும் சக்திகளில் பைனான்ஸ் கம்பெனிகளும் ஒன்று. பலதரப்பு மக்களின் சிறு சேமிப்புகளைத் திரட்டித் தொழில் முனை

வோருக்குக் கடனாக வழங்க இந்த 'பைனான்ஸ் கம்பெனி'கள் பெரிதும் உதவுகின்றன.

பைனான்ஸ் கம்பெனிகளின் வெற்றிக்குக் காரணங்கள் யாவை? திரும்பி வராத கடன்களைப் பஞ்சாயத்தின் மூலம் கணக்குத் தீர்த்துச் சரிக்கட்டுவது ஒரு முக்கியக் காரணம். பஞ்சாயத்துகளில் மத்தியஸ்தம் செய்ய நியமிக்கப்படுபவர்கள் பொதுவானவர்களாகவும், செல்வாக்குடையவர்களாகவும், சாதித் தலைவர்களாகவும் இருப்பது மத்தியஸ்தம் வெற்றிபெற வழிகோல்கிறது. கிடைக்கின்ற சாட்சியங்களின் அடிப்படையில் கடன்களை வாங்கியவர் திட்டமிட்டு ஏமாற்றவில்லை என்று பஞ்சாயத்தார் முடிவு செய்தால் பைனான்ஸ் கம்பெனிகள் அந்தத் தீர்ப்பை ஏற்றுக்கொண்டு, இழப்பை அவரவர் கொடுத்திருக்கும் கடன்களின் விழுக்காடு வீதத்தில் பகிர்ந்து கொள்கின்றன. ஒவ்வொரு பைனான்ஸ் கம்பெனியும் தாங்கள் கடன் கொடுப்பவர்களில் சில பேராவது வட்டி மட்டுமின்றி அசலையும் திருப்பித் தராமல் போகக்கூடும் என்பதை நன்கு உணர்ந்திருக்கிறார்கள். அந்த இழப்பைச் சரிக்கட்டி மேலும் இலாபம் சம்பாதிக்கக்கூடிய அளவுக்குப் பைனான்ஸ் கம்பெனிகளின் வட்டி உயர்வாகவே உள்ளது. அதே சமயம் 'மீட்டர் வட்டி' போன்ற கொடுமையான பணம் பறிக்கும் நடவடிக்கைகளில் அவை ஈடுபடுவதில்லை. இந்த அமைப்பு சாராப் பண அங்காடியில் கோடிக்கணக்கில் பணம் கைமாறுகிறது என்பது வெளிப்படை.

அமைப்புப் பெற்ற பண அங்காடியான வங்கிகளில், கொடுக்கல் வாங்கல் பரிமாற்றச் செலவுகள் (transaction costs) அதிகம். பைனான்ஸ் கம்பெனிகளால் அவற்றை வெகுவாகக் குறைத்துக்கொள்ள முடிந்திருக்கிறது. அமைப்புப் பெற்ற பண அங்காடியான வங்கிகளில், கடன் வாங்க விருப்பவர்களின் நம்பகத்தன்மை பற்றிய விவரங்களைச் சேகரிப்பதும், கடன் வழங்கிய பிறகு அவர்களின் நடவடிக்கைகளைக் கண்காணிப்பதும், கடன்களைத் திரும்ப வசூலிக்கக் காவல் துறை, நீதிமன்றங்கள் உட்படப் பல்வேறு செயல்பாடுகளை மேற்கொள்வதும் அதிகச் செலவு உண்டாக்கும் நடைமுறைக் காரியங்கள். இந்தக் காரியங்களனைத்தும் பைனான்ஸ் கம்பெனிகளில் எளிமையான, நியதிகளுக்கு உட்படாத, அங்கீகரிக்கப்பட்ட ஏற்பாடுகளால் நிறைவேற்றப்படுவதால், அதற்கான செலவுகள் கட்டுப்படுத்தப்படுகின்றன. நம்பத்தகுந்த கர்மசிரத்தையென்பது (credible commitments) வரவிருக்கும் ஆபத்துகளுக்கு முன்கூட்டியே பாதுகாப்புகளை ஏற்படுத்திக்கொள்வதில்தான் வெளிப்படுகிறது என்றால்

இந்த வட்டாரத்தில் பைனான்ஸ் கம்பெனிகளில் அது நவீனமான, தனித்தன்மையான வழிகளில் வெளிப்படுகிறது. பைனான்ஸ் கம்பெனிகள் அதிகமாக டெபாஸிட்களைக் கவர வேண்டுமென்றால் அவற்றின் நம்பகத்தன்மை குறித்து பொதுமக்களுக்கு ஐயமிருக்கக் கூடாது. ஒவ்வொரு நபரும் விரைவில் மேல்நோக்கி நகர முயற்சி மேற்கொண்டிருக்கும் இயக்கம் நிறைந்த சூழ்நிலையில், பைனான்ஸ் கம்பெனிகள் அதற்கு இணக்கமான, முறையான வழித்தடங்களை ஏற் படுத்தித் தந்துள்ளன. டெபாஸிட்தாரர்கள் ஒவ்வொருவருக் கும், பைனான்ஸ் கம்பெனிகளின் பங்குதாரர்களில் ஒருவரை யாவது நேர்முகமான அறிமுகமிருக்கும் வாய்ப்பு இருக்கிறது. அந்தப் பங்குதாரர் தன் வாக்குறுதிகளைக் காப்பாற்ற மாட்டாரென்ற ஐயம் வந்தால், டெபாஸிட்தாரர்கள் தங்களின் சாதிப் பெரியவர்களின் உதவியை நாடி டெபாஸிட்களைத் திருப்பிப் பெறக்கூடிய சாத்தியக்கூறுகள் அதிகம் தெரிகிறது. அந்த நிறுவனத்தின் ஒரு பங்குதாரராவது கடன் பெறுபவரின் நம்பகத்தன்மைக்குச் சான்றளித்தால் மட்டுமே பைனான்ஸ் கம்பெனிகள் அவருக்குக் கடன் கொடுக்கின்றன. கடன் வாங்கியவர்களின் நடவடிக்கைகளைக் குறைந்த செலவில் கண்காணிப்பதும் அவர்களுக்கு இயலுகிறது. இந்தியாவுக் குள்ளேயோ வெளியேயோ கடன் வாங்கியவர் தற்போது என்ன செய்து கொண்டிருக்கிறார் என்பதை அவருடைய குடும்பத்தினர் மூலமாகவோ நண்பர்கள் மூலமாகவோ பங்குதாரர்கள் துப்புப் பெற முடிகிறது. அதே சமயம், கடன் வாங்குபவர்களுக்கும் தொழிலில் இலாபமீட்டித் தங்கள் தொழிலை மேலும் விஸ்தரிக்க வேண்டுமென்றால், தங்களின் நாணயத்தைப் பற்றிய சந்தேகங்கள் ஏற்படாத வண்ணம் நடந்துகொள்ள வேண்டுமென்கிற ஜாக்கிரதை உணர்வு அதிகமிருக்கிறது. கடன் தவணைகளைத் திருப்பித் தருவதில் தாமதப்படுத்தினாலோ அசலைத் திரும்பத் தராமல் அலைக்கழித்தாலோ பிற்காலத்தில் அவர்களின் தொழில் விரிவாக்கத்திற்கு முதல் திரட்டுவதில் சிக்கல்கள் வரும் என்பதை அவர்கள் அறிந்துவைத்திருக்கிறார்கள். பைனான்ஸ் கம்பெனிகளின் வலைப் பின்னலில் கடன்களைத் திருப்பித் தராதவர்களைப் பற்றிய விவரங்கள் மிக வேகமாக எல்லா நிறுவனங்களுக்கும் பரவிவிடுகின்றன. திருப்பித் தர இயலாத நிலையைக் கடன் பெற்றவர் வேண்டுமென்றே உருவாக்கிக் கொள்ளவில்லையென்று பைனான்ஸ் கம்பெனிகளுக்குத் தகவல் கிடைத்தால், அவை பெரும்பாலும் கட்டைப் பஞ்சா யத்தில் விகிதாசாரப் பகிர்வு மூலம் அந்தக் கடன்களைப் பைசல் செய்து கொள்கின்றன. ஏனெனில், நீதிமன்றம் மூலம்

நடவடிக்கை மேற்கொள்வது சிக்கலான, காலதாமதம் நிறைந்த, ஏராளமான செலவு வைக்கிற வழிமுறை என்பதை அவர்கள் தெரிந்துவைத்துள்ளார்கள். அதிகப்படியான எழுத்து மூலமான ஒப்பந்தங்கள் இல்லாமலேயே, ஒப்பந்தங்கள் மீறப்படுவதால் வரக்கூடிய இடர்களைத் தவிர்க்கக்கூடிய நம்பத்தகுந்த கர்மசிரத்தைச் செயல்பாடுகள் பைனான்ஸ் கம்பெனிகளில் வழக்கத்திற்கு வந்துள்ளன.

பைனான்ஸ் கம்பெனிகளினால் கொடுக்கப்படும் கடன்களுக்கு வட்டி விகிதம் 21இலிருந்து 36 சதவிகிதம்வரை, மிக அதிகமாகவே இருக்கிறது. இருந்தபோதிலும் தொழில் முனைவோர் அவர்களிடம் கடன் வாங்குவதற்குக் காரணம் வங்கிகளில் கடன் வாங்குவதற்கு நெறிமுறைகள் எளிதானதாக இல்லாமலிருப்பதுதான். தொழிலின் நிச்சயமற்ற தன்மையைப் பற்றித் தெரிந்தும் பைனான்ஸ் கம்பெனிகள் புதிய முயற்சிகளுக்குக் கடன் வழங்குகின்றன. ஆனால், அத்தகைய சூழ்நிலைகளில் வங்கிகள் கடன் வழங்கத் தயங்குகின்றன. பைனான்ஸ் கம்பெனிகள் அப்படி வழங்கும் கடன்களில் சில திரும்பி வருவதில்லை. எனவே பைனான்ஸ் கம்பெனிகள் வங்கிகளைவிட அதிகமான ஆபத்துகளை ஏற்கின்றன. அதனால் அவற்றின் வட்டி விகிதங்கள் அதிகமாக இருப்பதைக் கடன் வாங்குபவர்களும் ஏற்றுக்கொள்கிறார்கள். எத்தனையோ பெற்றோர்கள் தங்களின் நன்றாகப் படிக்கிற பிள்ளைகளுக்கு உயர் கல்வி அளிப்பதற்கு விவசாய நிலங்களை அடகு வைத்துப் பைனான்ஸ் கம்பெனிகளில் கடன் வாங்கிக் கொடுத்து, அப்படிப் படித்தவர்களில் பலர் இப்போது வெளிநாடுகளில் வேலையிலிருப்பது கரூரில் பலரும் அறிந்த செய்தி. கடன் பெற்றவர் திட்டமிட்டே ஏமாற்றுகிறார் என்றால் மட்டுமே பைனான்ஸ் கம்பெனிகள் சட்டத்துக்குப் புறம்பான வழிமுறைகளையும் பயன்படுத்திக் கடனை வசூல் செய்ய முயற்சிகள் மேற்கொள்கின்றன. அத்தகைய முயற்சிகள் அபூர்வமாக நடைபெறுவதிலிருந்தே இந்த அமைப்பு வெற்றிகரமாகச் செயல்படுவது விளங்குகிறது.

கரூரில் வேகமாக வளர்ச்சியடைந்த மற்றொரு தொழில், வாடகைக்கு லாரிகள் இயக்குவதாகும். 1950களில் 'வி.எஸ்.இ.ஏ.', அனந்தகிருஷ்ணா போன்ற சிறு நிறுவனங்கள் இயங்கின. மஜுனா என்கிற நித்திய சேவை நிறுவனமும் இருந்தது. 1960களில் இந்தத் தொழிலில் பல புதுமுகங்கள் நுழைந்து நட்சத்திர அந்தஸ்தை அடைய முடிந்தது. இந்தியாவின் பொருளாதார வளர்ச்சி மற்றும் மக்கள் தொகைப் பெருக்கம் காரணமாகச் சரக்குப் போக்குவரத்து வெகுவாகப் பெருகியது. அதனால் லாரிகளின் தேவையும் பன்மடங்கு அதிகரித்தது.

அப்போது இந்தியாவில் 'பார்கோ', 'பென்ஸ்', 'லேலாண்டு' ஆகிய மூன்று 'பிராண்டு' லாரிகள்தான் உற்பத்தியாகி விற்கப்பட்டன. தமிழ்நாட்டில் லாரிகளின் அடிக்கூடுகளில் (சேஸிஸ்), 'லேலண்டு', 'பென்ஸ்' பிராண்டுகளுக்கிருந்த மதிப்பு அப்போது 'பார்கோ'விற்கு இல்லை. அடிக்கூடுகளின் உற்பத்தி குறைவாகவே இருந்தது. அடிக்கூடுகளுக்கு முன்பதிவு செய்தவர்களுக்கு மட்டுமே அவை விற்கப்பட்டன. உடனடியாக அவற்றை வாங்க விரும்புபவர்கள், முன்பதிவு செய்திருப்பவர்களிடம் விலைக்கு மேல் கூட்டுத்தொகை (பிரிமியம்) கொடுத்து வாங்க வேண்டியிருந்தது. அடிக்கூடுகள் கிடைத்தாலும் அவற்றின் மேல் உடல்கூடு கட்டுவதற்குக் (பாடி) காத்திருக்க வேண்டியிருந்தது.

அந்தக் காலகட்டத்தில், லாரித் தொழிலில் நுழைந்தவர்களில் ஓர் உதாரணமாக வெங்கரையம்மன் நிறுவனத்தைச் சுட்டலாம். ஆரம்பப் பள்ளி ஆசிரியராக வாழ்க்கையை ஆரம்பித்த இதன் பிரதான முதலீட்டாளர் முத்துசாமி, கரூர் அருகில் வெண்ணைமலையில் கோழிப் பண்ணை தொடங்கி இழப்படைந்தவர். அதற்குப் பிறகு, ஒரு சில கூட்டாளிகளுடன் லாரித் தொழிலில் ஈடுபட்டார். அவரின் நிர்வாகத் திறனால் நல்ல இலாபம் ஈட்ட முடிந்தது. துணிச்சலுடன் பல லாரி அடிக்கூடுகளுக்கு முன்பதிவு செய்து கொண்டார். சிலவற்றை மேல்கூட்டுத் தொகை வாங்கிக் கொண்டு விற்றதாகவும் சொல்வார்கள். அந்தத் தொகையோடு, தொழிலில் வந்த இலாபத்தையும் மீண்டும் முதலீடு செய்து புதிய டிரெயிலர் லாரிகளை வாங்கி இயக்கினார். செட்டிநாடு சிமெண்டு, பாரத் மிகுமின் நிறுவனம், சென்னைத் துறைமுகம், குந்திரேமுக் கனிமம் போன்ற பெரிய நிறுவனங்களுக்கு ஒப்பந்த அடிப்படையில் சரக்குகளை இந்தியாவின் பல இடங்களுக்கும் லாரிகளில் அவர் எடுத்துச் சென்றார். 1970களின் இடைப்பகுதியில் அவரிடம் 50 லாரிகள் இருந்தன. 1980களில் 100 லாரிகளுக்கு மேல் எண்ணிக்கை பெருகியது. வி.கே.ஜி. நிறுவனத்தைத் தொடங்கிய கருப்பண்ணக் கவுண்டர், கந்தசாமிக் கவுண்டர் சகோதரர்கள் ஆரம்ப காலத்தில் சைக்கிள் கடை, சோடா வியாபாரம், மைக்செட் அமைப்பு ஆகியவற்றிலிருந்து பைனான்ஸ் தொழிலுக்கு வந்தவர்கள். சி.வி. ஜகதீசன் அவர்களின் ஆலோசனையின்படி லாரித் தொழிலில் ஈடுபட்ட பின்னர்தான் இவர்கள் வெகு வேகமான வளர்ச்சியைப் பெற்றார்கள். இவர்களிடமும் நூற்றுக்கும் மேற்பட்ட லாரிகள் இருந்தன. இவர்களைப் போலவே கே.ஆர்.எல்.எஸ். நிறுவனம் போன்ற வேறு சிலரும் லாரித் தொழிலில் பெரிய முன்னேற்றம் கண்டனர். ஓரளவு

வளர்ச்சியை அடைந்த பிறகு இவர்களில் பெரும்பாலானோர் லாரித் தொழிலோடு வேறு தொழில்களுக்கும், குறிப்பாகப் பேருந்துகள் இயக்குதலுக்கு சென்றனர். இந்தத் தொழிலுக்கு வந்திருப்பவர்களில் பெரும்பான்மையினர் விவசாயக் குடும்பங்களிலிருந்து வந்தவர்கள்தான். 1980களில் இந்தியாவில் பதிவு பெற்றிருந்த லாரிகளில் மூன்றில் ஒரு பங்கு தமிழ் நாட்டிலேயே பதிவு பெற்றிருந்தது. அவற்றில் 50 விழுக் காட்டுக்கும் மேல் கரூர், நாமக்கல், திருச்செங்கோடு பகுதி களில்தான் பதிவுபெற்றிருந்தது என்பதே லாரித் தொழிலில் கரூர் எவ்வளவு தீவிரமாக ஈடுபட்டிருந்தது என்பதைக் காட்டும்.

தன்னிச்சையாக வேறு சில மாற்றங்களும் நிகழ்ந்து கொண்டிருந்தன. பால், வெண்ணெய் வியாபாரத்தில் சில்லரை விற்பனையாளராக 1915இலிருந்தே ஈடுபட்டிருந்த ஏழூர் பழனியப்பக் கவுண்டர், அவரிடம் தொழில் நுணுக்கம் கற்றுக்கொண்ட வீரராக்கியம் ஆறுமுகக் கவுண்டர் ஆகியோ ரின் குடும்பத்தினர் 1960களில் நவீன உருப்பெற்ற பால் சார்ந்த 'டெய்ரி' மொத்த வியாபாரத்தில் வெற்றிகரமாக நுழைந்தனர். 1990களில் அவர்களின் கிளைகள் சென்னை வரை விரிவடைந்திருந்தன. அந்தத் தொழிலை நிலைநிறுத்திய பிறகு அவர்களும் பேருந்துத் தொழில் போன்ற மற்ற தொழில் களிலும் நுழைந்தனர். வல்லவனுக்குப் புல்லும் ஆயுதம் என்ற வகையில் 1940களில் பொரிக்கடை வைத்திருந்த முத்துசாமி கவுண்டர், பின்னர் அதை விரிவாக்கிப் பொட்டுக்கடலை உற்பத்தி – வியாபாரத்தில் பெரும் பொருள் ஈட்டினார்.

கரூரில் பழமையான புகைப்பட நிலையம் வீனஸ் ஸ்டுடியோவாகத்தான் இருந்திருக்கும். (இப்போது அந்த ஸ்டுடியோ இயங்கவில்லை). அதற்குப் பின் 1930களில் ஆரம்பிக்கப்பட்ட சென்னையின் ஜி.கே. வேல், திருச்சியின் பொன்னையா போன்றவர்களோடு ஒப்பிடத்தக்க கரூரின் மிகப் புகழ்பெற்ற புகைப்படக் கலைஞரான 'டீலக்ஸ்' பெரியசாமி, ஒரு திருமணத்தின்போது நிகழும் எல்லா நிகழ்ச்சிகளையும் ஆரம்பத்திலிருந்து கடைசிவரை புகைப்பட மெடுத்து அதை 'ஆல்பமாக்கி' நிரந்தர நினைவுக் கருவூல மாக்குகிற வித்தையைத் தொடங்கினார். செட்டிநாட்டிலிருந்து கோவை வரை பிரபலமான குடும்பத் திருமணங்களுக்கு ஆல்பங்கள் தயாரித்தே அவர் செல்வரானார். அந்தக் கால கட்டத்தில் இந்த வட்டாரத்தில் ரோலிபிளக்ஸ், ஹேஸல்பிலாடு போன்ற விலையுயர்ந்த கேமராக்களை அவரிடம்தான் பார்க்க முடிந்தது.

1950களில் மிதிவண்டியில் சணல் சாக்குகள் வியாபாரம் செய்துவந்த கே.சி. பழனிச்சாமி, பின்னர் செட்டிநாடு

சிமெண்டு நிறுவனத்திற்கு சாக்குகள் வழங்கும் ஒப்பந்தக் காரராகி, பாலிதீன் கலந்த சாக்குகள் தயாரிப்பவராக வளர்ந்து 1990களில் கரூரின் மிகப் பெரிய செல்வர்களில் ஒருவரானார். அருகிலிருக்கும் நாமக்கல்லின் புகழ்பெற்ற தொழிலான கோழி வளர்ப்புத் தொழிலை இந்த வட்டாரத் திற்குள் புகுத்தி, வெற்றிகரமாக நடத்தி, அதன் மூலம் பெரும் பொருள் ஈட்டியவர் தளவாய்பாளையம் குமாரசாமிக் கவுண்டர். இவர் பின்னர் கரூரின் முதல் பொறியியல் கல்லூரியைத் தொடங்கியவர். 1980களில் கரூரின் மிகப் பெரிய பேருந்து நிறுவனமான 'எல்.ஜி.பி.' தங்களின் வழித் தடங்களைக் குறைத்துக்கொண்டு, அவற்றை அவர்களின் நம்பிக்கைக்குரியவர்களுக்குச் சலுகை விலையில் வழங்கிய தாகப் பேசப்பட்டது. அவர்கள் மட்டுமில்லாமல் 'எல்.ஜி.பி.'யை நீண்ட நாள்களாகச் சார்ந்திருந்தவர்களுக்கும் ஊழியர்களுக்கும் சில வழித் தடங்கள் வழங்கப்பட்டன எனச் சொல்லப்பட்டது. இதன் மூலமாகப் பேருந்து முதலாளிகளாகச் சில புதியவர்கள் பரிணமிக்க வழி ஏற்பட்டது. அதே சமயம் 'டெக்ஸ்' தொழிலில் பணம் ஈட்டியவர்கள் சிலரும் புது வழித்தடங்களில் உரிமை பெற்றுப் பேருந்துகள் இயக்கலானார்கள்.

1960களின் முதலில் கோபிச்செட்டிபாளையத்தில் அந்தக் காலத்துச் சத்திரங்களிலிருந்து மாறுபட்ட, நவீனமான அமைப்புப் பெற்ற, அப்போதைக்கு மிகப்பெரிய, சீதா கல்யாண மண்டபம் என்கிற திருமண மண்டபத்தைத் தங்கமணிக் கவுண்டர் கட்டுவித்து அதில் திருமணங்களை இலவசமாக நடத்திக்கொள்ள அனுமதித்தார். அங்கு திருமணம் நடத்துவது அந்நாள்களில் பெருமையாகக் கருதப்பட்டது. கொங்கு வட்டாரத்தில் அதுவரை பெரும்பாலான திருமணங் கள் மணமக்களின் வீடுகளில்தான், குறிப்பாக மணமகளின் வீட்டில்தான், நடத்தப்பட்டுவந்தன. அதை மாற்றித் திருமணங் களை மண்டபங்களில் நடத்துவதற்கு வழிகோலியவர் கோபி வள்ளல் தங்கமணிக் கவுண்டர் அவர்கள்தான். கரூரின் பெரிய குடும்பங்கள் சிலவற்றின் திருமணங்கள் சீதா கல்யாண மண்டபத்தில் நடத்தப்பட்ட பெருமை பெற வேண்டும் என்பதற்காகவே அங்கே நடத்தப்பட்டன. இன்றைய நவீனத் திருமண மண்டபங்களுக்கு அதுதான் முன்மாதிரி. 09.11.1981இல் திறக்கப்பட்ட கரூரின் கொங்கு திருமண மண்டபமும் அதன் தாக்கத்தால் கட்டப்பட்டது தான். அதற்குப் பிறகு பல இடங்களிலும், திருமண மண்டபம் கட்டி வாடகைக்கு விடுவதே ஒரு புதிய தொழிலாக மாறியது. அந்த வகையில் கரூரில் அமைக்கப்பட்ட தனியார் மண்டபங்களில் பெரியது 1990களில் வீரப்பக் கவுண்டர் கட்டிய 'பிரேம் மகால்'

ஆகும். கரூரிலும் சுற்றுப்புறங்களிலும் இப்போது சிறியதும் பெரியதுமாக நூற்றுக்கும் மேற்பட்ட தனியார் திருமண மண்டபங்கள் உள்ளன. சாதிச் சங்கங்களினால் சில பொது மண்டபங்களும் கட்டப்பட்டுள்ளன.

திருமண மண்டபங்களைக் கட்டி வாடகைக்கு விடுவது மட்டுமின்றி, முன்பு உறவினர்களும் பங்காளிகளும் செய்த திருமணம் சம்பந்தமான பல்வேறு நடவடிக்கைகளும் இப் போது அவற்றில் சிறப்புத் தேர்ச்சி பெற்ற தனிநபர்களுக்கும் குழுக்களுக்கும் ஒப்பந்த அடிப்படையில் பிரித்துக் கொடுக்கப் பட்டு, ஒப்பந்தத் தொகைக்கேற்ப அவர்களால் செய்யப்படுவது வழக்கமாகிவிட்டது. திருமணச் சமையல், பந்தல் போடுதல், இருக்கைகள் போடுதல், வீடியோ எடுத்தல், திருமண மண்டப அலங்காரம், மணமக்கள் அலங்காரம், போக்குவரத்து போன்ற ஒவ்வொன்றும் தனித்தனித் தொழிலாக வளர்ந்திருக் கின்றன. கரூரின் பொருளாதார வளர்ச்சி அதிகரிக்க அதிகரிக்க இந்த வேலைப்பகுப்பும் விரிவடைந்து கொண்டே இருக்கிறது. திருமண நிகழ்ச்சிகளில் முன்பு மரபு வழிகளில் உறவுச் சங்கிலிகளால் பிணைக்கப்பட்டுச் செய்யப்பட்ட பல நடவடிக்கைகளும் இப்போது விலைக்கு வாங்கப்படு கின்றன. கரூரின் செல்வ வளர்ச்சிக்கு இணையாக இத்தகைய செயல்களுக்கான அங்காடிகளும் விரிவடைந்திருக்கின்றன.

அதே சமயம், இத்தகைய திருமணச் செலவுகள் அனைத்தையும் மணமகள் வீட்டார் தலையில் கட்டுவதோடு, பெரிய தொகைகளைப் 'பெட்டியில் வைத்துக் கொடுக்க வேண்டும்' (வரதட்சிணை) என்கிற எதிர்பார்ப்பும் பெருகிவரு கிறது. இரண்டாம் உலகப் போரின்போது இந்த வட்டாரத் தில் வரதட்சிணை ஒரு பெரிய பிரச்சினையாக இருக்கவில்லை. முறைப் பெண்ணும் முறை மாப்பிள்ளையும் மணந்துகொள் வது வழக்கம். ஒரு மணமகள் எடுத்துச் செல்லும் செல்வம் அடுத்த தலைமுறையில் கொடுத்த வீட்டுக்கே திரும்ப வந்து விடும் என்பது அந்த நாள் கணிப்பு. அன்னியத்தில் திருமணம் செய்யும் வழக்கம் அதிகரிக்க அதிகரிக்க வரதட்சிணை அவலமும் அதிகரித்துக்கொண்டேயிருக்கிறது.

பெருந்தலைவர் காமராஜர் காலத்தில் அப்போதைய கரூர் எம்.எல்.ஏ. நல்லசாமி அவர்களின் முயற்சியால் ஒரு கூட்டுறவு நூற்பாலை கரூரிற்கும் அரவக்குறிச்சிக்கும் இடை யில் மலைக்கோயிலூரில் அமைக்கப்பட்டது. அதற்கு முன்பு கரூரிலேயே தனியார் முதலீட்டில் கரூர் மில்ஸ், திருவள்ளுவர் நூற்பாலை ஆகியவை தொடங்கப்பட்டுவிட்டன. 1960களுக்குப் பிறகு விவசாயத்தில் பாசனத்திற்குச் சிமெண்டு குழாய்களை

அதிகம் பயன்படுத்துவது தொடங்கியது. எனவே சிமெண்டு குழாய்கள் தயாரிக்கும் செய்யும் புதிய நிறுவனங்கள் அமராவதி ஓரத்தில் தொடங்கப்பட்டன. சின்ன தாராபுரத்தில் அது ஒரு சிறப்புத் தேர்ச்சி பெற்ற தொழிலாகவே வளர்ந்தது.

சுதந்திரத்திற்கு முன்பே கரூரின் கோமுட்டிச் செட்டியார் களின் தொழில் முனைப்பினால் 1917இல் தொடங்கப்பட்ட கரூர் வைஸ்யா வங்கியும் அதற்குப் பின்னர் தொடங்கப்பட்ட கரூர் லக்ஷ்மி விலாஸ் வங்கியும் கரூரில் முறைப்படுத்தப்பட்ட அமைப்புப் பெற்ற நிதி அங்காடியை ஏற்படுத்தியிருந்தன. 1930களில் தொடங்கப்பட்ட புகளூர் சர்க்கரை ஆலை சுதந்திரத்திற்குப் பின் விரிவாக்கப்பட்டது. 1960களில் கரூர் அருகே புலியூரில் ஒரு சிமெண்டு தொழிற்சாலை தொடங்கப் பட்டது. அந்தக் காலகட்டத்தில் பேட்டவாய்த்தலையில் ஒரு சர்க்கரை ஆலை தொடங்கப்பட்டது. புகளூரின் மிகப் பெரிய காகித ஆலை 1984இல்தான் உற்பத்தியைத் தொடங்கி யது. கரும்புச் சக்கையை கச்சாப் பொருளாகக் கொண்டு காகிதம் உற்பத்தி செய்வதில் தற்போது இதுதான் உலகிலேயே முதலிடத்திலிருக்கும் தொழிற்சாலை. தற்சமயம் ஆசியாவின் மிகப் பெரிய காகித ஆலையும் இதுதான். 1981க்குப் பிறகு 'எல்.ஜி.பி.'ன் பேருந்து உடல்கூடு கட்டும் பிரிவு கோவை சாலையில் தண்ணீர்ப் பந்தல்பாளையம் அருகே மொச்சக் கொட்டாம்பாளையத்திற்கு மாற்றப்பட்டது. கரூரின் பொது முதலீட்டு அமைப்புப் பெற்ற தொழில்கள், நிறுவனங்கள் என்று இவற்றைத்தான் குறிப்பிட வேண்டும். இவற்றால் வேலை வாய்ப்புகள் பெருகியதோடு சில உப தொழில்களும் வளர்ந்தன. அது மட்டுமின்றி கரூரின் பைனான்ஸ் கம்பெனிகளின் டெபாஸிட்தாரர்களில் பலர் இவற்றில் வேலை செய்பவர்கள்.

கரூரில் சுதந்திரத்திற்கு முன்பு சிறிய உணவகங்களே இருந்தன. மாரியம்மன் கோயில் அருகில் சுந்தரா லஞ்சு ஹோம், திண்டுக்கல் சாலையில் சுந்தரவிலாஸ், தாலுகாபீஸ் எதிரில் கண்ணன் மற்றும் மணி ஐயர் ஹோட்டல், லைட் ஹவுஸ் சிட்டி கேப் போன்றவை வாடிக்கையாளர்கள் மொய்த்த சைவ உணவகங்கள். தற்போதைய பேருந்து நிலையத்திற்கு எதிரில் நேஷனல் லாட்ஜ், அஞ்சல் நிலையத்திற் கெதிரில் மனோரஞ்சிதம், தாலுகாபீஸ் எதிரில் நாட்ராய விலாஸ் ஆகியவை அந்நாளில் புகழ்பெற்ற அசைவ உணவகங்கள். 1940களில் தோன்றிய பெரியார் உணவு விடுதி, தமிழர் சாப்பாட்டு விடுதி போன்றவை புதியவை. எனினும் நேஷனல் லாட்ஜில் பணியாற்றிவந்த கே.வீ. ராமசாமி அவர்கள் சொந்தமாகப் புதிய பேருந்து நிலையத்திற்கருகில் உருவாக்கிய 'மனோஹரா' அசைவ உணவு விடுதிதான் அப்போது

தொடங்கி 1990வரை பெரிய வளர்ச்சி பெற்ற அசைவ உணவகம் எனலாம். அந்நாள்களில் மாரியம்மன் தெருவில் ஒரு தங்கும் விடுதி இருந்தது. பின்னர் திலக் லாட்ஜ், அசோக் லாட்ஜ், பெரியார் லாட்ஜ், திண்ணப்பா லாட்ஜ் போன்றவை தொடங்கப் பட்டன. அதற்குப் பிறகு கரூரின் செல்வ வளர்ச்சியைச் சார்ந்து சாதாரணத்திலிருந்து நட்சத்திரத் தங்கும் விடுதிகள், உணவு விடுதிகள்வரை பல புதியவை வந்திருக்கின்றன. சில தனியார் மெஸ்கள் பிரசித்தமாயிருந்தது போலவே இப்போதும் பல மெஸ்கள் பிரசித்தமாயிருக்கின்றன. அப்படிச் சில மெஸ்கள் வளர்ந்து பெரிய உணவு விடுதிகளாகவும் மாறியுள்ளன.

சுதந்திரத்திற்கு முன்பு கரூரின் பிரதானமான கடைவீதி இரட்டை வாய்க்கால் பாலத்திலிருந்து கச்சேரிப் பிள்ளையார் கோயில் தெருவரையிலிருந்த பகுதியாகத்தான் இருந்தது. கிழக்கில் சுமார் 200 மீட்டர் தூரத்திற்குக் கரூரின் முக்கிய மான துணிக்கடைகள் அப்போது இருந்தன. அந்நாளில் பிரதானமான கடை வீதியின் மொத்த நீளமும் ஒரு கி.மீ.க்குக் குறைவே. இப்போது பிரதானக் கடை வீதி பைபாஸ் ரவுண்டானா தொடங்கி ஜவகர் பஜார் வழியாகக் கச்சேரிப் பிள்ளையார் கோயில் தெருவரை கிழக்கு மேற்காக நான்கு கி.மீ. தூரத்திற்கும், பேருந்து நிலையத்தின் அருகில் தென்வட லாக ஒரு கி.மீ. தூரத்திற்கும் விரிவடைந்துள்ளது. அந்த நாள்களில் சிறு மளிகைக் கடைகளும், ஸ்டோர்கள் என்றழைக்கப் பட்ட சிறிய பல்பொருள் அங்காடிகளும்தான் அதிகம். சுப்பையா பிள்ளையின் மளிகை, ரங்கராசு பிள்ளை மளிகை போன்ற அப்போதைய பெரிய கடைகள்கூட இன்றைய பல்பொருள் அங்காடிகளோடு ஒப்பிடும்போது சிறியனவாகவே தோன்றுகின்றன. அதேபோல இன்றைய துணி, நகை, பாத்திரக் கடைகளோடு ஒப்பிட்டால் அப்போதைய எம்.ஜி.எம்., வொய்ட் ஹால் போன்றவை குட்டியானவையாகவே தெரி கின்றன. தொலைக்காட்சிப் பெட்டிகள், குளிர்பதனப் பெட்டி கள், துணி துவைக்கும் இயந்திரங்கள், அரவை இயந்திரங்கள், மிக்ஸிகள், அலைபேசிகள் போன்ற நுகர்வோர் சாதனக் கடைகளும், மொபெட், மோட்டார் சைக்கிள்கள் கடைகளும் 1980களுக்குப் பிறகு தோன்றி விரிவடைந்தன.

சுதந்திரத்திற்கு முன்பு கரூரில் ‘டாக்கீ டாக்’, ‘அம்பிகை’ ஆகிய இரு சினிமா கொட்டகைகளே இருந்தன. முன்னது பேசாத படங்கள் வெளிவந்த காலத்திலேயே தொடங்கப் பட்டது. பின்னது நாடகக் கொட்டகையாகத் தொடங்கிப் பின் சினிமா கொட்டகையாக உருவெடுத்தது. இந்த நாடகக்

கொட்டகையில்தான் டி.கே.எஸ். சகோதரர்கள், எம்.ஆர். ராதா, நவாப் ராஜமாணிக்கம் பிள்ளை, கண்ணையா பிள்ளை ஆகியவர்களின் நாடகங்கள் நடத்தப்பட்டன. இது சினிமா கொட்டகையாக மாறிய பிறகு கரூரில் நாடகங்கள் நடப்பதே அபூர்வமாகிவிட்டது என்று கூறலாம். 1950களில் லைட் ஹவுஸ், அஜந்தா கொட்டகைகள் தொடங்கப்பட்டன. லைட் ஹவுஸ்தான் அப்போதைய சூழலில் நவீன வசதிகள் நிறைந்த புதிய சினிமா கொட்டகை. அதற்குப் பிறகு நீண்ட நாள்களுக்குப் புதிய சினிமா கொட்டகைகள் கட்டப்படவில்லை எனலாம். 1980களுக்குப் பிறகு கலையரங்கம், கவிதாலயா, அமுதா, திண்ணப்பா போன்ற பல புதிய சினிமா கொட்டகைகள் திறக்கப்பட்டன. அம்பிகை, லட்சுமிராம் என்று பெயர் மாறிப் புதுப்பொலிவு பெற்றது. 2000க்குப் பிறகு பொன்னமுதா திறக்கப்பட்டது.

கரூரில் டிரெடில் அச்சகங்கள் நெடுநாள்களாக இருந்தன. அம்பிகா, ரேவதி, திருமால், கலைமகள், கணேசா போன்றவை அவற்றில் பெரியவை. 1980களின் பிற்பகுதியில் டாக்டர் மோகன் ராஜின் தூண்டுதலினால் தும்பிவாடி எஸ். ராமசாமி 'எஸ்ஸார் கிராபிக்ஸ்' என்கிற ஸ்கிரீன் பிரிண்டிங் அச்சகத்தைத் தொடங்கினார். அது வேகமாக வளர்ச்சியடைந்தது. 1994இல் ரேவதியில்தான் கரூரில் முதலில் கணினியில் அச்சுக் கோக்கும் முறை அறிமுகம் செய்யப்பட்டதாகத் தெரிகிறது. 1995இல் கணினியில் மாத்திரமே அச்சுக் கோக்கும் டி.டி.பி. தொழில் கரூரில் சி.சி.சி. நிறுவனத்தால் தொடங்கப்பட்டது. இப்போது டிரெடில் அச்சகங்கள் குறைந்துகொண்டே வருகின்றன. ஆப்செட் அச்சகங்கள் பெருகி வருகின்றன. நூற்றுக்கும் மேற்பட்ட ஆப்செட்–டி.டி.பி. அச்சகங்கள் இப்போது இயங்குகின்றன. ஜெராக்ஸ் செய்வது 1980களில் வந்தது. கலர் ஜெராக்ஸ் சி.சி.சி.யில் 2003இல் அறிமுகப்படுத்தப்பட்டது. டிஜிட்டல் பிரிண்டிங் முறையில் விளம்பர பேனர்கள் தயாரிப்பது 2005இல் முதன்முறையாக அறிமுகப்படுத்தப்பட்டது.

சுதந்திரத்திற்கு முன்பு கரூரில் வெகு சில ஆங்கில மருத்துவர்களே இருந்தனர். வாங்கல் டாக்டர், வெள்ளியணை டாக்டர் என்று அவர்களை, அவர்கள் முதலில் தொழில் தொடங்கிய ஊரை வைத்தே அடையாளம் காட்டுவார்கள். அவர்கள் தஞ்சை மருத்துவப் பள்ளியில் 'எல்.எம்.பி.' பட்டம் பெற்றவர்கள். எம்.பி.பி.எஸ். பட்டம் பெற்றுக் கரூரில் 1940களில் சேவை தொடங்கிய முதல் மருத்துவர், டாக்டர் ஆறுமுகம் அவர்கள். அவரைத் தொடர்ந்து டாக்டர் பரமேஸ்வரன் தன் சேவையைத் தொடங்கினார். அப்போது ஆயுர்வேத டாக்டர் சர்மா அவர்களும், ஹோமியோபதி டாக்டர்

வேலாயுத கவுண்டர் அவர்களும் இருந்தார்கள். (வேலாயுத கவுண்டர் அவர்களின் சைவப் புலமையும், கிருத்துவத்தையும் சைவத்தையும் ஒப்பிடும் திறமையும் அவருக்குப் பல சீடர்களை ஏற்படுத்தியிருந்தது.) பிச்சையம்மாள், ஆலிஸ் எபினேஸர் ஆகியோர் அக்காலகட்டத்தில் மகப்பேறுக்குப் பெரிதும் நாடப்பட்ட உதவியாளர்கள். அப்போது எம்.பி.பி.எஸ். படித்த ஒரு பெண் மருத்துவர்கூடக் கரூரில் இல்லை! அரசு மருத்துவமனை தவிரத் தனியார் மருத்துவமனை எதுவும் கரூரில் இல்லை. 1950களில்தான் திராவிட இயக்கப் பாரம்பரியக் குடும்பத்திலிருந்து வந்த, எம்.பி.பி.எஸ் பட்டம் பெற்ற முதல் பெண் மருத்துவர் பி.எஸ் லோகாம்பாள் கரூரில் தன் சேவையைத் துவங்கினார். அவர் தொழில் துவங்கியபோது கரூரின் அனைத்துக் கட்சியினருக்கும், அனைத்து இனத்தவருக்கும், அனைத்து வர்க்கத்தினருக்கும் மகப்பேறு மருத்துவராக இருந்தார். அவரும், அவர் மகளும் இன்றும் புகழ்பெற்ற மருத்துவர்களாகத் தொடர்கிறார்கள். இப்போது மருத்துவர்களின் எண்ணிக்கை மிகமிக அதிகரித்திருக்கிறது. மகப்பேறு மட்டுமின்றி, வெவ்வேறு துறைகளில் சிறப்புத் தேர்ச்சி பெற்ற பல மருத்துவர்கள் வந்துவிட்டார்கள். ஏராளமான தனியார் மருத்துவமனை களும் இயங்குகின்றன. கரூரின் முதல் ஆண் ஆடிட்டர் பசுபதிபாளையம் கா. வேலாயுதம். அவர் அரசு பணிக்குச் சென்றுவிட்டதால் கரூரிலேயே அலுவலகம் தொடங்கிய ராமானுஜம் மிகப் பிரபலமானார். கரூர் நகராட்சித் தலைவராக இருந்தார். தகுதிபெற்ற முதல் பெண் ஆடிட்டர் சாந்தி ஜெகதீஸன் அரசு வேலைக்குச் சென்றுவிட்டார். திருமதி உமா மகேஸ்வரிதான் கரூரிலேயே அலுவலகம் வைத்திருக்கும் முதல் பெண் ஆடிட்டர்.

கரூரில் சுதந்திரம் வருவதற்கு முன்பு ஒரு தேவ(ர)டியார் தெரு இருந்தது. நான் மாணவனாக இருந்தபோது இப்போதைய மாரியம்மன் தெருவிற்குக் கிழக்கில் இருந்த அந்தத் தெருவுக்குள் நுழையவே கூச்சப்பட்டதுண்டு! ‘காசுக்கு ஒரு தேவடியாளென்றாலும் கரூர் தேவடியாள் ஆகாது’ என்று ‘மைனர்கள்’ என்றழைக்கப்பட்டவர்கள் பழமொழி மேற்கோள் காட்டுமளவுக்கு அவர்கள் வருகிற வாடிக்கையாளர் களின் செல்வத்தைக் கவர்வதில் திறமை யானவர்கள் என்று அப்போது பேசப்பட்டது. அந்த நாள்களில் கரூர் மாரியம்மன் திருவிழாவின்போது அவர்களின் சதிராட்டம் பிரபலமானது. 1950இல் டாக்டர் முத்துலட்சுமி ரெட்டி அவர்களின் முயற்சியால் தேவரடியார் ஒழிப்புச் சட்டம் வந்தபோது அந்தத் தெருவின் பெயர் மாற்றப்பட்டு

அங்கிருந்தவர்களும் அகற்றப்பட்டனர். ஆனால் அதற்குப் பிறகு கரூரின் சங்கீதம், நாட்டியம் ஆகிய கலைகளின் வளர்ச்சி குன்றிவிட்டது என்பதையும் மறுப்பதற்கில்லை.

சாதிகளின் தாக்கம்

1940கள்வரையும்கூடக் கரூர் நகரத்தில் சாதியத்தின் மையக் கருத்துக்களும் அதனடிப்படையிலமைந்த புற நடவடிக்கை களும் பெரிய மாறுதல்களில்லாமல் நடைபெற்றுவந்தன. கரூரைச் சுற்றி நான்கு திசைகளிலும் அப்போதைய கரூரின் புறநகர்ப் பகுதிகளான திருமாநிலையூர், பசுபதிபாளையம், வெங்கமேடு, கோட்டைமேடு பகுதிகளில் தீண்டத்தகாதவர் என்று அப்போது கருதப்பட்டவர்களின் குடியிருப்புகள் இருந்தன. கரூருக்குள்ளேயும் திருமாநிலையூரிலும் அக்ரகாரங் களில் அனேகமாகப் பிராமணர்கள் மாத்திரமே குடியிருந் தார்கள். கரூரின் பிராமணர் உணவகங்களில் பிராமணர் களும் பிராமணரல்லாதாரும் தனித்தனி இடங்களில்தான் உணவருந்தினர். கரூர் நகராட்சிப் பள்ளியின் சிதம்பரம் மாணவர் விடுதியில்கூட 1949வரை பிராமண மாணவர்களுக் கும் பிராமணரல்லாத மாணவர்களுக்கும் தனித்தனி இடங் களில்தான் உணவு பரிமாறப்பட்டது. கரூரில் சுப்பையா கவுண்டர் நடத்திய செருப்புக் கடையில்கூட அந்நாள்களில், அங்கு வேலை செய்த சக்கிலியர் வகுப்பினர்தான் செருப்பு களை வாடிக்கையாளர்களின் கால்களுக்குப் போட்டுச் சரிபார்த்தார்கள்; பழுது பார்த்துத் தந்தார்கள். பெரியாரின் சுயமரியாதை இயக்கம் காரணமாக இவற்றுக்கு எதிர்ப்பு பரவியதென்றாலும் அது உடனடியாக வெற்றி பெறவில்லை. பேருந்துகளிலும் இரயில் வண்டிகளிலும் மட்டுமே சாதியப் பிரிவுகள் வெளிப்படையாகச் செயல்படுத்தப்படவில்லை.

1950களில் கரூரின் நெசவுத் தொழில் வளரத் தொடங்கிய பிறகு சுற்றியுள்ள கிராமங்களிலிருந்து தொழிலாளர்கள் ஈர்க்கப்பட்டனர். ஆரம்ப காலத்தில், கரூரின் நெசவுப் பட்டறைகளில் பெருமளவுக்கு மேல் சாதித் தொழிலாளர் களே வேலைக்கமர்த்தப் பட்டனர். அப்போது நெசவுத் தொழில் மேலும் வளர்ந்தது. உழைப்பாளர் பற்றாக்குறை காரணமாகப் படிப்படியாகத் தீண்டப்படாதவர்களாகக் கருதப்பட்ட சாதிகளின் தொழிலாளர்களும் வேலைக்கமர்த்தப் பட்டனர். 1950களின் நடுப்பகுதி வரை கரூரின் டெக்ஸ் நிறுவனங்கள் உட்பட எல்லா நிறுவனங்களிலும் தீண்டாமை கடைபிடிக்கப்பட்டது. தீண்டத்தகாத இனத்தினர் எனப்பட் டோர் சில வேலைகள் தவிர வேறு வேலைகளுக்கு நியமிக்கப்

படவில்லை; நியமிக்கப்பட்டால்கூட அவர்கள் வேறுபடுத்தப் பட்டனர். கரூரின் வேகமான வளர்ச்சி காரணமாக உழைப்பாளர்களுக்கான தேவை பெருகியதால், விவசாயப் பகுதிகளிலிருந்து உயர்சாதித் தொழிலாளர்களைக் கவர வேண்டியிருந்தது. 1960களில் அதுவும் வற்ற ஆரம்பித்தது. உழைப்பாளர்கள் பற்றாக்குறை காரணமாகக் கரூரின் நான்கு திசை எல்லைகளிலும் தீண்டத் தகாதவராகக் கருதப்பட்டவர் களின் நான்கு குடியிருப்புகளிலும், கரூரின் அருகிலுள்ள பல ஊர்களில் வாழ்ந்தவர்களும் வேலைக்கு அமர்த்தப் பட்டனர். பொருளாதார வளர்ச்சி ஏற்படுத்திய நிர்ப்பந்தம் காரணமாகவும், பெரும் கூட்டங்களில் இன்னின்னார் இன்னின்ன சாதி என்று இனம் பிரித்து வேறுபாடு காட்டுவது நடைமுறைச் சாத்தியமில்லாத காரியமாக இருந்ததாலும், சாதியத்தின் அடிப்படையிலமைந்த புற நடவடிக்கைகள் கைவிடப்பட்டன. இதில் விசித்திரம் என்னவென்றால் நிறுவனத்தில் தீண்டாமையைக் கைவிட்டுவிட்ட முதலாளி கள் சிலர், தங்கள் இல்லங்களில் தொடர்ந்து அதைக் கடைப்பிடித்து வந்ததுதான். ஆனால், இப்போது நகர இல்லங்களிலும் தீண்டாமை அனேகமாக மறைந்துவிட்டது. பல நடுத்தர வர்க்க இல்லங்களில் இப்போது தீண்டத்தகாத வர்களாகக் கருதப்பட்ட சாதியினர்தான் சமையல் செய் கிறார்கள்! ஆனால், அருகிலிருக்கும் கிராமங்களில் இன்னமும் கூடத் தீண்டாமை முழுவதுமாக அகன்றுவிடவில்லை.

கரூர் நகருக்குள் மக்கள் தொகையிலும், தொழில் முயல்வோர் மற்றும் தொழிலாளர்களின் எண்ணிக்கையிலும் வேளாளக் கவுண்டர்கள் பெரும்பான்மை பெற்றது 1960களில் தான். விவசாயத்தை முதன்மைத் தொழிலாகக் கொண்டிருந்த அந்த இனத்தினர், அவர்களின் வாழ்வாதாரத்திற்காகக் கிராமங்களில் வாழ்வதையே நடைமுறையில் செயல்படுத்தி யிருந்தனர். இரண்டாம் உலகப் பெரும்போருக்குப் பிறகுதான் அவர்களுக்கு நகரங்களுக்கு இடப்பெயர்வதன் நன்மைகளும் அவசியமும் தெரிந்தன. 1965இல் அந்த இனத்தின் பி.எம். கருப்பண்ணன் நகராட்சித் தலைவரானது கரூரில் அவர்கள் பெரும்பான்மை பெற்றுவிட்டதைச் செயலில் பிரதிபலித்த ஒரு திருப்புமுனை. அதுவரை மற்ற இனத்தவர்கள் தான் நகராட்சித் தலைவர்களாக இருந்திருக்கிறார்கள். அதற்குப் பிறகு நகராட்சித் தலைவர் பதவி அனேகமாக வேளாளக் கவுண்டர்களிடமே இருக்கிறது. அரசியலில் சாதி முக்கியத்துவம் பெற்றிருக்கிறது என்பதற்கு இது ஒரு சான்று. அதே சமயம், 2004 தேர்தலில் கரூரின் நாடாளுமன்ற அங்கத்தினராகச் சிறுபான்மை இனத்தவரான (செட்டியார்) கே.சி. பழனிசாமி

வெற்றி பெற்றது சாதி மாத்திரமே அரசியல் நடவடிக்கைகளை நிர்ணயிப்பதில்லை என்பதற்கும் ஓர் நல்ல எடுத்துக்காட்டு.

1960களில் சாதிச் சங்கங்கள் புத்துயிர் பெற்றன. அந்தக் காலகட்டத்தில் இந்த வட்டாரத்தின் பெரும்பான்மை இனமான கொங்கு வேளாளக் கவுண்டர்கள் தங்கள் இனத்தைப் பிற்பட்டோர் பட்டியலில் சேர்க்க வேண்டுமென்று போராடி வந்தனர். இது அவர்களிடையே இன ஒற்றுமையை ஏற்படுத்த ஒரு காரணமாக அமைந்தது. அந்த ஒற்றுமையைப் பிரகடனப் படுத்துவதற்கு ஒரு வழியாகக் கரூரில் ஒரு திருமண மண்டபம் கட்டுவதென்று தீர்மானித்தனர். அதற்கு அந்த இனத்தின் வளர்ந்துவரும் மிகப் பெரிய நிறுவனங்களின் உரிமையாளர் களிடமிருந்து நிதி வசூல் செய்யப்பட்டது. அவ்வகைப் பெரிய டெக்ஸ்டைல் நிறுவனத்தின் உரிமையாளர்களான இரு சகோதரர்களும் அந்த முயற்சிக்கு நிதி வழங்கினர். அவர்களின் தந்தை வேளாளக் கவுண்டர் இனத்தைச் சேர்ந் தவர். ஆனால், அவர் வேறு சாதிப் பெண்ணை மணந்து கொண்டு இலங்கைக்குச் சென்றுவிட்டார். அவருடைய இரு மகன்களும் இந்தியா திரும்பி கரூரில் தையல் கலைஞர் களாகப் பணி தொடங்கிப் பின்னர் டெக்ஸ்டைல்ஸில் இறங்கிப் பெரும்பொருள் திரட்டினர். திருமண மண்டபத்திற்கு அவர்களின் நிதி உதவி ஏற்றுக்கொள்ளப்பட்டது. அதாவது சாதியின் அடிப்படை நியதிகளில் ஒரு மாற்றம் ஏற்றுக் கொள்ளப்பட்டது. இம்மாதிரியான சமரசங்கள் மாறிவரும் சூழ்நிலைகளுக்கு ஏற்ப ஏற்படும் சமுதாய மாற்றமா அல்லது பணத்தின் வலிமைக்கு இனங்கள் பணிந்ததின் வெளிப்பாடா என்பது தெரியவில்லை. எப்படியிருந்தாலும் இரு சாராருக்கும் இது நன்மை தந்தது. அந்தச் சகோதரர்களுக்குத் தங்களின் தந்தையின் சாதி அங்கீகாரம் கிடைத்தது. திருமண மண்டபம் கட்ட முற்பட்டவர்களுக்குப் பொருளுதவி கிடைத்தது. அந்த மண்டபம் 1981இல் கட்டி முடிக்கப்பட்டது பற்றி ஏற்கெனவே சொல்லியிருக்கிறேன். இதுபோலவே கரூரின் இந்து மற்றும் கிருத்துவ முதலியார்களிடையே திருமணத் தொடர்புகள் அங்கீகரிக்கப்பட்டதாகச் சொல்லப்பட்டது. அதாவது ஒவ்வொரு சாதியினரும் சூழ்நிலைக்கேற்பத் தங்களுடைய சாதி விதிகளில் சிறு மாற்றங்களை ஏற்றுக் கொள்ள ஆரம்பித்தனர். எல்.ஐ.சியில் படிப்படியாக முன்னேறி உதவிக் கிளை மேனேஜராக உயர்ந்த காலஞ்சென்ற குமாரசாமி அவர்கள் தன் மகள்களில் ஒருவருக்கு 1970களில் மறுமணம் செய்வித்துக் கொங்கு வேளாளர் சமுதாயத்தில் ஓசையின்றிப் புரட்சி ஒன்றைச் செய்தார். பின்னர் அது வேறு பலராலும் பின்பற்றப்பட்டிருக்கிறது.

எனவே சாதியைப் பொருத்தவரை கரூரில் எதிர்மறையான இருவகை இயக்கங்களை அடையாளம் காண இயலுகிறது. சாத்திரம் சார்ந்த அல்லது வழக்கம் காரணமான சடங்குகளை ஆதாரமாகக் கொண்டு தீட்டென்றும் தூய்மையென்றும் சில இனத்தவரை தமக்கு இணையாக நடத்தாத பழைய வழக்கங்கள் அழிந்து கொண்டிருக்கின்றன. நகரின் வளர்ச்சி காரணமாகவும் வணிகப் பெருக்கம் காரணமாகவும் எல்லா சாதிக்காரர்களாலும், சாதியின் வெளிப்புறப் பிரதிபலிப்புகளான நடவடிக்கைகள் – சில ஜாதியினரைத் தொடாமலிருத்தல், வீட்டுக்குள் அனுமதிக்காமலிருத்தல், சமபந்தி கொள்ளாதிருத்தல் போன்றவை – கைவிடப்பட்டுவருகின்றன. அவற்றைத் தொடர்ந்து கடைபிடிப்பதில் இரு சிக்கல்கள் ஏற்பட்டுள்ளன. முதலாவது, சாதி அடிப்படையில் ஏற்றத் தாழ்வுகள் காட்ட ஒவ்வொரு நபரையும் என்ன சாதியினரென்று இனம் காண இயல வேண்டும். நகரத்தின் உணவு விடுதி ஒன்றில் அடுத்த இருக்கையில் அமர்ந்திருப்பவர் என்ன சாதியைச் சேர்ந்தவர் என்று ஊகம் செய்வது எளிதன்று. இரண்டாவது, அப்படியே ஊகித்தாலும், சாதி ஏற்றத்தாழ்வுகளை நகரச் சூழலில் செயல்படுத்துவது அதைவிடக் கடினம். சட்டத்தின் வலிமையான பாதுகாப்பு அப்படிச் செயல்படுத்த முயல்பவர்களைத் தண்டிக்கும் என்கிற அறிவு நகரத்தில் அனைவருக்கும் பரவலாக இருக்கிறது.

அதே சமயம், சாதி நெருக்கம் வேறு காரணங்களால், வேறு வழிகளில் வலிமை பெற்று வருகிறது. தங்கள் சாதிக்காரர்களைப் பங்குதாரர்களாகக் கொண்டு நிறுவனங்கள் தொடங்குவது இயல்பாகவும் எளிமையாகவும் நடைபெறுகிறது. நிறுவனங்கள் திறமையான ஊழியர்களை அடையாளம் காண்பதற்கு சாதிக்காரர்கள் உதவுகிறார்கள். சாதிப் பிணைப்புகள் பைனான்ஸ் கம்பெனிகளுக்கு டெபாஸிட் செய்யக்கூடியவர்களைப் பற்றிய நம்பகமான தகவல்களை அளிக்கவும் கடன் வசூல் செய்வதற்கும், கடன் மற்றும் இதரத் தகராறுகளில் சமரசங்கள் ஏற்படுத்தவும் சில அபூர்வமான சந்தர்ப்பங்களில் வன்முறையை ஒருங்கிணைத்துச் செயல்படுத்துவதற்கும் உதவுகின்றன. அரசியல் நடவடிக்கைகளில் சாதியத்திற்கு அதிக முக்கியத்துவம் இருக்கிறது. வார்டு உறுப்பினர் தேர்விலிருந்து, சேர்மன், எம்.எல்.ஏ., எம்.பி. தேர்தல்கள்வரை, எல்லாக் கட்சிகளிலும் சாதியத்தின் ஆதிக்கம் வெளிப்படுகிறது. தேர்தலுக்கு நிறுத்தப்படும் உறுப்பினர் வேறு சாதியினராயிருந்தாலும், அவருக்குப் பிரதான சாதியினரின் ஆதரவு கிட்டும் என்று நிச்சயமானால்தான்

அவருக்கு அரசியல் கட்சிகள் தேர்தலில் நிற்க அனுமதி வழங்குகின்றன.

தனிமனித அளவில் பல சாதிய நடவடிக்கைகள் மனித நேயத்திற்கு ஊறு விளைவிக்கக்கூடியவை என்கிற பரவலான அறிவு இருந்தபோதிலும், ஒட்டுமொத்தமாகப் பார்க்கும் போது சாதி அடையாளங்களைப் பறைசாற்றுவது தொழில் வளர்ச்சிக்கும் அரசியல் செல்வாக்கிற்கும் வழிவகுக்கிறது என்கிற கருத்து பெரும்பான்மையினரால் ஏற்றுக்கொள்ளப் பட்டிருக்கிறது. எனவே சாதிச் சங்கங்கள் ஒன்றோடொன்று போட்டி போட்டுக்கொண்டு திருமண மண்டபங்கள் கட்டு கின்றன. எங்கெல்லாம் ஒரு சாதியினர் கணிசமான எண்ணிக்கையில் வாழ்கிறார்களோ அங்கெல்லாம் ஊர் முகப்பில் தங்கள் சாதி அமைப்புகளின் பெயரில் வரவேற்புப் பலகைகள் அமைக்கப்படுகின்றன. குல தெய்வங்களின் கோயில்கள் ஏராளமான பொருட்செலவில் புனர்நிர்மாணம் பெறுகின்றன. ஜாதிச் சங்கத்தினர் கல்வி நிலையங்கள் அமைப்பது 1980க்குப் பிறகு கரூரில் நிகழும் நிகழ்ச்சி. இந்த அடிப்படையில் கொங்கு வேளாளக் கவுண்டர்கள் கரூரில் ஒரு உயர் கல்வி நிலையத்தையும் ஒரு கலை, அறிவியல் கல்லூரியையும் உருவாக்கியுள்ளார்கள்.

1990களிலிருந்து ஒவ்வொரு சாதியும் தங்கள் வலிமையைப் பிரகடனப்படுத்த தங்கள் வட்டாரங்களில் மாநில மாநாடுகள் நடத்துவதும் அதில் ஒரு பெரிய ஊர்வலம் நடத்தி ஊரில் போக்குவரத்தைச் சில மணிநேரமாவது ஸ்தம்பிக்கச் செய்வதும் சகஜம். இதற்காக சாதிக்காரர்களிடையே பண வசூல் செய்யப்பட்டு, விரயமாக்கப்படுகிறது. 1990களில் கரூரில் நடந்த சில சாதிகளின் மாநில மாநாடுகளின்போது ஒரே நாளில் ஒரு கோடி ரூபாய்க்கு மேல் சாராயம் விற்பனையானதாக விவரமறிந்தவர் கூறினார்! 1990களில் அரசும் ஜாதி உணர்வின் வலிமைக்கு அடிபணிந்ததுபோல் சில மாவட்டங்களுக்கு சாதி நாயகர்களின் பெயரைச் சூட்டியது. அந்த அடிப்படையில் கரூரின் பெயரும் கரூர் தீரன் சின்னமலை மாவட்டம் என்று மாற்றப்பட்டது. 1980களில் இதே பெயரில் ஒரு பேருந்துப் போக்குவரத்துக் கழகம் இயக்கப்பட்டது. இதில் விசித்திரம் என்னவெனில், அப்படிப்பட்ட பல பெயர்கள், 1940களில் அந்தந்த சாதிக் காரர்களின் பெரும்பான்மையினருக்கே அதிகமாக அறிமுக மில்லாத பெயர்களாக இருந்ததுதான்! 1940களில், தீரன் சின்னமலை பிரிட்டிஷ் அரசை எதிர்த்துப் போராடியது பற்றிய செய்திகள் புலவர் குழந்தை போன்ற சிலரால்தான்

பேசப்பட்டு வந்தன. வேளாளக் கவுண்டர் இனத்திலேயே பெரும்பாலானவர்களுக்கு அந்த வரலாறு அப்போது தெரியாது. ஆனால், 1990களில் சென்னையில் அவருக்குச் சிலை வைக்கவேண்டுமென்று அந்த இனத்தவர் கோரிக்கை வைத்து, அது நிறைவேறும் அளவுக்கு அவரைப் பற்றிய விவரங்கள் பரவின. திருச்சிராப்பள்ளியில் பெரும்பிடுகு முத்தரையருக்குச் சிலை வைத்த பிறகுதான் அவரைப் பற்றிப் பெரும்பாலானோர் கேள்விப்பட்டனர். அதற்குப் பிறகும் அந்தந்த இனத்தவர்கள் தவிர மற்றவர்களிடம் இப்படிப்பட்ட தலைவர்களைப் பற்றிய செய்திகள் அதிக மாகப் பரவிவிடவில்லை! மாவட்டங்களுக்கு சாதிப் பெயர்கள் சூட்டிய சில ஆண்டுகளிலேயே அந்தப் பெயர்கள் நீக்கப் பட்டும் விட்டன. சாதியம் சில சமயம் வலுப்பெறுவதையும் சில சமயம் வலுவிழப்பதையும் இது காட்டுகிறது.

கொசுவலை உற்பத்தியும் பேருந்து உடல்கூடு கட்டும் தொழிலும்

1960களின் இறுதிப் பகுதியிலோ அல்லது 1970களின் முற்பகுதியிலோ கரூரை உந்தி முன் செலுத்திய மற்றொரு தற்செயல் நிகழ்ச்சி நடந்தது. 1930களில் கரூரில் கரூர் நிட்டிங் கம்பெனி, மீனாக்ஷி நிட்டிங் கம்பெனி என்ற முகவரிகளில் இரு உள்ளாடை தயாரிப்பு நிறுவனங்கள் இயங்கினவென்று நம்புகிறேன். அன்றைய திருப்பூர், மதுரையைப் போலவே கரூரிலும் அந்த நிறுவனங்கள் கொல்கத்தாவில் பயன்படுத்தப் பட்ட நாள்பட்ட இயந்திரங்களை (ஸெகண்டு ஹாண்ட்) வாங்கி வந்துதான் தொடங்கப்பட்டன. இரண்டாவது உலகப் பெரும் போரின்போது நூல் கிடைத்தற்கரிய பொருளாயிருந்த தால் நூல் விலை மிக அதிகரித்தது. நூலைச் சிக்கனப்படுத்து வதற்காக அப்போது ஆண்களின் உள்ளாடைகளில் 'வலை பனியன்கள்' என்கிற, கொசுவலைத் துவாரங்களைவிடச் சிறிது அதிக இடைவெளியுடைய துவாரங்கள் கொண்ட 'பனியன்கள்' தயாரித்து விற்கப்பட்டன. இதற்காகப் புதிய இயந்திரங்கள் வாங்கப்பட்டன. உலகப்பெரும் போர் முடிந்த சிறிது காலத்திலேயே 'வலை பனியன்களை' வாங்குவாரில்லா மல் போய்விட்டது. கரூரின் உள்ளாடை நிறுவனங்கள் முந்தைய, பழக்கப்பட்ட வகைப் பனியன்கள் தயாரிப்பிற்குத் திரும்பி விட்டன. அதனால் வலை பனியன்கள் உற்பத்தி செய்வதற்காக வாங்கப்பட்ட இயந்திரங்கள் உபயோகமின்றிக் கிடந்தன.

1960களின் பிற்பகுதியில், பெங்களூரில் ஒரு வங்கியில் பணியாற்றிக்கொண்டிருந்த பழமாபுரம் எம்.ஆர். சபாபதி

என்பவருக்கு ஒரு பிரமாதமான யோசனை தோன்றியது. நைலான் மீன் வலைகள் தயாரிக்க அந்தப் பழைய இயந்திரங்களை ஏன் பயன்படுத்தக் கூடாது என்று அவர் நினைத்தார். 'ஆனந்த் பிளாஸ்டிக்ஸ்' E. சுப்பராயன் அவர்களோ அல்லது 'மூன் டிரேடர்ஸ்' எஸ்.எம். ராமசாமி அவர்களோ அந்தப் பரிசோதனையைக் கரூரில் வெற்றிகரமாகச் செய்ததாகத் தெரிகிறது. அந்தப் பரிசோதனையைச் செய்தவர் பெங்களூரிலிருந்து நைலான் பிளமெண்ட் எனப்படும் மூலப் பொருள் வாங்கிக் கரூரிலிருந்த 'வலை பனியன்கள்' இயந்திரங்களில் அதை மீன் வலைகளாக்கி, மீண்டும் அவற்றைப் பெங்களூருக்கும் மங்களூருக்கும் அனுப்பி விற்பனை செய்தார் என்றும், அதைத் தொடர்ந்து நைலான் பிளமெண்டைப் பயன்படுத்திக் கொசுவலை உற்பத்தி செய்வது மேலும் இலாபகரமான தொழில் என்று அதைத் தொடங்கியதாகவும் சொல்லப்படுகிறது. 1970களில் கொசுவலை உற்பத்தித் தொழில் கரூரில் வெகுவேகமாக விரிவடைந்தது. இந்தியா முழுதும் கரூரின் கொசுவலைகளுக்கான அங்காடி பரவியது. மூலப் பொருளான பிளமெண்டைக் கரூரிலேயே தயாரிக்கத் தனியாக நிறுவனம் தோன்றியது. கொசுவலை சார்ந்த தொழில்களின்மூலம் கரூரில் பல புதிய செல்வர்கள் உருவாயினர்.

1980களின் ஆரம்பத்தில் கரூர் எல்.ஜி.பி. நிறுவனத்தில் ஒரு பெரிய வேலைநிறுத்தம் நிகழ்ந்தது. அந்த நிறுவனம் அவர்கள் பேருந்து இயக்கிவந்த பல வழித்தடங்களை அவர்களோடு தொடர்பு கொண்டவர்களுக்கும், அவர்களின் விசுவாசமான ஊழியர்களுக்கும் கொடுத்ததை முன்பே குறிப்பிட்டுள்ளேன். அவர்களின் பேருந்து உடல்கூடு கட்டும் தொழிலின் சில பிரிவுகளும்கூட விற்கப்பட்டன. மற்ற பகுதிகள் கரூருக்கு வெளியே புதிய இடத்துக்கு இடம்பெயர்க்கப்பட்டன. கரூர் எல்.ஜி.பி. நிறுவனத்தில் பேருந்து உடல்கூடு கட்டுமானத்தில் சிறப்புத் தேர்ச்சியுற்ற தொழிலாளர்கள் சிலர் அவற்றை வாங்கித் தங்களின் சொந்த நிறுவனங்களைத் தொடங்கினர். 'பி.டீ. கோச்' நிறுவிய பி. தங்கராஜ், 'டி.வி.என். கோச்' நிறுவிய டி. விஸ்வநாதன், 'மாருதி கோச்' நிறுவிய மணிவண்ணன் ஆகியோர் அவர்களில் முக்கியமானவர்கள். சிறிது சிறிதாக இந்தத் தொழில் கரூரில் வளர்ச்சியடைந்தது. முதலில் எல்.ஜி.பி. நிறுவனத்தில் கட்டப்பட்ட உடல்கூடுகளைப் போலவே வடிவமைக்கப்பட்ட உடல்கூடுகள்தான் கட்டப்பட்டன. பின்னர் ஒவ்வொரு நிறுவனமும் புதிய பரிசோதனைகளைச் செய்து புதுப்புது வகைகளில் வடிவமைக்க ஆரம்பித்தன. கரூரின் உடல்கூடுகளுக்குத் தனியான மதிப்பு வருகிற அளவுக்கு அவற்றின் தரம் உயர்ந்திருந்தது. 1990களில் கரூரில் உடல்கூடு

கட்டப்பட்ட பேருந்துகளை இந்தியாவின் எல்லா மாநிலங்களி லும் காணக்கூடிய அளவுக்கு இந்தத் தொழில் இங்கு விரிவடைந்துள்ளது. வெளி மாநிலங்களில் தங்கள் கிளைகளை வைத்துக்கொள்ளும் அளவுக்குச் சில நிறுவனங்கள் வளர்ந்துள்ளன.

கரூரின் நெசவு-ஜவுளித் தொழில் வளர்ச்சியின்போது நிகழ்ந்தது போலவே பேருந்து உடல்கூடு கட்டும் தொழில் சார்ந்த பல உபதொழில்களும் வளர்ந்துள்ளன. இந்தத் தொழில் வளர்ச்சிக்காகவும் கரூரின் புறநகர்ப் பகுதிகளில் நிலம் வாங்க வேண்டிய கட்டாயம் ஏற்பட்டதால் ஜவுளி ஏற்றுமதிக்கு அடுத்துக் கொசுவலை உற்பத்தியும், பேருந்து உட்கூடு கட்டும் தொழில்களும்தான் இருந்தன. 2000க்குப் பிறகு கொசுவலைத் தொழிலில் கொஞ்சம் மந்தம் ஏற்பட்டுள்ளது. இது தற்காலிகமானதா என்று ஊகிக்க இயலவில்லை. இப்போது அதன் இடத்தைக் 'கல்வி வியாபாரம்' கைப்பற்றிக் கொண்டிருக்கிறது எனத் தோன்றுகிறது.

குற்ற ஒருங்கிணைப்பு

தமிழ்நாட்டின் குற்ற ஒருங்கிணைப்பில் கரூர் 1950களிலேயே சேர்ந்துவிட்டது. தமிழ்நாட்டில் முதலில் சேலத்தில் மதுவிலக்கு அறிமுகப்படுத்தப்பட்டுப் பின்னர் மாநிலம் முழுவதும் விரிவுபடுத்தப்பட்டது. அப்போது, வெளிநாட்டு மது வகை களுக்குக் கரூரில் இருந்த 'வெறியை' அறிந்துகொண்ட ஒரு வாடகைக் கார் ஓட்டுநர், அவற்றை அப்போது பிரெஞ்சு அரசுக்குட்பட்டிருந்த புதுச்சேரியிலிருந்து திருட்டுத்தனமாகக் கடத்தி வந்து விற்கிற வியாபாரத்தை மேற்கொண்டு, குறுகிய காலத்தில் பெரும் செல்வரானார். அவரைப் போலவே வேறு சிலரும் இந்தத் தொழிலில் ஈடுபட்டனர். இந்த வியாபாரத்தில் காவல் துறையைச் சேர்ந்தவர்களுக்கு 'மாமூல்' கொடுக்கிற வழக்கம் அப்போதிலிருந்து பரவலாக அறிமுகமாகியதெனலாம்.

கிராமங்கள் பலவற்றில் கள்ளச் சாராயம் காய்ச்சும் தொழிலும் அப்போது விரிவடைந்தது. ஆரம்பத்தில், அப்படிக் கள்ளச் சாராயம் காய்ச்சியவர்கள் ஒவ்வொருவரும் காவல் மற்றும் வருவாய்த் துறையினருக்குத் தனித்தனியாகத்தான் 'மாமூல்' கொடுத்துவந்தார்கள். காலப்போக்கில் அதற்கும் இடைத்தரகர்கள் வந்துவிட்டனர். அந்த இடைத்தரகர்கள் அரசு அதிகாரிகளுக்கு அவரவர்களின் அதிகாரத்துக்கேற்ற அளவில் வாராவாரமோ, மாதாமாதமோ வாடிக்கையாகக் 'கிம்பளம்' கொடுத்துவிடுவார்கள். கள்ளச் சாராயம் காய்ச்சு

பவர்களிடமிருந்து அதற்கான தொகையை இலாபத்துடன் வசூல் செய்துகொள்வார்கள். இதனால் அரசு அதிகாரிகளின் கெடுபிடிகளிலிருந்து கள்ளச் சாராயம் காய்ச்சுகிற எளியவர்களால் தப்ப முடிந்தது. தமிழ்நாடு முழுவதும் இவ்வாறு செயல்படும் இடைத்தரகர்களுக்கும் அரசியல்வாதிகளுக்கு மிடையே வெளியில் தெரியாத இணைப்புகள் ஏற்பட்டுள்ளன.

முதலில் கள்ளச்சாராய வியாபாரத்தில் துவங்கிய இந்த வழக்கம், பின்னர் படிப்படியாக எல்லாவிதமான சட்டத்துக் குட்பட்ட காரியங்களைத் துரிதமாக முடிப்பதற்கும், சட்டத் துக்குப் புறம்பான காரியங்களைச் செய்வதற்கும் பரவி விட்டது. தராசு எடைக்கற்களுக்கு முத்திரை குத்துவதானா லும் சரி, கல் உடைப்பதற்கு 'லைசென்ஸ்' பெறுவதானாலும் சரி, ஆற்றோர நிலத்தில் மின் மோட்டார் அமைப்பதற்குத் 'தடையிலாச் சான்றிதழ்' பெறுவதானாலும் சரி, மணல் லாரிகளில் மணல் நிரப்புவதானாலும் சரி, ஒரு விபத்தில் மரணமடைந்தவருக்கு உடனடியாக 'மரணச் சான்றிதழ்' வழங்குவதானாலும் சரி, இப்படி அன்றாட வாழ்வில் வெவ்வேறு தரப்பட்டவர்களும் நடைமுறையிலுள்ள பல அன்றாட நிகழ்வுகளுக்குத் தேவையான அரசு அங்கீகார மற்றும் அனுமதிச் சான்றிதழ்கள், லைசென்ஸ்கள் போன்ற வற்றைப் பெறுவதற்கு ஒவ்வொன்றுக்கும் எவ்வளவு 'மாமூல்' என்பது கிட்டத்தட்ட நிர்ணயமாகியிருக்கிறது! ஒவ்வொரு அரசு ஒப்பந்தத்திலும் எவ்வளவு விழுக்காடு அதிகாரிகளுக்கு, எவ்வளவு விழுக்காடு அரசியல்வாதிகளுக்கு என்பது பரவலாக ஏற்றுக்கொள்ளப்பட்ட செய்தியாகவே இருக்கிறது. அவ்வாறு செய்வது ஒரு குற்றம் என்கிற உணர்வே மழுங்கிவிட்டது.

1980களிலிருந்து குற்றவாளிகள் – அரசியல்வாதிகள் தொடர்பில் ஒரு புதிய திருப்பம் ஏற்பட்டது. சாராயக் கடை ஏலத்தைத் தங்கள் கட்டுக்குள் வைத்திருப்பதுதான் அவர்களின் பிரதான நடவடிக்கையாக இருந்ததென்றாலும், குடும்ப மற்றும் இதர வழக்குகளுக்குள்ளான மனைகளை விற்பதில் கட்டைப் பஞ்சாயத்து செய்து அதற்குப் பிரதிபல னாகச் சொத்தில் ஒரு பகுதியை, சில சமயங்களில் பெரும் பகுதியைக் கபளிகரம் செய்ததும் நடந்துள்ளது. விரைவிலேயே அவர்களுக்குப் போட்டிக் குழுக்கள் தோன்றி, கட்டைப் பஞ்சாயத்துக்கான 'விலை'யைக் கட்டுக்குள் கொண்டுவந்தன என்றாலும் இவர்களின் நடவடிக்கைகளால் கொடுக்கல் வாங்கல் பரிமாற்றச் செலவுகள் அதிகரித்திருக்கின்றன.

புதிய நூற்றாண்டில் சாராயக் கடை வியாபாரத்தை அரசே ஏற்றுக்கொண்ட பிறகு மணல் வியாபாரம்தான்

கையூட்டுப் பெறுபவர்களின் அமுதசுரபியாகிவிட்டது. ஆற்று மணலின் ஒவ்வொரு யூனிட் மணல் லாரியில் ஏற்றப்படும் போதும் அரசுக்குச் செலுத்த வேண்டிய தொகையோடு அதிகப்படியாக அதிகாரிகளுக்கும் ஆளும் கட்சியினருக்கும் – மற்ற கட்சியினருக்கும்கூடக் கொடுக்க வேண்டிய தொகையும் சேர்த்தே வாங்கப்படுகிறது என்பது இலஞ்ச ஒழிப்புத் துறை தவிர மற்ற எல்லோரும் அறிந்த உண்மையாகும். மணல் வியாபாரம் தவிர ஒவ்வொரு காண்டிராக்டிலும் இன்னின் னாருக்கு இவ்வளவு கமிஷன் தர வேண்டும் என்பது முறைமைக்கு உட்படாமல் வரையறுக்கப்பட்டுக் கடைபிடிக்கப் படுகிறது. காவல் துறை, வருவாய்த் துறை, போக்குவரத்துத் துறை, வரி வசூல் துறை போன்ற எல்லாத் துறைகளிலும் இத்தகைய பங்கிடல் நடைபெறுகிறது. நீதித் துறைக்கும் இப்போது இது விரிவடைந்துவிட்டதாகச் சொல்கிறார்கள். அரசியல்வாதிகள், அரசு அதிகாரிகள், இடைத்தரகர்கள் ஆகியோரிடையே குற்ற ஒருங்கிணைப்பில் இருக்கும் வலைப் பின்னலில் கரூரும் தமிழ்நாட்டின் மற்ற பகுதிகளோடு சேர்ந்துள்ளது.

மனை விலையேற்றம்

1970களுக்குப் பின்னர்தான் கரூரில் கட்டிடம் கட்டும் வேகம் துரிதமடைந்தது. 1950–60களில் புதிதாகத் தொழில் தொடங்கி வளர்ச்சி பெற்று வருபவர்களுக்குக் கட்டிடங்களில் முதலீடு செய்வது கவர்ச்சிகரமானதாக இல்லை. கட்டிடங் களின் வாடகை மூலம் வரக்கூடிய வருவாய், அதற்காகப் போட்ட முதலுக்குக் கவர்ச்சிகரமான வட்டியை அளிக்கக் கூடிய அளவில் இல்லை என்று முதலுக்கே பற்றாக்குறையை அனுபவித்த புதிய தொழில் முனைவோர் கருதினார்கள். ஆனால் தொழிலில் வளர்ச்சி பெற்று முதலைச் சேமித்து விட்டவர்களுக்கு வெளியுலகிற்குத் தம் வெற்றியை அறிவிக்கவும், பகட்டுக் காட்டவும், வருங்காலச் சந்ததிகளுக்குச் சேமித்து வைக்கவும் கட்டிடங்கள் இன்றியமையாச் சாதனங்களாகி விட்டன. கரூரில் இந்தக் கட்டிடக் ‘காய்ச்சல்’ தொடங்கிய பிறகு அதனைத் தடுக்க எந்தச் சக்தியும் வரவில்லை. நகரின் உள்ளே வீட்டு மனைகளின் விலை விஷம்போல் ஏறியது. அதைவிட வேகமாக ஏறியது வணிகப் பகுதி மனைகளின் விலை. வெகு சிலர் மட்டுமே ஈடுபட்டிருந்த நிலத் தரகுத் தொழில், வேகமாக விரிவடைந்து பலரும் நுழையும் தொழி லாகியது. நிலத்தில் ஊக வாணிபம் செய்து மிகுந்த இலாபம் சம்பாதிக்கலாம் என்கிற நோக்கத்தில் சிலப் புதுப் பணக் காரர்கள் நகரின் எல்லையை ஒட்டிய பகுதிகளில் நிலம்

வாங்க ஆரம்பித்தனர். அப்போது விரிவடைந்த செங்குந்த புரம், ராமகிருஷ்ணாபுரம், வடிவேல் நகர் போன்ற குடியிருப்பு மற்றும் வணிகம் சார்ந்த பகுதிகள் குறுகிய சாலைகளுடனும் வருங்காலத் தேவைகளைக் கருத்தில் கொள்ளாமலும் ஏற்பட்டதால் அங்கெல்லாம் இன்றுவரை போக்குவரத்து மிகச் சிரமமானதாக உள்ளது. இனிமேலும் போக்குவரத்தில் பெரிய முன்னேற்றம் ஏற்பட வழியில்லாமலிருக்கிறது.

1980களில் கரூருக்குத் தெற்கில், தான்தோன்றி மலை செல்லும் வழியில் காந்தி கிராமத்தில் ஒரு அரசு குடியிருப்பு தொடங்கியது. சிறிதுசிறிதாக அதைச் சுற்றித் தனியார் குடியிருப்புகள் வளர்ந்தன. நகர் மத்தியிலிருந்த புனித தெரஸா மேல்நிலைப் பள்ளியின் வளர்ச்சிக்குப் போதிய இடமில்லாததால், அதன் புதிய வளாகம் காந்தி கிராமத்திற்கு அருகில் மாற்றப்பட்டது. அந்த வட்டாரத்திலேயே அரசு கலைக் கல்லூரியும் சாரதா மகளிர் கல்லூரியும் அமைந்தன. 1995இல் கரூர் மாவட்டமாக மாறி, கரூர் நகர் மாவட்டத் தலைநகர் என்ற அந்தஸ்தைப் பெற்ற பிறகு, 21ஆம் நூற்றாண்டில்தான் மாவட்ட ஆட்சியர் அலுவலகம், மாவட்டக் காவல் துறை அலுவலகம், மாவட்ட நீதி மன்றங்கள், வட்டாரப் போக்குவரத்துத் துறை அலுவலகங்கள் ஆகியவை தான்தோன்றி மலை வழியாகத் திண்டுக்கல் செல்லும் பிரதான சாலையில் அமைந்தன. அந்தச் சாலையை வெட்டிக்கொண்டு கோவை – நாகப்பட்டினம் தேசிய நெடுஞ்சாலையின் புறவழிச்சாலை தற்போது (2011இல்) அமைக்கப்பட்டுக்கொண்டிருக்கிறது. அதனால் கரூரின் விரிவாக்கத்தில் இந்தத் தென்கிழக்குப் பகுதியின் முக்கியத்துவம் அதிகரித்திருக்கிறது.

சுதந்திரத்திற்கு முன்பு, கரூரின் முதல் பேருந்து நிலையம் திண்டுக்கல் சாலையும், ஜவஹர் பஜாரும் சந்திக்கும் இடத்திற்கு வட மேற்கில் அமைந்திருந்தது. பின்னர் எல்.ஜி.பி பஸ்கள் லாரிமேடு அருகில் அவர்களின் சொந்தக் கட்டிடத்திலிருந்தும், (பின்னர் அமர்ஜோதி டெக்ஸ்டைல்ஸ் நிறுவனத்தின் தலைமை யகம்) D.S.M. மற்றும் இதர பஸ்கள் போலீஸ் நிலையத்திற்கு எதிரிலுமிருந்து கிளம்பின. அதற்குப் பிறகு பேருந்து நிலையம் நகராட்சியால் (பழைய) புறவழிச் சாலையும், பிரம்ம தீர்த்தத் தெருவும் சந்திக்குமிடத்துக்கு மாற்றப்பட்டது. அந்த இடத்தில் தற்போது உழவர் சந்தை அமைந்திருக்கிறது. அங்கிருந்து பேருந்து நிலையம் மறுபடி மாற்றப்பட்டு (பழைய) புறவழிச் சாலைக்கும் பிரம்ம தீர்த்தத் தெருவுக்கும் இடையில் அமைந்துள்ள நகராட்சி விளையாட்டு மைதானத்தில் அமைக்கப்பட்டது. அதன் பின் மத்தியப் பேருந்து நிலையம் தற்போது இருக்கும் (பழைய) புறவழிச்

சாலையும் கோவை சாலையும் சந்திக்குமிடத்திற்கு வடமேற்கில் அமைக்கப்பட்டது. அந்த இடமும் தற்போது மிக நெருக்கடி நிறைந்த இடமாக மாறிவிட்டது. பேருந்து நிலையத்தைப் புதிதாக எந்த இடத்துக்கு மாற்றுவது என்பதில் அரசியல் புகுந்து விளையாடுகிறது!

கரூரின் புறநகர்ப் பகுதிகளில் பிரதான சாலைகளின் ஓரத்திலிருந்த விளை நிலங்களின் விலைகள் பற்றி ஊக வாணிபம் செய்த தரகர்கள், முதலாளிகள் ஆகியோர் பெற்ற வெற்றி வெளிப்படையாகத் தெரிந்தது. இதுவே மற்றவர்களையும் வீட்டு மனைகளில் முதலீடு செய்யத் தூண்டுகோலாக அமைந்தது. உடனடியாக வீடு அல்லது பட்டறை கட்டும் திட்டமில்லாதவர்களும் கூட அதற்காக ஒரு மனையை வாங்கி வைத்துக்கொள்வது புத்திசாலித்தனமான காரியம் என்று மனைகள் தேடினர். மனைகளுக்கான நிலம் வைத்திருந்தவர்கள் அவை நகருக்குள்ளிருந்த மனை நிலங்களாகவிருப்பினும், புறநகர்ப் பகுதியிலிருந்த விவசாய நிலங்களாயிருப்பினும் அவற்றின் விலை மேலும் உயரும் என்கிற எதிர்பார்ப்பினால் தங்கள் நிலங்களை விற்க விரும்பவில்லை. இவற்றின் ஒட்டுமொத்தக் காரணமாக வீட்டு மனைகளின் அளிப்பு அதிகரிக்காததால் புதிய மனைகளுக்கான தேவை மேலும் அதிகரித்தது. இப்படி மனைகளின் விலையேற்றமே மேலும் மனைகளுக்கான தேவையைத் தூண்டிவிட்டது. இந்தத் தொடர் விலையேற்றம் 1990களின் நடுப்பகுதிவரை நிகழ்ந்தது. அதற்குப் பிறகு ஊக வாணிபக் குமிழி உடைந்து போய் ஒரு மிகப்பெரிய சரிவு ஏற்பட்டது.

ஆனால் 1990இன் பிற்பகுதியில் கரூரின் இளைய தலைமுறைத் தொழில் முனைவோர் 'டெக்ஸ்' ஏற்றுமதித் தொழிலில் புதிய முயற்சிகளை மேற்கொண்டு உலகின் பிரபலமான பல்பொருள் அங்காடி நிறுவனங்களுக்கு நேரடியாகச் சரக்குகளை நீண்ட கால ஒப்பந்த அடிப்படையில் தயாரிக்க ஆரம்பித்தனர். அதனால் ஒவ்வொரு நிறுவனமும் ஒரு ஆண்டில் சில கோடி ரூபாய் மதிப்புக்கான சரக்குகளை ஏற்றுமதி செய்யும் வாய்ப்புகளைப் பெற்றன. அத்தகைய நிறுவனங்கள் தங்களின் ஏற்றுமதிச் சரக்குகளை உற்பத்தி செய்வதற்கும், தர நிர்ணயம் செய்வதற்கும், வகை பிரிப்பதற்கும், பொட்டலம் கட்டுவதற்கும், 'கண்டெயினர் லாரி'களில் நிரப்புவதற்கும் தகுதியான பரப்பு மிகுந்த கட்டிடங்களைக் கட்ட முற்பட்டபோது மறுபடியும் மனை விலை ஏற ஆரம்பித்தது. அப்படி வெற்றி பெற்றவர்கள் தங்களின் வீடுகளைக் கட்ட ஆரம்பித்தபோதும், கரூரின் கல்வி,

கேளிக்கை, ஓட்டல் மற்றும் வளர்ந்துவரும் வணிக வாய்ப்புகள் ஆகியவற்றைப் பூர்த்திசெய்வதற்காகவும், கரூரின் வளர்ந்துவரும் மக்கள் தொகையின் குடியிருப்பு வசதிகளின் தேவை காரணமாகவும் மனை விலை திரும்பவும் விஷம்போல் ஏறிவருவது வெளிப்படையாகத் தெரிகிறது.

கரூர் நகராட்சி எல்லையின் நான்கு திசைகளிலும் தாழ்த்தப்பட்டவர்களின் குடியிருப்புகள் இருந்தன. வீட்டு மனைகளின் விலைகள் அதிகரித்தபோது முதல் சுற்றிலேயே அவர்களில் பெரும்பாலானவர்கள் தங்கள் மனைகளை விற்றுவிட்டார்கள். பொறுமையோடு காத்திருந்தவர்களுக்குப் பேரதிர்ஷ்டம் அடித்தது. 1990இன் முற்பகுதியில் மனைகளின் விலை விண்முட்டும் வகையில் உயர்ந்து பின் வீழ்ந்தது. மறுபடி அது முன்பைவிட அதிகமாக உயர்ந்துள்ளது. கரூரின் எல்லைப் பகுதிகளில்கூட வீட்டு மனைக்கான ஒரு ஏக்கர் நிலம் ரூபாய் ஒரு கோடிக்கு (சதுர அடி ரூ. 250) விற்றது. இதனால் கரூரின் எல்லைப் பகுதிகளிலிருந்த பல தாழ்த்தப் பட்ட குடும்பங்கள் பயனடைந்துள்ளன. அவர்களில் சிலர் தொழில் முனைவோராவதற்கும் இது உதவியது. அவர்களும் 'பைனான்ஸ் கம்பெனிகள்' தொடங்கியுள்ளனர். மற்ற சாதியினரைப் போலவே அவர்களும் தங்கள் சாதிச் சங்கங்களுக்குப் புரவலர்களாக இருக்கிறார்கள்.

கரூரின் புறநகர்ப் பகுதிகளில் இருந்த விவசாய நிலங்கள் வீட்டு மனைகளாக்கப்பட்டன. 1950களில் ஏக்கர் ரூ. 5000க்கு விற்ற நிலங்கள் 1970களில் ரூ. 5 லட்சத்திற்கும், 1990களில் ரூ. 50 லட்சத்திற்கும், 2005இல் ஒரு கோடிக்கும் விலை போயின. புறநகர்ப் பகுதிகளில் கடன் சுமையில் சிக்குண்டு தவித்த விவசாயிகள் பலர் திடீர் லட்சாதிபதிகளாகவும் கோடீஸ்வரர்களாகவும் மாற்றமடைந்தனர். அவர்களில் பலர் தங்கள் ரொக்கத்தின் ஒரு பகுதியைப் பல பைனான்ஸ் கம்பெனிகளில் முதலீடாகவும் டெபாஸிட்டாகவும் உள்ளிட்டிருக்கிறார்கள். கரூரின் 'டெக்ஸ்' மற்றும் நகைக் கடை உட்படப் பல்வேறு வணிகங்களில் விவசாயிகள் ஈடுபவதற்கு அவர்கள் கையில் மனை விற்ற ரொக்கம் இருந்தது ஒரு மிக முக்கியமான காரணமாகும்.

இந்த வீட்டு மனை விலை உயர்வுக்கு முன்னர் கரூரின் காவிரி, அமராவதி ஆறுகளின் ஓரத்திலும், அவற்றின் கால்வாய்ப் பகுதிகளிலும் இருந்த நஞ்சை நில உடமையாளர்கள், புஞ்சை நிலக்கிழார்களைவிட அதிகம் மதிக்கப் பட்டனர். ஆனால் வீட்டு மனை விலை உயர்வுக்குப் பின்னர் இந்த நிலை தலைகீழாக மாறியது. காவிரிப் படுகை

யில் சிறந்த நஞ்சை நிலங்கள் 2000களில் ரூ. 2 லட்சத்திலிருந்து ரூ. 3 லட்சத்திற்கு விற்கப்பட்டது. ஆனால், கரூரைச் சுற்றியிருந்த புறநகர்ப் பகுதியின் நஞ்சை, புஞ்சை நிலங்கள் ரூ. 1 கோடிக்கு மேல் விலை போனதால் பாரம்பரியமான விவசாயக் குடும்பங்களின் செல்வாக்கு, இந்தப் புதுப் பணக்காரர்களை ஒப்பிடச் சரிந்தது. கரூரை ஒட்டி ஐந்து ஏக்கர் புஞ்சை நிலம் வைத்திருந்த விவசாயி, காவிரியை ஒட்டி 100 ஏக்கர் நஞ்சை வைத்திருந்த விவசாயியைவிடப் பணப் புழக்கம் உடையவராக மாறியிருக்கிறார்!

கல்வியும் கலைகளும்

1950களில் கரூரில் நகராட்சி உயர்நிலைப் பள்ளி, மகளிர் உயர்நிலைப் பள்ளி, தெரஸா மகளிர் உயர்நிலைப் பள்ளி, ஸி.எஸ்.ஐ. தொழிற் பள்ளி போன்றவை இயங்கிவந்தன. 1920களில் நகராட்சி உயர்நிலைப் பள்ளியில் இரண்டாம் பாரம் (தற்போதைய ஏழாம் வகுப்பு) படிக்கும்போதே எஸ்.ஜி. செங்கோட்டையன் அவர்களின் அபாரமான அறிவுத் திறனை முன்னுணர்ந்து, அவர் ஐ.சி.எஸ். தேர்வு எழுதி வெற்றிபெறக் கூடியவர் என்று கருதி, அதற்காக அவரை ஊக்குவித்து, அவர் இங்கிலாந்து சென்று கேம்பிரிட்ஜ் பல்கலைக் கழகத்தில் படிக்கவும், பின்னர் ஐ.சி.எஸ். தேர்வெழுதவும் ஆலோசனை நல்கிய பெருந்தகைகள் பள்ளியின் தலைமையாசிரியர் கிருஷ்ணசாமி ஐயங்கார் அவர்களும், கணித ஆசிரியர் எஸ்.சுந்தரம் ஐயர் அவர்களும் என்று கேள்விப்பட்டிருக்கிறேன். ஐ.சி.எஸ். தேர்வில் வெற்றிபெற்ற பிறகு, செங்கோட்டையன் நகராட்சி உயர் நிலைப் பள்ளிக்குக் கையில் மாலையுடன் வந்து முதல் மாடியிலிருந்த தலைமையாசிரியர் அறைக்கு மாடிப்படிகளில் மேலேறிச் செல்லும்போதே (அப்போதிருந்த மரபுப்படி ஐ.சி.எஸ். அதிகாரிகளைத் தலைமையாசிரியர்கள்தான் சென்று சந்தித்து மரியாதை செலுத்த வேண்டும்!) கிருஷ்ணசாமி ஐயங்கார் படிகளில் அவசரமாகக் கீழிறங்கி வர, இருவரும் நடுப்படிகளில் சந்தித்து அளவளாவிய உணர்ச்சிகரமான காட்சியை நேரில் கண்டவர்கள் விவரித்ததைக் கேட்டு நெகிழ்ந்திருக்கிறேன். துரதிர்ஷ்டவசமாக எஸ்.ஜி. செங்கோட்டையன் மிக இளவயதிலேயே காலமானார். கிருஷ்ணசாமி ஐயங்காரைப் போலவே டி.ஜே. மல்லி, ஆல்பர்ட் ஞானமுத்து, கே.எஸ். ரங்கசாமி ஐயங்கார், செல்லதுரை போன்ற அற்புதமான தலைமை யாசிரியர்களை இந்தப் பள்ளி பெற்றிருந்தது. அதன் பழைய மாணவன் என்பதால் எனக்கு அந்தப் பள்ளி பற்றி மட்டுமே

தெரியும். அதனால் மற்ற பள்ளிகளைப் பற்றிய விவரங்களைக் குறிப்பிட முடியவில்லை.

1940களில் ஆல்பர்ட் ஞானமுத்து தலைமை யாசிரியராக இருந்தபோது, வா.செ.குழந்தைசாமி திருச்சி சென்று 'தேசியப் போர் முன்னணி முகாமிற்கு' கரூர் பள்ளி மாணவனாகப் பங்குபெறச் சென்றிருந்தார். அந்த முகாமில் கல்லூரி மாணவர்களுக்குப் பேச்சுப் போட்டி நடப்பதை அறிந்து கொண்டு, தானே போய்ப் போட்டியில் பங்கெடுத்துக் கொள்வதற்கு வாய்ப்புக் கேட்டுப் பெற்று, அந்தப் போட்டியில் கல்லூரி மாணவர்களையும் விஞ்சி வெற்றி பெற்றார். அதைப் பாராட்ட நிகழ்ச்சி நடத்தியது எனக்கு நினைவிருக்கிறது. அப்போதைய தலைமையாசிரியரும் ஆசிரியர்களும் மாணவர்களின் தனித்திறனைக் கண்டுபிடித்து ஊக்குவித்தார்கள். தலைமையாசிரியர் தவிர, 1940களில் என் ஆசிரியர்களாக இருந்த கே.எஸ்.ரங்கசாமி ஐயங்கார், 'பர்க்' ராமநாதன், மோஸஸ், ஜி.சி.வேலாசாமி செட்டியார், குருசாமி ஐயா, கணபதி ஐயா, சுந்தரம் ஐயர், வரதராஜ ஐயங்கார், 'சிவப்பு' ஹிந்தி பண்டிட், 'கருப்பு' ஹிந்தி பண்டிட், எம்.டி. டீச்சர் (மேன்யுவல் டிரெய்னிங் – கை வேலை ஆசிரியர்), டிராயிங் டீச்சர், உடற்பயிற்சி ஆசிரியர் போன்ற ஒவ்வொரு வரையும் தனித்தனியாக நினைவுகூர்ந்து அவர்களின் நலந்தரும் நடவடிக்கைகளை மெச்ச முடிகிறது.

1970களில்தான் கரூரில் தனியார் பாலிடெக்னிக் மற்றும் உயர்நிலைப் பள்ளிகள் தோன்றின. அதாவது, இலாப நோக்கோடு, கல்வித்துறையில் தனியார் முதலீடு ஈடுபடுத்தப் பட்டது. கரூர் பாலிடெக்னிக்கின் முதல் பிரின்ஸிபால் தில்லியில் நெசவுத் தொழில் நுட்பத்தில் முனைவர் பட்டம் பெற்றவர். முதலில் வந்த விவேகானந்தா உயர்நிலைப் பள்ளி ஹிந்து சமய நோக்கோடு தொடங்கப்பட்டது. சேரன் உயர்நிலைப் பள்ளியின் நிறுவனர் கருப்பண்ணன், கரூர் நகராட்சிப் பள்ளியின் புகழ்பெற்ற, ஓய்வுபெற்ற தலைமை ஆசிரியர் செல்லதுரை அவர்களின் ஆற்றலையும் அநுப வத்தையும் தன் கல்வி நிறுவனத்தின் தொடக்கத்துக்காகவும் வளர்ச்சிக்காகவும் பயன்படுத்திக்கொண்டார். அந்தக் கால கட்டத்தில்தான் (1980களில்) புனித அந்தோணி ஆண்டவர் மெட்ரிகுலேஷன், லிட்டில் ஏஞ்சல்ஸ் போன்ற தனியார் பள்ளிகள் தோன்றின. புகளூர் காகித ஆலையில் டி.என்.பி.எல். மேல்நிலைப் பள்ளியும், புலியூரில் ராணி மெய்யம்மை மேல்நிலைப் பள்ளியும் தொடங்கப்பட்டன. இவற்றில் தொடக்கப் பள்ளி தொடங்கி உயர்நிலைப் பள்ளி வரை வகுப்புகள் இருந்தன. இந்தக் கல்வி நிறுவனங்கள் தொடங்கப்

பெற்ற, பல ஆண்டுகள் கழித்துத்தான் குரு வித்யாலயா, கொங்கு உயர்நிலைப் பள்ளி, கே.வீ.பி.ஓ.ஏ., வள்ளலார், என்.ஆர்.எம்.ஜி.பி., ஸ்டார், எல்.என்.வி.என். முதலான பல கல்வி நிறுவனங்கள் தோன்றின. கரூரின் செல்வ வளர்ச்சியின் ஒரு பிரதிபலிப்பாக இந்தப் பள்ளிகளின் விரிவான பெருக்கம் காணப்படுகிறது. 1995க்குப் பிறகுதான் சேரனின் கிளைகள், தெரசாவின் கிளை, வீனஸ், பரணீ பார்க், ராஜா முத்தையா செட்டியார், கொங்கு, பி.ஏ. வித்யா பவன், குருதேவர், திருமலை, மலர், ஆஸ்ரம், லிட்டில் பிளவர், லார்ட்ஸ் பார்க், ஆக்ஸ்போர்டு, மேக்மில்லன், ராசமா என்று இன்னும் வேறு பல உயர்நிலைப் பள்ளிகள் ஆரம்பிக்கப்பட்டன. அவற்றுக்கு உள்ளீடு செய்ய ஏராளமான ஆரம்பப் பள்ளிகளும் தோன்றி யுள்ளன. கொங்கு மேல்நிலைப் பள்ளி வேளாளக் கவுண்டர் களின் இனக் கூட்டமைப்பினால் உருவாக்கப்பட்டு நிர்வகிக்கப்படுகிறது.

புதிதாகத் தொடங்கப்பட்டுள்ள பள்ளி, கல்லூரிகளில் பெரும்பாலானவை கல்வியையும் ஒரு இலாபகரமான முதலீ டாகக் கருதித்தான் வாடிக்கையாளர்களைக் (படிக்கவரும் மாணவர்களின் பெற்றோர்களை) கவர்கின்ற வகையில் தங்கள் பள்ளிகளில் படிப்பவர்கள் மிகுந்த விழுக்காடு, அதிக மதிப்பெண்கள் பெற்றுத் தேர்ச்சி பெறுகிறார்கள் என்றும், அவர்களுக்குப் போக்குவரத்து, தங்குமிடம், கணினிப் பயிற்சி, மதிய உணவு, விளையாட்டு, கராத்தே, யோகா பயிற்சி போன்ற வசதிகள் செய்யப்பட்டுள்ளன என்றும் விளம்பரப்படுத்திக் கல்வி வாணிபம் செய்கின்றன. படிக்க வரும் மாணவர்களின் பெற்றோர் அவற்றைத் தர வரிசைப் படுத்துவதற்கு சில அறிகுறிகளைப் பயன்படுத்துகிறார்கள். பள்ளியில் எத்தனை விழுக்காடு மாணவர்கள் எஸ்.எஸ்.எல்.ஸி. அல்லது அதற்குச் சமமான தேர்வுகள், +2 தேர்வுகளில் வெற்றி பெற்றிருக்கிறார்கள், எவ்வளவு அதிக மதிப்பெண்கள் பெற்றிருக்கிறார்கள், எத்தனை மாணவர்கள் அந்தப் பள்ளியில் படிக்கிறார்கள், எத்தனை பஸ்கள் இருக்கின்றன, கட்டிடம் எவ்வளவு விஸ்தீரணமுடையது போன்றவை அவற்றில் முக்கியமானவை. அதற்குத் தக்கவாறு அந்தப் பள்ளிகளால் கட்டணம் வசூலிக்க முடிகிறது என்பதும் தெரிகிறது. இதனால் பெறக்கூடிய இலாபம் அதிகமிருக்கும் என்ற எதிர்பார்ப்பினால்தான் இந்த வியாபாரத்தில் இவ்வளவு அதிகமாக, இவ்வளவு வேகமாகப் புதிய முதலீடு செய்யப் படுகிறது என்பதும் வெளிப்படை. கரூரின் வெவ்வேறு தொழில்களில் ஏற்கெனவே வெற்றிபெற்றுள்ள பல தொழில் முனைவோர் 1995க்குப் பிறகு வேகமாகக் கல்வி வியாபாரத்

துக்குள் நுழைந்திருப்பது வெளிப்படையாகத் தெரிகிறது. எப்படியிருப்பினும் இந்தக் கல்வி நிறுவனங்களுக்கிடையே நிலவும் போட்டி காரணமாக மாணவர்களின் தரம் உயர் கிறது. அதே சமயம் தங்கள் குழந்தைகளின் கல்விக்காகச் செலவழிப்பதற்காகப் பெற்றோரின் பொருளாதாரச் சுமையும் மிக அதிகமாக உயர்கிறது.

சாதாரண மனிதர்கள் தங்கள் குழந்தைகளைத் தனியார் கல்வி நிறுவனங்களில் படிக்க வைக்க ஏராளமான பொருள் செலவு செய்ய வேண்டியிருக்கிறது. ஆங்கிலவழிக் கல்வி கொடுக்க வேண்டும் என்பதே பெரும்பாலான பெற்றோரின் விருப்பமாக உள்ளது. தமிழ் வழியில் பயிலும் மாணவர்கள் ஒரு தாழ்வு மனப்பான்மையை அடைகிற அளவிற்கு ஆங்கில வழிக் கல்வி மோகம் இருக்கிறது. அரசு மற்றும் நகராட்சிப் பள்ளிகளில் ஆசிரியர்கள் ஆர்வமில்லாமலும் மாணவர் முன்னேற்றத்தில் அக்கறையில்லாமலும் செயல்படுகிறார்கள் என்கிற எண்ணம் பரவலாகக் காணப்படுகிறது. அதிலும், ஆசிரியர்கள் தங்களிடம் 'டியூஷன்' படிக்க வருகிற மாணவர் களைத்தான் அக்கறையுடன் கவனித்துக்கொள்கிறார்கள் என்றும் பேசப்படுகிறது. இது 1940-50களில் அரசு மற்றும் நகராட்சிப் பள்ளி ஆசிரியர்கள் பெற்றிருந்த புகழோடு ஒப்பிடும் போது மிகப்பெரிய வீழ்ச்சியாகும். எல்லா அரசு மற்றும் நகராட்சிப் பள்ளி ஆசிரியர்களைப் பற்றியும் இப்படி ஒட்டு மொத்தமான குற்றச்சாட்டை ஆதாரமில்லாமல் சொல்வது தவறுதான் என்றாலும் சராசரிக் குடும்பங்களில் விசாரிக்கும் போது, பெரும்பாலானவர்கள் இத்தகைய அபிப்பிராயத்தைத் தான் கொண்டிருக்கிறார்கள் என்பதையும் சேர்த்தே பார்க்க வேண்டியிருக்கிறது. இப்படிப்பட்ட பள்ளிகளில்தான் தங்கள் பிள்ளைகளைப் படிக்கவைக்க வேண்டியிருக்கிறது என்று ஏழைப் பெற்றோர் சலித்துக்கொள்கிறார்கள்.

05.10.1966இல்தான் கரூரில் அரசு கலைக் கல்லூரி தொடங்கப் பட்டது. அதற்கு எல்.ஜி. வரதராஜ் ஒரு லட்சம் ரூபாய் நன்கொடை வழங்கினார். அப்போது, அது ஒரு மிகப் பெரிய தொகை. அதற்கு மேலும் நன்கொடைகளை வசூலிக்கும் பொறுப்பு, அப்போதைய தாந்தோனி பஞ்சாயத்து ஒன்றியத்தின் தலைவராக இருந்த செட்டிபாளையம் குக்கிராமத்தைச் சேரந்த ஸி.ஆர். நல்லசாமி அவர்களின் தோள்களில் விழுந்தது. அவர் அதுவரை பொதுக்காரியத்திற்காக வசூல் செய்து அறியாதவர்! அப்போதைய அரசியல் அப்படி நடந்தது! அவர் முதன் முதலாக நன்கொடை கேட்டது பஸ் முதலாளி கச்சியப்ப முதலியார் அவர்களிடமென்றும், அவர் ரூ. 5000/- வழங்கினாரென்றும் தெரிகிறது. அன்று மாலைக்குள்ளேயே

கணிசமான நன்கொடைகளைப் பெற முடிந்திருக்கிறது. அது மட்டுமன்று! அவரோடு தாந்தோனி ஒன்றியத்தின் கவுன்ஸிலராக இருந்த (பின்னர் தாந்தேனி யூனியன் தலைவராக ஆனவரான) அருகம்பாளையம் வி.கே. தங்கவேலு அவர்களின் உதவியுடன் கல்லூரிக்காக 17 ஏக்கர் நிலத்தை, ஏக்கர் ரூ. 700 என்கிற விலைக்கு வாங்கி அளிக்க முடிந்திருக்கிறது. தற்போது அந்த இடத்தில் நிலத்தின் விலை ஏக்கர் ரூ. 2 கோடிக்கு மேல் என்கிற அளவுக்கு உயர்ந்திருக்கிறது! கரூர் நகர, மற்றும் சுற்று வட்டாரப் பிரமுகர்களும், தாந்தோனி யூனியன் தலைவரும் அங்கத்தினர்களும், கரூரில் கலைக் கல்லூரி வருவதற்கு அப்போது அவ்வளவு ஆதரவு நல்கியிருக்கிறார்கள். தனியாக மகளிருக்கான சாரதா கலைக்கல்லூரி 1980களின் கடைப்பகுதியில் ஓர் இந்து மத அமைப்பினால் தொடங்கப்பட்டது. 1990களில் வேளாளக் கவுண்டர்களின் இன அமைப்பு உருவாக்கிய கலைக்கல்லூரி செயல்படத் தொடங்கியது. 2000 ஆண்டு தொடக்கத்திலேயே இரண்டு பொறியியல் கல்லூரிகள் கரூருக்கு அருகிலேயே தொடங்கப் பட்டுள்ளன. கரூரின் வள்ளுவர் 'கேட்டரிங்' கல்லூரி இந்த நூற்றாண்டில்தான் தொடங்கப்பட்டது. கரூரில் முதன்முதலில் தங்கள் கல்லூரியில் படித்தவர்களுக்கு வேலை வாய்ப்பு வாங்கித் தரும் வளாகத் தேர்வு ('கேம்பஸ் செலக்ஷன்') இந்தக் கல்லூரியில்தான் அறிமுகப்படுத்தப் பட்டது. கரூரின் இரு பொறியியல் கல்லூரிகளுக்கும் வளாகத் தேர்வு விரிவடைந் திருக்கிறது. கரூரின் கொங்கு கலை அறிவியல் கல்லூரியில் கூட வளாகத் தேர்வு அறிமுகப் படுத்தப்பட்டுள்ளது. அதற்குப் பிறகுதான் தனியார் நடத்தும் இன்னொரு 'கேட்டரிங்' கல்லூரி, ஆசிரியர் பயிற்சிக் கல்லூரிகள், இரு மகளிர் கல்லூரிகள் ஆகியவை தொடங்கப் பட்டுள்ளன. வேறுவகையில் கூறவேண்டு மென்றால் 1995க்குப் பிறகு கரூரில் கல்வித் துறையில் பல கோடிக்கணக்கான ரூபாய் தனியார் முதலீடு செய்யப்பட்டுள்ளது. கரூரின் வளர்ச்சி தொடர்ந்து இருக்கப் போகிறது என்கிற அடிப்படை அனுமானம் கரூரின் முதலீட்டாளர்களின் வலுவான எதிர்பார்ப்பாகக் காணப்படுகிறது.

கரூரின் நகராட்சிப் பள்ளியிலும் ஸி.எஸ்.ஐ. தொழிற் பள்ளியிலும் 1950களில் படம் வரைதல், கைத் தொழில் போன்றவை வகுப்புகள் இருந்தன. கரூர் நகராட்சி மேல்நிலைப் பள்ளியில் ஓவிய ஆசிரியராக எம்.எஸ். தேவசகாயம் என்கிற ஒரு புகழ்பெற்ற வரைகலை நிபுணர் இருந்தார். அவர் மத்திய அரசின் லலித கலா அகடமி விருது பெற்றவர். இவர் படைப்புகள் ரோம் வாட்டிகன் சர்ச்சிலும் இங்கிலாந்து,

டென்மார்க் நாடுகளின் கலை அமைப்புகளிலும் பார்வைக்கு வைக்கப்பட்டுள்ளன. அவர் கோயில்களையும் கோயில் சிலைகளையும் அக்கால கட்டத்தில் பெயர் பெற்றிருந்த ‘சில்பி’ படங்களைப் போல் மிகச் சிறப்பாக வரைவார். அவர் பரிசுகள் பல பெற்ற வராயினும் அவர் திறனுக்கேற்ற அங்கீகாரம் பெறவில்லை. புகைப்படம் எடுப்பதில் ‘டீலக்ஸ்’ பெரியசாமி போலவே சந்தாமியான் என்பவரும் 1960களில் புகழ்பெற்று விளங்கி னார். சில சினிமாக்களுக்கு ஸ்டில் போட்டோகிராபராக விளங்கினார். இசைத்துறையில் கரூர் சின்னசாமி அய்யர் சிறப்பாக இருந்தார். கொடுமுடியைச் சேர்ந்த கே.பி. சுந்தராம்பாள் கரூரில்தான் வாழ்ந்தார். கரூர் மாரியம்மன் கோயில் விழாவில் அவர் தவறாமல் கலந்து கொண்டு பாடுவதைக் கேட்கவே பெரும் கூட்டம் கூடும். கரூரின் நாரத கான சபா இசைக் கலைஞர்களைக் கரூருக்கு வரவழைத்துக் கௌரவித்ததில் நெடுங்காலமாகத் தொண்டு செய்துள்ளது. 1980க்குப் பிறகு கலைத்துறையில் சாதனையாளர் களை அதிகமாகக் கரூர் உருவாக்கவில்லை. செல்வம் பெருகிய அளவுக்கு நகரில் கலைகள் வளரவில்லை என்றே தோன்று கிறது.

கரூரின் நகராட்சிப் பள்ளியின் விளையாட்டு மைதானம் சிறந்த விளையாட்டு வீரர்களை உருவாக்கியது. பள்ளியில் படிக்கும்போதே கூடைப் பந்து விளையாட்டில் தியானேஸ் வரன் (பின்னர் இ.ஆ.ப. தேர்வு பெற்றவர்) பெயர் பெற்றிருந் தார். எல்.ஜி.பீ. நிறுவனம் புரவலராயிருந்து தொடங்கிய மாநில அளவில் கூடைப் பந்து விளையாட்டு ஆண்டுதோறும் கரூரில் நடத்தப்படுகிறது. ஆனாலும், காலப்போக்கில் விளை யாட்டு மைதானத்தையே பேருந்து நிலையமாக மாற்றியும் கண்காட்சி போன்ற வேறு பல காரியங்களுக்குப் பயன்படுத்தி யும் விளையாட்டின் முக்கியத்துவத்தையே அழித்த கொடுமை கரூரில் நடந்துள்ளது. இவ்வளவு செல்வம் பெருகிய பிறகும், எத்தனையோ தொழில் முனைவோர் வளர்ந்துவிட்ட பிறகும், நகரின் மையமான இடத்திலுள்ள அந்த மைதானத்தைத் திரும்பவும் விளையாட்டுக்கு மாத்திரம் என்று ஒதுக்காம லிருப்பது கரூரின் அவமானச் சின்னங்களில் தலையானது.

2000களுக்குப் பிறகு கரூரின் செல்வச் செழிப்பு அதிக மான பிறகு டென்னிஸ், நீச்சல் போன்ற வெளி விளையாட்டு களுக்கும், சதுரங்கம், கேரம் போன்ற உள் விளையாட்டுக் களுக்கும் பயிற்சி கொடுக்கும் தனியார் நிலையங்கள் அல்லது அங்கத்தினர்களால் இயக்கப்படும் ‘கிளப்’கள் தோன்றியுள்ளன. ஆனால் இது சாதாரண மனிதர்களுக்கு எட்டாக் கனியாகி விட்டன.

இளைய தலைமுறையினரும் அரசின் செயல்பாடுகளும்

கரூரின் வளர்ச்சி அடுத்தடுத்து நிகழ்ந்த எதிர்பாராத நிகழ்வுகளால் உந்தப்பட்டது என்று இதுவரை விளக்கியிருந்தேன். ஆனால் 1990க்குப் பிறகு முதல் தலைமுறைத் தொழில் முனைவோரின் வாரிசுகளும், புதிதாகத் தொழில்களில் நுழையும் இளைஞர்களும் திட்டமிட்டுப் பாதை வகுத்து அந்த வழிகளில் தங்களின் முன்னேற்றத்தை வழி நடத்துகிறார்கள். இதனால் பழைய முறையான – தொழிலாளரா யிருந்து படிப்படியாக மேலேறி உச்சத்தை அடையும் – பாதை ஒரேயடியாக அடைபட்டுப் போய்விடவில்லை. அரவிந்த் நிறுவனத்தின் தங்கவேலு அவர்களை இந்தக் காலகட்டத்தில் பழைய பாதையில் வெற்றிகரமாகப் பயணித்தவர்களுக்கு ஒரு முக்கிய உதாரணமாகக் காட்டலாம்.

புதிய தொழில் முனைவோர் தங்கள் முன்னோடிகள் தொடங்கிய நிறுவனங்களை நவீனப்படுத்தியும், அவர்களின் அநுபவப்பட்ட தொழில் சார்ந்த புதிய வழி வியாபாரங்களைத் தொடங்கியும், தொழிலைப் புதிய திசையில் திருப்பியும் பெரிய மாறுதல்களை ஏற்படுத்தியுள்ளார்கள். ஏற்றுமதி செய்யும் பொருள்களில் மாற்றங்கள் வர ஆரம்பித்துள்ளன. வெளிநாடுகளின் வியாபாரச் சந்தைகளுக்குச் சென்று அங்கு இறக்குமதியாளர் எத்தகைய சரக்குகளை விரும்புகிறார் என்று தெரிந்துகொண்டு அவற்றைக் கரூரில் தங்கள் நிறுவனங்களிலேயே உற்பத்தி செய்தோ பகுதி பகுதிகளாகப் பிரித்து வெவ்வேறு நிறுவனங்களில் உற்பத்தி செய்து பின் ஒன்றுதிரட்டியோ இவர்கள் ஏற்றுமதி செய்கிறார்கள். 1970களில் இடைத்தரகர்களின் ஆதிக்கம் அதிகமிருந்தது. இளைய தலைமுறையினரில் ஒரு சாரார் இந்த ஆதிக்கத்தை ஓரளவு முறியடித்துள்ளதாகத் தோன்றுகிறது.

அதே சமயம், ஏற்றுமதி வணிகத்திற்கு இன்றியமையாத தரக் கட்டுப்பாடுகளை நிர்ணயித்துத் தருகிற நிறுவனங்கள் தொடங்கப்பட்டுள்ளன. சரக்குகளை அடைப்பதற்கான அட்டைப் பெட்டிகள், அவற்றை மூடுவதற்கான பாலிதீன் பைகள், அவற்றில் பயன்படுத்தப்படும் பொத்தான்கள், கொக்கிகள், ஜிப்கள், அவற்றை அழகுபடுத்துவதற்காகச் செய்யப்படும் பூத்தையல், அவற்றின் அளவு, துவைக்கும் முறை போன்றவற்றைக் காட்டும் அடையாளத் துணி அட்டைகள், பெட்டிகள், மூடிகள் ஆகியவற்றில் முகவரிகள் மற்றும் தகவல்கள் அச்சிடும் வழிகள் ஆகியவற்றை உற்பத்தி செய்கிற அல்லது அவற்றை வருவித்துத் தருகிற பல தொழில்களைப்

புதிய தொழிலதிபர்கள் தொடங்கியுள்ளனர். ஆயத்த ஆடைகள் தயாரிப்பில் ஈடுபட்டுள்ள புதிய நிறுவனங்கள் வந்துள்ளன. அதைப் போலவே பல்வகைத் துணிகளைத் தயாரிக்க வெவ்வேறு வகையான நூல் வகைகளை விற்கிற கடைகளும் ஆரம்பிக்கப்பட்டுள்ளன. அந்த நூல் வகைகளை ஏற்றுமதிக்குத் தக்கவாறு சாயமிடுவதில் வியத்தகு மாறுதல்கள் வந்திருக்கின்றன. புதிய வகைத் தொழில்நுட்பங்களை இளைய தலைமுறையினர் சாயமிடுதலில் வெற்றிகரமாக உட்செலுத்தியுள்ளார்கள். எவ்வாறு ஏற்றுமதிக்கான அனுமதிகளைப் பெறுதல், அவற்றின் கணக்கு முறைகள் போன்றவற்றைப் போதிக்கும் தனியார் நிறுவனங்களும் வந்திருக்கின்றன. தொழிலின் முன்னோடிகள் மிகுந்த சிரமப்பட்டுக் கற்றுக் கொண்ட பல தொழில்நுட்பங்கள் இப்போதிருக்கும் இளைய தலைமுறைக்கு எளிதாகக் கிடைக்கின்றன. ஏற்றுமதித் தொழில் சார்ந்த பல வகையான உப தொழில்கள் கரூரில் நன்கு வளர்ந்துள்ளன. கரூரின் புதிய தலைமுறைத் தொழில் முனைவோர் காற்றாலை மின் நிலையங்கள் நிறுவுதல், அனல் மின் நிலையம் அமைத்தல், நவரத்தினக் கற்கள் தேடுதல், வாணிபம் போன்ற புதிய திசைகளிலும் முதலீடு செய்ய ஆரம்பித்திருக்கிறார்கள்.

கணினியின் உபயோகம் கரூரின் வணிகத்தில் வியத்தகு மாறுதல்களை ஏற்படுத்தியுள்ளது. 1995 வரைகூடக் கரூரில் ஏற்றுமதி நிறுவனங்கள் கணினியைப் பயன்படுத்தியதாகத் தெரியவில்லை. 1996வாக்கில்தான் அவை செய்தித் தொடர்பிற்குத் தொலைநகலி (பேக்ஸ்) இயந்திரங்களை அறிமுகப்படுத்தியதாகத் தெரிகிறது. அதற்குப் பின்னர்தான் கணினிகளை வாணிபத்திற்குப் பயன்படுத்துவது படுவேகமாக அதிகரித்துள்ளது. ஒவ்வொரு முக்கிய நிறுவனமும் தங்களுக்கான பிரத்தியேகமான உலகளாவிய வலை இடத்தை (வெப் சைட்) ஏற்படுத்திக்கொண்டுள்ளன. அவர்களின் உற்பத்தியின் பல்வேறு பகுதிகளையும் கணினியின் செயல்பாட்டுக் கருத்துருக்கள் மூலம் கண்காணிக்கின்றனர். உள்நாட்டு, வெளிநாட்டு உற்பத்தியாளர்கள், வாடிக்கையாளர்களுடன் மின்னஞ்சல் மூலம் தொடர்புகொள்கின்றனர். ஏற்றுமதியில் கால இடைவெளிக்குக் கொடுக்க வேண்டிய விலையைக் கணினிகள் மூலம் குறைக்க முடிந்திருக்கிறது.

1990இன் பிற்பகுதியில் கரூரின் இளைய தலைமுறைத் தொழில் முனைவோர் 'டெக்ஸ்' ஏற்றுமதித் தொழிலில் வியத்தகு நவீனத் தொழில் விரிவாக்க முயற்சிகளை மேற்கொண்டனர். அமெரிக்காவின் பிரபலமான பல்பொருள் அங்காடி நிறுவனங்களுக்கு நேரடியாகச் சரக்குகளை நீண்ட

கால ஒப்பந்த அடிப்படையில் தயாரித்துத் தர ஆரம்பித்துள்ளனர். கொரியா, ஜப்பான், சீனா போன்ற நாடுகளின் அதி நவீன இயந்திரங்களையும் பரிசீலித்துத் தகுந்தவற்றைத் தங்கள் நிறுவனங்களில் நிறுவியுள்ளார்கள். கரூரின் 'டெக்ஸ்' படைப்புகள் செல்லாத நாடுகளே இல்லை என்கிற அளவுக்கு எல்லா நாடுகளுக்கும் ஏற்றுமதி செய்கிறார்கள். சீனா, பங்களாதேஷ், நேபாளம், தைவான், இலங்கை, ஹாங்காங் போன்ற நாடுகளின் கடுமையான போட்டியை எதிர் கொண்டு வெற்றியும் பெற்றிருக்கிறார்கள். அதற்காகச் சில நிறுவனங்கள் அமெரிக்கா, சீனா போன்ற வெளிநாடுகளிலும், நொய்டா போன்ற உள்நாட்டு உற்பத்தி மையங்களிலும் கிளை நிறுவனங்கள் ஏற்படுத்தியுள்ளன. சபரி நிறுவனம் இதில் முன்னோடி எனலாம். அதனால் ஒரு சில நிறுவனங்கள் ஒரு ஆண்டில் சில கோடி ரூபாய் மதிப்புக்கான சரக்குகளை ஏற்றுமதி செய்யும் வாய்ப்புகளைப் பெற்றன.

கரூரின் 'டெக்ஸ்' நிறுவனங்கள் புத்தாக்கம் பெற்றுப் பல உப தொழில்களுக்கு வித்திட்டது போலவே பேருந்துகளுக்குக் கூடு கட்டும் தொழிலிலும் பெரும் மாறுதல்கள் ஏற்பட்டுப் பல உப தொழில்கள் தோன்றுவதற்கு வழி வகுத்திருக்கிறது. 1980இல் இந்தத் தொழிலில் இருந்தவர்களுக்கு இப்போது இந்தத் தொழிலில் பயன்படுத்தப்படும் தொழில் நுட்பங்கள் மிகவும் வித்தியாசமானதாகவே தெரியும்!

கரூரின் 'டெக்ஸ்' மற்றும் 'பேருந்துக் கூடு கட்டும்' தொழில்களின் வளர்ச்சி காரணமாகப் புதிய பணம் கரூரில் வேகமாகச் சுழற்சியானது. அதனால் பல புதிய தொழில்களும் வளர ஆரம்பித்தன. குறிப்பாக ஓட்டல் தொழில், கட்டிடம் கட்டும் தொழில், வெளிநாட்டு மின் சாதனங்கள், கார்கள், மோட்டார் சைகிள்கள், பல்பொருள் அங்காடிகள், அழகு நிலையங்கள், நகைக் கடைகள், துணிக் கடைகள், டி.வி. மற்றும் வீட்டு உபயோகப் பொருள்கள் விற்கும் கடைகள் போன்றவை வளர்ந்தன. கரூரின் கட்டுமானத் தொழில் விரிவடைந்ததைத் தொடர்ந்து கல்குவாரி, செங்கல் உற்பத்தி மற்றும் சிமெண்டு, இரும்புக் கம்பிகள், சமையலறை, குளியலறை போன்றவற்றிற்கான உபகரணங்கள் விற்பனை, கட்டிடத் தளங்களுக்காகச் சலவைக் கற்கள், தளக் கற்கள் விற்பனை போன்றவையும், மணல், கட்டிட உள் அலங்காரம் போன்ற தொழில்களும் வேகமாக விருத்தி அடைந்துள்ளன. 1960–90களில் பெரும்பாலான புதிய வீடுகள் நகரின் எல்லைக்குள்ளேயே கட்டப்பட்டன. அவற்றிற்குக் கட்டடக் கலைஞர்கள் (ஆர்கிடெக்டுகள்) வடிவமைப்பது அபூர்வம். பெரும்பாலானவை வீடு கட்டுபவரின் விருப்பத்திற்கேற்ப

மேஸ்திரிகளாலும் சிவில் இஞ்சினியர்களாலும் வடிவமைக்கப் பட்டவை. வடிவேல் நகர், செங்குந்தபுரம், ராமகிருஷ்ண புரம் போன்ற பகுதிகளில் ஏராளமான புதிய கட்டிடங்கள் கட்டப்பட்டன என்றாலும் அங்கெல்லாம் சாலைகள் மிக நெருக்கமானவையாகவும் போக்குவரத்து நெரிசல் மிகுந்தவை யாகவும் ஆகின.

1990க்குப் பிறகு கரூரில் செல்வ வளர்ச்சிக்கேற்ற வகை யில் வாகனங்களின் எண்ணிக்கையும் பெருக ஆரம்பித்தது. இதனால் குறுகிய சாலைகள் நிறைந்த பகுதிகளில் வீடுகள் வைத்திருந்த பலர், ஊருக்கு வெளியில் கட்டடக் கலைஞர்கள் வடிவமைத்த புதிய கட்டடங்களுக்குக் குடிபெயர்ந்தனர். அது போலவே வெளிநாட்டு இறக்குமதியாளர்களைக் கவரும் வகையிலும், ஏற்றுமதி வர்த்தகத்திற்குக் 'கண்டெயினர்' லாரிகளில் சரக்குகளை ஏற்றுவதற்குகந்த வழிகளிலும் தங்கள் தலைமையகங்களை ஊருக்கு வெளியில் பிரதான சாலை யோரங்களில் அமைத்துள்ளனர். அவற்றை வடிவமைக்க மிகப் புகழ்பெற்ற கட்டடக் கலைஞர்களைக் கரூரின் தொழி லதிபர்கள் அணுகுகிறார்கள்.

கரூரின் புதிய செல்வர்கள் தங்கள் குலதெய்வக் கோயில் புனரமைப்பிற்கும், அங்கு மண்டபங்கள் கட்டுவதற்கும், மற்ற கோயில் குடமுழுக்கு விழாக்களுக்கும் தாராளமாக நன்கொடை வழங்குகின்றனர். கல்விக் கூடங்களில் விளை யாட்டு மற்றும் தேர்வு வெற்றி ஆகிய நிகழ்ச்சிகளுக்கும் தாராளமாக நன்கொடை தருகிறார்கள். அரசியல் கட்சிகளுக்கு நன்கொடை வழங்குவது தொழில் நிர்ப்பந்தம் என்பதைத் தொழில் முனைவோரும் அரசியல்வாதிகளும் நன்கு உணர்ந் திருக்கிறார்கள்! ஆனால், மேல்நாட்டுத் தனவந்தர்களைப் போல ஒரு டிரஸ்ட் ஏற்படுத்தி அதன் மூலம் கலைகள், கல்வி வளர்ச்சி, ஆராய்ச்சி மற்றும் மருத்துவ வசதிகள் வளரப் பல்கலைக்கழகங்கள், ஆராய்ச்சி நிறுவனங்கள், மருத்துவமனை கள் போன்றவற்றிற்கு நிதி உதவி செய்வது அனேகமாக இல்லை. வா.செ. குழந்தைசாமி அவர்களின் பெயரில் இயங் கும் அறக்கட்டளை, கல்லூரி மற்றும் உயர்நிலைப் பள்ளிகள் நடத்தும் கொங்கு அறக்கட்டளைகள் ஆகியவை இவற்றின் ஆரம்ப கட்ட அறிகுறிகளாகக் கொள்ளலாம். கரூரின் எரிவாயு மயானம் ஏற்படுத்தித் தந்த தங்கவேல், தேவராஜன் ஆகியோரும், வள்ளுவர் நூலகம் ஏற்படுத்தியுள்ள செங்குட்டுவன் அவர்களும் இந்த வகையில் நல்ல முன்னோடிகள்.

1940களில் ஒற்றை மாட்டு வண்டிகளும் குதிரை வண்டி களும் வாடகைக்குக் கிடைத்தன. மேல்தட்டு மக்கள்தான்

குதிரை வண்டிகளில் பயணித்தனர். இப்போது ஒற்றை மாட்டு வண்டிகள் காணக் கிடைப்பதில்லை. ஒரு சில குதிரை வண்டிகளை மாத்திரம் அபூர்வமாகக் காணலாம். 1940களில் வாடகை வண்டிகள் செய்த பணிகளை 1980களில் ஆட்டோ ரிக்‌ஷாக்கள் செய்கின்றன. 1950களில் கரூரில் வாடகைக் கார்கள் மிகக் குறைவு. கரூரின் செல்வம் பெருகப் பெருக வாடகைக் கார்களும் அதிகரித்துக்கொண்டே வருகின்றன. வாடகைக் கார்களை மேல்தட்டு மக்கள்தான் உபயோகிப்பார்கள் என்கிற நிலை மாறி அன்றாடக் கூலி வேலைக்குப் போகிறவர்கள் ஒன்று சேர்ந்து சபரி மலை போன்ற கோயில்களுக்குப் போகவோ சுற்றுலாப் போகவோ வாழ்க்கை வட்டச் சடங்குகளுக்காகவோ வாடகைக்குப் பயன்படுத்துவது சகஜமாகிவிட்டது.

நுகர்வோர் கருவிகள் – 'மிக்ஸி', மின்சார ஆட்டுக்கல், துணி துவைக்கும் இயந்திரங்கள், தொலைக்காட்சிப் பெட்டி, மின் சலவைப் பெட்டி, அலைபேசி, 'மொபெட்கள்', டி.வி.டி., குளிர் சாதனப் பெட்டிகள், குளிர்பதனப் பெட்டிகள் போனறவை – 1950களில் அநேகமாக எவரும் கேள்விப்படாத பொருள்கள். அவற்றில் சில அப்போது கண்டுபிடிக்கப்படவே யில்லை! நடுத்தர வர்க்கக் குடும்பங்களில் வீட்டு வேலைக் கென்று வீட்டோடு வசிக்கும் ஆட்களை அமர்த்திக்கொள்வது வாடிக்கையாக இருந்தது. இப்போது வீட்டு வேலைக்கு வீட்டோடு வசிக்க எந்தக் கூலியாள்களும் தயாராகவில்லை. மிகப் பெரிய தனவந்தர்களால்தான் அப்படி ஆள்களை அமர்த்திக் கொள்ள இயலும் என்கிற நிலை வந்துவிட்டது. அதற்கு மாறாக எல்லா நடுத்தர வர்க்கக் குடும்பங்களிலும் இத்தகைய நுகர்வோர் கருவிகள் காணப்படுகின்றன. 1980க்குப் பிறகு தவணைமுறை விற்பனை கரூரில் சூடு பிடித்தது. மாதத் தவணை முறையில் இந்தப் பொருள்களை வாங்குவது எளிதாகிவிட்டதால் இவை எல்லா இடங்களிலும் பரவி விட்டன. 1990களுக்குப் பிறகு இரு சக்கர மோட்டார் சைக்கிள்கள், ஸ்கூட்டர்கள், கார்கள், டி.வி., குளிர்பதனப் பெட்டிகள், கிரைண்டர்கள் போன்றவற்றின் விற்பனை வளர்ச்சி இந்தத் தவணைமுறை விற்பனையின் விளைவாகும். முதல் தலைமுறைத் தொழில் முயனைவோரைப் போலல் லாமல் புதிய தலைறையினர் தங்கள் சேமிப்பின் மூலம்தான் இவற்றை வாங்க வேண்டும் என்கிற கொள்கையைக் கடைபிடிப்பதில்லை. தவணைமுறையில் இவற்றை வாங்கித் தங்கள் சம்பாதிப்பின் மூலம் தவணைகளைக் கட்டிவிடலாம் என்கிற நம்பிக்கையில்தான் பெரும்பாலானோர் இவற்றை இப்போது வாங்குகிறார்கள். முதலில் எளிதானதாகவும் கவர்ச்சியானதாகவும் தெரிகிற இந்தத் தவணை முறைக்

கடன்களை வாங்கிவிட்டுச் சீரழிந்த பல குடும்பங்களையும் காணமுடிகிறது. தவணை முறை இல்லாமலிருந்தால் கூலித் தொழிலாளர்கள் நுகர்வோர் கருவிகள் வாங்கியிருக்க முடியாது என்பதும் உண்மைதான். எனவே தவணை முறையால் நன்மையும் தீமையும் கலந்தே விளைந்திருக்கின்றன.

ஆடம்பர நுகர்ச்சி கரூரில் வெகு வேகமாகப் பரவிவரு கிறது. கரூரில் 1990க்கு முன்பு மகளிருக்கான அழகு ஒப்பனை நிலையங்கள் இருந்ததாகத் தெரியவில்லை. தற்போது அவை நூறையும் தாண்டிவிட்டன. வெளிநாட்டு மின்சாதனங்கள், இறக்குமதிப் பொருள்கள் விற்பதற்கென்று பிரத்தியேகக் கடைகள் வந்துவிட்டன. நட்சத்திர ஓட்டல்கள் தொடங்கப் பட்டுள்ளன. கரூரில் தம் முயற்சியாலேயோ நில விலையேற்றத் தாலேயோ வேறு காரணங்களாலேயோ அதிவிரைவில் பணக்காரர்களாகியவர்களின் எண்ணிக்கை கூடக்கூடப் பகட்டுக்கான பகிரங்க வீணடிப்புகளும் அதிகரித்துள்ளன. காதுகுத்து, மொட்டையடித்தல் போன்ற குடும்பத்தினர் மாத்திரம் கலந்து கொள்ளும் சாதாரண நிகழ்ச்சிகள்கூட வெகு விமரிசையாக ஏராளமான பொருள்செலவில் நடத்தப் படுகின்றன. திருமண மண்டபங்களின் எண்ணிக்கை வேக மாக வளர்ந்துள்ளது. அப்படியும் அவற்றை முன்பதிவு செய்துகொண்டால்தான் சமயத்திற்குக் கிடைக்கும் என்கிற நிலை தோன்றியுள்ளது. இறந்து போனவரின் சடலத்திற்குத் தேர் கட்டுவதற்குக்கூட மிகப் பகட்டாகச் செலவழிப்பதைக் காணமுடிகிறது. வெவ்வேறு சாதிகளுக்கிடையேயும், ஒவ்வொரு சாதிக்குள்ளேயும் இதனால் புதிய ஏற்றத்தாழ்வுகள் ஏற்பட்டிருக்கின்றன.

இளைய தலைமுறையினரின் பார்வை, அவர்களின் பெற்றோர், மற்ற மூதாதையினரிலிருந்து வெகுவாக மாறிவிட் டிருக்கிறது. புதிய கோடீஸ்வரர்களில் பலர் தங்களின் எளிமையான ஆரம்பத்தை மறைப்பதில்லை. பலர் அதைப் பெருமையுடன் பறைசாற்றுவதுமுண்டு. ஆனால் அவர்களின் சந்ததியினர் அதை விரும்புவதில்லை. சில இளைஞர்கள் தங்கள் பெற்றோருக்கு அவர்களின் ஆரம்ப கால நிலை குறித்துப் பேச வேண்டாமென்று தடை விதித்திருப்பதாகச் சொல்லப்படுகிறது. அவர்களால் உடல் உழைப்பின் மூலம் வருவாய் திரட்டுவது இழிவாகக் கருதப்படுகிறது. படிப்புக் காகவும், வணிகத் தொடர்புகள் ஏற்படுத்திக்கொள்ளவும் வெளிநாடுகள் செல்வது தங்களின் புதிய அந்தஸ்தை வெளி யுலகத்திற்கு அறிவிக்கும் நடவடிக்கையாக மேற் கொள்ளப் படுகிறது. உழைக்கும் வர்க்கத்து இளைஞர்களையும் இந்த மோகம் விட்டுவைப்பதில்லை. 1990களில் கிராமப் பகுதிகளில்

ஆண்களின் தினக்கூலி ரூ. 50ஆக இருந்தபோது, நகரங்களின் பைனான்ஸ் கம்பெனிகளில் ரூ. 500 மாதச் சம்பளம் வாங்கிக் கொண்டு வேலைசெய்யப் பல பட்டதாரி இளைஞர்கள் தயாராக இருந்தார்கள். கரூர் நகருக்குள்ளேயே உடல் உழைப் பாளர்களின் தினக்கூலி, கிராமங்களைவிட அதிகமாகவே இருக்கிறது. இருப்பினும், கிராமத்திலும் சரி, நகரத்திலும் சரி, உடல் உழைப்புக்குப் போதுமான ஆள்கள் கிடைப்ப தில்லை. ஆனால் படித்துவிட்டு வேலை தேடி அலைபவர் களின் எண்ணிக்கை கூடிக்கொண்டுள்ளதாகவே தோன்றுகிறது.

கரூரின் கூலி மட்டம் தொடர்ந்து உயர்ந்து வந்திருக்கிறது. அநுபவம் நிறைந்த தொழிலாளர்களின் பற்றாக்குறை இதற்கு ஒரு முக்கியக் காரணம். சுற்றுப்புறக் கிராமங்களின் விவசாயத் தொழிலாளர்களில் பெரும்பகுதியினர் இப்போது கரூரின் கட்டுமானத் தொழில் உட்பட பல்வேறு தொழில்களுக்கும் ஈர்க்கப்பட்டுள்ளனர். அவர்களை இழுக்குமளவுக்கு நகரக் கூலிகள் கிராமப்புறக் கூலிகளை விட அதிகமாக இருக்கின்றன. இப்போது கரூருக்கு இந்தியாவின் வடமாநிலங்களிலிருந்து கூடக் கூலித் தொழிலாளர்கள் வர ஆரம்பித்துள்ளனர். சரியான வாய்ப்புக் கிடைத்தால் தாங்களும் முதலாளிகளாகி விடலாம் என்கிற நம்பிக்கை தொழிலாளர்கள் மத்தியில் மிக அதிகமாகத் தென்படுகிறது.

கரூரின் வளர்ச்சியில் 1990வரைகூட மத்திய, மாநில அரசுகளின் நேரடியான பங்களிப்பு அதிகமில்லை. சமுதாய மற்றும் கல்வி வளர்ச்சிக்கு மற்ற எல்லாப் பகுதிகளுக்கும் கொடுக்கப்பட்ட அளவு முக்கியத்துவம்தான் கரூருக்கும் கிடைத்தது. கரூரின் பாரம்பரியமான அமராவதி ஆற்றின் பாசன உரிமையைத் தமிழ்நாடு அரசு ஓர வஞ்சனையாகப் புறக்கணித்துவருகிறது. கரூரில் மாசுக்கட்டுப்பாட்டு வாரியம் சரியாகச் செயல்படாததன் விளைவுகளை வேறோரிடத்தில் விவரித்திருக்கிறேன். ஆனால் கரூரின் ஏற்றுமதி வர்த்தகத்தின் முக்கியத்துவம் தெரிந்த பிறகு, ஏற்றுமதியை ஊக்குவிப்பதற்காக அரசு கொள்கையடிப்படையில் எடுத்திருக்கும் முடிவுகளைச் செயல்படுத்துவதற்காக அவற்றிற்கான அரசின் கிளைகள் தொடங்கப்பட்டுள்ளன. கரூரின் புறநகர்ப் பகுதியில் ஒரு 'டெக்ஸ்டைல் பார்க்' தொடங்கப்படவுள்ளது. கரூரைத் திண்டுக்கல்லோடு இணைத்த புதிய இரயில் பாதையும், மும்பை-கன்னியாகுமரி தேசிய நெடுஞ்சாலையில் கரூர் பகுதி நான்கு வழிப் பாதையாகியதும், நாகப்பட்டினம் கோவை சாலையும் நான்கு வழி தேசிய நெடுஞ்சாலையாக மாறிக்கொண்டிருப்பதும் கரூரின் அடிப்படைக் கட்டமைப்பிற்கு அரசு செய்திருக்கும் நன்மைகள்.

கரூரின் தேசிய நெடுஞ்சாலை 7இன் அருகில், நகருக்குத் தெற்கில் சுமார் 12 கி.மீ. தொலைவில், ஜவுளி ஏற்றுமதியை ஊக்குவிக்கும் நோக்கோடு, ‘அட்லஸ்’ நாச்சிமுத்து தலைமையில் ‘டெக்ஸ்’ தொழிலதிபர்களின் முனைப்பான ஒத்துழைப்போடு மத்திய, மாநில அரசுகளின் உதவியுடன் ரூ. 130 கோடி அளவு முதலீடு ஈடுபடுத்தி ஒரு ‘ஜவுளிப் பூங்கா’ 27 பிப்ரவரி, 2011இல் தொடங்கப்பட்டுள்ளது. கரூரில் ஒரே தலைமுறையில் தங்கள் முயற்சியாலேயே பெரிய முன்னேற்றம் பெற்றிருக்கும் தொழில் முனைவோரின் பட்டியலில் ‘அட்லஸ்’ நாச்சிமுத்துவும் இடம் பெற்றிருக்கிறார். கரூரின் கொங்கு வேளாளர் கலை மற்றும் அறிவியல் கல்லூரிக்கான ‘குமரகம்’ அரங்கத்தை ஒரு கோடி ரூபாய்க்கும் மேல் செலவிட்டுக் கட்டித் தந்திருக்கிறார். ‘ஜவுளிப் பூங்கா’ கரூரின் ‘டெக்ஸ்’ தொழில் வளர்ச்சிக்கு மீண்டும் ஒரு புது அலையைக் கொடுக்கக்கூடிய மிகப் பெரிய ஊக்குவிப்பானாக அமையும் என்கிற எதிர்பார்ப்பு மிகப் பரவலாக இருக்கிறது.

சென்ற நூற்றாண்டின் இறுதிப் பகுதிகளிலிருந்தே கரூரின் கொசுவலைத் தொழில் தேக்கமடைந்திருக்கிறது. ஆனால் இந்தத் தொழிலில் மாத்திரம் முதலீடு செய்திருந்த நிறுவனங்கள் மிக அதிகமில்லை. அதனால் ஆபத்து பரவலாகப் பகிரப்பட்டு, அதன் கடுமையான விளைவுகளிலிருந்து கரூர் காப்பற்றப்பட்டுள்ளது. ஆனால் புதுப்புதுத் தொழில்களைத் தொடங்கி நடத்துவதிலும் ஏற்கெனவே இருந்த தொழில்களை விரிவாக்குவதிலும் தோல்வியடைந்த நிறுவனங்கள் மூடப்படுவதும் திவாலாவதும் பரவலாக நடைபெறுகின்றன. சில நிறுவனங்களின் கடன்கள் விகிதாசாரப் பங்கீட்டடிப்படையில் தீர்க்கப்படும்போது அது சில கோடிகள் அளவு இருந்தது எனப் பேசப்பட்டது. ஆனால் 1950களில் அண்ணாமலை முதலியார் வீழ்ச்சியடைந்தபோது ஏற்பட்ட அளவு பரபரப்பு இப்போது சில பெரிய நிறுவனங்கள் விழும் போது ஏற்படுவதில்லை. ஏனெனில் தொழிலில் வளர்ச்சியும் வீழ்ச்சியும் சகஜமானவை என்று ஏற்றுக்கொள்ளும் மனப்பான்மை வளர்ந்திருக்கிறது.

2005க்குப் பிறகு கரூருக்கு வட மாநிலங்களிலிருந்து தொழிலாளர்கள் வரவு மிக அதிகமாக இருக்கிறது. பீகார், ஒரிஸ்ஸா, மேற்கு வங்காளம் போன்ற மாநிலங்களிலிருந்து வந்திருக்கும் இவர்கள், முதலில் கொசுவலைத் தொழிலாளர்களாகத்தான் அழைத்து வரப்பட்டார்கள். பின்னர் இவர்கள் படிப்படியாகக் கட்டுமானத் தொழில், டெக்ஸ் தொழில் என்று அனைத்துத் துறைகளிலும் நுழைந்திருக்கிறார்கள். அவர்கள் சொந்த மாநிலங்களில் கிடைக்கும் கூலியை விட இங்கு

கூலி அதிகம் என்பது அவர்களின் வருகைக்கு முக்கியக் காரணம். தமிழ் மொழி தெரியாமல் அவதிப்படும் அவர்களில் பெரும்பாலானோர் தங்கள் குடும்பத்தைத் தங்கள் சொந்த ஊரிலேயே விட்டுவிட்டுத் தனியாகவே இங்கு வருகிறார்கள். சில காலம் கழித்து நிலைமையை அனுசரித்துத் தங்கள் குடும்பத்தினரையும் கூட்டி வருகிறார்கள். கரூரின் தொழில் முனைவோரிடையே நிலவும் கடும் போட்டி, இப்படி வருகிற கூலியாட்களை வேலைக்கமர்த்திப் பரிசோதனை செய்வதை ஊக்குவிக்கிறது. இவர்களின் வருகை, உள்ளூர் தொழிலாளர் களின் கூலி பேர சக்தியைக் குறைக்கிறது. பன்னாட்டுச் சந்தையின் கடுமையான போட்டியைச் சமாளிக்கக் கரூரின் தொழில் முனைவோருக்கு இது உதவுகிறது என்று அவர்கள் கூறுகிறார்கள்.

இளைய தலைமுறையினரிடையே அரசியல் ஈடுபாடு மிக அதிகமாகியிருக்கிறது. முந்தைய தலைமுறையினரில் அரசியலில் தீவிரமாக ஈடுபட்டவர்களைக் காட்டிலும் விழுக்காடு அடிப்படையில் இப்போது அதிகமானவர்கள் அரசியலில் ஈடுபட்டுள்ளனர். கடந்த தலைமுறையினரின் அரசியலில் சுயநலமும் சுயவிளம்பரமும் வியாபார நோக்கமும் வெளிப்படையாகத் தெரியவில்லை. 1970க்கு முந்தைய சட்ட சபை மற்றும் நாடாளுமன்ற உறுப்பினர்கள்மீது ஊழல் மற்றும் பணம் சம்பாதித்ததாகக் குற்றச்சாட்டுகள் அபூர்வ மாகவே வந்தது. அதுபோலவே எல்லாக் கட்சித் தலைவர் களும் மரியாதைக்குரியவர்களாகவே கருதப்பட்டனர். அப்போது அரசியல் ஒரு வியாபாரமாகக் கருதப்படவில்லை. இப்போது அரசியலில் ஈடுபடுவது பிழைப்புக்கான வழியாகக் கருதப்படுகிறது. ஆளும் கட்சிக்காரராக இருந்தால்தான் அரசு காண்டிராக்டுகளைப் பெற முடியும், கூட்டுறவு வங்கிக் கடன்கள் பெற முடியும், அரசு அலுவலகங்களில் துரிதமாகத் தங்கள் வேலைகளை முடித்துக்கொள்ள முடியும் என்கிற எண்ணம் மிகப் பரவலாகக் காணப்படுகிறது. வியாபாரக் காரணங்களுக்காக ஒரே குடும்பத்தில் வெவ்வேறு நபர்கள் வெவ்வேறு கட்சிகளில் சேர்ந்துகொள்வது ஒரு காப்புறுதி வழியாக மாறியிருக்கிறது. பத்திரிகைகளில் தங்கள் பெயர் அச்சில் வருவதை விரும்பும் பலர், அரசியல் தலைவர்கள் அல்லது சினிமா கதாநாயகர்களுக்கு வரவேற்புக் கொடுத்துத் தரும் விளம்பரங்களில் அந்தத் தலைவர், கதாநாயகர்களுக் கருகில் தங்கள் புகைப்படங்களை வெளியிட்டுக் கொள்வது வாடிக்கையாகிவிட்டது. ஏராளமான செலவு செய்து கட்சித் தலைமையையும் மக்கள் பிரதிநிதித்துவத்தையும் கைப்பற்றும் அரசியல்வாதிகள், அந்தப் பதவியை வைத்துச் செலவு

செய்த தொகையைவிடப் பன்மடங்கு வசூல் செய்வது எதிர்பார்க்கக்கூடியதே என்று ஏற்றுக்கொள்ளும் மனப்பான்மை சாதாரண மக்களுக்கு வந்துவிட்டது. நகராட்சியின் ஒரு வார்டு கவுன்சிலர் பதவிக்குக்கூட இருபது லட்சம்வரை செலவு செய்வது இந்த நோக்கத்தினால்தான். கரூரில் செல்வம் பெருகப் பெருக, அந்தச் செல்வத்தை முதலீடாகப் போட்டு அரசியலையே வியாபாரமாக்கி மேலும் செல்வம் பெருக்க வேண்டுமென்று முனைபவர்களின் எண்ணிக்கை பன்மடங்கு பெருகியுள்ளது.

தொழிலாளியாகத் தொடங்கித் தங்களின் சேமிப்பையே முதலீடாக்கிப் பெரும் வளர்ச்சியைப் பெற்ற தலைமுறையைத் தொடர்ந்து மனை வாங்கி விற்பதிலும், பங்குச் சந்தை ஊக வணிகத்திலும் விரைவாகப் பணம் சம்பாதிக்க விரும்பு கிற தலைமுறை வந்திருக்கிறது. நிறுவனங்களிடையே நிலவும் கடும் போட்டி காரணமாக, எந்த வழியிலாவது வெற்றி இலக்கைப் பெற்றுவிட வேண்டும் என்கிற வெறி பரவிவிட்டது. நேர் வழியை விடக் குறுக்கு வழியை நம்புபவர்களின் எண்ணிக்கை அதிகரித்துவருகிறது. கையூட்டு, 'மாமூல்' போன்றவை பரவலாக அங்கீகரிக்கப்பட்டு விட்டன. கரூரின் வியத்தகு வளர்ச்சிக்கு அதன் பழைய அமைப்பு முறைகளைப் புதிய சூழ்நிலைகளுக்குத் தகுந்தவாறு மாற்றியமைத்துக் கொடுக்கல் வாங்கல் பரிமாற்றச் செலவுகளைக் குறைத்தது ஓர் முக்கியக் காரணமாகவிருந்தது. முந்தைய தலைமுறை உழைப்பாளர்களின் விடாமுயற்சி, நேர்மை, நம்பகத்தன்மை போன்ற இயல்புகளுக்கிருக்கிற முக்கியத்துவம் குறைந்துவருவ தாகத் தோன்றுகிறது.

சூழிட மாசும் கரூரின் எதிர்காலமும்

இரண்டாம் உலகப் பெரும் போரின் போதெல்லாம் கரூரின் 'பீச்'சாக (சென்னையின் கடற்கரை போன்ற மக்களின் பொழுது போக்குமிடம்) அமராவதி ஆறு விளங்கியது. ஆறு குறுகியது தான் என்றாலும் ஆழமான மணல் பரப்பும், எப்போதும் ஓடிக்கொண்டிருந்த நீரும் அதை ஒரு சுத்தமான அழகிய இடமாக வைத்திருந்தன. அப்போது ஆற்றுக் குளியலுடன் தான் பலரும் தங்கள் அன்றாடக் கடன்களைத் தொடங்கினர். ஐந்து ரோடுக்கருகில் இரயில்வே பாலத்தருகிலிருந்த மணற் பரப்பில்தான் கரூரின் பொதுக் கூட்டங்கள் நடக்கும். ராஜாஜி யும் காமராசரும் அங்குதான் முழக்கமிட்டனர். பெரியாரும் அண்ணாவும் மற்ற திராவிட கழகத்தினரும் வஞ்சியம்மன் கோயில் துறை நாகம்மையார் திடலில் கூட்டங்கள் நடத்தினர்.

அமராவதிப் பாசனம் பெற்ற இரு போக நஞ்சை நிலங்கள், கரூர் நகரை நான்கு திசைகளிலும் சுற்றியிருந்தன. கரூரின் நகருக்குள்ளும் ஆற்றோரத்திலும் தென்னந்தோப்புகள் இருந்தன. அதற்குப் பள்ளபாளையம் ராஜவாய்க்காலும், திருமாநிலையூர் ராஜவாய்க்காலும் முக்கியக் காரணங்களா யிருந்தன. இரயில் பாலம் தவிர பெத்தாச்சி செட்டியார் பொருளுதவி செய்து கட்டப்பட்டதாகச் சொல்லப்படும் சர். தேசிகாசாரி பாலம் ஒன்றுதான் அப்போது வண்டிகளும் பேருந்துகளும் ஆற்றைக் கடக்க வழியாக இருந்தது.

1950களில் உடுமலைப்பேட்டையில் அமராவதிக்குக் குறுக்கே அணை கட்டும் திட்டம் மேற்கொள்ளப்பட்டபோது கரூரின் பாரம்பரியமான நீர் உரிமைகள் பறிபோய்விடும் என்ற அச்சம் காரணமாக எதிர்ப்பு எழுந்தது. அது மிக வலுவாக வளர்ந்ததால் அப்போதைய தமிழ்நாடு அரசு கரூர் – குளித்தலைப் பகுதி அமராவதி ஆயக்கட்டுதாரர் களின் பாரம்பரியமான பாசன உரிமைகள் முழுதுமாகப் பாதுகாக்கப்படும் என்று எழுத்து மூலம் வாக்குறுதி கொடுத்த பிறகுதான் அந்த எதிர்ப்பு கைவிடப்பட்டது. கரூரின் குடிநீர்த் தேவை முழுவதையும் சின்னாண்டான்கோயிலருகில் ஆற்றில் அமைக்கப்பட்டிருந்த குடிநீர்க் கிணற்றில் பம்புசெட் அமைத்து, பசுபதீஸ்வரர் ஆலயத்தின் தென்மேற்குப் பகுதியில் அமைக்கப் பட்டிருந்த மேல்நிலைத் தொட்டிக்கு அனுப்பப்பட்டு, அங்கிருந்துதான் விநியோகிக்கப்பட்டது.

1977இன் பெருவெள்ளத்தின்போது கரூரின் பல பகுதிகள் நீரில் மூழ்கின. இரயில்வே பாலம் வெள்ளத்தில் அடித்துச் செல்லப்பட்டது. அதற்குப் பிறகு கொஞ்சம் கொஞ்சமாகக் கரூரிலும் கரூரிலிருந்து நெரூர் வரையிலும் ஆற்று மணல் அள்ளப்பட்டு, ஆற்றோரத்தில் புதர்களும் வேலிக் கருவையும் முளைக்க ஆரம்பித்தன. பருவ மழை பொய்த்தபோதெல்லாம் தமிழ்நாடு அரசு கொடுத்த வாக்குறுதியை மீறி அமராவதியில் கடைமடை விவசாயிகளுக்கும், மேல் பகுதி விவசாயிகளுக்கும் நியாயமான முறையில் நீர்ப் பங்கீடு செய்து வந்ததைக் கைவிட்டுவிட்டு, தாராபுரம்வரை உள்ள விவசாயிகளுக்கு முன்னுரிமை கொடுக்கும் நடைமுறை கடைப்பிடிக்கப்பட்டது. இது அரசு எழுத்து மூலம் கொடுத்த உத்தரவாதத்திற்கு நேரெதிரானது! அமராவதியில் நீர்வரத்து ஆண்டுதோறும் குறைய ஆரம்பித்தது. அதே சமயம் கரூரின் குடிநீர்க் கிணற்றைச் சுற்றியிருந்த மணலின் அளவும் குறைந்து ஊற்றும் குறைந்தது. இதனால் 1980க்குப் பிறகு கரூரில் கோடைக்காலத்தில் குடிநீர்த் தட்டுப்பாடு தோன்றி, காலப்போக்கில் அது நகராட்சிக்குப் பெரிய சிக்கலாக மாறியது.

இந்தப் பிரச்சினை பெரிதாகிக்கொண்டிருந்த அதே சமயம் கரூரின் குடிநீர்க் கிணறுகளின் நீரையே குடிப்பதற்குத் தகுதியற்றதாக ஆக்கும் மற்றொரு நிகழ்ச்சியும் நடைபெற்றது. 1980க்குப் பிறகு, பள்ளபாளையம் ராஜவாய்க்காலை ஒட்டிய பகுதிகளிலும் திருமாநிலையூர் ராஜவாய்க்காலை ஒட்டிய பகுதிகளிலும் சாயப் பட்டறைகள் அமைக்கப்பட்டன. சாயப்பட்டறைகளின் பிரதான உள்ளீடே நீர்தான். நல்ல நீரை ஆற்றிலிருந்தோ தங்கள் கிணறுகளிலிருந்தோ எடுத்துச் சாயப்பட்டறையில் உபயோகித்த பின் வரும் கழிவு நீரை அந்த இரு வாய்க்கால்களிலும் விட்டுவிடுவது அப்போதைய வழக்கம். அந்த வாய்க்கால்களில் நீர் ஓடிக்கொண்டிருந்த காலங்களில், இந்தக் கழிவு நீர் அடித்துச் செல்லப்பட்டுப் பாசன நிலங்களில் பாய்ந்தது; அல்லது ஆற்று நீரோடு கலந்தது. ஆனால் வாய்க்கால்களில் நீர் ஓடாத காலங்களில் அந்த மாசுபட்ட நீர் வாய்க்கால்களில் தங்கிக் கொஞ்சங் கொஞ்சமாக நிலத்தடி நீரைக் கெடுக்க ஆரம்பித்தது. தமிழ்நாடு அரசின் ஓர வஞ்சனையான நடவடிக்கையால் அமராவதி ஆற்றின் கடைமடைப் பகுதியான கரூரின் வாய்க்கால்களில் நீர் ஓடும் நாள்கள் ஆண்டுக்காண்டு குறைந்தன. ஆற்றில் நீர் வரத்தும் குறைந்தது இந்த மாசுத் தாக்கத்தை மேலும் கடுமையாக்கியது. நீர் ஓடாத ஆற்றிலிருந்து மணல் கொள்ளை இடைவிடாமல் நடந்தது. 1940–50களில் கரூரில் அமராவதி ஆற்று மணலில் அமர்ந்து பொதுமக்கள் பெரிய பொதுக் கூட்டப் பேச்சுக்களைக் கேட்டார்கள் என்பதை இப்போது நம்பக்கூட முடியாத அளவுக்கு ஆற்றில் மணல் சுரண்டப் பட்டுவிட்டது. அது மட்டுமின்றிக் கரூருக்குள்ளேயே, ஆறு ஓடும் பகுதியில், ஆறு வரண்டு விட்ட கோடைக்காலத்தில் சாயக் கழிவு நீர் மடைகளில் தேங்கி துர்நாற்றம் வீசிக்கொண் டிருப்பதை எவரும் காண முடிகிறது. கரூரின் 'பீச்' என்று வர்ணிக்கப்பட்ட இடங்கள், கரூரின் 'கூவமாகி' விட்டன!

சாயப்பட்டறைத் தொழிலின் அபரிமிதமான வளர்ச்சி கரூருக்குப் புதிய பிரச்சினைகளை உருவாக்கியுள்ளது. கோடைக் காலங்களில் ஆற்றில் தண்ணீர் வரத்து முழுவது மாக நின்றுபோகும் காலங்களில், தண்ணீருக்காக விவசாயி களுக்கும் சாயப்பட்டறை அதிபர்களுக்குமிடையே கடும் போட்டிகள் வர ஆரம்பித்துள்ளன. ஆற்றுக்குள் கிணறு எடுப்பதில் இருசாராருக்குமிடையில் தகராறுகள் வந்துள்ளன. இருசாராரும் போட்டி போட்டுக்கொண்டு ஆழ்துளைக் கிணறுகள் தோண்டியதால் கரூரின் நிலத்தடி நீர் மட்டமே கவலைக்குரிய அளவுக்குக் கீழே போய்விட்டது. கரூர் நகருக்குள்ளிருக்கும் வீடுகளுக்கு ஒரு காலத்தில் திறந்த

கிணறுகளில்தான் நீர் கிடைத்தது. இப்போது ஆழ்துளைக் கிணறுகளிலேயே நீர் கிடைப்பதில்லை. இதைவிடவும் கடின மான பிரச்சினை சாயப்பட்டறைக் கழிவுகளின் மாசுத் தன்மையால் வந்திருக்கிறது. இந்தக் கழிவுகள் கரூரின் முக்கிய மான வாய்க்கால்களிலும் ஆற்றிலும் எவ்விதச் சுத்திகரிப்பு மில்லாமல் அப்படியே விடப்பட்டன. இதனால் குடிநீரும் விவசாய நிலங்களும் மிகவும் பாதிப்படைந்தன. விவசாயிகள் போர்க்கொடி உயர்த்தினர். இதையடுத்து, மாசுக் கட்டுப்பாடு வாரியத்தின் நிர்ப்பந்தத்தின் பேரில் 1996க்குப் பிறகு கரூரைச் சுற்றி எட்டுச் சாயப்பட்டறைக் கழிவு சுத்திகரிப்பு நிலையங் கள் தொடங்கப்பட்டன என்றாலும் அவை மாசுகளை முழுவதுமாக நீக்க முடியவில்லை. மாசுக் கட்டுப்பாட்டு வாரியத்திற்கே அந்தக் கழிவு நிலையங்கள் பகுதிச் சுத்திகரிப் புக்குப் பின் சேகரித்துவைத்திருந்த திடக் கழிவுகளை எவ்வாறு ஒதுக்கி அழிப்பது அல்லது நச்சுத் தன்மைகளை நீக்குவது என்பது தெரியவில்லை!

நவீனமான சாயமேற்றும் மையங்கள் ஏராளமாகக் கடல் உப்பைப் பயன்படுத்தி, முடிவில் அதைக் கழிவாக வெளி யேற்றுகின்றன. 1990க்குப் பிறகு பல கிராமங்களில் அமராவதி ஆற்றுத் தண்ணீரைக் குடி தண்ணீருக்குப் பயன்படுத்த முடியாத அளவுக்கு மாசுக் கழிவுகள் அதிகமாகிவிட்டன. கரூரின் புறநகர்ப் பகுதியான தான்தோன்றியின் (தாந்தோனி) அமராவதி ஆற்றுக்குள் அமைக்கப்பட்டிருந்த குடிநீர்க் கிணற்றின் ஊற்றுத் தண்ணீரும் மாசுபட்டுவிட்டது. இதைத் தட்டிக் கேட்க வேண்டிய மாசுக் கட்டுப்பாட்டு வாரியத்தின் அதிகாரிகள், அரசியல்வாதிகள் ஆகியோரை ‘கவனித்துக் கொள்வதற்காக’ மிகப் பெரிய அளவில் கையூட்டுக் கொடுக்க வேண்டியிருக்கிறது. இவை காரணமாகச் சாயப்பட்டறை களின் கொடுக்கல் வாங்கல் பரிமாற்றச் செலவுகள் ஏராள மாக அதிகரித்துவிட்டன. மொத்தத்தில் கரூரின் வளர்ச்சி சுற்றுப்புறச் சூழலை மிகவும் கெடுத்துவிட்டது. இதனால் வந்திருக்கும் சுகாதாரக் கேடுகள் பற்றி அரசு எந்த ஆய்வையும் மேற்கொள்ளவில்லை என்பது வருத்தத்திற்குரியது. கரூரின் சாயப்பட்டறைக் கழிவுகளினால் மனிதர்களுக்கும் கால்நடை களுக்கும் வரும் நோய்களைப் பற்றிய தனி ஆய்வை உடனடி யாக மேற்கொள்வது அவசியமானது. அப்படிப்பட்ட ஆய்வு தான் இப்படிச் சுகாதாரக் கேடுகளை ஏற்படுத்துபவர்கள் எத்தகைய இழப்பீடுகளைத் தர வேண்டும் என்று நிர்ணயிக்க உதவும்.

மாசுபட்ட குடிநீரிலிருந்து தற்காலிக விடுதலை பெறுவதற் காகவும், கரூரின் விரிவடைந்துவிட்ட குடிநீர்த் தேவையைப்

பூர்த்திசெய்யவும் கரூருக்குக் காவிரி ஆற்றிலிருந்து குடிநீர் கொண்டு வரும் திட்டத்தைக் கரூர் நகராட்சி 1990களில் செயல்படுத்தியது. தான்தோன்றிக்கும் காவிரி நீர் வினியோகிக்கப் படுகிறது. இந்தத் தற்காலிகத் தீர்வுகள் கரூரின் சுற்றுச்சூழல் மாசுப் பிரச்சினையைச் சிறிது தள்ளிப்போட்டனவே தவிரத் தீர்க்கவில்லை. கரூரின் வழக்கறிஞர் பி.ஆர். குப்புசாமி, 'நுகர்வோர்' சுப்பிரமணியம் போன்றவர்கள் இந்தச் சுற்றுச் சூழல் மாசுபடுத்தலுக்கு எதிராகத் தொடர்ந்து விடாமுயற்சி யுடன் இயக்கங்கள் நடத்தியும், வழக்காடியும் போராடினர். பல சாதகமான நீதிமன்றத் தீர்ப்புகளையும் பெற்றனர். எனினும் நடைமுறையில் மாசுப்படுத்தும் நடவடிக்கைகள் நிற்கவில்லை. அதிகாரிகளின் மெத்தனத்தினாலும், கையூட்டுப் பெற்றுக் கொண்டு எடுக்க வேண்டிய நடவடிக்கைகளை எடுக்காம லிருப்பதாலும் அவை தொடர்கின்றன. 2007இல்கூட, கரூரின் சாயப்பட்டறைகளால் ஏற்படும் மாசு பற்றிய ஒரு வழக்கில், உயர்நீதி மன்றம் இரு கமிட்டிகளை நியமித்து, கரூரின் மாசுக் கட்டுப்பாடு குறித்து அறிக்கை தரச் சொல்லியிருக்கிறார்கள்.

கரூரின் முன்னேற்றத்திற்குக் கிடைத்த வாய்ப்பினை நன்கு பயன்படுத்தி, விடாமுயற்சியோடு பல்வகைத் தொழில் களிலும் ஆபத்துகளை எதிர்கொண்டு தன்முனைப்புடன் பாடுபட்ட முதல் தலைமுறைத் தொழில் முனைவோர் காரணமாக இருந்தாலும், அவர்கள் தொடங்கிய தொழில் களைப் புதிய திசைகள் நோக்கித் திருப்பி, உள்நாட்டு, வெளிநாட்டுப் போட்டிகளைச் சமாளித்து வெற்றி காணும் அளவுக்கு வளர்ந்திருக்கும் இளைய தலைமுறையினரும் தங்கள் பங்கினைச் செவ்வனே செய்கிறார்கள் என்றே தெரிகிறது. முந்தைய தலைமுறையைவிட இளைய தலைமுறை யினர் கல்வியறிவு அதிகம் பெற்றிருக்கிறார்கள். பல நாடு களுக்கும் சென்று நேரடியாக வாடிக்கையாளரைத் தொடர்பு கொள்கிறார்கள். புதிய தொழில் நுட்பங்களையும் புதிய இயந்திரங்களையும் கற்றுக்கொண்டு வந்து அறிமுகப்படுத்து வதில் வல்லவர்களாகிவிட்டார்கள்.

அதே சமயம், ஆடம்பரச் செலவுகளை அதிகரித்து, வரவுக்கு மேல் செலவுசெய்து முதல் தலைமுறையினர் சேர்த்துவைத்த முதலையே இழந்தவர்களும் இருக்கத்தான் செய்கிறார்கள். மிக ஆபத்து நிறைந்த துறைகளில் புதிதாக முதலீடு செய்து அதை இழந்தவர்களும் உண்டு. ஊக வணிகத்தில் ஈடுபட்டுப் பணம் சம்பாதித்தவர்களைவிட இழந்தவர்களே அதிகமிருக்கும். அரசியல் நடவடிக்கைகளை வியாபாரமாக்கும் வழிகளில் பொருள் சேர்த்தவர்கள் போலவே இழந்தவர்களும் இருக்கிறார்கள். கரூரில் செல்வ வளர்ச்சி

காரணமாகவே ஊருக்குள் போக்குவரத்து ஒரு மனக்கிலியை ஏற்படுத்தும் நடவடிக்கையாகிவிட்டது. எல்லாத் தெருக்களுமே குறுகலாக இருப்பதால் போக்குவரத்துத் தடங்கல் மிக சாதாரணமான நிகழ்ச்சியாகிவிட்டது. இவை எல்லாவற்றையும் விடக் கவலை தரும் செய்தி கரூரின் சுற்றுச்சூழல் மாசுபடுவது தான். இதனால் வருகிற உடல் நலக் கோளாறுகளை இப்போதைக்குப் புறக்கணித்துக்கொண்டிருக்கிறார்கள் என்றாலும் வருங்காலத்தில் இது ஒரு மிகுந்த ஆபத்தான பிரச்சினையாக வெடிக்கும் அபாயம் இருக்கிறது.

மொத்தத்தில் கரூரின் வருங்காலம் இன்னும் செழிப்பாயிருக்கும்; அதில் முயற்சி செய்பவர்களுக்கு முன்னேற்றம் நிச்சயம் என்கிற நம்பிக்கை நிறைய இருக்கிறது. பல பிரச்சினைகள் தீர்வு காணாமல் இருக்கின்றன எனத் தெரிந்தாலும் அவற்றையெல்லாம் சமாளித்துத் தீர்வு கண்டு, வெற்றிப் படிகளில் ஏற முடியும் என்கிற எதிர்பார்ப்பு இருக்கிறது. தங்களின் முன்னோடிகள் போலவே தாங்களும் தொழிலகங்களில் புதிய சாம்ராஜ்யங்களைப் பிடிக்க வேண்டும் என்கிற உத்வேகம் இருக்கிறது. கனவு காண்பவர்கள் நிறைய இருப்பது போலவே அந்தக் கனவுகளை நனவாக்க வானத்தையே வில்லாக வளைக்கும் அளவுக்கு முயற்சி செய்பவர்களும் நிறைய இருக்கிறார்கள்.

பகுதி 2
செட்டிபாளையம் குக்கிராமம்

அறிமுகம்

செட்டிபாளையம் தற்போது மாவட்டத் தலைநகராகிவிட்ட கரூர் நகரிலிருந்து தென்மேற்கில் சுமார் 10 கி.மீ. தொலைவில் அமைந்துள்ள குக்கிராமம். இது தாந்தோனி (தாந்தோன்றி) ஒன்றியத்தின் அப்பிபாளையம் வருவாய் கிராமத்தில் அடங்கியது. மரபுவழிப் பெருங்கதையான குன்னடையாக் கவுண்டர் (குன்றுடையாக் கவுண்டர்) கதையின் நாயகர்கள் பொன்னர் – சங்கர் இந்தக் குக்கிராமத்தின் தெற்கே 3 கி.மீ. தொலைவில் நத்தக் காடுகளில் புதையுண்டுபோயிருக்கும் 'ஆதி செட்டி பாளை'யத்தில் பிறந்தவர்கள். அவர்களின் நினைவாக இங்கே அமைந்திருக்கும் 'குன்றுடையீசர்' அல்லது 'குண்டலீஸ்வரர்' திருக்கோயில் பழமையானதும் வரலாற்றுச் சிறப்புப் பெற்றது மாகும். அந்தக் கோயிலிருக்கும் கரட்டிலே ஒரு குகை இருக்கிறது. அதில் ஒரு சமணப் படுக்கை உண்டு. அந்தக் கோயிலிலிருந்து 200 மீட்டர் தொலைவில் கண்ணாலப் பரப்பு (கல்யாணப் பரப்பு) என்கிற மைதானம் இருக்கிறது. அந்த இடத்தில்தான் வளநாட்டிலிருந்து தன் கணவர் குன்னடையாக் கவுண்டருடன் கிளம்பிவந்த, பின்னர் பொன்னர், சங்கர், அருக்காணியை இங்கு பெற்றெடுத்த பெருமை கொண்ட தாமரை நாச்சியார் ஒரு படி அரிசி சமைத்து, இறையருளால் அங்கு உணவு கேட்டு வந்த நூற்றுக்கணக்கான தாதர்களுக்கும் உணவு பரிமாறியதாக ஐதீகம். ஆதி செட்டிபாளையத்தின் செட்டியார் ஒருவர்தான் குன்னடையாக் கவுண்டர் – தாமரை நாச்சியார் தம்பதியினரின் புரவலராக இருந்திருக்கிறார்.

கரூர் பசுபதீஸ்வரரைத் தன் வேள்வியினால் மணந்து கொண்ட மானுடப் பெண்ணான சவுந்தரநாயகி, இக்குக்கிராமத்தின் வடக்கில் இரு கி.மீ. தொலைவிலுள்ள அப்பிபாளையத்தில் காளியண்ணக் கவுண்டர் என்கிற வேடுவக்

கவுண்டருக்குப் பிறந்த மகள். ஒவ்வொரு ஆண்டும் அந்தத் திருமணத்திற்காகப் பசுபதீஸ்வர் அப்பிபாளையத்திற்கு எழுந்தருளுகிறார். இந்த வட்டாரத்தில் பிறக்கும் பெண் களுக்கு இந்த அம்மனின் பெயர் சூட்டப்படுவது வழக்கம்.

1971இன் மக்கள்தொகை கணக்கீட்டின்படி அப்பிபாளையம் கிராமம் 518 குடியிருப்புகளும் 2112 மக்களும் கொண்டிருந்தது. 2001 கணக்கீட்டின்படி குடியிருப்புகளின் எண்ணிக்கை 860 ஆகவும், மக்கள் தொகை 2694 ஆகவும் உயர்ந்துள்ளது. கிராமத் தின் மொத்தப் பரப்பு 944 ஹெக்டேர்கள். அப்பிபாளையம் வருவாய் கிராமத்தில் செட்டிபாளையம், பாலத்துப்புதூர், தெற்குச் செட்டிபாளையம், தெற்கூர் என்றும் அழைக்கப் படுகிற ராக்கியாக் கவுண்டன் புதூர், ஆட்டையாம்பரப்பு, கேத்தம்பட்டி, முத்துச்சோலிபாளையம், காளியப்பக் கவுண்ட னூர் போன்ற பல குக்கிராமங்கள் அடங்கியுள்ளன.

1840க்கும் 1850க்கும் இடைப்பட்ட ஏதோ ஒரு ஆண்டில் காவிரிக் கரையில் கரூருக்கு வடக்கில் 12 கி.மீ. தொலைவில் அமைந்திருந்த தன் கிராமமான கடம்பங்குறிச்சியிலிருந்து கரூருக்கு மேற்கே இருக்கும் ஆண்டாங்கோயிலுக்குத் தமிழ்ச் சொற்பொழிவாற்ற திரு. கா. கருப்பக் கவுண்டர் என்கிற ஒரு விவசாயி வந்ததாகத் தெரிகிறது. அப்போது ஆண்டாங் கோயில் பிராமணர்களின் (ராவ், ராயர்கள்) பெரிய அக்ரகாரம் கொண்டதாக இருந்திருக்கிறது. கருப்பக் கவுண்டரின் தமிழ்ச் சொற்பொழிவு ஆண்டாங் கோயில் பிராமணர்களைக் கவர்ந்திருக்கிறது. சொற்பொழிவு முடிந்தவுடன் அந்தக் கிராமத்தின் பிரபலமான பிராமண நிலக்கிழாருடன் அவரு டைய வயல்களைப் பார்வையிடக் கருப்பக் கவுண்டரும் சென்றிருக்கிறார். அவருடைய அமராவதி ஆற்றின் வடகரை யில் அமைந்திருந்த வயல்களைப் பார்வையிட்டபோது கருப்பக் கவுண்டர் தலையில் கட்டியிருந்த பெரிய உருமாலின் மீது ஒரு கருடன் உட்கார்ந்துவிட்டுப் பறந்துசென்றதால் இது கிடைத்தற்கரிய ஒரு நல்ல சகுனம் என்று நினைத்த பிராமண நிலக்கிழார், கருப்பக் கவுண்டரை இந்த வட்டாரத் திற்கே குடிவரச் சொல்லியிருக்கிறார். அதை யோசிப்பதாகக் கருப்பக் கவுண்டர் ஏற்றுக்கொண்டார். அந்தக் காலத்தில் வயல்வெளிகளில் பொட்டுப்பானை கவிழ்த்துவைப்பது வழக்கம். கருப்பக் கவுண்டர் தலைக்குக் கட்டிய உருமால், பொட்டுப்பானை போல் உருண்டையாக இருந்ததால்தான் பருந்து அதன் மேல் உட்கார்ந்திருக்கும் என்று பின்னர் விளக்கங்கள் கொடுக்கப்பட்டுள்ளன!

பிறகு ஆற்றின் தென்கரையிலிருந்த புஞ்சை நிலங்களைப் பார்வையிட இருவரும் வந்தபோது அங்கு திருமாநிலையூர்

ராஜ வாய்க்கால் அருகிலிருந்த ஒரு விநாயகர் கோயிலில் ஒரு விசித்திரத்தைக் கருப்பக் கவுண்டர் கவனித்திருக்கிறார். விநாயகர் விக்கிரகத்துக்கு முன்பாக அவருடைய வாகன மாகிய மூஞ்சூறு மாத்திரமன்றி, அதற்குப் பின்னால் நந்தியும் இருந்திருக்கிறது. அந்த நந்தியின் தலை வலப் பக்கமாகச் சாய்ந்திருந்தது. அதன் பார்வை படும் இடத்தில் ஒரு லிங்க மூர்த்தம் இருந்திருக்கிறது. இப்படிப்பட்ட ஒரு கோயில் அமைப்பு சுசீந்திரத்தில் மட்டுமே உண்டு என்று சொல்லப்படு கிறது. அந்தக் கோயில் அமைந்திருந்த இடத்தில் அமராவதி ஆறு தென்வடலாக ஓடுகிறது. மேற்கிலிருந்து கிழக்கு நோக்கி ஓடிவரும் அந்த ஆறு, கோயில் அமைந்திருந்த இடத்திற்கு ஒரு கி.மீ. தெற்கில் தென்வடலாகத் திரும்பி, கோயில் அமைந்திருந்த இடத்திற்கு ஒரு கி.மீ. வடக்கில் பாலத்துப் புதூரிலிருந்து மறுபடி திரும்பி மேற்கிலிருந்து கிழக்காக ஓடுகிறது. காசியில் கங்கை ஆறும் இதேமாதிரிதான் மேற்கி லிருந்து கிழக்கு நோக்கி ஓடி, திரும்பித் தென்வடலாக ஓடி மறுபடி திரும்பி மேற்கிலிருந்து கிழக்காக ஓடுகிறது என்பதை அவர் கவனித்தாராம். இந்த இட அமைப்பு அவருக்குப் பிடித்திருந்ததால் கருப்பக் கவுண்டர் ஆண்டாங் கோயில் அந்தணரின் ஆலோசனையை ஏற்றுக்கொண்டு அந்த விநாயகர் கோயில் அமைந்திருந்த இடத்திற்கு அருகில், அந்த பிராமண நிலக்கிழாருக்குச் சொந்தமான புஞ்சை நிலத்தை விலைக்கு வாங்கித் தோட்டமாக்கி, அந்தக் கோயி லுக்குத் தெற்கே தன் வீட்டைக் கட்டிக் கொண்டு இப்போதிருக் கும் செட்டிபாளையக் குக்கிராமத்திற்கு அடிகோலியிருக்கிறார்.

கடம்பங்குறிச்சியில் அவர் செல்வராகத்தான் இருந்திருக் கிறார். செட்டிபாளையத்திற்குக் குடிபெயர்ந்துவிட்ட பிறகும் அவர் 72 ஏக்கர் நிலத்தைக் கடம்பங்குறிச்சியில் வைத்திருந் திருக்கிறார். அவற்றை அவரின் வழித்தோன்றல்கள் சிறிது சிறிதாகத்தான் விற்றிருக்கிறார்கள். காவிரி ஓர நிலங்களில் குல தெய்வத்திற்குக் கொடுத்தது போக மீதமிருந்த கடைசிப் பகுதிகள் 1930களில்தான் அவருடைய வாரிசுகளால் விற்கப்பட்டிருக்கின்றன.

கருப்பக் கவுண்டரும் அவருடைய இரு மகன்களும் பெரு முயற்சியாளர்கள். திருமாநிலையூர் ராஜவாய்க்கால், கொடை யூரில் தொடங்கிச் செட்டிபாளையம் வழியாக அப்பிபாளையம் செல்கிற வரைக்கும் அந்த வாய்க்காலின் கிழக்குக் கரைகளி லிருந்த நிலங்கள் வாய்க்கால் மட்டத்துக்கு மேலே அமைந் திருந்தன. அந்தப் புஞ்சை நிலங்களுக்குக் கவலை யேற்றத்தின் மூலம் பாசன உரிமை பெற்று அவற்றைத் தோட்டங் களாக்குவதில் அவர்கள் வல்லவர்களாக இருந்தார்கள்.

அதற்காக அவர்கள் அந்த நிலங்களை ஆண்டாங்கோயில் அந்தணர்களிடமிருந்தும், கொடையூர் – அப்பிபாளையத்திலிருந்த வேடுவக் கவுண்டர்களிடமிருந்தும் குறைந்த விலைக்கு வாங்கியிருக்கிறார்கள். மிகுந்த தெய்வ நம்பிக்கை கொண்டிருந்த கருப்பக் கவுண்டர், அப்பிபாளையம் வேடுவக் கவுண்டர்களின் நிலங்களை வாங்கியபோதே, அவர்களின் குல மகளான சவுந்தர நாயகியினை மணம் புரிந்ததனால் ஆண்டுதோறும் பசுபதீஸ்வரர் அப்பிபாளையம் எழுந்தருளும் விழா தொடர்ந்து தடையின்றி நடைபெற ஏற்பாடுகள் செய்யவும் ஏற்றுக் கொண்டிருக்கிறார்.

செட்டிபாளையத்தில் குடிபுகுந்து, மூன்று தலைமுறைக்குள் அவருடைய சந்ததியினர் அமராவதி ஆற்றுக்குக் கிழக்கே சுமார் 500 ஏக்கரும் மேற்கே வயல்களாக சுமார் 160 ஏக்கரும் வாங்கிச் சாகுபடி செய்திருக்கிறார்கள். கருப்பக் கவுண்டரைத் தொடர்ந்து கடம்பங்குறிச்சியிலிருந்து மேலும் ஏழெட்டுக் குடும்பங்கள் செட்டிபாளையத்திலும் அப்பிபாளையத்திலும் ராக்கியாக்கவுண்டன் புதூரிலும் குடியேறி வேகமாக முன்னேறியிருக்கிறார்கள்.

ஆரம்பத்தில் செட்டிபாளையக் குக்கிராமத்தில் நிலக்கிழார்கள் மேற்குப் பகுதியிலும் விவசாயத் தொழிலாளர்கள் கிழக்குப் பகுதியிலும் குடியேறியிருக்கிறார்கள். அந்தக் கிழக்குப் பகுதி 'கிழக்காலூர்' என்று பெயர் பெற்று விளங்குகிறது. காலப்போக்கில் அந்த விவசாயத் தொழிலாளர்களும் நிலங்கள் வாங்கி நிலக்கிழார்களாகியிருக்கிறார்கள். 1980களுக்குப் பிறகு செட்டிபாளைய மேற்காலூர் நிலக்கிழார்களின் செல்வமும் செல்வாக்கும் சுருங்கிக் கொண்டேயிருப்பதையும், கிழக்காலூர் மற்றும் புதிதாக உருவான 'காசா' காலனி உழைப்பாளர்கள் மற்றும் குறுநிலக்கிழார்களுடைய செல்வமும் செல்வாக்கும் வளர்ந்துகொண்டேயிருப்பதையும் வெளிப்படையாகக் காண முடிகிறது.

1940க்கும் 2005க்கும் இடையில் இக்குக்கிராமத்தில் பல வியத்தகு மாற்றங்கள் நிகழ்ந்துள்ளன. முதல் பகுதியில் செய்தது போலவே இப்போதும் அவற்றை முதலில் சுருக்கிக் கூறுகிறேன்.

- 1940க்கு முன் குக்கிராமம் தன்னிறைவு பெற்றுத் தனிமையில் ஒதுங்கியிருந்தது. இருப்பினும் 1940இலேயே செட்டிபாளையம் ஒரு ஜில்லா போர்டு கப்பிச் சாலையால் கரூருடன் இணைக்கப்பட்டிருந்தது. அந்தச் சாலை இக்கிராமத்துடன் முடிவடைந்தது. அப்போது அந்தச் சாலையில் மாடு, குதிரை வண்டிகளும் சைக்கிள்களும்

தான் சென்றன. அத்தி பூத்தாற்போல் எப்போதாவது ஒருமுறை வரும் வாடகைக் காரைப் பார்க்கச் சிறுவர் கூட்டம் முண்டியடிக்கும்! பெரும்பாலான கிராம மக்கள் பார்த்திருந்த நகரம் அருகிலிருந்த கரூர் மட்டுமே. 80 கி.மீ. தொலைவிலிருந்த திருச்சி நகருக்குக்கூடக் கிராமத்தின் பெரும்பான்மையினர் சென்றிருக்கவில்லை. 1950களில்தான் செட்டிபாளையத்திற்கு முதன்முறையாக 'பேட்டரி'யால் இயங்கும் ரேடியோ வந்தது.

- 1980க்குப் பிறகு குக்கிராமம் தனிமையில் ஒதுங்கியிருந்த நிலை முழுவதுமாக மாறிவிட்டது. 1990களில் இக்கிராமத்திற்கு டவுன் பஸ் மூன்று நடை வந்தது. 1998க்குப் பிறகு மினி பஸ்கள் இக்குக்கிராமத்தைக் கரூரோடு இணைத்துவிட்டன. 150க்கும் மேற்பட்ட மொபெட், மோட்டார் சைக்கிள்கள் கிராமத்தில் இருக்கின்றன. 'டிஷ் ஏண்டெனா' மூலம் தொலைக் காட்சியைப் பார்க்கும் வசதி ஏற்பட்டுள்ளது. அதற்குப் பிறகு 'டிஷ்' தொலைக்காட்சியும் வந்துவிட்டது. அரசியல் கட்சிகள் தங்களின் பேரணிகளுக்கு ஆள் சேர்ப்பதற்காகக் கிராமத்திலுள்ளவர்களின் பயணச் செலவுகளின் பெரும்பகுதியை ஏற்றுக்கொள்வதைப் பயன்படுத்திக்கொண்டு கிராமத்தின் மகளிர் உட்படப் பலர் சென்னை மற்றும் தமிழ்நாட்டின் முக்கிய நகரங்களுக்குச் சென்றிருக்கிறார்கள். 1950களிலேயே ஒரு வீட்டிற்குத் தொலைபேசித் தொடர்பு கிடைத் திருந்தது. 1998க்குப் பிறகு பல இல்லங்களுக்குத் தொலை பேசித் தொடர்பு கிடைத்தது. 2004க்குப் பிறகு அலைபேசிகள் (செல்போன்கள்) நிறைய வந்துள்ளன. கிராமத்தின் ஒதுங்கியிருக்கும் தன்மை குறையக் குறையக் கிராமத்தில் நெடுநாள்களாக வழக்கிலிருந்த அந்தஸ்து சார்ந்த தொடர்புகள் வேகமாக மாற ஆரம்பித்துள்ளன.

- 1940க்கு முன்பு கிராமத்தில் ஒவ்வொரு நபரின் தகுதியும் சமுதாயப் படிநிலைகளில் அவருடைய சாதிக்கு இருந்த தரவரிசையைப் பொருத்தே இருந்தது. கிராமத் திரட்சியின் சமூக இயக்கம் முழுவதும் வெவ்வேறு சாதியினருக் கிடையே ஏற்பட்டிருந்த அங்கீகரிக்கப்பட்ட இணைப்பு நடவடிக்கைகள் மற்றும் பரிவர்த்தனைகளாலேயே நிர்ணயிக்கப்பட்டிருந்தது. சாதியினருக்குள் அமைந்த திருமணத் தொடர்புகள் மட்டுமே அங்கீகரிக்கப்பட்டிருந்தன. சொத்து முக்கியத்துவம் மிகுந்த சக்தியாக இருந்தது என்றாலும் கிராமத்தின் மிக அதிகமான சொத்துக்கு

அதிபதிகூட அப்போதைய மரபுவழிச் செயல்பாடுகளை எதிர்த்து வெற்றிபெற்றிருக்க முடியாது. குக்கிராமத்தின் குழு அடையாளந்தான் அதன் உயிர்நாடியாக இருந்தது. சொத்தைப் பாதுகாப்பதாயிருந்தாலும் சரி, தங்களின் சொந்த முயற்சியால் பிழைப்புக்கு வழி தேடுவதாயிருந் தாலும் சரி அந்நாளில் தனிநபரைவிடக் குழுவுக்குத்தான் முன்னுரிமை அதிகமாக இருந்தது.

- ○ இப்போதுதான் தனிநபர் அடையாளத்துக்கு முன் னுரிமை தரும் நகரத்தின் போக்கு கிராமத்திற்கும் இடம் பெயர்ந்திருக்கிறது. அதனால் கிராமம், நகர அங்காடிகளோடு அதிக இணைப்புப் பெற ஆரம்பித் துள்ளது. இந்த மாற்றத்தால் இலாபமும் இழப்பும் கலந்தே வந்திருக்கின்றன என்றாலும் சில கேந்திரமான விஷயங்களில் இழப்புகள் அதிகமாகத் தெரிகின்றன.

- 1950இல் அமராவதி நதி ஆண்டு முழுதும் ஓடிக் கொண்டி ருந்தது. கடுமையான கோடையில்கூட அதன் ஆழமான மணல் பரப்பிலிருந்த ஊற்றுகளின் தண்ணீர் ஒரு சிற்றோ டையாக ஓடிக்கொண்டிருந்தது. அந்நாளில் நடைநீர்ப் பாசனமும் கவலையேற்றப் பாசனமுந்தான் இருந்தன. மனித சக்தியும், மிருக சக்தியும் பாசனத்திற்காகப் பயன் படுத்தப்பட்டன. அந்நாளில் ஆறு மணல் நிறைந்திருந்தது. தோண்டியவுடன் அருமையான ஊற்று நீர் கிடைத்தது.

- ○ தற்போது ஆறு ஒவ்வொரு ஆண்டும் ஐந்து மாதங்கள், ஏன் சில ஆண்டுகளில் ஏழு மாதங்கள்கூட வறண்டே காணப்படுகிறது. ஆற்றுநீரைக் கொண்டு சாகுபடி செய்யப்படும் நிலத்தின் பரப்பு, 1950களைவிடப் பன்மடங்கு அதிகரித்திருக்கிறது. தற்போது கவலை யேற்றம் முற்றிலுமாக மறைந்துவிட்டது. மின்சாரமும், டீஸல் சக்தியும் மனித, மிருக சக்திக்குப் பதிலீடாகப் பெருமளவில் வந்துவிட்டன. அந்நாளில் வாய்க்கால்கள் வழியாக மட்டுமே பாத்திகளுக்குத் தண்ணீர் கொண்டு செல்லத் தெரிந்திருந்தது. சிமெண்டு குழாய்களுக்குள் நேரடியாக நீரைச் செலுத்தி நீண்ட தூரங்களுக்குக் கொண்டு செல்வது இப்போது சகஜம். 1980க்குப் பிறகு கொஞ்சம் கொஞ்சமாக ஆற்று மணல் சுரண்டப்பட்டது. 2006இல் மணல் முழுவதுமாகவே கொள்ளையடிக்கப் பட்டுவிட்டது! முன்னர் ஆற்று நீர் தூய்மையானதாக, குடிப்பதற்கு ஏற்றதாக இருந்தது இப்போது ஆற்றுநீர் மாசுபட்டுக் குடிப்பதற்கு லாயக்கற்றதாகிவிட்டது. 1994இல் குக்கிராமத்திற்கருகில், ஆற்றில் ஓர் அணை

கட்டப்பட்டது எனினும் அதனால் எதிர்பார்த்த பயன் கிடைக்கவில்லை.

- நாடு சுதந்திரமடைந்தபோது குக்கிராமத்தின் சாதிகளுக் கிடையே ஒன்றுக்கொன்று தொடர்புடைய, ஒன்றை யொன்று சார்ந்துள்ள – எனினும் ஏற்றத்தாழ்வு காட்டு கின்ற – மரபுவழி இணைப்புகள் பலமாகவே காணப் பட்டன. அதிலும் கிராமத்தின் பணிகள் செய்யும் வர்க்கத்தினருக்கும் (துவைத்தல், மழித்தல், தச்சு வேலை, கொல்லு வேலை, பூசாரி வேலை போன்றவை) மற்றவர் களுக்குமிருந்த, குறிப்பாக விவசாயிகளுக்குமிருந்த இணைப்புகள் வலுவாகவே இருந்தன.
    - இப்போது இந்த இணைப்புகள் பெருமளவுக்கு உடைந்து விட்டன. கிராமத்தின் கைவினைஞர்களில் பலர், அதிலும் இளைய தலைமுறையினர், தங்கள் சாதித் தொழில்களைச் செய்வதை விட்டுவிட்டார்கள். சில சாதியினர் ஊரைவிட்டே வெளியேறிவிட்டனர். புதிய நுண்மையான செயல்திறன்களுக்கான தேவை மிகுந்திருக்கிறது. மின்சார, டீஸல் இயந்திரங்களையும், டிராக்டர்கள், ஸ்பிரேயர்கள், வேன்கள் போன்றவற்றை இயக்கவும், பழுது பார்க்கவும் நவீனத் தொழில்நுட்ப அறிவோ அநுபவமோ பெற்றவர்களின் தேவை அதிகரித்துவிட்டது. இவற்றில் பல சாதியினரும் ஈடுபட் டுள்ளனர். விவசாயத்துடன் மறைமுகத் தொடர்புடைய இத்தகைய வேலைவாய்ப்புகள் நகரத்து இணைப்புகளை வலிவுடையதாக்கிக் கிராமத்தின் தனித்து ஒதுங்கியிருக் கும் தன்மையைக் குறைத்துள்ளன.

- சுதந்திரமடைவதற்கு முன் சாகுபடி செய்யப்பட்ட கோரை, புகையிலை, கொள்ளு, நரிப்பயிறு, மிளகாய் போன்றவை கிராமத்திலிருந்து மறைந்துவிட்டன. பழைய தென்னை, மாந்தோப்புகள் அழிக்கப்பட்டுப் புதியவை உருப்பெற் றுள்ளன.
    - அக்காலத்தில் கிராமத்தில் சாகுபடி செய்யப்பட்ட பயிர் வகைகளில் பல கைவிடப்பட்டுப் புதிய பயிர்கள் அறிமுகப்படுத்தப்பட்டுள்ளன. இவை நிலத்திற்குக் கிடைத்துள்ள பாசன வசதிகளையும், ஒப்பீட்டளவில் பயிர் விளைச்சல்களின் விலை மாறுதல்களையும் மற்றும் கூலியாள்கள் பற்றாக்குறையையும் சார்ந்து ஏற்பட் டுள்ளன. கரும்பு, மஞ்சள், நெல், வாழை சாகுபடி விரிவடைந்திருக்கிறது. மல்லிகை, சூரியகாந்தி, முசு முசுக்கை, குச்சிக்கிழங்கு, சோயா மொச்சை, கொய்யா,

சப்போட்டா போன்றவை அறிமுகமாகி, அவற்றில் சில வெற்றிகரமாகத் தொடர்கின்றன.

- நில உரிமையாளர்களுக்கும் தொழிலாளர்களுக்குமிடையே தொழில் உறவுகள் உருமாற்றம் பெற்றுள்ளன. அந்நாளில் அனைத்துப் பெரிய, நடுத்தர நில உடைமையாளர்களும் நிரந்தரப் பண்ணையாள் வைத்திருந்தார்கள். அவர்கள் பெரும்பாலும் பிணைத் தொழிலாளர்கள். தலைமுறை தலைமுறையாக ஒரே குடும்பத்தில் வேலை செய்தவர்களும் உண்டு. அவர்களில் சிலர் 'வயிற்றுச் சோத்தாள்' – அதாவது, நிலவுடைமையாளரின் குடும்பத்திலேயே சாப்பிட்டுக்கொண்டு முழு நாளும் அவர்களுக்குப் பணி புரிந்து கொண்டிருந்தவர்கள். இன்னும் சிலர் ஆட்டுக்காரராகவோ மாட்டுக்காரராகவோ பணியாற்றியவர்கள். எல்லாப் பெரிய, நடுத்தர நிலவுடைமையாளர்களிடமும் ஆட்டு, மாட்டுப் பட்டிகள் இருந்தன. பெரிய நிலவுடைமையாளர்களிடம் ஒரு 'பண்ணை பாக்கி' இருப்பார். அவர் பண்ணையின் சாகுபடி, ஆடு மாடுகள் பராமரிப்பு ஆகிய அனைத்தையும் மேற்பார்வை செய்வார். அவரும் ஒரு பிணைத் தொழிலாளரேயாயினும், அவருக்கென்று ஒரு தனி அந்தஸ்தும் மரியாதையும் இருந்தன.

    ○ இப்போது பிணைத் தொழிலாளர்கள் அநேகமாக மறைந்து விட்டார்கள். இருக்கிற ஒரு சில ஒப்பந்தத் தொழிலாளரும் ஆண்டு முழுதும் வேலைசெய்ய ஒப்புக் கொண்டு அதற்காக நிலவுடைமையாளரிடம் முழுது மாக முன்பணம் பெற்றுக் கொள்கிறார்கள். அடுத்த ஆண்டில் வேறொருவர் அதிக முன்பணம் கொடுக்க முன்வந்தால், ஒப்பந்தத் தொழிலாளராக அவருக்கு வேலைசெய்யச் செல்வது ஏற்றுக்கொள்ளப்பட்ட நடைமுறையாகிவிட்டது. அக்காலத்தில் ஒவ்வொரு முக்கியக் குடும்பத்திலும், ஒன்று அல்லது ஒன்றுக்கும் மேற்பட்ட குழந்தைத் தொழிலாளர்கள் பணியாற்றி னார்கள். அவர்கள் குடும்பத்தின் சமையல் உட்பட எல்லா வேலைகளையும் செய்தார்கள். இப்போது கிராமத்தில் வீட்டு வேலைக்கு எவரும் வருவதில்லை. அந்நாளில் பணக்கூலி பெறுவது அபூர்வம். அறுவடை செய்த தானியத்தின் அல்லது நிலக்கடலை முதலிய வற்றில் ஒரு 'கூறு'தான் கூலியாகக் கொடுக்கப்பட்டது. இப்போது நெல் அறுவடை போன்ற சில சமயங்கள் தவிர மற்ற எல்லா வேலைகளுக்கும் பணக் கூலிதான்.

- விவசாயத் தொழிலாளர்களின் நிலை உயர்ந்துள்ளது. சுதந்திரத்துக்கு முன்பு விவசாயத் தொழிலாளர்கள் காலை

ஏழு மணிக்கு வேலைக்கு வந்து மாலை ஆறு மணிக்குத் தான் வேலையை முடிப்பார்கள். மதிய இடைவேளை யாகச் சுமார் ஒன்றரை மணி நேரந்தான் அவர்களுக்குக் கொடுக்கப்பட்டது. 1950இல் தினக்கூலியாக ஆண்களுக்கு எட்டு அணா (தற்போதைய ஐம்பது பைசா) கூலியும், பெண்களுக்கு நாலு அணா (தற்போதைய இருபத்தைந்து பைசா) கூலியும் நிலவியது. 1950இல் விவசாயத்திற்குத் தொழிலாளர் பற்றாக்குறை என்பது நினைத்துப் பார்க்கவே இயலாத கற்பனையாக இருந்தது.

- ○ இப்போது அவர்கள் காலை எட்டு மணிக்கு வேலைக்கு வந்து மதியம் மூன்று மணிக்கு வீடு திரும்புகிறார்கள். இடைவேளையாகப் பதினொரு மணி அளவில் ஒரு மணி நேரம் ஓய்வு கிடைக்கிறது. தற்போது (2007இல்) ஆண்களுக்கு எண்பது ரூபாய் கூலியும், பெண்களுக்கு நாற்பது ரூபாய் கூலியும் நிலவுகின்றன. தற்போது கிராக்கியான காலங்களில் முன்பணம் கொடுத்து வைத்தாலொழிய விவசாயத்திற்குக் கூலியாள்கள் கிடைப்பது நிச்சயமில்லை.

- 1940களில் இப்போதைவிடக் குக்கிராமம் மிக அதிகமாகத் தன்னிறைவு பெற்றிருந்தது. அப்போது ‘மச்சு வீடுகள்’கூட உள்ளூர் கைவினைஞர்களால் (கொல்லர், தச்சர் முதலியோர்) கட்டப்பட்டன. வாழ்க்கை வட்டத்தில் பிறப்பு, திருமணம், இறப்பு காலச் சடங்குகளுக்கான சீர்களைக் கூட உள்ளூரில் விளைந்த தானியங்கள், காய்கறிகள், பழ வகைகள் ஆகியவற்றை உள்ளூரில் வனைந்த பானை சட்டிகளிலும் கூடைகளிலும் வைத்துத்தான் கொடுப்பார்கள். வெளியிலிருந்து வாங்கப்பட்ட பொருள்கள் குறைவு. அப்படி வாங்கியதில் பெரும்பகுதி அருகில் மணல்மேட்டிலிருக்கும் வியாழக்கிழமைச் சந்தையில்தான் வாங்கப்பட்டது. கிராமத்தின் பெருநிலக்கிழார்களிலிருந்து தீண்டத்தகாதவர்களாகக் கருதப்பட்டவர் உட்பட எல்லாத் தரப்பினரும் கிராமத்திலேயே விளைந்த தானியங்களைத்தான் உண்டனர். வரகு, கம்பு, சோளம் ஆகியவற்றைக் கோயில் ஐயர் தவிர அனைத்து வகுப்பினரும் உண்டனர் என்றாலும், அவற்றை மேல்மட்டத்தினரைவிடக் கீழ் மட்டத்தினர் அதிகமாகப் பயன்படுத்தினர்.

  - ○ இப்போது எல்லா வகுப்பினரும் அரிசி உணவுக்கு மாறிவிட்டார்கள். வெளி அங்காடிகளில் பொருள்கள் வாங்குவது பல மடங்கு பெருகிவிட்டது. சீர்கள்கூட எவர்சில்வர் பாத்திரங்களில், கரூர் மளிகை, பழக் கடைகளில் வாங்கிவரும் பொருள்களால்தான் கொடுக்கப்

படுகின்றன. சந்தையில் என்ன வாங்குவது, கூரில் என்ன வாங்குவது என்று அப்போதிருந்த பாகுபாடு இப்போது மறைந்துகொண்டிருக்கிறது. வேறுவிதமாகச் சொல்ல வேண்டுமானால், குக்கிராமத்திலும் சந்தைமய மாக்கல் அல்லது அங்காடிமயமாக்கல் நடவடிக்கைகள் விரிந்து கொண்டிருக்கின்றன. அந்நாளில் குக்கிராமத்தில் கேள்விப் படாத பற்பசை, முகப்பவுடர், ஷாம்பூ போன்றவை இப்போது 'சேஷே'க்களில் ஏழைகளும் வாங்கத்தக்க விலையில் கிடைப்பதால் எல்லா வர்க்கத் தினராலும் பயன்படுத்தப்படுகின்றன. அதுபோலவே அந்நாளில் அனைவரும் பயன்படுத்திய, ஆல்–வேல் பற்குச்சிகள், அரப்பு, சிகைக்காய் போன்றவற்றின் உபயோகம் மறைந்துகொண்டிருக்கிறது.

- 1940களில் அரசு தன்னுடைய வருவாய், போலீஸ் துறைகளின் மூலம்தான் குக்கிராமத்தை அதிகம் பாதித்தது. அரசு பிரதிநிதிகளைக் கண்டால், பிரிட்டிஷ் காலனி ஆதிக்கத்தின் விளைவாகப் பயமும், நடத்தை காரணமாக நாணயவான் களென்ற மரியாதையும், கலந்த ஒரு பணிவு காட்டப் பட்டது. நன்கு நிர்வகிக்கப்பட்ட ஒரு கூட்டுறவுச் சங்கம் செயல்பட்டது.

  - இப்போது கிராமத்தில் அரசு நடவடிக்கைகள் மிகவும் அதிகரித்துவிட்டன. கிராமத்திற்குக் குடிநீர் வழங்குதல், மின் வினியோகம், விவசாய இடுபொருள்களுக்கு மானியங்கள் வழங்குதல், நில உச்சவரம்புச் சட்டங் களைச் செயல்படுத்துதல், 'ரேஷன்' பொருள்கள் பங்கீடு போன்ற பல புதிய அரசு நடவடிக்கைகள் அறிமுகமா யிருக்கின்றன. ஆனால் இப்போது அரசு பிரதிநிதிகளைக் கண்டால் பயம் போய்விட்டது. மாறாக மதியாமை, அலட்சியம், மரியாதையின்மை ஆகியவை அதிகரித்து விட்டன. அரசு அதிகாரிகளென்றால் கையூட்டு வாங்கு பவர்கள், செல்வாக்கிற்கேற்ப நடத்தை மாறுபவர்கள் என்கிற கருத்து பரவலாகக் காணப்படுகிறது. கிராமக் கூட்டுறவுச் சங்கத்திலும் அரசில் வந்த மாறுதல்களுக் கேற்பச் செயல்பாடுகள் மாறி, சிறிது சிறிதாகச் சிதைந்து கொண்டிருக்கின்றன. இதன் மொத்த விளைவாகக் கிராமத்தின் குழு நடவடிக்கைகளை நெடுநாள்களாக இயக்கிவந்த – கண்களுக்குத் தெரியாத இணைப்புகளான – ஒழுக்கம், நாணயம் போன்ற நற்பண்புகள் கொஞ்சங் கொஞ்சமாக மறைந்துவருகின்றன.

- அக்காலத்தில் குக்கிராமத்தின் செயல்பாடுகளில் அரசியல் அற்பமான பங்கையே பெற்றிருந்தது. திராவிடர் கழகம்,

காங்கிரஸ் மற்றும் கம்யூனிஸ்டு கட்சிகளின் தீவிர அபிமானிகள் சிலர் அப்போதும் இருந்தனர். எனினும் தேர்தல்களின்போது கிராமத்தின் பெரும்பான்மையினர், கிராமத்தின் செல்வாக்குள்ள சில பெருநிலக்கிழார்களின் ஆலோசனைப்படியே வாக்களித்தார்கள். அவர்களின் ஓட்டு வங்கியாகத்தான் கிராமம் செயல்பட்டது.

○ 1960களில் உள்ளாட்சித் தேர்தல்களில் கிராமப் பஞ்சாயத்துக்களுக்குத் தேர்தல்கள் வந்தபோதுதான் கட்சி அரசியல் கிராமத்துக்குள் நுழைந்தது. அதன் பிறகு சிறிது சிறிதாகக் கட்சி அரசியலின் அனைத்துக் கேவலங்களும் கிராமத்துக்குள்ளும் நுழைந்துவிட்டன. இது ஆரம்ப கால – ஒரு சிலரின் ஓட்டு வங்கி நிலையை விட – மட்டமானதாக மாறிவிட்டதாகத் தோன்றுகிறது.

• சுதந்திரத்துக்கு முன் நிலச் சீர்திருத்தச் சட்டங்கள் என்று தனியாக எதுவும் இயற்றப்படவில்லை.

○ சுதந்திரத்துக்குப் பின் நில உச்சவரம்பு, குறைந்த மட்டக் கூலி, குத்தகைதாரர் பாதுகாப்பு, ஆற்றங்கரையிலிருந்து எவ்வளவு தூரத்தில் ஆழ்துளைக் கிணறுகள் அமைக் கலாம் என்பன போன்றவற்றைப் பற்றிப் பல சட்டங்கள் இயற்றப்பட்டுள்ளன. ஆனால் கிராம அளவில் அவை செயல்படுத்தப்படவில்லை என்பதே உண்மையாகும். எனினும் வருவாய், காவல், பொதுப்பணித் துறை போன்றவற்றின் அதிகாரிகள் அந்தச் சட்டங்களைக் காட்டி அவற்றால் பாதிப்புக்குள்ளாகக் கூடியவர்களிடமிருந்து கையூட்டுப் பெறுவது வாடிக்கையாகிவிட்டது. இதனால் விவசாய நடவடிக்கைகளின் கொடுக்கல் வாங்கல் பரிவர்த்தனைச் செலவுகள் அதிகரித்துள்ளன.

• 1940களில் விவசாயத்தில் மாட்டுக்குச் சுழி பார்த்தல், மிருகங்களுக்கு நாட்டு வைத்தியம் போன்ற மரபுவழி வித்தைகளுக்கும் தொழில் நுணுக்கங்களுக்கும் சிறப்புக் கொடுக்கப்பட்டது.

○ தற்போது புதிய சூழ்நிலைகளுக்கேற்ற புதிய வித்தை களுக்கு மதிப்புக் கூடியிருக்கிறது. உதாரணமாக மூன்று 'பேஸ்' மோட்டார்களை இரண்டு 'பேஸ்'களிலேயே (சட்டத்துக்குப் புறம்பாக) இயக்கத் தெரிந்தவர்கள்; நிலத்துக்கடியில் தண்ணீரைக் கொண்டு செல்லும் குழாய்களில் கசிவுகளை விரைவில் அடைக்கத் தெரிந் தவர்கள், டிராக்டர் ஓட்டுபவர்கள் போன்றோரின் மதிப்புக் கூடியிருக்கிறது. மரபுவழித் தொழில் நுட்பங் களுக்கான மதிப்பு அருகிக்கொண்டே வருகிறது.

- விவசாய நிலத்தின் மதிப்பு சுதந்திரத்திற்குப் பிறகும் பல ஆண்டுகள் நிலையாகவே இருந்தது.
    - 1970களுக்குப் பிறகு நிலத்தின் விலை மெதுவாகவே ஏறிக் கொண்டிருந்தது. 1990களில் வேகமாக ஏறிப் பின் குறைந்தது. சாலையோர வீட்டு மனைகளின் மதிப்புப் பன்மடங்கு உயர்ந்துள்ளது. 2000க்குப் பிறகு, விவசாய நிலத்தின் மதிப்பு மறுபடி ஏற ஆரம்பித் துள்ளது. நஞ்சை நிலங்களுக்கும் புஞ்சை நிலங்களுக்கும் இடையேயிருந்த விலை இடைவெளி குறைந்து கொண்டே வருகிறது. புஞ்சை நிலம், வீட்டு மனைக்கு உகந்ததாயிருந்தால் அதன் விலை அயன் நஞ்சை நிலத்தின் விலையைவிடப் பன்மடங்கு அதிகமாக விற்றிருக்கிறது.
- சுதந்திரத்தின்போது குக்கிராமத்தின் பெரிய நிலவுடைமை யாளர்களாயிருந்த குடும்பங்களெல்லாம் தங்கள் நிலங் களின் பகுதிகளை விற்றிருக்கிறார்கள்.
    - அவற்றைக் கிராமத்தின் குறு, சிறு விவசாயிகளும், முன்பு நிலமில்லாமலிருந்த சில விவசாயக் கூலித் தொழிலாளர்களும் வாங்கியிருக்கிறார்கள். இதுவும் ஒப்பீட்டளவில் புஞ்சை நிலங்களின் விலை உயர்வும், விவசாயம் தவிர்த்த மற்ற வேலை வாய்ப்புகளின் வளர்ச்சியும், பெரிய நிலவுடமையாளர்களுக்கு முன்பிருந்த செல்வாக்கையும் சக்தியையும் இப்போது பின்தள்ளியிருக்கின்றன. ஒரே சாதிக்குள்ளேயேகூடச் சமூகப் படிநிலைகளின் தரவரிசையிலிருந்த ஏற்றத்தாழ்வு களுக்குள்ளே ஏராளமான மாற்றங்கள் வந்துள்ளன. பொதுவாகச் சொன்னால், முன்பு அடித்தளத்திலிருந் தவர்களில் பலர் இப்போது மேல் நோக்கி இடம் பெயர்ந்துள்ளனர்.
- சுதந்திரத்திற்கு முன்பு மரபுவழிகளில் அந்தஸ்து சார்ந்து நிகழ்ந்த பல பணிகள் இப்போது ஒப்பந்த அடிப்படையில் நிகழ்கின்றன. கிராமத்தின் ஏவல் பணிகளைச் செய்துவந்த வர்கள் இப்போது அதில் தொடரவில்லை. கிராமத்தில் தீண்டத்தகாதவர்களுக்கு வெளிப்படையாகச் செய்யப் பட்ட கொடுமைகளும் புறக்கணிப்புகளும் மறைந்துவிட்டன என்றாலும் தீண்டாமை இன்னும் நீங்கிவிடவில்லை.
    - துணி துவைப்பது தவிர மற்ற பணிகள் அனைத்திலும் பழைய அந்தஸ்து சார்ந்த தானியக் கூலி கொடுக்கும் முறை மறைந்துவருகிறது. துணி துவைப்பதிலும் மரபு வழிகள் அனேகமாக மறைந்துகொண்டிருக்கின்றன.

கிராமத்தின் பணிசெய்யும் சாதியினருக்கும் மற்ற சாதியினருக்குமான மரபு வழி இணைப்புகள், பிறப்பு, திருமணம், இறப்பு போன்ற வாழ்க்கை சடங்குகளின் போது மாத்திரமே வலியுறுத்தப்பட்டு வெளிப்படுத்தப் படுகின்றன. அப்போது அவற்றுக்கு அந்நாளிலிருந்து வழிவழி வந்த முறையில் நிர்ணயிக்கப்பட்ட கூலிகள் பகிரங்கமாகக் கொடுக்கப்பட்டுத் தற்போது நிலவும் நிலைகளுக்கேற்ற கூலிகள் பின்னர் தனியே கொடுக்கப் படுகின்றன! சில குடும்பத்தினர், தீண்டத்தகாதவர் களாக முன்பு நடத்தப்பட்டவர்களை வீட்டுக்குள் அனுமதிக்கின்றனர்; வீட்டு வேலைக்கும் வைத்துக் கொண்டுள்ளனர். சிலர் இல்லத் திருமணங்களின்போது அவர்களைச் சரி சமமாக மேசையிலமர்ந்து உணவு அருந்த அனுமதித்துள்ளனர். கிராமத்தின் மற்ற பெரும் பகுதியினர் இதையெல்லாம் 'கண்டு கொள்ளாதது போல்' நடிக்கின்றனர்! இளைய சமுதாயத்தினரிடையே தீண்டாமைப் பழக்கங்களுக்கு ஆதரவு இல்லை!

- சுதந்திரத்திற்கு முன்பு குக்கிராமத்தில் ஒரு தாலூகா போர்டு ஆரம்ப நிலைப்பள்ளியும், செல்வர்களின் பெண் குழந்தைகளுக்கு 'டியூசன்' சொல்லித் தர ஒரு தனி ஆசிரியர் நடத்திய திண்ணைப் பள்ளியும் இயங்கின. இப்போது அவையிரண்டும் மறைந்துவிட்டன.
    - குக்கிராமத்துக்கு வெளியில் அமைந்துள்ள காலனியில் பஞ்சாயத்துத் துவக்கப் பள்ளி இயங்குகிறது. அப்போது கிராமத்தின் செல்வர்களின் குழந்தைகள் மாத்திரமே உயர்நிலை மற்றும் கல்லூரிக் கல்விக்குச் சென்றனர். இப்போது அனைத்து வர்க்கத்தினரும் உயர்நிலைக் கல்வி அளவுக்குச் செல்கின்றனர். கல்லூரிக் கல்வியும் விரிவடைந்துவருகிறது. கிராமத்தின் தீண்டத்தகாதவர் களாகக் கருதப்பட்ட சாதியினர்களிலிருந்து 1990களில் தான் முதல் பட்டதாரி வந்திருக்கிறார்.
- கிராமத்தில் பன்னெடுங்காலமாக நிலவிவந்த நாட்டுப்புறக் கலைகள் காணாமல் போய்விட்டன! கிராமத்தின் மென்மையான, துரிதப்படுத்தாத வாழ்க்கைமுறையும் மறைந்துவிட்டது. தெருக்கூத்து, உடுக்கை ஒலியோடு 'குன்றுடையாக் கவுண்டன் கதை' போன்ற கதைகள் சொல்லும் வழக்கம், கார்த்திகையில் பொறிச்சூந்து, சொக்கப்பனை தாண்டுதல், குழந்தைகளுக்குப் நுங்குச் சக்கர வண்டிகள், பனை ஓலைக் கிலுகிலுப்பை, தென்னை ஓலைக் கிளிகள், மரப்பாச்சி, தள்ளுவண்டி, நீச்சல் பயிலச் சுரைக்குடுக்கை, பண்டிகைகளின்போது வழங்கப்பட்ட

கொங்கு நாட்டு வாளை மாவு, கம்ப மாவு, அதிரசம் போன்ற இனிப்புகள் போன்றவையும் மறைந்துவருகின்றன.

- இவற்றுக்குப் பதிலாகத் தொலைக்காட்சி, சினிமா, வீடியோ போன்றவை வந்துவிட்டன. திருமணங்கள், பண்டிகைகள் போன்றவற்றிற்கு ஒப்பந்த அடிப்படையில் சமையல் – பரிமாறுதல் நடக்க ஆரம்பித்துவிட்டது. பறவைகள், விலங்கினங்கள், தாவர வகைகள் ஆகியவற்றிலும் மாற்றங்கள் வந்துவிட்டன. உடும்பு, நரி, கோட்டான், சிட்டுக்குருவி, செம்பூத்து, கருடன் போன்ற முன்பு பரவலாகக் காணப்பட்ட வகைகள் இப்போது அபூர்வமாகவே காணப்படுகின்றன. வில்லரனைப் பாம்பும் காட்டு முயலும் கிராமப் பகுதியிலிருந்து முழுதுமாய் மறைந்துவிட்டன. கருடனும் கானாங்கோழியும் மணிப்புறாவும்கூட எண்ணிக்கையில் மிகக் குறைந்துவிட்டன. கற்றாழையும், பிரண்டையும், தாழம் புதர்களும், இயற்கையாக மழைக்காலத்தில் கிடைத்த காளான் வகைகளும் அருகி வருகின்றன.

- கிராமத்தின் நடைமுறைகளிலும் பழக்கவழக்கங்களிலும் சந்தேகத்திற்கிடமின்றி மாற்றங்கள் ஏற்பட்டுள்ளன. 1940களில் கிராமத்தில் குழு அடையாளந்தான் மிகுதியாகக் காணப்பட்டது. அரசுடன் கிராம அமைப்புகளும் இணைந்து கிராமத்தின் வாய்க்கால் பராமரிப்பு, நீர்ப் பாசன வசதி பெற்ற நிலங்களின் அளவு, புறம்போக்கு நிலங்களைப் பாதுகாத்தல், கிராமத் தகராறுகளை விசாரித்துத் தீர்த்தல் போன்றவற்றை மேற்கொண்டன.

- இப்போது கட்சி அரசியலும் அங்காடி ஊடுருவலும் கிராமத்தின் குழு அடையாளத்தை அரித்துவிட்டன. இருப்பினும் சில மரபுவழிப் பழக்கங்கள் இடையில் கைவிடப்பட்டுப் பின்னர் திரும்ப உயிர்ப்பிக்கப்பட்டுள்ளன. உதாரணமாக, 'மொய் வேலை' – அதாவது, குறு விவசாயிகளுக்குள் ஒருவர் மற்றவர் நிலத்தில் இலவசமாக ஒரு சமயத்தில் வேலை செய்வதும், அதற்குப் பிரதியாக மற்றவர் அவருடைய நிலத்தில் பிறிதொரு சமயத்தில் இலவசமாகத் திரும்ப வேலை செய்வதுமாகும். அதுபோலவே கிராமத் தகராறுகளைத் தீர்ப்பதற்காக ஊரிலிருந்து குற்றவாளிகளாகக் கருதுபவர்களைத் தள்ளிவைப்பதும் திரும்ப வந்திருக்கிறது. வரதட்சணைக் கொடுமை உழைக்கும் வர்க்கத்திற்கும் பரவிவிட்டது. 12 வயதுக்கு மேற்பட்ட பெண் குழந்தைகளின் வரதட்சணைக்காக அவர்களின் கூலியைப் பெற்றோர்கள் சேமிப்பதும் நிகழ்கிறது. தனிநபர் அடையாளம்

வலியுறுத்தப்படுகிறது. உழைக்கும் வர்க்கத்தினரிடையே 'வீட்டு வேலை'க்குச் செல்வது தரக்குறைவானதாகக் கருதப்படுகிறது. கிராமத்தின் திறமை மிகுந்த இளைஞர் களும் யுவதிகளும் வெளியூர்களுக்குப் படிப்பதற்கும் வேலை தேடியும் சென்று விடுவதால் மீதமிருப்பவர்கள் நல்ல விவசாய நிர்வாகிகளாகவோ விவசாயத் தொழி லாளர்களாகவோ இருப்பதில்லை. விவசாயிகளின் செயல்திறன் குறைந்துவிட்டது. 1940களில் கள் குடிப்பது அவமானமான செயலாகக் கருதப்பட்டது. இப்போது அது பகிரங்கமாக நடைபெறுகிறது. கள்ளச் சாராய வியாபாரம் வெளிப்படையாகவே நடைபெறுகிறது. முன்பு கட்டுப்பாட்டுக்குள்ளிருந்த சிறு திருட்டுகள், ஏமாற்றுதல் போன்ற செயல்கள் இப்போது பரவலாக நடைபெற ஆரம்பித்துவிட்டன. 1990களில் ஒருமுறை கிராமத்தில் நடந்த ஒரு கொலையின்போது கிராம மக்கள்கூட நகர மக்களைப் போலவே விலகியிருந்து ஒதுங்கிக்கொண்டார்கள்!

- கரூரில் நிகழ்ந்தது போலவே குக்கிராமத்திலும் பெரிய மாறுதல்கள் ஏற்பட்டுள்ளன.
    - ஆனால் அவற்றின் மூலகாரணங்கள், அடுத்தடுத்து ஏற்பட்ட தற்செயல் நிகழ்ச்சிகள் அல்ல. மாறாக, அவை குக்கிராமத்தின் உள்ளேயும் வெளியேயுமிருந்து உருவான தூண்டுதல்களுக்கான பதில் விளைவுகளாகவேயிருந்தன. வெளியிலிருந்துவந்த தூண்டுதல்களில் மிக முக்கிய மானவை நகர அங்காடியிலிருந்து வந்தன. கரூரில் நிகழ்ந்தது போலவே குக்கிராமத்தின் மாறுதல்களிலும் சில நபர்கள் கேந்திரமான பங்கு வகித்தார்கள்.
- எச்சரிக்கையான, எனினும் நம்பிக்கையை வளர்த்துக் கொண்டு, அதனால் வெற்றியை நோக்கி இயங்கிக்கொண் டிருக்கும் அருகிலிருக்கும் கரூர் நகரைப் போலில்லாமல் குக்கிராமத்தில் தோல்வி மனப்பான்மையும் அவநம்பிக்கை யும் பெருகிக் காணப்படுகின்றன.
    - செட்டிபாளையம் மேற்காலூரில் பல வீடுகள் காலியாக இருக்கின்றன. இங்கிருப்பவர்களின் ஒரே நம்பிக்கை கரூரையடுத்திருக்கும் இந்த ஊரில் வெகு விரைவில் நிலங்களின் விலை எகிறும் என்பதுதான். அதற்கான அறிகுறிகள் நன்கு தென்படுவதால் அவர்களும் வாய்ப்புக் கிடைத்தவுடன் கிராமத்தைவிட்டு வெளியேறத் தயாராக இருக்கின்றனர். எனினும், உழைப்பாளர்களும் குறு நிலக்கிழார்களும் நிறைந்த கிழக்காலூரிலும் புதிதாகக்

கட்டப்பட்ட காசா காலனியிலும் தாங்கள் வளர்ந்து விரிவடைய முடியும் என்கிற நம்பிக்கை பெருகியிருக்கிறது.

- இந்தக் குக்கிராமத்தில் இனி விவசாயத்தில் ஈடுபட்டு முன்னேறுவது கடினம் என்கிற எண்ணம் பெரும்பாலானவர்களுக்கு வந்துவிட்டது.
  - ஆனால், இந்தக் குக்கிராமத்தையும் சுற்றுப்புறங்களையும் சார்ந்த தகவல் தொடர்பு தொழில்நுட்பம் படித்த இளைஞர்களும் இரு யுவதிகளும் நல்ல வேலைக்குச் சென்றிருப்பது இங்கு புதிய நம்பிக்கையை வளர்த்துள்ளது. அதில் சிலர் குறு விவசாயிகளின் வாரிசுகள். செட்டிபாளையம் மேற்காலூரின் ஒளிவட்டம் மங்கிவிட்டாலும் செட்டிபாளையத்துப் பிள்ளைகள் வெளியூர்களிலும் வெளிநாடுகளிலும் வளர்ந்து செழிப்பார்கள் என்கிற எதிர்பார்ப்பு பரவலாகக் காணப்படுகிறது.

செட்டிபாளையம் - சில தனித்தன்மைகள்

ஒருவிதத்தில் செட்டிபாளையம் சற்று வித்தியாசமான குக்கிராமந்தான். குக்கிராமத்து மேற்காலூரின் நிலவுடைமையாளர்களில் இரு குடும்பங்கள் தவிர மற்ற அனைவரும் பங்காளி உறவு முறையாளர்கள்! அழிந்துவிட்ட ஆதி செட்டிபாளையத்தின் அருகில் மறுபடி குக்கிராமத்தைப் புதிதாக ஏற்படுத்திய கருப்பக் கவுண்டரின் வாரிசுகள் ஒன்பது குடும்பத்தினர்களாக வளர்ந்திருக்கிறார்கள். அந்த ஒன்பது பேரும் இரு கூட்டுக்குடும்பங்களாய் இருந்திருக்கிறார்கள். அவர்கள் செழிப்போடு வாழ்ந்ததால் மேலும் சில பங்காளிக் குடும்பங்களைக் கடம்பங்குறிச்சியிலிருந்து அழைத்துவந்து இங்கு குடியமர்த்தியிருக்கிறார்கள். அவர்களனைவரும் நல்ல உழைப்பாளிகளாக இருந்ததால் இந்த ஊரில் அப்போது தரிசு நிலங்களாக இருந்தவற்றை வாங்கி, மேம்படுத்தி விளை நிலங்களாக மாற்றிச் செல்வர்களாக மாறியிருக்கிறார்கள்.

கூட்டுக்குடும்பங்களின் ஒன்பது சகோதரர்களில் மூத்த வருக்குக் கல்வியில் அதிக நாட்டமிருந்ததால் 1920களிலேயே தங்கள் குடும்பத்துப் பையன்கள் மட்டுமின்றிப் பங்காளிகளின் பையன்களும் குறைந்த பட்சம் ஆரம்ப நிலைக் கல்வியாவது பெறுவதற்குக் காரணமாகியிருந்திருக்கிறார். அவருடைய மகன்களில் ஒருவர் ஆரம்பப் பள்ளி ஆசிரியராகியிருக்கிறார். கிராமத்தின் பெண் குழந்தைகள்கூடப் படிக்கத் தெரிந்திருக்க வேண்டுமென்ற விருப்பத்தால் அவர்களுக்காகத் தனியாக ஓர் ஓய்வு

பெற்ற ஆசிரியரை நியமித்து ஆரம்பநிலைக் கல்வி புகட்டி யிருக்கிறார். 1927இல் சென்னை மாகாணத்தில் டாக்டர் சுப்பராயன் மந்திரியாக இருந்தபோது, கரூர் தாலூகா போர்டு பிரஸிடென்டாக இருந்த பசுபதிபாளையம் காளியண கவுண்டர் பல கிராமங்களில் ஆரம்பப் பள்ளிகள் தொடங்கக் காரணமாக இருந்தார். அவற்றில் ஒன்று செட்டிபாளையத்தில் ஆரம்பிக்கப்பட்டது. கிராமத்தின் பெண் குழந்தைகள் நீச்சல் கற்றுக்கொள்வதற்காக ஒரு கிணறு அதிகாலையிலிருந்து மதியம்வரை அவர்களுக்கு மட்டும் என்று ஒதுக்கீடு செய்யப்பட்டு, சுதந்திரம் வரை நடைமுறையிலிருந்தது. 40 வீடுகளேயிருந்த குக்கிராமத்தின் 'மேற்காலூரில்' 1930இலேயே 4 பேர் உயர்நிலைக் கல்வி முடித்திருந்தார்கள். ஒருவர் மேல்படிப்பிற்காக இங்கிலாந்துக்கு அனுப்பப்பட்டிருக்கிறார். 1929இல் தொடங்கிய மகா–மந்தத்தின் போது அந்தக் குடும்பங்களுக்கிடையே பொருளாதார ஏற்றத் தாழ்வுகள் அதிகரித்துவிட்டன.

1950இல்கூடச் செட்டிபாளையம்–மேற்காலூரில் ஐம்பது வீடுகளுக்குக் குறைவாகவேயிருந்தன. கிராம எல்லையாக அமராவதி ஆறு தெற்கிலிருந்து வடக்கு நோக்கி ஓடுகிறது. ஆற்றுக்குக் கிழக்கில் சுமார் நூறு மீட்டர் இடைவெளியில் ஆற்றுக்கு இணையாக திருமாநிலையூர் ராஜவாய்க்கால் ஓடுகிறது. செட்டிபாளையம் மேற்காலூரில் பெரு நிலக்கிழார் களும், கிழக்காலூரில் சிறு, குறு நிலவுடைமையாளர்கள் மற்றும் நிலமற்ற தொழிலாளர்களும் வசித்தார்கள். 1960வரை இடைப்பட்ட பகுதியில் சக்கிலியர்கள் வசித்தார்கள். பின்னர் அவர்கள் கிழக்காலூருக்கும் கிழக்கில் குடியமர்த்தப்பட்டனர். அவர்களாக விரும்பி இந்த இடப்பெயர்ச்சி நடந்திருக்காது என்று தோன்றுகிறது. ஏனெனில் அவர்களுக்குப் புதிய இடத்தில் குடிநீர் வசதி குறைவு. ஆனால், இந்த இடப்பெயர்ச்சி நடந்தபோது எந்தவிதமான வெளிப்படையான எதிர்ப்பும் காணப்படவில்லை. மேற்காலூரில் ஒரு சில பணி செய்யும் தொழிலாளர்கள் தவிர வேறு எந்த நிலமற்ற தொழிலாளர் களும் வசிக்கவில்லை. எனவே, செட்டிபாளையம் – மேற்காலூர் பல காலம் ஒரு மேல்தட்டு கிராமமாகவேயிருந்தது. 1950இல் அங்கே ஒரு ஐயர் குடும்பம், நான்கு வண்ணார் குடும்பங்கள், ஒரு குயவர் குடும்பம், ஒரு ஆசாரி குடும்பம், ஒரு கோனார் குடும்பம், ஒரு செட்டியார் குடும்பம் மற்றும் ஐந்து மாவிலியர் (மாவலையர் என்பதன் மரூஉவாகவிருக்கலாம். ஏனெனில் அவர்களின் குலத்தொழில் மீன் பிடித்தல்) குடும்பங்கள் இருந்தன. மற்றவை அனைத்தும் கொங்கு வேளாளக் குடும்பங் கள். 1990களில் குயவர், கோனார், செட்டியார் குடும்பங்கள்

கிராமத்தைவிட்டு வெளியேறிவிட்டன. ஆசாரியாரின் சந்ததி யினர் குலத்தொழில் செய்வதில்லை. மாவிலியர்களில் இரு குடும்பங்களும், வண்ணார்களில் இரு குடும்பங்களுங்கூட வெளியேறிவிட்டன. இலங்கையிலிருந்து ஒரு வண்ணார் குடும்பம் புதிதாகக் குடி வந்திருக்கிறது. வேளாளக் கவுண்டர் குடும்பங்களில் படித்து வேலை கிடைத்து வெளியூர்களுக்குச் சென்றவர்களும், தொழில், வியாபாரம் செய்யச் சென்றவர் களும் ஊரை விட்டுச் சென்றுவிட்டதால் ஊரில் பாதிக்கும் மேற்பட்ட வீடுகள் காலியாகக் கிடக்கின்றன. செட்டி பாளையம் மேற்காலூரிலிருந்து நூறு மீட்டர் தொலைவில் கிழக்காலூரும், அதிலிருந்து முந்நூறு மீட்டர் தொலைவில் சக்கிலியர் தெருவும், அதற்கு வடக்கே அரை கி.மீ. தொலை வில் 'காசா' காலனியும் இருக்கின்றன.

1977 பெருவெள்ளத்திற்குப் பிறகுதான் 'காசா' காலனி உருவாகியது. அங்கு குறு நிலவுடைமையாளர்கள் மற்றும் நிலமற்ற தொழிலாளர்கள் வசிக்கிறார்கள். செட்டிபாளை யத்திற்குத் தெற்கே மூன்று கி.மீ. தொலைவில் ராக்கியாக் கவுண்டன் புதூரும், அதனருகே கூலிநாயக்கனூரும் இருக் கின்றன. செட்டிபாளையத்திற்கு வடக்கே இரு கி.மீ. தொலை வில் அப்பிபாளையம், பாலத்துப்புதூர் குக்கிராமங்கள் இருக்கின்றன.

சுதந்திரத்திற்கு முன் மாற்றங்களைத் தடுத்த காரணிகள்

கரூர் நகரத்தோடு ஒப்பிடும்போது சுதந்திரம் வருவதற்கு முன் கிராம வாழ்க்கையில் பெரிய மாற்றங்கள் எதுவும் வந்துவிடவில்லை. மாற்றங்களை ஊக்குவிக்கும் அல்லது தூண்டிவிடும் காரணிகளுக்கு ஏராளமான எதிர்ப்பு இருந்திருக் கிறது. மாற்றங்கள் கிராமத்தின் ஒற்றுமையைச் சீர்குலைத்து, அதன் குழு அமைப்பை உடைத்துவிடும் என்று அந்நாளில் கிராம மக்கள் நம்பினார்கள்.

செட்டிபாளையம் குக்கிராமமும், அப்போதைய மற்ற பெரும்பாலான கிராமங்களைப் போலவே, ஓரளவு தன்னி றைவு பெற்றிருந்தது. குறிப்பாக உணவுக்கும் உறையுளுக்கும் குக்கிராம மக்கள் உள்ளூர் உற்பத்தியையே சார்ந்திருந்தார் கள். அரிசி, வரகு, கடலை, புளி, பருப்பு வகையறாக்களில் உள்ளூர் உற்பத்தியை உள்ளூர் குடும்பங் களுக்கிடையே பண்டமாற்றுச் செய்துகொள்வது இயல்பாக நடந்தது. உப்பு, சர்க்கரை, காபித்தூள், மசாலா சாமான்கள் போன்றவற்றை வியாழக்கிழமைகளில் அருகிலிருந்த மணல்மேடு சந்தையில் வாங்கிக்கொண்டார்கள். அங்கும் கூடப் பணப் பரிவர்த்தனை

யோடுகூடப் பண்டமாற்றுப் பரிவர்த்தனையும் நடந்தது. பணப் புழக்கம் அவ்வளவு அதிகமாக இல்லை. உடைகளுக்கு அங்காடியைத்தான் நாடினார்கள் என்றாலும் செருப்பு போன்றவற்றிற்குக்கூட உள்ளூர் சரக்குகள்தான் கையாளப் பட்டன.

கிராம நடவடிக்கைகளில் வழிவழியாக வந்த நடப்புக்கு மிகுந்த மதிப்பிருந்தது. மூதாதையர் வாழ்ந்த அதே வழிகளில் வாழ்கிறோம் என்பதைக் கிராமத்தினர் பெருமையாகக் கருதினார்கள். முன்பு எத்தகைய சடங்குகள் கடைப்பிடிக்கப் பட்டன என்பதைப் பற்றிய வாய்மொழி வர்ணிப்புகள் கிராமப் பெரியவர்களிடமிருந்து தலைமுறை தலைமுறையாக வாரிசு களுக்குத் தெரியப்படுத்தப்பட்டன. திவசம் போன்ற சடங்கு களின்போது படிக்காதவர்கள்கூடத் தங்களின் பெற்றோர் தொடங்கி மூன்று தலைமுறைகளை நினைவுக்குக் கொண்டு வருவார்கள். அவர்கள் மறந்திருந்தாலும் திவசத்தை நடத்தி வைத்த புரோகிதர் அவர்களுக்கு அந்தப் பெயர்களை நினை வூட்டுமளவுக்கு அந்தக் குடும்பங்களைப் பற்றி அறிந்திருந்தார்.

கிராமத்தின் இயக்கம் அந்தஸ்து சார்ந்து அமைந்திருந்தது. சாதி அடிப்படையில் பிறப்பிலேயே உயர்வு தாழ்வுகள் தொடங்கிவிட்டன. அந்த அந்தஸ்துகள் காப்பாற்றப்பட வேண்டுமானால் அப்படிப்பட்ட உயர்வு தாழ்வுகள் நியாய மானவையா, இல்லையா என்கிற கேள்விகள் தவிர்க்கப்பட வேண்டும். வழிவழிவந்த முறைகளைப் பின்பற்றுவதுதான் சரியான நடத்தை என்று வலியுறுத்தும் விதமாகவே கிராமத் தின் எல்லாச் செயல்களும் நடந்தன. படித்தவர்கள் மத்தியில் 1940 தொடங்கிச் சுயமரியாதை இயக்கம் பெரிய சலசலப்பை ஏற்படுத்தியது. சாதியின் அடித்தளமான வருணாஸ்ரம தர்மத்தையே இளைஞர்களில் பலர் கேள்வி கேட்க ஆரம்பித் தார்கள். ஆனால் இந்த சாதி ஒழிப்பு நடத்தைகளனைத்தும் ஏட்டளவிலும் பேச்சளவிலுந்தான் இருந்தனவே தவிரச் செயல் வடிவம் பெறவில்லை. கிராமத்தின் கேந்திரத் தொழி லான விவசாயத்திலும் கிராமத்தின் பொது நடவடிக்கை களான பண்டிகைகளிலும் குடும்பங்களின் பிறப்பு, இறப்பு, திருமணம் சார்ந்த வாழ்க்கை வட்டச் சடங்குகளிலும் சாதி வேற்றுமைகளின் அடிப்படையில் பன்னெடுங் கால மாகக் கடைப்பிடிக்கப்பட்ட சடங்குகளே தொடர்ந்து பின்பற்றப் பட்டன. மாற்றம், கிராமத்தின் அந்தஸ்து அடித்தளத்தை ஆட்டம் காணச் செய்துவிடும் என்பதை, அந்தஸ்தினால் நன்மை பெற்றோரும் பாதிப்புக்குள்ளானோரும் – இரு சாராரும் உணர்ந்திருந்தாலும் அந்த அடித்தளத்தைக் குறிவைத்துத் தாக்கும் எந்த முயற்சிகளையும் 1960கள் வரை

கிராமத்தில் காண இயலவில்லை. 1960களில்கூடப் பாதிப்புக் குள்ளானோரின் சார்பில் ஒரு சில நன்மை பெற்றோர்தான் மாற்றங்களை அறிமுகம் செய்தனர்!

கிராமத்தின் வாழ்க்கைமுறை பழமையில் ஊறியிருந்தது. புதிய செய்திகளையோ வழிமுறைகளையோ புதிய பரிசோதனைகளையோ செய்வதற்கு ஆதரவு இல்லை. தொன்மையான வழிகளில் நடப்பது கிராமத்தினருக்கு வெளிச்சத்தில் நடப்பதுபோலத் தெளிவானதாக இருந்தது. மாறாகப் புது வழிகளில் நடப்பது இருட்டில் நடப்பதுபோல ஆபத்தானதாகத் தோன்றியது.

கிராமத்தில் தனிமனிதர்களின் வாழ்க்கை, குழு வாழ்க்கை யில் ஐக்கியமாகியிருந்தது. தனிக் குடும்ப நடவடிக்கைகளில் அடுத்தவர் மூக்கை நுழைப்பது அநாகரிகம் என்கிற இந்தக் காலச் சித்தாந்தம் அப்போது எங்கள் குக்கிராமத்திற்குப் பொருந்தாததாக இருந்தது. எந்த ஒரு வீட்டுக்காவது விருந்தினர் வந்தால் செய்தி ஒரு நாழிக்குள் (நாழிகை = 24 நிமிடங்கள்) ஊரிலிருக்கும் எல்லா வீடுகளுக்கும் விருந்தினர் என்ன உறவுடையவர், எதற்காக வந்திருக்கிறார், விருந்தினருக்கு என்ன சாப்பாடு தயாரிக்கிறார்கள் என்பது உட்பட எல்லா விவரங்களுடனும் பரவிவிடும். விருந்து வந்திருக்கிற வீட்டிற்குத் தங்கள் வீட்டிலிருந்து காய்கறிகள், இலை, தயிர், பால் போன்றவற்றை அனுப்பிவைப்பது கடமையாகக் கருதப்பட்டது. சாப்பாட்டு நேரத்தில் திடீரென்று விருந்தினர் வந்துவிட்டால், பங்காளிகள் வீட்டிலிருந்து ஆக்கிவைத்த சோறு, ஆனம் (குழம்பு), மொளசாறு (மிளகுசாறு = ரசம்), கடுப்பான் (துவையல் = சட்னி) ஆகியவற்றை உரிமையோடு எடுத்துச் சென்று விருந்தாளிகளை உபசரிப்பது அப்போது குக்கிராமத் தின் ஏற்றுக்கொள்ளப்பட்ட செயல்பாடு. அந்தக் காலச் சூழ்நிலையில் இது ஒருவகையான பண்டமாற்றுதான். இன்றைக்கு ஒரு வீட்டிற்கு எதிர்பாராமல் வந்த விருந்தாளி கள்போல நாளை இன்னொரு வீட்டிற்கும் வருவார்கள் என்று பங்காளிக் குடும்பங்கள் அறிந்திருந்தன!

அந்தரங்கமான, இரகசியமான நடவடிக்கைகளைக் கிராமத்தில் அப்போது அதிகமாகக் காப்பாற்றிக்கொள்ள முடியாது. கணவன்-மனைவி, மாமியார்-மருமகள் பிணக்கு களிலிருந்து கள்ளத் தொடர்புகள்வரை எல்லாமே கிராம மந்தையில் அலசப்பட்டன. 'இது என் சொந்த விஷயம், இதில் நீங்கள் யார் தலையிடுவதற்கு?' என்ற சில தனிமனிதர் கள் கேள்வி எழுப்பினாலும் ஊரார் அதைக் கண்டுகொள்வ தில்லை! பிறர் அறிய வேண்டாத, ஒதுங்கித் தனிமையில்

வாழும் வாழ்க்கை அந்நாளைய கிராம அமைப்பில் இருக்க வில்லை. அழைக்காமலே ஒரு நபரின் அல்லது குடும்பத்தின் செயல்பாடுகளில் அடுத்தவர் தலையீடு நடைபெறத்தான் செய்தது.

விவசாயம் சார்ந்த எல்லா நடவடிக்கைகளிலும் குழு வாழ்க்கையில் தனியார் வாழ்க்கை ஐக்கியமாவது தவிர்க்க இயலாத காரியம். ஏனெனில் விவசாயப் பொருள்கள் விளைநிலங்களில் பாதுகாப்பின்றி இருக்கின்றன. தனிமனிதர் கள் தங்கள் நகைகளைப் பெட்டியில் வைத்துப் பூட்டலாம். ஆனால் தென்னை மரத்தில் விளைந்திருக்கிற தேங்காயை விவசாயி அப்படிப் பூட்டிவைத்துப் பாதுகாக்க முடியாது. விவசாயி வாழ்கிற இடத்திற்கும் அவருடைய தென்னந்தோப்பு இருக்கும் இடத்திற்கும் வெகு தூரம் இருக்கலாம். இருப்பினும் அந்தத் தென்னந்தோப்பில் ஒரு திருடன் தேங்காயைத் திருடுவதை மற்றொரு விவசாயி பார்த்துவிட்டால் உடனே ஊரைக் கூட்டிவிடுவார். விளைகிற பொருளானாலும் சரி, கால்நடையானாலும் சரி, தனி ஒரு விவசாயியே அவற்றை மற்றவர் துணையின்றிப் பாதுகாக்க இயலாது. மற்ற எல்லா விவசாயிகளும் சேர்ந்துதான் அவற்றைப் பாதுகாக்க முடியும். கிராமத்துக்குள் தனி நபர்களுக்கிடையே பூசல்கள் நிறைய இருக்கலாம். ஆனால் அதன் காரணமாக விரோதியின் நிலத்தின் விளைபொருள் திருடு போவதை எந்த விவசாயியும் பார்த்துக்கொண்டு வாளாவிருக்கமாட்டார். அதே நிலை தனக்கும் வரலாம் என்பதை அவர் அறிந்திருந்தார். அது மட்டுமின்றி, கிராமத்தின் வழிவழிவந்த கட்டுப்பாடுகளை ஊர்ப் பெரியவர்கள் நிலைநிறுத்தினர். அப்படி வாளாவிருந்த நபர் யாராயிருந்தாலும் அவர்கள், அவரைத் தண்டித்தனர். கிராமத்திலிருந்து ஒதுக்கிவைப்பது (ஒத்தை வீடு கட்டுவது) என்பது குழு ஐக்கியத்தின் அடிப்படையில் இயங்கிக்கொண் டிருந்த அந்தக் காலத்தில் மிகப்பெரிய, மிகக் கொடுமையான, தண்டனையாக இருந்தது.

சாதி அடிப்படையில் உருவாகிய அந்தஸ்து சார்ந்த, குழுக்களில் ஐக்கியமாகிவிட்ட, பணப் பரிவர்த்தனையை அதிகம் உபயோகிக்காத, விவசாயத்தை நம்பி வாழ்ந்த கிராமங்களில் பழமையை மாற்றும் எதுவும் எளிதில் நுழைந்து விட முடியாது. ஏனெனில் அப்படிப்பட்டவை அனுமதிக்கப் பட்டால் உச்சம், நடுத்தரம், கீழ்நிலை என்று பிறப்பிலேயே படித்தரங்கள் ஏற்றுக்கொள்ளப்பட்டுச் செயல்படுத்தப்பட்டு வந்த வழக்க ஒழுக்கங்கள் அனைத்துக்குமே ஆபத்து உண்டாகிவிடும். சாங்கியங்கள், சடங்குகள், ஆசார நெறிகள் அனைத்துமே சந்தேகங்கள் இல்லாமல் நம்பிக்கையோடு

முன்பு கடைப்பிடிக்கப்பட்ட வழிகளைத் தொடர்ந்து கடைப் பிடிக்கும் வரைதான் நிலைபெற்றிருக்கும் என்று அக்கால கிராமத்தினர் கருதினர். கிராம மக்களின் உணர்வு சார்ந்த நடவடிக்கைகளில் அறிவு சார்ந்த சந்தேகங்களை எழுப்பினால் கிராமத்தைப் பன்னெடுங்காலமாகப் பிணைத்திருந்த சாதிகளுக்கிடையேயான ஒருவரையொருவர் இணைக்கிற உறவுச் சங்கிலிகள் அறுபட்டுப் போய்விடும் என்று அவர்கள் அஞ்சினார்கள். (இத்தகைய இணைப்புகளைப் பற்றிப் பின்னர் விவரித்திருக்கிறேன்.) அதனால்தான் ஒப்பீட்டடிப்படையில் கிராமங்களில் மாற்றங்கள் நிகழ்வது மிக அபூர்வமாக இருந்தது. எனினும் மாறுதல்கள் அவ்வப்போது வந்து கொண்டுதானிருந்தன. மாறுதல்கள் மிகக் குறைவாக இருந்ததாலும் அப்படி ஏற்பட்ட மாறுதல்களும் சமுதாய அமைப்பின் மையப் பகுதியைப் பாதிக்காமல் ஓரங்களை மாத்திரமே பாதித்ததாலும் கிராமத்தில் ஒரு தேக்க நிலை ஏற்பட்டிருந்தது. அந்நிலையிலிருந்து மாற்றம் ஏற்பட்டிருக்கு மானால் முன்னேற்றமோ பின்னேற்றமோ நிகழ்ந்திருக்கக் கூடும். ஆனால் சுதந்திரத்திற்கு முன்பு கிராமத்தின் தேக்க நிலையை நிரந்தரமானதாக ஏற்றுக்கொண்டு, மாற்றங்களைச் சந்தேகக் கண்ணோடு பார்க்கும் பார்வைதான் இந்த வட்டாரத்தின் கிராமங்களில் காணப்பட்டது. பழமையைப் பெருமையோடு பார்த்த அவர்கள், தங்களின் நடத்தையைப் பழைய காலத்தில் நடந்த மாதிரியே நடத்த வேண்டும் என்கிற உந்துதலோடு இயங்கினார்கள். முந்தைய கால நடத்தைகள் பிற்கால நடத்தைகளுக்கு ஆதாரங்களாக அமைந்தன. அவற்றை மாற்றுவதற்கோ, அவற்றை விட்டு விலகுவதற்கோ தனிமனிதர்கள் முயன்ற போதெல்லாம், கிராமம் ஒரு குழுவாக இயங்கி அதற்கு முட்டுக்கட்டை போட்டது. பழமையின் விளைவுகள் நிச்சயமானதாகத் தெரிந்ததாலும், புதுமை இயக்கங்களின் விளைவுகள் எப்படி இருக்கும் என்பது பற்றி ஒரு நிச்சயமற்ற தன்மை இருந்த தாலும், பழமையை மாற்றிப் புதுமை நோக்கிப் பயணிப்பது, கையிலிருக்கும் பறவையைப் பறக்க விட்டுவிட்டு, புதரிலிருக் கும் பறவையைப் பிடிக்கச் செய்யும் முயற்சியைப் போல ஒரு அறிவீனமான செயல் என்று அப்போது கருதப்பட்டது.

1950வரை மாற்றங்கள்

அன்றைய நாள்களில் கிராம இயக்கமே மெதுவாகத்தான் இருந்தது. நவீன நகரத்தின் அவசரம் அன்றைய கிராம வாழ்வுக்கு அன்னியமாக இருந்தது. அதிகாலையில் எழுந்து ஆற்றில் குளிப்பது முதல் மாலையில் கோயிலுக்குத் திரியோடு

போய் எண்ணெயூற்றி விளக்கு வைத்துவிட்டுவந்து இரவுச் சாப்பாட்டை விரைவில் முடித்துவிட்டு எட்டு–எட்டரை மணிக்கெல்லாம் உறங்கச்சென்றுவிடுவதுவரை எல்லாச் செயல்களும் ஒரு கட்டுப்பாடான கதியில் இயங்கின. அதிகாலையிலிருந்து இரவு படுக்கச் செல்லும்வரை அனைவரும் சுறுசுறுப்புடன் இயங்கினர். சைக்கிள்கள்கூட அதிகம் பயன்படுத்தாத அந்த நாள்களில், தங்கள் விவசாய நிலங்களுக்குப் போய் விவசாய வேலைகளை முடித்துவிட்டு வருவதிலேயே விவசாயிகளின் நாளின் பெரும்பொழுது கழிந்துவிடும். இரவில் பல இல்லங்களில் சிம்னி விளக்குத் தான். அரிக்கேன் விளக்குகள் பள்ளியில் படிக்கும் மாணவர் கள் வீடுகளில்தான் அதிகம் காணப்படும். அவை அந்த நாள்களின் போகப் பொருள்கள்! திருமணம், நோன்பு போன்ற நாள்களில்தான் மிகுந்த பரபரப்புக் காணப்படும். கிராமத்தின் பெரியவர்களின் பொழுதுபோக்கு மந்தையில் அரட்டையடிப்பதும், பெரிய எழுத்து அல்லியரசாணி மாலை, கான்சாகிபு கதை, கட்டபொம்மன் கதை, குன்னடையாக் கவுண்டன் கதை போன்றவற்றை ஒருவர் படிக்க மற்றவர்கள் கேட்பதுந்தான். படித்தவர்கள் தேவாரம், திருவாசகம் மற்றும் புராண இதிகாசங்களைப் படித்தார்கள். மூதாட்டிகள் படிக்காதவர்களாக இருந்தாலும் பெயரன் பெயர்த்திகளுக்கு அவர்கள் வாய்மொழியாகக் கேட்ட கதைகளைச் சொல்வதில் வல்லவர்களாக இருந்தார்கள். முதியவர்களும் அவரவர் சக்திக்கேற்பக் குடும்பத்தின் வேலைகளில் பங்கெடுத்துக் கொண்டார்கள். உதாரணமாக, வீட்டு மாடுகளைக் கட்டப் புளிச்ச நாரில் கயிறு திரித்துக்கொடுப்பது ஒரு முக்கியமான அவசியமான வேலையாக இருந்தது. பெண்கள் எப்போதா வது ஒன்று திரண்டு, சில ஆண்களின் துணையோடு, டூரிங் கொட்டகையில் சினிமா பார்க்கச் செல்வதுண்டு. இரவு முழுதும் நடக்கும் தெருக்கூத்தைப் பார்ப்பதற்கும், மாதம் முழுவதும் முன்னிரவு முடிகிறவரை உடுக்கையோடு பாடப்படும் குன்னடையாக் கவுண்டன் கதையைக் கேட்பதற் கும் ஊர் முழுதுமே திரண்டிருக்கும். திருமணம், மரணம், பிறப்பு சார்ந்த நிகழ்வுகளுக்கு அருகில் இருந்த கிராமங் களுக்கு ஆண்களும் பெண்களும் ஒன்றுதிரண்டு நடந்து போவதுதான் அன்றைய வழக்கமாக இருந்தது. வண்டிகளில் முதியவர்களும் ஆண்களும் வந்தாலும், பெரிய குடும்பத்தைச் சேர்ந்த பெண்கள்கூட மற்ற பெண்களோடு நடந்துசெல்வது அப்போதைய வழக்கம்.

1910களில் கருப்ப கவுண்டரின் தலைமகன் இறந்தபோது அவருடைய நான்கு மகன்களும் ஒன்று திரண்டு தங்களின் மூதாதையரின் அஸ்தியைக் காசிக்கு எடுத்துச் சென்று

கங்கையில் கரைத்து விட்டு வந்திருக்கிறார்கள். 1920களில் கருப்ப கவுண்டரின் இரண்டாவது மகன் இறந்தபோது அவருடைய ஐந்து மகன்களும் ஒன்று திரண்டு அவருடைய அஸ்தியைக் காசியில் கரைத்திருக்கிறார்கள். அந்த நாட்களில் தமிழ்நாட்டைக் கடந்து வட மாநிலங்களில் பயணம் செய்தவர்கள் மிகக் குறைவு. காசிக்குப் பயணம் போகிறவர்களில் யாரோ ஒருவர் காசியிலிருந்து திரும்பாமலே, அங்கேயோ அல்லது வழியிலோ இறந்து விடும் வாய்ப்பும் இருப்பதாகக் கருதி, இந்தப் பயணம் தொடங்குவதற்கு முன் தங்கள் உறவினர்களையெல்லாம் அழைத்துப் பெரிய விருந்து கொடுத்துப் பிரியா விடை பெற்றுத்தான் கிளம்பியிருக்கிறார்கள்! அந்த நாட்களில் காசிக்குப் பயணம் செய்வது அவ்வளவு தொல்லை மிக்கதாக இருந்திருக்கிறது! இந்த இரு பயணங்களையும், பயணம் போனவர்கள் தங்கச் சத்திரங்கள், மொழி பெயர்ப்பு, உடனிருந்து உதவிகள், பூஜை ஏற்பாடுகள் அனைத்தையும் திருமாநிலையூரிலிருந்த அவர்கள் குடும்பப் புரோகிதர்களும், மலையூரிலிருந்த தேவரடியார் குடும்பங்களும் அப்போதைய அவர்களின் சமூக வலைத்தொடர்புகள் மூலம் ஏற்படுத்தித் தந்ததாகத் தெரிகிறது. அந்நாட்களில் இப்படிப்பட்ட சமூக வலைத் தொடர்புகள் மூலம்தான் திருப்பதி, சிதம்பரம், ராமேஸ்வரம் போன்ற பல இடங்களுக்கும் பயண ஏற்பாடுகள் செய்யப் பட்டிருக்கின்றன. காசிப் பயணங்கள், பயணம் செய்தவர் களின் பார்வையை விரிவுபடுத்திச் செட்டிபாளையத்தில் சமூக மாற்றங்களை ஏற்றுக்கொள்ளச் செய்யும் ஒரு காரணியாகச் செயல்பட்டிருக்கலாம்.

செட்டிபாளையத்திலுங்கூடப் பழமையின் ஆதிக்கம் வலுவானதாக இருந்தது. இங்கு படிப்பறிவு பரவியது மாற்றங் களை ஏற்றுக்கொள்ளச்செய்யப் போதுமான சாதனமாக இருப்பினும் இன்றியமையாத சாதனமாக அமையவில்லை. மாற்றங்கள் ஏற்பட்ட சந்தர்ப்பங்களில் கிராம மக்கள் எப்படி அந்த மாற்றங்களின் விளைவுகளைப் பார்த்தார்கள் என்பதைச் சில நிகழ்ச்சிகள் மூலம் காணலாம்.

கரூர்-ஈரோடு இரயில் இணைப்பு 1868இல் பூர்த்தி பெற்றதாகத் தெரிகிறது. இந்த வட்டாரத்தில் அப்போதைய மிகப் பெரிய பொறியியல் நடவடிக்கை அந்த இரயில் இணைப்புத்தான். கிராமத்தில் எவருக்கும் அப்போது இரயில் எத்தகைய வடிவம் கொண்டிருக்கும், எப்படி இயங்கும் என்பது தெரியாது. எனவே வெள்ளைக்காரர்களின் 'இரயில் சாமி'யின் 'ரதம்' பவனி வருவது பற்றி அப்போது நிறைய வதந்திகள் பரவியிருந்தன! கரூர்-ஈரோடு இணைப்பில்

முதல் இரயில் சேவை தொடங்கப்படுவதைப் பற்றிக் கிராம அதிகாரிகளுக்கு முன்கூட்டித் தகவல் கொடுக்கப்பட்டது. கிராமத்தின் பெரும்பாலானவர்கள் கிராமத்திலிருந்து குறுக்கு வழியில் 3 கி.மீ. சென்று, இப்போதைய மூர்த்திபாளையம் ஸ்டேசனுக்குச் சுமார் 2 கி.மீ. முன்னால் பொங்கல் வைத்து இரயில்சாமி கும்பிடக் காத்திருந்திருக்கிறார்கள். இரயில்சாமி அவர்கள் பொங்கலை ஏற்றுக்கொள்ளக் கூட்டமிருக்குமிடத்தி லெல்லாம் நின்றுநின்று செல்லும் என்று எதிர்பார்த்திருக் கிறார்கள்! ஆனால் வழி நெடுக இப்படிப் பொங்கல் பானை களோடு கூட்டம் காத்திருந்ததால் இரயில் வண்டி ஸ்டேசன் களில் மாத்திரமே நின்று சென்றிருக்கிறது. அதற்கு முன்பு மனித அல்லது மிருக சக்தியில்லாமல் ஓடும் எந்த வாகனத் தையும் அவர்கள் கண்டதில்லை. எனவே இரயில் வண்டி நிற்காமல் சென்றபோது அவர்களுக்குப் பயம் வந்துவிட்டது. காத்திருந்தவர்கள் அவசரஅவசரமாகத் தண்டவாளத்திலேயே தேங்காய் உடைத்து ஓடும் 'ரத'த்திலிருந்து தூரத்தில் விலகி யிருந்து சாமி கும்பிட்டுத் திரும்பிவந்திருக்கிறார்கள்!

அந்த நாள்களில் மகளிரைப் படிக்கவைப்பது அபூர்வம். ஆனால் பத்தொன்பதாம் நூற்றாண்டின் இறுதியில் செட்டி பாளையத்திற்குக் குறுக்கு வழியில் சுமார் ஐந்து கி.மீ. தொலைவில் இருக்கும் காக்காவாடி என்கிற கிராமத்தில் ஒரு பெரியவர் பழனியம்மாள் என்கிற தன் மகளை ஈ.எஸ்.எல்.ஸி. (தற்கால எட்டாம் வகுப்புக்குச் சமமானது) வரை ஒரு தனி ஆசிரியரை நியமித்துப் படிக்கவைத்தார். அந்தச் சமயத்தில், கரூர் தாலுகாவில் மிகச் செல்வாக்கான கிராமமாகப் புஞ்சை நிலங்களை மட்டும் கொண்டிருந்த இந்தக் காக்காவாடி இருந்திருக்கிறது. ஈ.எஸ்.எல்.ஸி. தேர்வு தற்போதைய எஸ்.எஸ்.எல்.ஸி. மற்றும் +2 தேர்வுகளைப் போல் அப்போது அரசால் நடத்தப்பட்ட பொதுத்தேர்வு. தேர்வு மையம் கரூர் தாலுகாவின் அப்போதைய ஜில்லா தலைநகரான கோவையில் இருந்தது. எனவே அவர் பழனியம்மாளை இரயில் வண்டியில் கோவை அழைத்துச் சென்று தேர்வெழுத வைத்துத் திரும்பியிருக்கிறார். கொங்கு வேளாளக் கவுண்டர் மரபில் முதல் ஈ.எஸ்.எல்.ஸி. படித்த பெண் இவராக இருந்திருக்கக்கூடும்!

ஆனால், அதற்குப் பிறகுதான் பிரச்சினை தோன்றியிருக் கிறது. இவ்வளவு படித்த பெண்ணுக்கு அதற்கேற்ற அளவு படித்த மாப்பிள்ளை இந்த வட்டாரத்திலேயே இல்லை! எனவே அவரை விடப் படிப்பில் குறைந்தவருக்கோ அப்போது பெரும்பாலான இளைஞர்களைப் போலப் படியாதவர்களுக்கோ

தான் அவரைத் திருமணம் செய்து தரவேண்டிய நிலை. ஆனால் அந்த மாப்பிள்ளைகளும் அவர்களைப் பெற்றவர் களும் இவ்வளவு படித்த பெண் அடங்காப்பிடாரியாக இருக்க லாம் என்று பயந்து பெண் கேட்கவே யோசித்தார்களாம்!

செட்டிபாளையத்தில் கருப்பக் கவுண்டரின் பெயரன் ரா.காளியண்ணக் கவுண்டருக்கு அந்தப் பெண்ணைக் கேட்டுக் காக்காவாடி சென்றிருக்கிறார்கள். மாப்பிள்ளை இரண்டாம் வகுப்பு மாத்திரமே படித்தவர். மனைவி கணவரைவிட அதிகம் படித்திருந்தாலும் அது ஒரு வெற்றிகர மான திருமணம். நான் சிறுவனாக இருந்தபோதுகூட எங்கள் ஊரில் பழனியம்மாள் அப்பத்தாயி படித்துப் பார்த்துச் சரி சொன்ன பிறகுதான் எந்தப் பத்திரப் பதிவும் நடை பெறும்! அவர் படிப்பு கௌரவிக்கப்பட்டதே தவிர அவரும் மற்ற பெண்களைப் போலவே கணவர், பெரியவர்கள் முன்னால் உட்காரமாட்டார். சமுதாயத்தில் பெண்களுக்கு விதிக்கப்பட்டிருந்த தடைகளனைத்தும் அவருக்கும் இருந்தது. அவர் காலத்தில் மற்ற முதிய பெண்களைப் போலவே, அவரும் இரவிக்கை அணியமாட்டார். அவற்றை அவர் சரிவரக் கடைப்பிடித்ததால்தான் அது கிராமத்தில் மற்ற பெண்களைப் படிக்கவைக்க ஒரு தூண்டு கோலாக அமைந்தது. அவருடைய கணவரின் ஒன்றுவிட்ட பெரியண்ணன் ந.காளியண்ணக் கவுண்டர், கிராமத்திற்கு 1910களிலேயே ஒரு ஓய்வுபெற்ற ஆரம்பப் பள்ளி ஆசிரியரைக் கூட்டிவந்து குடிவைத்து, குடும்பத்தின் சிறுமியர்களுக்கும்கூட ஆரம்பக் கல்வியை அளித்தார். அந்தக் காரணத்தால்தான் இது ஒரு முன்னோடி கிராமமாக இருந்திருக்கிறது. கிராமத்தி லிருந்து ப.சுப்பராயக் கவுண்டரும், சி.எஸ்.நடேசக் கவுண்டரும் சென்ற நூற்றாண்டின் ஆரம்பத்திலேயே திருச்சி பிஷப் ஹீபர் கால்லூரியில் இண்டர்மீடியேட் படிக்கச் சென்றிருக்கிறார்கள். கிராமத்தில் குடுமியுடன் வலம் வந்த அவர்கள், திருச்சியில் 'கிராப்' வெட்டிக்கொண்டிருக் கிறார்கள். அப்போது, கிராமத்தின் முதியவர்களின் பார்வை யில் கிறித்தவர்கள்தான் 'கிராப்' வெட்டிக்கொள்வார்கள்! எனவே விடுமுறைக்கு அவர்கள் கிராமத்திற்குத் திரும்பிய போது கிராமத்தில் குடுமியும், நகரத்தில் 'கிராப்'புமாக அவர்கள் அல்லாடியிருக்கிறார்கள்!!

ந.காளியண்ணக் கவுண்டர் 1906இலேயே கொடைக் கானல் அருகில் நிலம் வாங்கி அங்கு ஏலக்காய் பயிரிட்டு விளைய வைத்தவர். நற்பேறு இல்லாததால் அவருடைய ஏலக்காய் தோட்டம் விளைச்சலுக்கு வந்த காலத்தில் முதல் உலகப் பெரும்போர் வந்து ஏலக்காய் ஏற்றுமதி

அடியோடு நின்றுபோய்விட்டது. அதனால் ஏலக்காய் விலையில் பெரும் வீழ்ச்சி ஏற்பட்டுவிட்டது. அதனால் அவர் தன் ஏலக்காய் தோட்டத்தை இழப்புக்கு விற்றுவிட்டுத் திரும்பியிருக்கிறார். அந்த நாள்களில் அவர் செட்டிபாளையத் திலிருந்து கொடைக்கானல் மலைகளுக்குத் தபால் வண்டியில் தான் பயணித்திருக்கிறார். அந்தத் தபால் குதிரை வண்டி தினந்தோறும் கரூரிலிருந்து அதிகாலையில் கிளம்பி, மறுநாள் கொடைக்கானல் சேரும். தபால் வண்டிக்குக் கரூரில் கட்டப் படும் குதிரைகள் அரவக்குறிச்சியிலும் பிறகு வேடசந்தூரிலும் பிறகு திண்டுக்கல்லிலும் மாற்றப்படும்! இப்படிக் குதிரைகள் மாத்திரம் ஆங்காங்கே மாற்றப்படுமே தவிர வண்டி மாறாம லிருக்கும். அந்தக் குதிரைகளை மறுபடி எதிர் திசையில் திரும்பிவரும் தபால் வண்டியில் இணைத்து எந்தெந்த ஊர்களிலிருந்து அந்தக் குதிரைகள் வந்தனவோ அந்தந்த ஊர்களுக்கே திருப்பி அனுப்பிவிடுவார்கள்! இப்படித்தான் இரயில், பேருந்துகள் வருவதற்கு முன்பு தபால் விநியோகிக்கப் பட்டது. இந்தத் தபால் வண்டியில் தபால் பைகள் தவிர நான்கு பயணிகள்வரை பயணிக்க வசதியிருந்திருக்கிறது. அதற்குக் கட்டணம் செலுத்தித்தான் ந. காளியண்ணக் கவுண்டர் கொடைக்கானல் சென்று ஏலக்காய் விளைவித் திருக்கிறார்!

1915–16 கால கட்டத்தில், இங்கிலாந்தில் எப்.ஆர்.சி.எஸ் பட்டம் பெற்ற டி.எஸ்.எஸ். ராஜன் (பின்னாளில் இராஜாஜி யின் முதல் அமைச்சரவையில் மந்திரி) என்கிற மருத்துவர் திருச்சிராப்பள்ளியில் முதல்முதலாக ஒரு கார் வாங்கிவந்து ஓட்டியிருக்கிறார். ஸ்ரீரங்கம் போயிருந்த செட்டிபாளையம் பெரியவர்கள் அந்த அதிசயத்தைப் பார்த்துத் திரும்பியிருக் கிறார்கள். தங்கள் குடும்பத்தில் ஒரு பையனையும் எப்.ஆர்.சி.எஸ் படிக்க வைக்க வேண்டுமென்று அவர்களைத் தூண்டியதற்கு அந்தக் காரும் ஒரு காரணம்! எஸ்.ஜி. செங்கோட்டையன் ஐ.சி.எஸ். அவர்களின் தூண்டுதல் மற்றொரு காரணம். அதற்கு முதற்படியாக சி.எஸ். நடேசன் என்பவரைத் தஞ்சையில் அப்போது இயங்கிவந்த மருத்துவப் பள்ளியில் சேர்த்துப் படிக்கவைத்திருக்கிறார்கள். ஆனால், அவர் அங்கு மாணவராக இருந்தபோதே இன்புளூயன்ஸா வியாதி வந்து இறந்துபோய்விட்டார்.

ப. சுப்பராயக் கவுண்டர்தான் கிராமத்தில் தானே முகச் சவரம் செய்துகொள்ளும் பழக்கத்தை அறிமுகப் படுத்தியவர். அதற்காக அவர் ஒரு 'கில்லட் ஷேவிங் செட்' வாங்கி வந்ததாகத் தெரிகிறது. அவருடைய தாயார் திருமதி குட்டாயி அம்மாள் வீட்டிற்குள்ளேயே அவர் முகச்சவரம்

செய்துகொள்வதை ஆட்சேபித்திருக்கிறார்! அந்த நாள்களில் நாவிதர்கள்தான் ஒவ்வொரு நபருக்கும் முகச் சவரம் செய்து விடுவது வழக்கம். அது மட்டுமின்றி, சவரம் செய்துகொண்டாலோ முடிவெட்டிக்கொண்டாலோ அது 'தீட்டு' நடவடிக்கையாகக் கருதப்பட்டு, குளித்த பிறகுதான் வீட்டுக்குள் நுழைய முடியும். அப்படிப்பட்ட சூழ்நிலையில் வீட்டுக்குள்ளேயே தானே முகச்சவரம் செய்வது அனாசாரமாகக் கருதப்பட்டிருக்கிறது. இதனால் தாயாருக்கும் மகனுக்குமிடையே ஒரு பனிப்போர் அரங்கேறிக் கடைசியில், மகனின் பிடிவாதத்திற்குத் தாயார் விருப்பமின்றி அடிபணிந்திருக்கிறார். பிறகு படிக்கின்ற மாணவர்கள் இதனைப் பின்பற்றினர். அதற்குப் பிறகு, இது ஒரு ஏற்றுக்கொள்ளத்தக்க நடவடிக்கையாக மாறியிருக்கிறது. (இது நடந்த காலம் பற்றி உறுதியாகத் தெரியவில்லை. 1920களில் நடந்திருக்கலாமென ஊகிக்கிறேன்.)

கிராமத்தில் செய்யப்பட்ட மிகப்பெரிய மாறுதல், கிராமத்தின் செங்கண்ணன் கூட்டத்தைச் சேர்ந்த கொங்கு வேளாளக் குடும்பங்கள் தங்கள் குடும்பத்தினரின் ஈமச் சடங்குகளின்போது இறந்தவரின் பாடைக்குத் தேர் கட்டுவதில்லை என்று தீர்மானித்ததாகும். ஈமச்சடங்குகளின்போது போடப்படும் பாடைகளைப் பற்றியும் சீர்கள் பற்றியும் எளிமையான சில திருத்தங்களை ஊரார் ஏற்றுக்கொண்டு நடைமுறைப்படுத்தியிருக்கிறார்கள். மாறுதல்களை எளிதில் ஏற்றுக் கொள்ளாத காலத்தில் இது என்ன காரணத்தினால் ஆரம்பித்தது என்பதும், எப்படி செயல்படுத்துவதற்குப் பங்காளிகள் ஏற்றுக் கொண்டார்கள் என்பதும் தெரியவில்லை. ஆனால் கிராமத்தை ஸ்தாபித்தவரின் ஒன்பது பெயரன்களின் குடும்பங்களுக்கும் அவரது ஒரே பெயர்த்தியின் குடும்பத்திற்கும் 'தொலவு' (மன வேறுபாடு) உண்டாகி அவர்களிடையே போக்குவரத்துக்கூட இல்லாமலிருந்ததனால் இது உருவாகியிருக்கலாம் என்று அனுமானிக்கிறேன்.

இக்காலக் கண்ணோட்டத்தில் பார்த்தால் 'தொலவு'க்கான காரணங்கூட விசித்திரமானது. அந்தப் பெயர்த்தியின் மகனுக்கு அந்நாள் வழக்கப்படி முறைப் பெண்ணைத் (ஒரு பெயரனின் மகளை) திருமணம் செய்துகொடுத்திருந்தார்கள். திருமணமாகி இரு ஆண்டுகளுக்குள் அந்தப் பெண் இயற்கையெதிவிட்டார். அதைத் தொடர்ந்து அந்த மணமகனுக்கு வேறொரு முறைப் பெண்ணை (வேறொரு பெயரனின் மகள்) அந்தப் பெயர்த்தி கேட்டார். வழக்கப்படி செட்டிபாளையத்தில் ஜோசியம் பார்த்ததில் அந்த மணமகனுக்கு முறைப் பெண்களில் எவரைத் திருமணம் செய்துகொடுத்தாலும் அது இருவர் குடும்பத்துக்கும் நன்மை தராது

என்று தெரிந்ததாம். ஆனால், பெயர்த்தி அவருடைய ஊரில் ஜோசியம் பார்த்ததில் அந்த முடிவு சரியானதன்று என்று சொல்லப்பட்டதாம். எனவே அவர், தன் அண்ணன் தம்பி கள் தன் மகனுக்குப் பெண் கொடுக்காமல் ஏமாற்றுவதற்கு ஜோசியத்தைக் கையாளுகிறார்கள் என்று கருதித் தன் அண்ணன் தம்பிமார் அனைவருடனும் 'தொலவு' போட்டு விட்டதாகத் தெரிகிறது! அதனால் அந்தப் பெயர்த்தியின் தந்தை அல்லது சிறிய தந்தை ஆகியோரில் யாரோ ஒருவர் இறந்தபோது தேர் கட்டும் உரிமையுடைய அவர் மகளுக்காகக் காத்திருந்திருப்பார்கள் என்பதை அனுமானிக்க முடிகிறது. கடைசிவரை 'பெரிய காரிய'த்திற்கே அவர் வராமல் இருந்துவிட்டதால் அப்போதைய சந்தர்ப்பத்திற்கேற்ப இந்த முடிவு எடுக்கப்பட்டு அதையே தொடர்ந்திருக்கலாம் என்று நான் அனுமானிக்கிறேன். ஏனெனில் கொங்கு வேளாளக் கவுண்டர்கள் மரபில் இறந்தவரின் மகள்வழி வாரிசுகளுக்கு இறந்தவரின் பாடைக்குத் தேர் கட்டும் உரிமையை நீக்குவது அந்த நாளில் எளிதானதாக இருந்திருக்க முடியாது. ஆனால் இந்நாளில் அது ஈமச் சடங்குகளின் செலவைக் குறைக்கவும் நேரத்தை மிச்சப் படுத்தவும் ஒரு நல்ல வழியாக மாறியிருக் கிறது. எனவே செட்டிபாளையத்தில் வசிக்கும் மற்ற கொங்கு வேளாளக் கூட்டங்களும்கூட இந்த மாற்றத்தைக் கடைப் பிடிக்கிறார்கள்.

1923 அல்லது *1924*இல் செட்டிபாளையத்தின் சி.ஆர். நடேசன் என்பவர் கரூர் நகராட்சிப் பள்ளியில் ஐந்தாம் பாரம் (தற்போதைய எஸ்.எஸ்.எல்.ஸிக்கு ஒரு ஆண்டு முந்திய படிப்பு) படித்துக் கொண்டிருந்தபோது ஆண்டாங்கோயில் அக்ரகாரத்தின் வழியாக ஏறு சவாரிக் குதிரையில், குதிரையி லிருந்து இறங்காமலேயே பயணம் செய்திருக்கிறார். ராயர்கள் (ராவ்கள்) வசித்த அக்ரகாரத்தின் வழியாகக் குதிரையில் செல்லும் பிராமணரல்லாதாரனைவரும் குதிரையிலிருந்து இறங்கி நடந்து செல்வதுதான் அந்நாள் மரபு. சி.ஆர். நடேசன் அதை மீறிவிட்டார். அதனால் அவர் அதே வழியாகத் திரும்பி வந்தபோது, ராயர்கள் காவல்காரர்களை ஏவிக் குதிரையோடு அவரைப் பிடித்துவிட்டார்கள். இளங்கன்று பயமறியாது என்பதற்கிணங்க அப்போதும் அவர் குதிரையி லிருந்து இறங்காமல் எதிர்வாதம் செய்திருக்கிறார். காவல் காரர்கள் அவர் செட்டிபாளையத்தைச் சேர்ந்தவர் என்று அடையாளம் சொன்னதால் அவரை அப்போதைக்கு விட்டு விட்டார்கள்.

மறுநாள் காலை ஆண்டாங்கோயில் பெரிய ராயரே வேறு சிலருடன் செட்டிபாளையத்திற்கு நியாயம் கேட்க

வந்துவிட்டார். செட்டிபாளையம் பெரியவர்களனைவரும் தங்கள் ஊர்ப் பையன் செய்தது தவறு என்று ஒப்புக்கொண்டு மன்னிப்புக் கேட்டிருக்கிறார்கள்! ஆனால் சி.ஆர்.நடேசன் மன்னிப்புக் கேட்காமல் முரண்டு பிடித்திருக்கிறார். அவருடைய பெரியப்பாவின் நிர்ப்பந்தத்தின் பேரில் இனிமேல் அவ்வாறு செய்வதில்லை என்று கடைசியில் வாக்களித்திருக்கிறார். ஆனால், இது பெரிய ராயர்கூட வந்தவர்களுக்கு ஏற்புடையதாகயில்லை. சி.ஆர்.நடேசன் மன்னிப்புக் கேட்கக் கூடத் தயாராயில்லாததால், அவரை ஆண்டாங்கோயில் அக்ரகாரத்துக்கே தூக்கிச் சென்று, அங்கு அனைவர் முன்னிலையிலும் சாஷ்டாங்க நமஸ்காரம் செய்து மன்னிப்புக் கோர வைக்க வேண்டுமென்று அவர்கள் பெரிய ராயரிடம் ஆலோசனை சொல்லியிருக்கிறார்கள். ஆண்டாங்கோயில் ராயர்களுக்கு அதை நடைமுறைப்படுத்துமளவிற்கு அப்போது செல்வாக்கு இருந்திருக்கிறது. ஆனால் இதற்குச் செட்டி பாளையம் பெரியவர்கள் எதிர்ப்புத் தெரிவித்திருக்கிறார்கள். நெடுநேரப் பேச்சு வார்த்தைக்குப் பிறகும் சுமுகத் தீர்வு வரவில்லை.

அந்தச் சூழ்நிலையில் செட்டிபாளையத்தின் ரா.கணபதிக் கவுண்டர் ஆண்டாங்கோயில் பெரிய ராயரைத் தனியே அழைத்துச் சென்று ஏதோ ஒரு பேரம் செய்திருக்கிறார். அதற்குப் பிறகு பெரிய ராயர் செட்டிபாளையத்தின் பெரிய வர்கள் எப்போதும் ஆண்டாங்கோயில்காரர்களுக்கு உரிய மரியாதை செலுத்துவதைக் கருத்தில்கொண்டு, சிறுவன் சி.ஆர்.நடேசன் செய்த தவறைப் பெரிதுபடுத்தாமல் அந்த அளவிலேயே விட்டுவிடுவதாகச் சொல்லி விவகாரத்தை முடித்துவிட்டார்.

ரா.கணபதிக் கவுண்டர் செய்த பேரம் என்னவென்பது பின்னாள்களில்தான் சிலருக்குத் தெரிய வந்தது. அப்போது ஆண்டாங்கோயில் ராயர் குடும்பத்தைச் சேர்ந்த இளைஞர் ஒருவர், தீண்டத்தகாத வகுப்பைச் சேர்ந்த யுவதி ஒருவரோடு கள்ளத் தொடர்பு வைத்திருந்தது பலருக்கும் தெரிந்திருக்கிறது. அதைப் பெரிய ராயரிடம் சொல்லி, சி.ஆர்.நடேசனுக்குப் பகிரங்கமாகத் தண்டனை அளித்தால், அந்தக் கள்ளத் தொடர்பை அதே அக்ரகாரத்திலும் வெளியிட்டு ராயர்களின் மானத்தை வாங்கிவிடுவதாகக் கணபதிக் கவுண்டர் பயமுறுத்தியிருக்கிறார்! அந்த நாள்களிலும் இந்நாள் அரசியல் போலவே மறைமுகமான பேரங்கள் மூலம் சில தீர்ப்புகள் திருத்தப் பட்டிருக்கின்றன!

இந்த சி.ஆர். நடேசன் எஸ்.எஸ்.எல்.சி. தேர்வில் வெற்றி பெற்றவுடனேயே இங்கிலாந்திற்கு மேல்படிப்புக்காக அனுப்பி வைக்கப்பட்டார். அங்கு அவர் படித்துக்கொண்டிருந்த போதுதான் உலகப் பெருமந்தம் இந்தியாவையும் தாக்கியிருக் கிறது. அப்போது பி.ஏ. இறுதியாண்டு படித்துக்கொண்டிருந்த இவருடைய குடும்பமும் மந்தத்தில் நலிந்திருக்கிறது. எனவே அவர் லண்டனில் தன் படிப்பைத் தொடர முடியாமல் இந்தியா திரும்ப வேண்டியிருந்திருக்கிறது. இவர் காவல் துறையில் உதவி ஆய்வாளராகச் சேர்ந்து மாவட்ட உதவிக் கண்காணிப்பாளராகப் பதவி ஒய்வு பெற்றவர். குடியரசுத் தலைவர் தங்கப் பதக்கத்தை ஆளுநர் பிஷ்னுராம் மேதி கையால் பெற்றவர். கிராமத்தில் முதல் கார் வாங்கியவர்.

புதுப்பாளையம் ஜமீன் சகோதரர்கள் ரத்தினசபாபதிக் கவுண்டர், நடனசபாபதிக் கவுண்டர் ஆகியோரைப் பற்றிய பிரபலமான ஒரு கதை முன்பு சொல்லப்படுவதுண்டு. அவர் கள் முதல்முறையாகச் சென்னையில்தான் சமுத்திரத்தைப் பார்த்தார்களாம். அப்போது மூத்தவர் இளையவரிடம் இந்தச் சமுத்திரத்தைப் பற்றி என்ன நினைக்கிறாய் என்று வினவினா ராம். இளையவர், இந்தச் சமுத்திரம் முழுவதும் சாராயமாக இருந்திருந்தால், அள்ளிஅள்ளிக் குடித்துக்கொண்டேயிருக் கலாமே என்று நினைப்பதாகச் சொன்னாராம்! அதற்கு மூத்தவர் நினைத்ததுதான் நினைத்தாய்! இந்தச் சமுத்திரம் முழுவதும் சாராயமாக இருந்து நாம் அதில் மீன்களாகப் பிறந்திருந்தால் எவ்வளவு இன்பமாக இருந்திருக்கும் என்று நினைத்திருக்க வேண்டும் என்று மறுமொழி சொன்னாராம்!! அந்த அளவுக்கு குடிப்பழக்கம் கொண்டிருந்த, படாடோபம் மிகுந்த வாழ்வு வாழ்ந்த ஜமீன் சகோதரர்களைத் திசை மாற்றித் தேசிய நீரோட்டத்தில் இணைத்துத் திருச்செங்கோட்டிற்கு அருகில் காந்தி ஆசிரமத்தைத் தொடங்க வைத்தவர் சி. ராஜ கோபாலாசாரியார் (ராஜாஜி) அவர்கள். அவர் முன்னிலை யில் தான் 1926இல் செட்டிபாளையத்தின் சி.எஸ். சுந்தரக் கவுண்டருக்கும், புதுப்பாளையம் ஜமீந்தார் ரத்தினசபாபதிக் கவுண்டர் மகள் காளியம்மாளுக்கும் திருமணம் நடந்திருக்கிறது. அந்தத் திருமணத்தின் மிகப் பெரிய புதுமை மணமக்கள் கதராடை அணிந்திருந்ததுதான்! ஜமீந்தாரின் மகளுக்கும் கூறைப் புடவைகூடக் கதரில்தான் எடுத்திருக்கிறார்கள்! மணமக்களுக்கு ராஜாஜி ஒரு ராட்டினம் பரிசாகக் கொடுத் திருக்கிறார். ஆனால் செட்டிபாளையத்தில் அதற்குப் பிறகு கதராடைப் பழக்கம் தொடர்ந்ததாகத் தெரியவில்லை. புகழ் பெற்ற கவிதாயினி சௌந்தரா கைலாசம், சுந்தரக் கவுண்டர்–

காளியம்மாள் தம்பதியினரின் மூத்த மகள். உச்ச நீதிமன்றத்தில் நீதிபதியாக இருந்த பி.எஸ். கைலாசம், திருவரங்கத்தில் கமிஷனராக இருந்த பி. சுப்பராயன், திருச்சிராப்பள்ளி கமிஷனராக இருந்த கே.எம். பழனிசாமி, கோவை வேளாண் கல்லூரியில் (தற்போதைய வேளாண் பல்கலைக்கழகம்) விரிவுரையாளராக விருந்த எஸ். முத்துசாமி, மதுரையில் பப்ளிக் பிராஸிகியூடராக இருந்த வி. பொன்னுசாமி, இரண்டு முறை எம்.எல்.ஏவாகத் தேர்ந்தெடுக்கப்பட்ட கொங்கணாபுரம் கே.எஸ். சுப்பிரமணிய கவுண்டர், திண்டுக்கல் புனித மேரி பள்ளி ஆசிரியர் ஆர். நடராஜன், அமெரிக்காவில் புளாரிடா மாநிலத்தில் மாசு கட்டுப்பாடு அமைப்பின் துணைத் தலைவராக இருந்து, அங்கேயே குடியுரிமை பெற்று வாழ்ந்துவரும் ஜே.என். ராமசாமி, சென்னை மருத்துவக் கல்லூரியில் பேராசிரியராக இருந்து, கொங்கு வேளாளர் களில் முதல் பிளாஸ்டிக் ஸர்ஜனான எஸ். ராஜேந்திரன், விவசாயப் பொறியாளர் என். சண்முகம், கோபி கலைக் கல்லூரி விரிவுரையாளராக இருந்த பி.எம். பாலசுப்ரமணியன், நாமக்கல் அரசு பள்ளி ஆசிரியர் ஆர்.எஸ். சீனிவாசன், சேலம் கூட்டுறவு மத்திய வங்கி உதவிப் பொது மேலாளர் எஸ். சோமசுந்தரம், சேலம் ஆடிட்டர் டி.ஆர். ரத்தினம் ஆகியோர் 1970களிலும், அதற்கு முன்பும் ஐம்பது குடும்பங்களே வசித்த இவ்வூரின் மருமகன்களில் கல்வியால் புகழ் பெற்றவர்கள். 20ஆம் நூற்றாண்டின் தொடக்கத்திலிருந்தே இந்த ஊரார் கல்விக்கு முக்கியத்துவமளித்தனால்தான் இந்த வட்டாரத்திற்கு வெளியிலிருந்தும் மணமகன்கள் இந்த ஊருக்குப் பெண் கேட்டு வந்தனர்.

1929–36இல் வந்த உலகப் பெரு மந்தத்தின்போது விவசாய விளைபொருள்களின் விலைகள் பாதாளத்திற்கே வீழந்துவிட்டன. விவசாயத்திற்குப் பணக் கடன்களைப் பெற்றவர்கள் அந்தக் கடன்களின் அசலையும் வட்டியையும் திருப்பித்தர விளைபொருள்களை, அளவில் முன்பைவிட மிக அதிகமாகத் திருப்பிக்கொடுக்க வேண்டி வந்தது. நூறு ரூபாய் கடனுக்கு முன்பு நூறு மூடை கடலையை விற்று அசலைத் திருப்பிக்கொடுத்தவர்கள், விலைவாசி பாதியாகக் குறைந்துவிட்ட பிறகு, இருநூறு மூடை கடலையை விற்றுத் தான் நூறு ரூபாய் அசலைத் திருப்ப முடிந்தது. சுருக்கமாகச் சொன்னால், விலைவாசி வீழ்ந்ததால் விவசாயக் கடன்களின் சுமை பன்மடங்கு பெருகியது. செட்டிபாளையத்தின் பெரு நிலக்கிழார்களின் மூன்றில் இரண்டு பகுதியினர் 'மஞ்சள் கடுதாசி' (இன்சால்வன்ஸி – திவாலாகி விட்டதாக நீதிமன்றம் மூலம் அறிவிக்கும் நிலை) கொடுத்தனர். அவர்களில் சிலர் சிறைக்குச் கூடச் சென்றனர். 1937இல் ராஜாஜியினால்

கொண்டுவரப்பட்ட விவசாயிகள் கடன் நிவாரணச் சட்டம் வருவதற்குள்ளேயே பல குடும்பங்கள் திவாலாகிவிட்டன. அதுவரை தாக்குப்பிடித்த சில குடும்பங்களை அந்தச் சட்டம் காப்பாற்றியது. உணவு, உறையுள் இரண்டிலும் குக்கிராம மக்கள் ஓரளவு தன்னிறைவு பெற்றிருந்ததால்தான் அந்த வீழ்ச்சிக்குப் பிறகும் அவர்களால் குக்கிராமத்தில் தொடர்ந்து வசிக்க முடிந்திருக்கிறது. இப்போது போல் அப்போது உணவுக்குங்கூட அங்காடியைச் சார்ந்திருந்தார்களானால் அப்போதே குக்கிராமத்திலிருந்து பெரும் பகுதியினர் வெளியேறியிருப்பார்கள். பெருமந்தத்தினால் செட்டிபாளையத்தின் விவசாயக் குடும்பங்களனைத்துமே மிக மோசமாகப் பாதிக்கப் பட்டன. கிட்டத்தட்ட சம நிலையில் இருந்த பல குடும்பங் களிடையே விவரிக்கவே சங்கடமான அளவுக்கு ஏற்றத்தாழ்வு கள் ஏற்பட்டுவிட்டன.

அக்காலத்தில் வாழ்க்கை நடைமுறைகளில் சிறு மாறுதல் களுக்குங்கூடப் பெரிய எதிர்ப்பு இருந்திருக்கிறது. 1930களில் அஞ்சூர் முத்துசாமிக் கவுண்டருக்கும் செட்டிபாளையத்தின் அன்னபூரணிக்கும் திருமணம் நடந்திருக்கிறது. மணமகன் விவசாயக் கல்லூரியில் பட்டம் பெற்றவர். திருமணத்திற்குப் பிறகு மணமக்கள் கரூர் சென்று புகைப்படம் எடுத்துக் கொண்டிருக்கிறார்கள். புகைப்படம் எடுத்த டீலக்ஸ் ஸ்டுடியோவின் பெரியசாமி, மணமகளை நாற்காலியில் அமரவைத்து, மணமகனை அருகில் நிற்கச் சொல்லிப் புகைப் படம் எடுத்திருக்கிறார். அந்தப் புகைப்படத்தைக் கண்ணுற்ற அஞ்சூர்ப் பெரியவர்கள் சிலர் 'ஆம்பிளை' நின்றுகொண் டிருக்கும்போது 'பொம்பளை' உட்கார்ந்திருப்பது மரியாதைக் குறைவானது என்று அங்கலாய்த்திருக்கிறார்கள். நல்ல வேளை யாக மணமகன் அதைக் 'கண்டுகொள்ள'வில்லை. எப்படி யிருப்பினும் நெடுநாள்களுக்கு அந்தப் புகைப்படத்தைச் சுவரில் மாட்டாமல் வைத்திருந்ததாகக் கேள்வி.

இரண்டாம் உலகப் பெரும்போரின்போது விலைவாசி கள் மீண்டும் ஏறியபோது மந்தத்தில் வீழ்ச்சியடைந்த சில குடும்பங்கள் மீண்டும் புத்துயிர் பெற்றன. ஆனால் இது எல்லாக் குடும்பங்களுக்கும் நிகழவில்லை! அரசு நேரடியாக நெல் கொள்முதல் செய்தது. முதன் முறையாக ரேஷனில் அரிசி, மண்ணெண்ணெய் ஆகியவை பங்கிடப்பட்டன. பிரிட்டீஷ் ஆட்சியில் வருவாய்த் துறை அதிகாரிகளுக்குக் கையூட்டுக் கொடுத்துவிட்டுக் கறுப்புச் சந்தையில் நெல் வியாபாரம் அமோகமாக நடந்தது! அதுவரை அரசு அதிகாரி கள் பற்றி இருந்த உயர்ந்த அபிப்பிராயம் இரண்டாம் உலகப் பெரும் போரின்போது மாற ஆரம்பித்தது. பற்றாக்

குறைக் காலங்களில் அரசு விலைவாசியைக் கட்டுப்படுத்த முயலும்போது, அரசு அதிகாரிகள் லஞ்சம் வாங்கிக்கொண்டு அந்த முயற்சி முழுமையாக வெற்றி பெற முடியாமல் செய்வார்கள் என்பதற்கு அந்த நாள்கள் சாட்சியமளித்தன.

1945 அல்லது 1946இல் செட்டிபாளையத்தில் செல்வி சிவகாமி என்பவர் எஸ்.எஸ்.எல்.சி. தேர்வில் வெற்றிபெற்றார். அவருக்குப் படிப்பைத் தொடர ஆசை. அவருடைய தந்தைக்கும் அதில் விருப்பமிருந்தது. ஆனால் அவருடைய தாயாருக்கோ எஸ்.எஸ்.எல்.சி. வரை படித்த பெண்ணுக்கே, அதற்கு மேல் படித்த மாப்பிள்ளை பார்த்தாக வேண்டும். அதற்கு மேல் படிக்கவைத்தால் பெண்ணுக்குத் திருமணம் செய்வது மிகச் சிரமம் என்று பயம். எனவே அவர் தன் மகள் மேலே படிக்கக் கூடாது எனத் தீர்மானமாகச் சொல்லிவிட்டார். சிவகாமிக்கு அப்போது பார்வையிலும் ஏதோ கோளாறு வந்திருந்தது. கண் மருத்துவரிடம் சென்றால் அவர் கண்ணாடி போடச் சொல்லிவிடுவார் என்று அவருடைய தாயார் பயந்தார். கண்ணாடி அணிந்த பெண்களுக்கு மாப்பிள்ளை கிடைக்காது என்பது அப்போது பரவலாகப் 'பொம்பளைகள்' கொண்டிருந்த அபிப்பிராயம்! அதனால் அவர் தன் மகளைக் கண் மருத்துவரிடமும் அழைத்துச் செல்ல அனுமதிக்கவில்லை!

அந்தச் சமயத்தில் கைலாசம், சவுந்தரா கைலாசம் தம்பதிகள் சென்னை உயர் நீதிமன்றத்தின் கோடை விடுமுறைக்காகச் செட்டிபாளையம் வந்திருக்கிறார்கள். சிவகாமி, தன் ஒன்றுவிட்ட அக்காள் சவுந்தரா கைலாசத்திடம் தான் மேற்படிப்புப் படிக்க வேண்டுமென்ற விருப்பத்தைத் தெரிவித்திருக்கிறார். அவர் சென்னை திரும்பியபோது சிவகாமியை, அவருடைய தாயாரின் மறைமுகமான எதிர்ப்பையும் தாண்டித் தன்னுடன் அழைத்துச் சென்றுவிட்டார். அங்கு சென்றபோது சென்னையின் அனைத்து மகளிர் கல்லூரிகளிலும் இடம் நிரம்பி, வகுப்புகளும் தொடங்கிவிட்டன. சவுந்தரா கைலாசம் மனம் சோராமல் சிவகாமியைப் பச்சையப்பன் கல்லூரியில் இண்டர்மீடியட் வகுப்பில் சேர்த்துவிட்டார். சென்னையில் அவர் கண் பரிசோதனை செய்துகொண்டு கண்ணாடியும் அணிந்துகொண்டார்! சிவகாமியின் தந்தை இண்டர்மீடியட் படித்தவர். அவருடைய தாயாரும் எழுதப் படிக்கத் தெரிந்தவர் என்பது இதில் கவனிக்கப்பட வேண்டிய செய்தி. ஆனாலும் அவர்கள் தங்கள் மகளைக் கல்லூரிப் படிப்புக்கு அனுப்பத் தயங்கியதற்குக் காரணம் அப்போது கல்லூரியில் படித்த மாப்பிள்ளைகளின் பெற்றோர்கள் தங்களின் மகன்களுக்கு எஸ்.எஸ்.எல்.சிக்கு மேல் படித்த பெண்களை கட்டிவைக்கத் தயங்கியதுதான். அதிகம் படித்த பெண்கள் அடங்காப்பிடாரி

களாக இருப்பார்கள் என்கிற அபிப்பிராயம் அப்போது பரவலாக இருந்தது. சிவகாமிக்கு அவர் இண்டர்மீடியட் படித்து முடித்தவுடனேயே திருமணமாகிவிட்டது. ஆண்கள் கல்லூரியில் படித்துக் கண்ணாடி போட்டுக்கொண்ட பின்னும் தன் மகளுக்குத் திருமணம் நடந்து, மணமக்கள் சிறப்பாக வாழ்ந்ததை அவருடைய தாயாரும் கண்குளிரப் பார்த்தார்!

1948 அல்லது 1949இல் அப்பிபாளையத்தில் மாரியம்மன் கோயில் நோன்பின்போது நடந்த ஒரு தெருக்கூத்தில் ஒரு மிகச் சங்கடமான நிகழ்வு நடந்திருக்கிறது. அந்தத் தெருக் கூத்தில் அப்பிபாளையத்தின் பறையர் வகுப்பைச் சேர்ந்த ஒருவர் 'அயன்ராஜபார்ட்' கதாநாயகராக நடித்திருந்திருக் கிறார். அவர் தெருக்கூத்தில் ராஜ பரிபாலனம் பண்ணு வதைத் தரையில் முன்னால் உட்கார்ந்திருந்த தர்மகர்த்தா ந. காளியண்ணக் கவுண்டர் பார்த்துக்கொண்டிருந்திருக் கிறார். அப்போது கூட்டத்தில் இருந்த ஒருவர், மேல் சாதியைச் சேர்ந்த தர்மகர்த்தாவும் மற்றவர்களும் தரையில் அமர்ந்திருக்கும்போது பறையர் வகுப்பைச் சேர்ந்தவர் 'ராஜபாட்'டாக இருந்தாலும் சிங்காதனத்தில் அமர்ந்து கொண்டு ராஜ பரிபாலனம் செய்வதை ஏற்றுக்கொள்ள இயலாது என்று ஆட்சேபித்திருக்கிறார்! இதனால் நடிகர் களுக்கும் பார்ப்பவர்களுக்குமிடையில் பெரிய தகராறு வந்திருக்கிறது. பார்வையாளர்களில் பெரும்பாலானவர்கள் மேல் சாதிக்காரர்கள். அதில் பலர் மது மயக்கத்திலுமிருந் திருக்கிறார்கள். கடைசியில் தர்மகர்த்தா, மேடையிலிருந்த சிங்காசனத்தை எடுத்துவிட்டு நாடகத்தைத் தொடர உத்தர விட்டிருக்கிறார். நடிகர்கள் இந்தத் தீர்ப்பை ஏற்றுக் கொள்ளாததால் தெருக்கூத்தே நிறுத்தப்பட்டுவிட்டது.

இதில் மிகவும் விசித்திரம் என்னவெனில் இந்த ந. காளி யண்ணக் கவுண்டர்தான் செட்டிபாளையத்தின் கல்வி வளர்ச்சிக்கு வித்திட்டவர். இவர்தான் கொடைக்கானல் அருகில் நிலம் வாங்கி ஏலக்காய் விளைவித்தவர். பிறகு கரூரில் கடை வாங்கி விற்றிருக்கிறார். 1902–03இலேயே சென்னை சென்று உயர் நீதிமன்றத்தில் குல தெய்வம் குறித்த ஒரு வழக்கை நடத்தியிருக்கிறார். கிராமத்தில் மற்றவர்களை விட வெளியுலக நடப்புகளை அவர் நன்கு அறிந்தவர். அந்த நாள்களில் பல புகழ்பெற்ற நாடக, தெருக்கூத்துக் கலைஞர்கள் தாழ்த்தப்பட்ட இனங்களிலிருந்து வந்தவர்கள். அவர்களின் நாடகங்கள், தெருக்கூத்துகளை ந. காளியண்ணக் கவுண்டர் முன்பே ஒரு பார்வையாளராகப் பார்த்திருக்கும் வாய்ப்புகள் மிக அதிகம். அவர் மது அருந்தமாட்டார். அப்படிப் பட்டவர் இப்படி ஒரு மோசமான தீர்ப்பை 1948–09இல்

வழங்கியதற்குக் காரணம், மரபு வழிகளில் சாதிகளுக்கிடையே இருந்த படிநிலைகள் கொஞ்சம் கொஞ்சமாக உடைக்கப்படு கின்றன என்ற மேல்வகுப்புக்காரர்களின் சந்தேகம் கூட்டத் தில் இருந்த பெரும்பாலான மேல் சாதிக்காரர்களிடம் பிரதிபலித்ததை அவர் உணர்ந்து கொண்டதால்தான் என்று நினைக்கத் தோன்றுகிறது. இப்படி ஒரு அதிர்ச்சி வைத்தியம் செய்து, மீண்டும் பழைய நிலைக்குத் திரும்பி விடலாம் என்கிற நப்பாசை காரணமாக இந்தத் தீர்ப்பு வழங்கப் பட்டிருக்கலாம். வேறோரு விதமாகச் சொன்னால் இதுவும் ஒரு திருத்தப்பட்ட தீர்ப்பாகவே தோன்றுகிறது. அதற்குப் பிறகு 1961 வரை மாரியம்மன் நோன்பின் போது தெருக்கூத்தே நடத்தப் படவில்லை!

1950க்குப் பின் மாறுதல்கள்

சுதந்திரம் வருவதற்கு முன், குக்கிராமம் செழிப்பாயிருந்த காலங்களிலும், பெருமந்தத்தின் தாக்கத்தினால் அயர்ச்சி யுற்றுத் துவண்டிருந்த காலங்களிலும் மக்களின் பொது இயக்கங்களில் பெரிய மாற்றங்கள் எதுவும் வரவில்லை என்பதை மேலே விளக்கியிருக்கிறேன். தனிப்பட்ட குடும்பங் களின் செல்வ நிலையில் பெரிய ஏற்றத்தாழ்வுகள் ஏற்பட்ட போதிலும் அது கிராம மக்கள் குழுக்களுக்கிடையே மரபுவழி நடவடிக்கைகளில் எந்தப் பெரிய மாற்றத்தையும் ஏற்படுத்த வில்லை. மாற்றங்களைப் பெருவாரியான மக்கள் எதிர்த்த தற்கான அனுமானங்களையும் எடுத்துச்சொல்லியிருக்கிறேன்.

இனிவரும் பகுதிகளில் கிராமத்தில் தனிமனிதர் நடவடிக்கைகளிலும் மக்கள் குழுக்களுக்கிடையே மரபு வழி நடவடிக்கைகளிலும் வந்திருக்கும் மாறுதல்களை விவரிப்பேன். முன்பு மாற்றத்தை எதிர்த்தவர்கள் இப்போது மாற்றத்தை விரும்பியோ அல்லது விருப்பமின்றியோ (அனேகமாக விருப்பமின்றித்தான்) ஏற்றுக் கொள்வதற்குத் தலையாய காரணம் அங்காடித் தொடர்புகள், மரபு வழித் தொடர்புகளை இடம்பெயர்த்துப் பதிலீடு செய்ததுதான். மரபுவழித் தொடர்புகளில் வெவ்வேறு சாதிகளுக்கிடையே இருந்த ஏற்றத்தாழ்வுகளை இந்திய அரசியல் நிர்ணயச் சட்டம் அங்கீகரிக்கவில்லை. ஆனால் இந்தச் சட்ட அங்கீகார மின்மை கிராம மக்களின் ஒருவரையொருவர் ஒட்டிய சார்பு நடவடிக்கைகளில் பெரிய தாக்கத்தை ஏற்படுத்திவிட வில்லை என்பதே என் கணிப்பு. என்றாலும் சாதிகளுக் கிடையே அதுவரை காட்டப்பட்டுவந்த ஏற்றத் தாழ்வுகள், இனிமேல் தொடர்ந்து காட்டப்படுவதில் சிக்கல்கள் இருக்கு

மென்று ஒரு புரிதல் வந்திருந்தது. அதிலும் இளைஞர்களில் ஒரு சிறிய பிரிவினர் சாதி வேற்றுமையை வெளிப்படை யாகவே எதிர்க்க ஆரம்பித்தனர்.

சுதந்திரத்திற்குப் பிறகு கிராம மக்களிடையே வழிவழி யாகக் கடைபிடிக்கப்பட்டுவந்த பண்டமாற்று – பணிமாற்று நடவடிக்கைகள் கொஞ்சம் கொஞ்சமாகப் பணப் பரிவர்த் தனைக்கு மாறின. பணப் பரிவர்த்தனை எவ்வாறு மற்ற எல்லாவகைத் தொடர்புகளையும் உடைத்தெறிய வல்லது என்பதை காரல் மார்க்ஸ் மிகத் தெளிவாக விளக்கியுள்ளார். முதலாளித்துவச் சித்தாந்தத்தை ஏற்றுக் கொண்டுள்ள பால் சாமுவேல்சன் கூற்றுப்படிகூடப் பணத்தின் பேச்சு மற்ற எல்லாப் பேச்சு, உரையாடல்களையும் ஊமையாக்கிவிடும் தன்மை கொண்டது. *(When money talks, all other forms of conversation are silenced)*. இனி வரும் பகுதிகளில் விவரிக்கப்படும் மாற்றங்கள் இந்த கிராமத்தில் அங்காடிப்படுத்துதல் நடவடிக்கை கள் எவ்வாறு நிகழ்ந்தது என்பதையும் பிரதிபலிக்கின்றன.

1950க்குப் பிறகு கிராமத்தின் தனித்திருக்கும் தன்மை படிப்படியாகக் குறைய ஆரம்பித்தது. முக்கியமாக உணவு, உறையுள் ஆகியவற்றில் அதன் தன்னிறைவுத் தன்மையை மக்கள் கைவிட ஆரம்பித்தனர். குறிப்பாக வரகு, கம்பு, சோளம் ஆகியவற்றை உணவாகக் கொள்ளும் பழக்கமும், அவற்றைப் பயிரிடும் அளவும் குறைந்தன. அவற்றையும் பின்வரும் பகுதிகளில் விவரிப்பேன்.

கிராமத்தில் மேல்தட்டு மக்கள்தான் சுதந்திரத்திற்கு முன்னர் உயர்நிலைப் பள்ளி மற்றும் கல்லூரிப் படிப்புப் படித்திருந்தார்கள். கிராமத்தில் ஆரம்பப்பள்ளி 1936இலேயே தொடங்கிவிட்டதால் தாழ்த்தப்பட்ட இனத்தைச் சேர்ந்த உழைப்பாளர் வர்க்கத்தினரின் குழந்தைகள் சிலர்கூடச் சுதந்திரத்திற்கு முன்பே ஆரம்பக் கல்வி பெற்றிருந்தார்கள். அதனால் சுதந்திரத்திற்குப் பின்னர் எல்லா வர்க்கத்தினரும் தங்கள் குழந்தைகளை உயர்நிலைப் பள்ளிக்கு அனுப்புவது வழக்கமாகிவிட்டது. அதிலும் பெண் குழந்தைகளையும் கல்வி கற்க அனுப்புவது அதிகரித்திருக்கிறது. மாற்றங்களை ஏற்றுக் கொள்ளவைப்பதில் கல்வியறிவுக்கும் ஒரு பங்கிருக்கிறது.

எனினும் தொகுப்பின் வரிசை கெடாமலிருக்க, நான் ஏற்கெனவே இந்தப் பகுதியில் விவரித்திருக்கும் சில நிகழ்ச்சி களின் தொடர்ச்சியை இங்கேயே கூறுகிறேன். 1960இல் அப்பிபாளையம் மாரியம்மன் மற்றும் கடம்பங்குறிச்சிச் செல்லாண்டியம்மன் கோயில்களின் தருமகர்த்தா ந. காளி யண்ணக் கவுண்டர் காலமானார். மரபுப்படி குடும்பத்தில்

மூத்தவருக்குத்தான் இந்தப் பதவி சென்றது. ஆனால் அவர் பதவியேற்றுச் சில மாதங்களிலேயே பங்காளிகளுக்கிடையே கருத்து வேறுபாடு வந்துவிட்டதால் அவருடைய முடிவு களைச் செயல்படுத்த முடியாமல் சிரமப்பட்டார். அதனால் அந்தப் பதவி பங்காளிகள் எவராலும் வெறுக்கப்படாத சி.எஸ். நடராஜன் என்கிற இளைஞருக்குச் சென்றது. இவர் கம்யூனிஸ்டு கட்சி உறுப்பினர். ஆனால் சைவ சித்தாந்தத் திலும் ஆழ்ந்த ஈடுபாடுடையவர்!! சாதி வித்தியாசங்களை ஏற்றுக்கொள்ளாதவர். தன் தனி வாழ்க்கையில், கிராமத்துக் குள்ளேயே சாதி ஒழிப்பைத் தீவிரமாகச் செயல்படுத்தியவர். இவர் தருமகர்த்தாவானால் கிராமப் பெரும்பான்மை ஏற்றுக்கொள்ளாத மாற்றங்களைச் செய்யக்கூடும் என்பது எல்லோரும் அறிந்ததே! எனினும் இவரைத் தருமகர்த்தாவாக ஏற்றுக்கொண்டதற்குச் சில மறைமுகமான காரணங்களும் இருந்தன. அந்தக் காலகட்டத்தில்தான் செட்டிபாளையத்தின் கொங்கு வேளாளக் கவுண்டர் ஒருவரின் குதிகாலைச் செட்டிபாளையத்தின் பிரதான ஆற்றுத் துறையில் சக்திவேல் (பெயர் மாற்றப்பட்டுள்ளது) என்கிற பள்ளர் ஒருவர், அவர் களுக்கிடையேயிருந்த தனிப்பட்ட விரோதம் காரணமாக வெட்டிவிட்டார்! இருவரும் குடிபோதையில் இருந்ததாகவும், மேல் சாதிக்காரரின் சீண்டுதலும் அந்த நிகழ்ச்சிக்குக் காரணம் என்றும் அப்போது சொல்லப்பட்டது. அப்போது கொங்கு வேளாளக் கவுண்டர்களுக்கும் பள்ளர்களுக்கு மிடையே பள்ளபாளையம் வயல்காடுகளில் ‘தண்ணீர் பார்க்கும்’ உரிமை பற்றிய பூசல் ஆரம்பித்து, விரிவடைந்து கொண்டிருந்தது. (அது பற்றிப் பின்னர் விவரித்துள்ளேன்.) ஒரு கீழ் சாதிக்காரர், ஒரு மேல் சாதிக்காரரை வெட்டிவிட்ட பிறகும், மேல் சாதியினர் வாளாவிருப்பது அவர்களின் தலைமை அழிந்து போய்க்கொண்டிருக்கிறது என்பதின் அறிகுறியாகச் செட்டிபாளையத்தின் மேல் சாதியினர் கருதினர். இருந்தபோதிலும் அதைத் தட்டிக்கேட்க எவரும் முன்வரவில்லை. வெட்டுப்பட்டவரின் நடத்தையும் அவர் வெட்டு வாங்குவதற்குக் காரணமாயிருந்ததுதான் அப்படிச் செயலிழந்த நிலைக்குக் காரணம் என்று சப்பைக் கட்டுக் கட்டப்பட்டபோதிலும், உண்மையான காரணம் அந்தப் பிரச்சினையைக் கிளறுபவரை சக்திவேல் வன்முறையை உபயோகித்துப் பலி வாங்கலாம், வெட்டிக்கூட விடலாம் என்று உள்ளூர இருந்த பயந்தான்!

சற்றும் எதிர்பாராதவிதமாக அந்தச் சமயத்தில் பட்டப் பகலில் சி.எஸ். நடராஜனின் புல்லுக்காட்டில் இருந்த வெல்வேலா மரங்களின் பட்டைகளை சக்திவேல் உரித்துக்

கொண்டிருப்பதை அவர் பார்த்துவிட்டார். அந்நாளில் கள்ளச் சாராயம் காய்ச்சுவதற்கு வெல்வேலா மரங்களின் பட்டைகள் ஒரு இன்றியமையாத மூலப் பொருளாக இருந்தன. அப்படிப் பட்டைகள் முழுதுமாக உரிக்கப்பட்ட வெல்வேலா மரங்கள் விரைவில் காய்ந்துவிடும். எனவே எல்லாத் தோட்டக்காரர்களும் வெல்வேலா மரங்களின் பட்டைகளை உரிப்பவர்களைத் திருடர்களாகக் கருதினார்கள். (இப்போது வெல்வேலா மரங்களின் பட்டைகளுக்குப் பதிலாக அம்மோனியம் சல்பேட் உபயோகிக்கப்படுகிறது!).

தன் புல்லுக்காட்டில் வெல்வேலா மரங்களின் பட்டைகள் உரிப்பதைப் பார்த்த சி.எஸ். நடராஜன், சக்தி வேலைக் கேள்விகேட்டபோது, அவர் பதிலுக்குத் தன் அரிவாளை எடுத்துக் காட்டி மிரட்டினாராம். கையில் வெறும் தடி ஒன்று மட்டும் வைத்திருந்த சி.எஸ். நடராஜன், அந்த மிரட்டலுக்குப் பயப்படாமல் சக்திவேலைக் கிட்டத்தட்ட அரை கி.மீ. துரத்தியிருக்கிறார். தன் பண்ணாடி தனியாளாகத் சக்திவேலைத் துரத்துவதைப் பார்த்த சி.எஸ். நடராஜனுடைய பண்ணையாள் ‘கிறுக்கு’ ரங்கணன், குறுக்கு வழியில் முன்னால் ஓடி சக்திவேலைத் தடுத்திருக்கிறார். இருவரும் குன்றுடையீசர் கரட்டுக்கருகில் சக்திவேலைப் பிடித்து, அவர் அரிவாளைப் பிடுங்கி, அவரை நையப் புடைத்து விட்டார்கள். அதிலும் ‘கிறுக்கு’ ரங்கணன், சக்திவேலை மிகக் கடுமையாகக் காயங்கள் ஏற்படுமளவுக்குத் தாக்கிவிட்டாராம். சக்திவேல் பணிந்து போய்க் கெஞ்சியிருக்கிறார்.

சி.எஸ். நடராஜனுக்கு அதற்குப் பிறகு பச்சாதாபம் வந்துவிட்டது. சக்திவேல் தனக்கு ஒரு நிரந்தரமான வேலையிருந்திருந்தால் கள்ளச் சாராயம் காய்ச்சுவதிலேயே ஈடுபட்டிருக்கமாட்டேனென்று சொன்னதாகப் பேச்சு. எப்படியிருப்பினும் சக்திவேல் மேல் பரிதாபப்பட்டு, அடி வாங்கிய அவருக்கு அரை மூடை கேழ்வரகு கொடுத்து அனுப்பிவிட்டார். அதற்குப் பிறகு, சி.எஸ். நடராஜன் எப்போது அழைத்தாலும் சக்திவேல் வருவார் என்கிற அளவிற்கு அவர்களுக்கிடையில் நெருக்கம் ஏற்பட்டது.

செட்டிபாளையம் சுற்று வட்டாரத்தில் சி.எஸ். நடராஜன், சக்திவேலைத் துரத்திப் பிடித்து உதைத்தது அன்றைய சூழ்நிலையில் மேல் சாதிக்காரர்களின் மானத்தைக் காப்பாற்றிய செயலாகப் பார்க்கப்பட்டது! மாணவப் பருவத்திலிருந்தே அவர் சாதி வித்தியாசம் பார்க்காதவர். 1948 அல்லது 1949இல் அவர்கள் தோட்டத்தில் பட்டிப் பொங்கலின்போது தாழ்த்தப்பட்டவர்களுக்குப் பட்டியில் வழங்கப்பட்ட சாப்பாட்டிற்குத் தயிர், மோர் ஊற்றக் கூடாது

என்கிற கட்டுப்பாட்டை அவர் தந்தையின் முன்னிலையிலேயே எதிர்த்தவர். அவருடைய தந்தையும் தன் மூத்த மகனின் நல்லெண்ணத்தை உணர்ந்துகொண்டு நெடுங்காலமாக வழக்கத்திலிருந்த அந்தக் கட்டுப்பாட்டைக் கைவிடச் சொன்னபோது, அவர்கள் பண்ணை பாக்கியான ராமா நாயக்கர் அதை ஏற்றுக்கொள்ளவில்லை! தாழ்த்தப்பட்டவர் களுக்குப் பொங்கல் சாப்பாட்டோடு மோர் வழங்கினால், கறவை மாடுகள் மற்றும் எருமைகள் வறண்டுவிடும் என்கிற கிராமத்தின் நெடுநாள் நம்பிக்கையை முன்வைத்திருக்கிறார். அந்த நாள்களில் பண்ணை பாக்கிகள் பண்ணையார்களுக்கே ஆலோசனை சொல்லுமளவுக்கு மதிக்கப்பட்டார்கள்! எப்படியிருப்பினும் கடைசியில் சி.எஸ். நடராஜனின் விருப்பப்படி அந்தப் பட்டியில் தாழ்த்தப்பட்டவர்களுக்கு மோர் ஊற்றப்பட்டது!

அவர் தந்தையின் மரணத்திற்குப் பிறகு, செட்டிபாளையம் சக்கிலியர் வீட்டிற்குள்ளேயே அமர்ந்து அவர்களோடு சாப்பிடுபவர் என்கிற எல்லா விவரங்களும் ஊரார் அனைவரும் அறிந்த செய்திகள்தான். ஆனாலும், கீழ் சாதிக்காரர் ஒருவரிடம் மேல் சாதிக்காரர்களனைவரும் மிரண்டுவிட் டார்கள் என்கிற நிலையை ஒழித்தவராகத்தான் சி.எஸ். நடராஜன் 1960களில் பார்க்கப்பட்டார். அதனால்தான் அவர் தருமகர்த்தா ஆவதற்கு எவ்வித எதிர்ப்பும் இருக்க வில்லை என்பது என் கணிப்பு!

அந்த வருடம் மாரியம்மன் திருவிழாவிற்குப் புதிய தருமகர்த்தா தெருக்கூத்துக்கு ஏற்பாடு செய்தார். அதிலும், அப்போது நட்புணர்வுடன் பார்க்கப்படாத பள்ளபாளையம் பள்ளர் வகுப்பைச் சேர்ந்த செல்வி. சுந்தரியின் தெருக்கூத்தை ஏற்பாடு செய்தார். 1948இல் அவரது பெரிய தாத்தாவினால் நிறுத்தப்பட்ட தெருக்கூத்தை அவருடைய பெயரன் 1961இல் மீண்டும் தொடங்கியது பெரும் வரவேற்பைப் பெற்றது. கூடியிருந்த பெருங்கூட்டம் கதாநாயகி மற்றும் அதில் நடித்தவர் களின் சாதியைக் கண்டுகொள்ளவேயில்லை!

கூத்து முடிந்த மறுநாள் புதிய தருமகர்த்தா தெருக்கூத்தில் நடித்தவர்களுக்குத் தன் வீட்டில் ஒரு கறி விருந்தளித்தார். தாழ்த்தப்பட்ட வகுப்பினர் தன் வீட்டுக்குள் நுழைவதை சி.எஸ். நடராஜனின் தாயார் ஏற்றுக்கொள்ளவில்லை. ஊராரும் அதை விரும்பவில்லை. ஆனால் ஊராரின் எதிர்ப்பை யும் தாயின் எதிர்ப்பையும் மீறி சி.எஸ். நடராஜன் அந்த விருந்தைச் சிறப்பாகக் கொடுத்தார். அன்று வீட்டை விட்டு வெளியேறிய அவர் தாயார், அதற்கு மறுநாள் வீடு

முழுவதையும் மாட்டுச் சாணம் கொண்டு வழித்த பிறகுதான் மீண்டும் குடியேறினார். இதன் காரணமாகத் தாயாருக்கும் மகனுக்குமிடையே பெரிய கருத்து வேறுபாடு ஏற்பட்டுவிட்டது. இதனால் சி.எஸ். நடராஜன் தன் தாயாருடன் வசிக்காமல் அவர்கள் தோட்டத்திலிருந்த களத்து வீட்டுக்குக் குடிபோய் விட்டார்.

அவருக்கு அங்கு ஒரு சிக்கல் வந்தது. அவருக்குச் சமையல் செய்ய எவரும் தயாராயில்லை! அவருடைய பண்ணையாள் நல்லப்பன் என்பவரின் மகன் பழனியப்பன் அப்போது அவருடைய தாயாருக்கு எடுபிடி வேலைகள் செய்துவந்த சிறுவன். அந்தத் தாயார் தன்னுடைய மாமனார் பெயர் பழனிமலை என்பதால், அந்தச் சிறுவனைத் தன் மாமனார் பெயர் சொல்லிக் கூப்பிடாமல், கந்தசாமி என்று பெயர் மாற்றி அழைத்துவந்தார். அந்த நாள்களில் பெண்கள் தங்கள் கணவர், மாமனார் ஆகியோரின் பெயரைச் சொல்லுவதே அகங்காரமான செயலாகக் கருதப்பட்டது! சமையலை அரைகுறையாகத் தெரிந்த அந்தப் பன்னிரண்டு வயதுச் சிறுவனைத் தான் சி.எஸ். நடராஜன் தன் சமையலா ளாக வைத்துக்கொள்ள வேண்டியிருந்தது! களத்து வீட்டில் அவர் சமபந்தி போஜனத்தைச் செயல்படுத்தியதோடு, தாழ்த்தப் பட்ட இனங்களைப் பற்றி அதுவரை கிராமத்தில் நடைமுறை யிலிருந்த சில கட்டுப்பாடுகளைக் கைவிட்டுவிட்டார்.

இந்த நிலையில், சி.எஸ். நடராஜனின் சித்தப்பா ஒருவர், அவருடைய களத்து வீட்டுக்கே சென்று, அவர் மரபுகளை மீறிச் செய்யும் செயல்களால் ஊரின் கட்டுப்பாட்டே கெட்டு விட்டதாகவும், அதை அவர் தன் களத்து வீட்டில் செய்வதால்தான் தன்னால் பொறுத்துக்கொள்ள முடிவதாக வும், அவற்றையே அவர் ஊருக்குள் இருந்து செய்திருந்தால் உதைத்துத் துரத்திவிட்டிருப்பேன் என்றும் திட்டியிருக்கிறார். சி.எஸ். நடராஜன் அதைத் தனக்கு விட்ட சவாலாகக் கருதி, மறுநாளே ஊர் நடுவில் இருந்த அவருடைய பாட்டனின் காலி வீட்டுக்குக் குடி வந்ததோடில்லாமல், அங்கும் சாதி சார்ந்த கட்டுப்பாடுகளை உடைத்தெறிய முழு ஆதரவும் தந்திருக்கிறார். 1962இலிருந்து செட்டிபாளையத் தெருக்களில் தாழ்த்தப்பட்டவர்கள் செருப்பணிந்து நடப்பதற்கும், சைக்கிளில் செல்வதற்கும், தோளில் துண்டு போட்டும் தலைப்பாகை கட்டிக்கொண்டும் செல்வதற்கும் இருந்த கட்டுப்பாடுகள் அனைத்தும் கைவிடப்பட்டன. அதற்குப் பிறகு அவை எவற்றையும் மீண்டும் செயல்படுத்த முடியவில்லை. அவருடைய கம்யூனிஸ்டு கொள்கை பிடிப்புக் காரணமாகப் பள்ளபாளையம் வயற்காடுகளில் 'தண்ணீர் பார்க்கும்'

உரிமை பற்றிய வழக்கில் செட்டிபாளையம் நிலவுடைமை யாளர்களுக்கு எதிராகச் சாட்சி சொன்ன ஒரே மேல்சாதிக் காரர் சி.எஸ். நடராஜன்தான்! (இது போலவே, தாழ்த்தப்பட்ட வர்களில் ஒரே ஒருவர் மாத்திரம் அந்த வழக்கில் தங்கள் இனத்தவர்களுக்கு எதிராகச் சாட்சி சொன்னார். ஆனால் அவரை மேல்சாதி நிலவுடைமையாளர்கள் விலைக்கு வாங்கி விட்டதாகச் சொல்லப்பட்டது.)

இந்த அளவுக்கு மரபுகளை உடைத்தெறிந்த சி.எஸ். நடராஜன், அப்பிபாளையம் மாரியம்மன் கோயிலின் தர்மகர்த்தாவாக இருந்தபோது தாழ்த்தப்பட்டவர்களைக் கோயிலுக்குள் அனுமதிக்க எந்த நடவடிக்கையும் எடுக்க வில்லை என்பது வியப்புக்குரியது. அவரிடம் எந்தத் தாழ்த்தப் பட்டவராவது இதற்காக எந்த வேண்டுகோளாவது வைத்தார் களா என்பது பற்றியும் எந்தத் தகவலும் இல்லை.

மாற்றத்தைப் பற்றிக் கிராம முதியவர்களின் கருத்துக்களில் சி.எஸ். நடராஜனின் நடவடிக்கைகள் பெரிய மாற்றத்தை நிகழ்த்தவில்லை. அவரை ஒரு வெகுளியாகவும் பித்தனாகவுமே அவர்கள் கருதினார்கள். அவர்கள் தீண்டாமையை முன்பு போல் தீவிரமாகவே செயல்படுத்த விரும்பினர். ஆனால் சி.எஸ். நடராஜனின் அகால மரணத்திற்குப் பின்னரும் அது நடைமுறையில் சாத்தியமில்லாமல் போய்விட்டது.

முதியவர்களின் பார்வையில் புத்துலக நிகழ்ச்சிகள் ஏமாற்று வேலைகளாகத் தெரிந்தன. 1969இல் மாரப்பக் கவுண்டர் என்ற முதியவரிடம் சந்திரனில் மனிதன் தன் காலடிச் சுவட்டைப் பதித்து விட்டான் என்கிற எழுச்சியான செய்தியை நான் தெரிவித்தேன். அவர் அதை நம்ப மறுத்து விட்டார். சந்திர மண்டலத்திற்கு மனிதன் தன் உடலோடு செல்லத் தவம் செய்துதான் போக முடியுமே தவிர, ராக்கெட் மூலமெல்லாம் செல்வது வெறும் ஏமாற்று வேலை என்று அறுதியாகக் கூறிவிட்டார். அவரிடம் செய்தித்தாள்களில் அப்போது வந்த மனிதன் சந்திர மண்டலத்தில் காலடி வைத்தது பற்றிய புகைப்படங்களைக் காட்டினேன். சிறிது நேர யோசனைக்குப் பிறகு அவர் 'உத்தமபுத்திரன்' சினிமாவில் பி.யூ. சின்னப்பாவை இரட்டையாகக் காட்டிய புகைப்பட யுக்தியைப் போல இதுவும் ஒரு செப்படி வித்தை என்று தீர்மானமாகச் சொல்லிவிட்டார். அந்தக் கருத்தில் அவருக்கு அவர் மரணம் வரைக்கும் எந்தச் சந்தேகமும் வரவில்லை!

எப்படியிருப்பினும் மாரியம்மன் கோயிலில் நுழைவது குறித்து 1963இல் சி.எஸ். நடராஜன் இறந்துபோன பிறகு சில முறை பிரச்சினைகள் எழுப்பப்பட்டுள்ளன. 1970களில்

சி.ஆர். நல்லசாமி அவர்கள் தருமகருத்தாவாக இருந்த போதுதான் வேடுவ, வேளாளக் கவுண்டர்கள் மாத்திரம் தங்களின் தனி உரிமையாகக் கருதிக் கொண்டிருந்த இந்தக் கோயிலுக்குள் நுழையத் தாழ்த்தப்பட்டவர் இனத்தைச் சேர்ந்த அப்பிபாளையம் பழனியின் மகன் பழனி என்ற ஓய்வுபெற்ற காவல் துறைக் கண்காணிப்பாளர் உரிமை கேட்டதாகத் தெரிகிறது. அதை அனுமதிக்கலாமா என்று தருமகர்த்தா கோயில் கூட்டத்தில் யோசனை கேட்டபோது, அதற்கு அனுமதியளிக்கக் கூடாதென்றே பெரும்பாலான வேடுவ, வேளாளக் கவுண்டர்கள் அப்போது தெரிவித்திருக் கிறார்கள். ஆனால் திரு. பழனி, காவல் துறையினருக்கு மனுச் செய்துகொண்டதன்பேரில் அவருக்குப் பாதுகாப்புத் தரக் காவல் துறை அதிகாரிகளும் காவலர்களும் அப்பி பாளையம் மாரியம்மன் பண்டிகையன்றே வந்துவிட்டார்கள். ஆனால் திரு. பழனியுடைய தாழ்த்தப்பட்ட இனத்தைச் சேர்ந்த மற்றவர்கள் அனைவரும் ஒன்றுதிரண்டு அவர் கோயிலுக்குள் செல்வதனால் தங்களனைவருக்கும் இனம் சார்ந்த பாதிப்புகள் ஏற்படும் என்று கூறி எதிர்ப்புத் தெரிவித்து விட்டதால், காவல் துறை பாதுகாப்புக் கொடுக்க வந்திருந்துங் கூட அவர் தன் முயற்சியைக் கைவிட்டுவிட்டார். போராடி உரிமையை அடைவதனால் வருகிற நன்மையைவிடப் பெரும் பான்மை இனத்தினரோடு இருக்கும் இணக்கத்தைக் கெடுத்துக் கொள்வதால் வரும் இழப்பு ஆபத்தானது என்கிற எச்சரிக்கை உணர்வுதான் இந்த முடிவுக்குக் காரணமாயிருந்திருக்கக்கூடும்.

1996இல் அப்பிபாளையத்திலிருந்து சணப்பிரட்டிக்குக் குடிபெயர்ந்த பள்ளர் இனத்தவர் இருவர் மாவட்டக் காவல் கண்காணிப்பாளரிடம் தாங்கள் அப்பிபாளையத்திலிருந்து சணப்பிரட்டிக்குக் குடிபெயர்ந்தவர்கள் என்றும், தங்களுக்கு இந்தக் கோயிலில் வழிபடப் பாரம்பரியமான உரிமை இருப்பதாகவும், அதற்கு அப்போதைய தருமகர்த்தாவும் கோயில் நிர்வாகத்தினரும் தடையாக இருப்பதாகவும் ஒரு பிராது கொடுத்திருக்கிறார்கள். அப்போதைய தருமகர்த்தா கா. சுப்பிரமணியன் தனது பதிலில், பிராது கொடுத்திருப் பவர்கள், அவர்களின் குலதெய்வமான சணப்பிரட்டி மல்லாண்டார் கோயிலுக்குள் பறையர் மற்றும் சக்கிலியர் களை அனுமதித்தால் தாங்களும் தங்களின் மாரியம்மன் கோயிலில் அந்த ஆண்டு அக்டோபர் மாதம் 2ஆம் தேதியி லிருந்து (காந்தி பிறந்த தினத்திலிருந்து) தாழ்த்தப்பட்டவர் களை அனுமதிப்பதாக எழுதிக் கொடுத்திருக்கிறார். உண்மை யில் அவர் ஒரு பிரித்தாளும் சூழ்ச்சித் தந்திரத்தைக் கையாண் டிருக்கிறார். தாழ்த்தப்பட்டவர்களே அவர்களுக்கிடையில்

உயர்வு தாழ்வு காட்டுகிறார்கள் என்பதைத் தன் நிலைக்குச் சாதகமாகப் பயன்படுத்தியிருக்கிறார். அதற்குப் பிறகு இந்தப் பிரச்சினை மீண்டும் எழுப்பப்பட்டதாகத் தெரியவில்லை. ஆனால் செட்டிபாளையத்தின் மேற்காலூரில் தாழ்த்தப்பட்ட வர்களைத் தங்கள் வீட்டுக்குள்ளேயே அனுமதிப்போர் எண்ணிக்கை பெருகிக்கொண்டேயிருப்பதால் மீண்டும் இந்தப் பிரச்சினை எழுப்பப்பட்டால் இளைய தலைமுறை யினர் விரைவில் இந்தக் கோயிலில் எல்லோரும் வழிபட வழி வகுப்பார்கள் என்றே நம்புகிறேன்.

வேறொரு கோணத்திலிருந்தும் இதை நோக்கலாம். 1920களில் சி.ஆர்.நடேசன் அவர்கள் பிராமணர்கள், பிராமணரல்லாதாருக்கு விதித்திருந்த சில கட்டுப்பாடுகளைத் துணிச்சலாக எதிர்த்தார். காலப்போக்கில் பிராமணர்கள், பிராமணரல்லாதவர் மீது விதித்திருந்த கட்டுப்பாடுகளைச் செயல்படுத்த முடியாமல் போனதற்கான காரணங்களில், அவர்கள் மக்கள் தொகையில் குறைந்த விழுக்காடு இருந்ததும் ஒன்று. இப்போது தாழ்த்தப்பட்ட இனத்தினர், பிற்படுத்தப் பட்ட வகுப்பினர் தங்கள்மீது விதித்திருக்கும் கட்டுப்பாடு களை எதிர்க்கிறார்கள். ஆனால் பிற்படுத்தப்பட்ட வகுப்பினர் பெரும்பான்மையினராக இருப்பதால் சட்டத்தின் துணை யிருந்துங்கூடத் தாழ்த்தப்பட்ட இனத்தினரால் தங்கள் உரிமைகளைப் பெறுவதில் சிக்கல்கள் வந்துவிடுகின்றன. அதிலும், அவர்களுக்குள்ளேயே இருக்கும் பேதங்களை மேல் சாதியினர் கிளறிவிட்டுத் தங்களுக்குச் சாதகமாகப் பயன் படுத்துவது வெளிப்படையாகவே விளங்குகிறது.

உலகம் எத்தனையோ வகைக் கொடுமைகளை அரங்கேற்றி யிருக்கிறது. ரோமானியர்களின் அடிமை முறை, கிறித்தவர் களின் 'இன்குவிஸிஸன்', அமெரிக்கர்களின் அடிமை முறை போன்ற எதுவுமே, கற்பனையில்கூட சாதிமுறைக்கு இணை யான, தீட்டென்றும், தாழ்த்தப்பட்டவர்களுக்கு மோர் ஊற்றினால் பால் மாடு வறண்டுவிடுமென்றும் இத்தகைய பல நம்பிக்கைகளை மக்களிடையே விதைத்து, அதை நெடு நாள் வளர்த்து, அன்றாட வாழ்க்கையின் எல்லா நிகழ்ச்சி களிலும் அதன் தாக்கத்தை வாடிக்கையாக்கி, அநியாயமான ஏற்றத்தாழ்வுகளைச் செயல்படுத்தியிருக்க இயலுமா என்பது சந்தேகமே. ஏனெனில் அதன் கொடுமைத் தன்மை அனைவ ராலும் உணரப்பட்டுங்கூட அதை விலக்குவதை நடைமுறைப் படுத்த முடியாத அளவுக்கு அது கிராம மக்களின் வாழ்க்கைச் செயல் முறைகளில் இன்னும் ஊறியிருக்கிறது. அதிலும் தாழ்த்தப்பட்ட இனங்கள்கூடத் தங்களிடையேயும் இந்தக்

கொடுமையை இன்னும் வழக்கத்தில் கொண்டிருக்கிறார்கள். மேல் சாதியின் அன்றாடங்காய்ச்சிகளுக்கும் தாழ்த்தப்பட்ட வரின் அன்றாடங்காய்ச்சிகளுக்கும் பொருளாதார அளவு கோல் படி எந்தப் பெரிய வேறுபாடும் இல்லையெனினும், மேல் சாதியினருக்குத் தாங்கள் உயர்ந்தவர்கள் என்கிற தவறான கண்ணோட்டத்தை, இறுமாப்பைப் பிறப்பிலிருந்தே பழக்கமாக்கிவிடுவதால், சாதி ஒழிப்பை எதிர்ப்பவர்களில் மேல் சாதி அன்றாடங்காய்ச்சிகளின் விழுக்காடு அதிகமாயிருக் கிறது. அடுத்தவரின் சாதி அடையாளத்தை எளிதில் இனம் காண முடியாத நகரத்தில் அவர்களின் எதிர்ப்பு மங்கிவிடுகிறது. ஆனால், அனைவரும் ஒருவரையொருவர் அறிந்திருக்கும் கிராமத்தில் அது இன்னும் வலுவாகவேயிருக்கிறது. ஒவ்வொரு கிராம முகப்பிலும் தங்கள் சாதி அடையாளங்களைப் பிரகடனப்படுத்திக் கிராமத்திற்கு வரவேற்புப் பலகைகள் வைத்திருக்கும் பிராமணரல்லாத மேல் சாதியினரின் சங்கங்கள் எதுவும், சுதந்திரம் கிடைத்து அறுபதாண்டுகள் கழித்தும் தங்கள் சாதியினர் தீண்டாமை அநியாயத்தைக் கடைப்பிடிப்பதை விட்டுவிடச் சொல்லி எந்தவிதக் கட்டுப் பாடுகளையோ குறைந்தபட்சம் அறிவுறுத்தலையோகூடச் செய்வதில்லை என்பது வெட்கக்கேடானது. செட்டிபாளை யத்தில் ஆரம்ப நிலைக் கல்வியறிவு அதிகமாக இருப்பதாலும், ஒரு சில தலைமைப் பதவியிலிருந்தவர்கள் இதைக் கடைப் பிடிக்காததாலும், சுற்றியிருக்கும் மற்ற குக்கிராமங்களைவிட இங்கு சாதிக் கொடுமைகள் தளர்ந்திருக்கின்றன என்று சொல்லலாம்.

1930களில்கூட, அன்றாட வாழ்க்கை நடைமுறைகளில் சிறு மாற்றங்களுக்குக்கூடப் பெரிய எதிர்ப்புகள் இருந்தது தெளிவாகத் தெரிகிறது. ஆனால் இப்போதும் அத்தகைய எதிர்ப்புகள் அவ்வப்போது எழுந்தாலும் வெகு விரை விலேயே அந்த எதிர்ப்புகள் உடைபட்டுப் போய்விடுகின்றன. 1970 வரை பெண்கள் சைக்கிள் ஓட்டுவதற்கு எதிர்ப்புத் தெரிவித்தவர்கள், பள்ளிக்கூடத்திற்குச் செல்ல சைக்கிள்தான் மிகச் சிறந்த வாகனம் என்பதை உணர்ந்துகொண்டு எதிர்ப்பைக் கைவிட்டுவிட்டார்கள். 1950களிலேயே இவ்வூரின் வேளாளக் கவுண்டர் சி.வி. பத்மநாபன் வண்ணாரினத்தைச் சேர்ந்த செல்லம்மாளைத் திருமணம் செய்துகொண்டார். அந்தத் திருமணம் செட்டிபாளையத்தில் ஊரறிய நடக்க வில்லை. அவர் திருச்சிக்குக் குடிபோய்விட்டார். அவருடைய இரு மகன்களும், அவர்களின் குடும்பத்தினரும் செட்டி பாளையத்தின் திருமணங்கள், பண்டிகைகள், மரணம் போன்ற அனைத்து நடவடிக்கைகளுக்கும் அழைக்கப்

படுகிறார்கள்; பங்கெடுக்கிறார்கள். அதாவது, அவர்களை செட்டிபாளையம் ஏற்றுக்கொண்டுவிட்டது. 1986இல் ஊரில் நடந்த பன்னீர்செல்வம் – ராணி வேளாளக் கவுண்டர் – நாடார் கலப்புத் திருமணத்திற்கு ஊரில் பெரிய எதிர்ப்பு எதுவும் இல்லை. இந்தத் திருமணம் செட்டிபாளையத் திலேயே, அனைவரும் அறிய நடந்தது. முதியவர்கள் பலருக்கு அதில் விருப்பமில்லை யென்றாலும் அது எதிர்ப்பாக வெளிப்படவில்லை. 1992இல் இந்த ஊரின் ஒரு புது மருமகள் சுடிதார் உடை அணிந்து வந்ததை எதிர்த்த ஒரு மூதாட்டியைக் கரூரிலிருந்த அவருடைய மகளே அடக்கிவிட்டார்! திருமணமான 1970களில்கூட வீட்டு விலக்கான பெண் களைத் தீட்டென்று கூறித் தனியாக ஒதுக்கிவைப்பது வழக்கமாக இருந்தது. 1990களில்தான் ‘ஸானிடரி நாப்கின்கள்’ பரவலான உபயோகத்திற்கு வந்து, வீட்டு விலக்கான பெண்களை ஒதுக்கிவைக்கும் வழக்கம் மறைந்தது. 2010 வரைகூட, வீட்டிலேயே கழிப்பிட வசதியை ஏற்படுத்திக் கொள்வது பரவலாக இல்லை. இத்தனைக்கும் 1952இலேயே ‘வடக்கால்’ வீட்டில் நவீனக் கழிப்பிடம் அமைக்கப்பட்டு விட்டது. ‘வெளி’க்குப் போவதுதான் பெரும்பாலானோரின் வழிமுறை. ஆற்றோரத்திலிருந்த குட்டுக்காடுகளும் கிராமத்தின் அருகேயிருந்த காடுகளும் அழிந்துவிட்ட பிறகு ஏழை மகளிருக்கு இதுவும் ஒரு பெருந்தொல்லையாக மாறி விட்டது. 2012க்குப் பிறகு தங்கள் இல்லங்களிலேயே நவீனக் கழிப்பிடங்கள் கட்டிக்கொள்ளும் நல்ல வழக்கம் ஆரம்பித்திருக் கிறது. பெண்கள் மொபெட், மோட்டார் சைக்கிள் ஓட்டக் கூடாது என்று சொல்லிக்கொண்டிருக்கிற பெரியவர்களைப் பொருட்படுத்தாமல், இப்போது அந்த வாகனங்களைத் திருமணமான பெண்கள் ஓட்டி வருகிறார்கள். கலப்புத் திருமணங்களுக்கு இப்போதும் பெரிய ஆதரவு இல்லை யெனினும், அவை நடந்துவிட்ட பிறகு வேண்டா வெறுப்பாக வேனும் அந்தத் தம்பதிகளைத் தங்கள் குடும்பங்களில் அனுமதிப்பது நிகழ்கிறது. இப்போது நடந்ததிலேயே மிகப் பெரிய மாறுதல், குக்கிராமத்தின் கிழக்காலூரில் இந்தப் புதிய நூற்றாண்டில் பால்காரர் சின்னப்பன் என்கிற ஒரு பள்ளர் இனத்தவர் நிலம் வாங்கி, வீடு கட்டிக் கொண்டுள்ளது தான். இதை அனுமதிக்கக் கூடாது என்று பழமையில் ஊறிய சிலர் எதிர்ப்புக் குரல் எழுப்பியபோது, கிழக்காலூரின் இளைஞர்கள் எவரும் அதற்கு ஆதரவு நல்காததால், அந்த எதிர்ப்புப் பிசுபிசுத்துப் போய்விட்டது. சுருக்கமாகச் சொன்னால், சுதந்திரத்திற்கு முன்பிருந்த செட்டிபாளையம் கிராமம் தன் தனித்தன்மையைக் காப்பாற்றிக்கொள்ள வேண்டுமானால், உலகாயத நிலவரத்தில் எந்த மாற்றத்தையும்

அனுமதிக்கக் கூடாது என்கிற நிலையைக் கொண்டிருந்தது. இப்போது அந்த நிலை மாறி, கிராமத்தில் மாற்றம் வருவது தவிர்க்க முடியாதது என்றும், சந்தர்ப்பத்திற்கிணங்க மாற்றங் களைக் கொண்டுவந்தால்தான் வெற்றிகரமாக முன்னேறலாம் என்றும் எண்ணம் வந்திருக்கிறது!

குறிப்பாக சாதிப் படிநிலைகளின் ஏற்றத்தாழ்வுகள் பற்றிய முந்தைய நடைமுறைகள் மங்கிக்கொண்டே வருகின்றன. படித்த இளைஞர்கள் அவற்றின் கடுமையான வெளிப்பாடு களைப் பின்பற்றுவதில்லை. ஆனால் சாதிக் கொடுமைகளின் கடுமை தளர்ந்திருக்கிறதே தவிர, சாதி வேறுபாடுகளும் ஏற்றத்தாழ்வுகளும் மறைந்துவிடவில்லை. சாதியை ஒரு இனம் காணும் வழியாகக் கருதி, தங்கள் தங்கள் குல தெய்வக் கோயில்களுக்கு ஏராளமான செலவில் புணருத் தாரணம் செய்து, திருமண மண்டபங்கள் கட்டிக் குடமுழுக்கு நடத்துவது மிகப் பரவலாக நடைபெறுகிறது. அந்த விழாக் களின் பெருங்கூட்டங்களும் ஏராளமான பொருட் செலவுமே சாதி வருக்கபேதம் எவ்வளவு வலுவாக இருக்கிறது என்பதற்கு அடையாளம். எனினும், செட்டிபாளையத்தை ஸ்தாபித்தவரின் குலதெய்வமான கடம்பங்குறிச்சிச் செல்லாண்டியம்மன் கோயில் 2002 குடமுழுக்கின்போது அனைத்து சாதியினருக் கும் சமபந்தி விருந்தளித்ததைச் சமூக முன்னேற்றம் எந்தத் திசை நோக்கிச் செல்கிறது என்று சுட்டிக்காட்டும் குறியீடாகப் பார்க்கிறேன்.

ஒட்டுமொத்த மாறுதல்கள்

கிராம மக்களின் வாழும் வழிகள், நடத்தைமுறைகள், போக்குவரத்துச் சாதனங்கள் அனைத்திலும் மாறுதல்கள் வந்துள்ளன. 1950களில் நிலமற்ற தொழிலாளர்கள், குறிப்பாகத் தீண்டத்தகாதவராகக் கருதப்பட்டவர்கள், மேல்தட்டு மக்களிடம் பயம் கலந்த பணிவுடன் நடந்துகொண்டார்கள். இப்போது, வயதான சிலரைத் தவிர மற்றவர்களிடம் அத்தகைய நடத்தை முழுதுமாக மறைந்துவிட்டது. அப்போது அருகிலிருக்கும் கரூர் நகருக்குக்கூடச் சாதாரண மக்கள் அடிக்கடி சென்றதில்லை. 80 கி.மீ. தூரத்திலிருந்த அப்போதைய மாவட்டத் தலைநகரான திருச்சிராப்பள்ளிக்குக்கூட வெகு சிலரே சென்றிருந்தார்கள். கிராமத்திலிருந்து சென்னைக்குச் சென்றவர்களை விரல்விட்டு எண்ணிவிடலாம். இப்போது நிலைமை தலைகீழாக மாறிவிட்டது. மக்கள் சுதந்திரமாக நடமாடுகிறார்கள். பல நகரங்களில் நடத்தப்படும் அரசியல் கட்சிக் கூட்டங்களுக்கு உணவிற்கும் போக்குவரத்துக்குமான

சலுகைகளுடன், சில சந்தர்ப்பங்களில் இலவசமாகக்கூட, அவர்கள் அழைத்துச் செல்லப்படுகிறார்கள். வெளியூர்ப் பயணங்களில் அவர்கள் பலதரப்பட்ட மக்களைச் சந்திக் கிறார்கள். வெளியூர்ப் பயணங்களின் தாக்கங்களும் பாதிப்பு களும் அவர்களின் நடத்தைகளையும் நடையுடை பாவனை களையும் பெரிதும் மாற்றியுள்ளன. தொலைக்காட்சியும் இம்மாற்றங்களுக்குக் காரணமாக இருக்கிறது. மேல்மட்டத் தினரைப் போலவே எல்லாத் தரத்தினரும் இப்போது அவர்களின் பொருளாதார நிலை அனுமதிக்குமானால், உடல் தூய்மையுடன், நல்ல உடைகள் அணிந்து பார்ப்பதற்குக் கவர்ச்சியாக விளங்க முயல்கின்றார்கள். இவையெல்லாம் இப்போதைய கிராமப் பழக்க வழக்கங்களை வெகுவாக மாற்றியிருக்கின்றன.

கிராமத்தினரின் உணவுப் பழக்கங்களும் மாறியிருக் கின்றன. 1950இல், கோயில் ஐயர் தவிர, பெரும் நிலவுடைமை யாளர்களுட்பட மற்ற அனைவரும் அரிசிச் சாப்பாட்டோடு கம்பு, வரகு, சோளம் போன்ற மற்ற தானியங்களையும் உண்பது வழக்கமாக இருந்தது. அப்போதும், அவர்களுக் கிடையிலும்கூடச் செல்வம் அதிகரிக்க அதிகரிக்க, அரிசி உணவுப் பழக்கம் அதிகரித்திருந்தது. அரிசி தவிர்த்து மற்ற தானியங்களை எல்லாத் தரப்பினரும் புறக்கணிக்கிறார்கள். அரிசிச் சோறு அனைவரும் உண்ணும் உணவாகி விட்டது. அதுபோலவே காபி, தேநீர் பானங்களுக்கு ஏழைகளிடையே கூட நாட்டுச் சர்க்கரைக்குப் பிரதியாக அஸ்கா சர்க்கரை புழக்கத்துக்கு வந்துவிட்டது. சுதந்திரம் வந்தபோது செட்டி பாளையத்தில் இரண்டு ஏறு–சவாரிக் குதிரைகள், ஐந்து குதிரை வண்டிகள், மூன்று ஒற்றை மாட்டு வண்டிகள், கூட்டு வண்டிகள் உட்பட ஏழெட்டு இரட்டை மாட்டு வண்டிகள். சில சைக்கிள்கள் ஆகியவைதான் பிரதானமான போக்குவரத்துச் சாதனங்கள். ஏறு–சவாரிக் குதிரைகள், குதிரை வண்டிகள், ஒற்றை மாட்டு வண்டிகள், கூட்டு வண்டி கள் ஆகியவை இப்போது மறைந்து விட்டன. இரட்டை மாட்டு வண்டிகளிலும் மரச் சக்கரம் போட்டவை இப்போது இல்லை. அதற்குப் பதிலாக 'டயர்' வண்டிகள் மணல் அள்ளிச் செல்வதற்காக அதிகம் பயன்படுத்தப்படுகின்றன. 1978 அல்லது 1979இல் கிராமத்திற்கு முதல் மோட்டார் சைக்கிள் வந்தது. டவுன்பஸ் இந்தக் கிராமத்தையும் கரூரையும் 1984இல் முதன்முறையாக இணைத்தது. 1998இல் சிற்றுந்து (மினிபஸ்) இணைப்பும் ஏற்படுத்தப்பட்டது. இப்போது மேற்காலூர், கிழக்காலூர், 'காசா' காலனி ஆகிய குக்கிராமத் தின் மூன்று பகுதிகளையும் சேர்த்துப் பார்த்தால் இருநூறுக்

கும் மேற்பட்ட மோட்டார் சைக்கிள்களும் மொபெட்களும் இருக்கின்றன.

மேற்காலூரிலிருக்கும் பெரிய நிலவுடைமையாளர்கள் சிறிதுசிறிதாகத் தேய்ந்து கொண்டிருக்கிறார்கள். கிழக்காலூர், 'காசா' காலனிகளில் வசிக்கும் சிறு, குறு விவசாயிகளிலும், நிலமற்ற தொழிலாளர்களிலும் தன்முனைப்புடன் முயற்சி செய்பவர்கள் வேகமாக வளர்ச்சியடைந்துள்ளார்கள். மேற்காலூரின் நிலவுடைமையாளர்களுக்கு ஆற்றின் அக்கரையில், பள்ளபாளையம் ராஜ வாய்க்கால் நடைநீர்ப் பாசன இருபோக நஞ்சை நிலங்கள் இருந்தன. 1960களில் அவற்றிற்கு நீர் பாய்ச்சும் உரிமை பற்றி ஒரு போராட்டம் ஆரம்பித்து, அது சாதிச் சண்டையாக முடிந்தது. இது பற்றிப் பின்னர் விவரமாக வர்ணிப்பேன்.

எப்படியிருப்பினும் அந்தத் தகராறு தீர்ந்த இருபதே ஆண்டுகளுக்குள், மேற்காலூரின் நிலவுடைமையாளர்களில் ஒருவர் தவிர மற்றவர்கள் அனைவரும், ஆற்றிற்கு அக்கரையிலிருந்த தங்களுக்குச் சொந்தமான நடைநீர் நஞ்சை நிலங்கள் அனைத்தையும் விற்று விட்டார்கள். அவற்றை வாங்கியவர்களில் பெரும்பான்மையினர் கிழக்காலூர் மற்றும் 'காசா' காலனிகளைச் சேர்ந்த கவுண்டர் இன சிறு மற்றும் குறு விவசாயிகள். பள்ளபாளையம் பள்ளர்கள் மற்றும் காவல்காரர்கள் (முத்தரையர் இனத்தினர்) சிலரும்கூட அவற்றை வாங்கியுள்ளார்கள். ஆற்றிற்கு இக்கரையிலிருக்கும் மேற்காலூர் நிலக்கிழார்களின் நிலங்கள் சிலவற்றையும் சிறு, குறு விவசாயிகள் வாங்கியிருக்கிறார்கள்.

விவசாயப் பணிகள் செய்யவரும் உழைக்கும் வர்க்கத்தினரின் குழுவமைப்பில் பெரு மாறுதல்கள் ஏற்பட்டுள்ளன. கரூரின் வளர்ச்சி காரணமாக நகரத்தில் அதிகரித்த உழைப்பாளர்களுக்கான தேவை இந்த மாறுதலுக்கு வழிகோலியிருக்கிறது. 1950களில் கிராமத்தின் எல்லா ஆண், பெண் உழைப்பாளர்களும் கிராமத்துக்குள்ளேயே வேலைவாய்ப்புப் பெற்று, வேலை செய்தார்கள். அப்போது இந்தக் கிராமத்துக்குப் பல வெளியூர்களிலிருந்து அன்றாடம் ஆண்களும் பெண்களும் விவசாய வேலைகளுக்கு வருவது நடைமுறையிலிருந்தது. 1990க்குப் பிறகு பெரும்பான்மையான ஆண்கள் நகரத்திற்கும் அருகிலிருந்த சாயப் பட்டறைகளுக்குமே வேலைக்குச் சென்றார்கள். வயதான ஆண்களும் பெண்களுந்தான் விவசாய வேலைக்கு வந்தார்கள். அவர்களில் முறுக்கானவர்கள், கரும்பு வெட்டுப் பருவத்தில், ஒப்பந்தக் கூலிக் குழுக்களில் சேர்ந்து வெளியூர்களுக்கும் வேலைக்குச்

சென்றார்கள். தற்போது கிராமத்தில் கரும்பு வெட்டுத் தேவை மிகக் குறைந்துவிட்டது. ஆண்களைப் போலவே பெண்களும் நகர அல்லது தொழிற்சாலை வேலைகளுக்குச் செல்கிறார்கள். முறுக்கான ஆண்கள் மரம் வெட்டிச் சாயப் பட்டறைகளுக்கு விற்பதில் நல்ல கூலி அல்லது நல்ல வருவாய் பெறுகிறார்கள். எனவே தற்போது கிராமத்தில் விவசாயக் கூலித் தொழிலாளர்களுக்குப் பற்றாக்குறை மிகுதியாக இருக்கிறது.

1950களில் மேற்காலூரில் பல நிலவுடைமையாளர்கள் பிணைத் தொழிலாளர்களைத் தங்கள் பண்ணைகளில் வைத்திருந்தார்கள். இப்போது அந்த முறை முற்றிலுமாக மறைந்துவிட்டது. இப்போதும் மேற்காலூரில் சில நிலவுடைமை யாளர்கள் ஆண்டு ஒப்பந்த அடிப்படையில் சில பண்ணை யாள்களை வைத்திருக்கிறார்கள். அவர்கள் சுதந்திரமான தொழிலாளர்கள். அவர்களின் எண்ணிக்கையும் குறைந்து கொண்டேவருகிறது. இப்போது விவசாய வேலைகள் செய்வதற்கு ஒப்பந்த அடிப்படையில் குழுக்கள் தோன்றி வளர்ந்திருக்கின்றன.

கல்வி விரிவாக்கத்திலும் வியத்தகு மாற்றங்கள் வந்துள்ளன. 1950களில் பெரு நிலக்கிழார்கள்தான் தங்கள் குழந்தைகளை உயர்நிலைக் கல்வி பெறக் கரூருக்கு அனுப்பினார்கள். அவர்களிலும் மிகச் சிலரே பெண் குழந்தைகளை உயர்நிலைக் கல்வி பெற அனுமதித்தார்கள். கிராமத்தின் மற்ற அனைவருக் கும் அதிக பட்சமாகக் கிராமத்திலிருந்த ஆரம்பப் பள்ளிப் படிப்புதான் இருந்தது. ஆனால் இப்போது நிலைமை வெகு வாக மாறிவிட்டது. நிலமற்ற விவசாயத் தொழிலாளர்கள் அனைவரும் தங்கள் குழந்தைகளைப் படிக்க வைக்க விரும்புகிறார்கள். ஆங்கில வழிக் கல்வி மீது எல்லாருக்கும் மோகமிருக்கிறது. அதற்காகப் பல பெற்றோர்கள் மிகுந்த தியாகம் செய்கிறார்கள். எல்லாக் குழந்தைகளும் நடுநிலைப் பள்ளி அளவிற்காவது படிக்கிறார்கள். பலர் உயர்நிலைக் கல்வி முடித்திருக்கிறார்கள். ஒரு சில பட்டதாரிகள் கைவினைத் தொழிலாளக் குடும்பங்களிலிருந்தும் சிறு, குறு விவசாயக் குடும்பங்களிலிருந்தும் வந்துவிட்டார்கள். தீண்டத்தகாதவர் களாகக் கருதப்பட்டவர்களும் இதற்கு விதிவிலக்கன்று. எனினும் அவர்களுக்கிடையேகூடப் பறையர் போன்ற இனங்களைவிடச் சக்கிலியர் பின்தங்கித்தான் இருக்கிறார்கள். சக்கிலியரிலும் முருகேசன் என்ற ஒரு பட்டதாரி இளைஞர் உருவாகியிருக்கிறார் என்பது மகிழ்ச்சிக்குரிய செய்தியாகும்.

கிராமத்தில் வரதட்சணை வாங்கும் வழக்கம் பரவி விட்டது. பழைய காலத்தில் மணமகளுக்கு மணமகன்

பரிசம் கொடுத்துத்தான் திருமணம் செய்துகொள்வார். இப்போது அது ஒரு சடங்காக, ஒப்புக்கு அரங்கேற்றப்படு கிறது. உழைப்பாளர் வர்க்கத்தில் அந்த நாட்களில் 'பெட்டி யில் வைத்துக்கொடுக்கும்' (வரதட்சணை) வழக்கம் இருந்த தாகத் தெரியவில்லை. இப்போது அது மிக வெளிப்படையாக நிகழ்கிறது. அது மாத்திரமின்றித் திருமணச் செலவுகளும் இப்போது பன்மடங்கு பெருகிவிட்டன. நகரத்திலிருந்து திருமண நிகழ்ச்சிகளின் அங்காடி மயமாக்கம் இப்போது கிராமத்திற்கும் இடம்பெயர்ந்து விட்டது.

குக்கிராமத்தைச் சேர்ந்த சிலர் வெளிநாடு சென்றிருக் கிறார்கள் என்பது ஒரு வித்தியாசமான செய்திதான். 1920களில் முதலில் லண்டன் சென்றவர் 'சீமைக் கவுண்டர்' சி.ஆர். நடேசன் அவர்கள்தான். 1960இல் டாக்டர் சுப்பையா லண்டனுக்குப் படிக்கச் சென்று, அங்கேயே குடியேறிவிட்டார். 1963இல் சி.எஸ். சிவசாமி, இளைஞர்களுக்கு அமெரிக்க விவசாயத்தை அறிமுகம் செய்யும் திட்டத்தின் கீழ் அமெரிக்க அரசின் உதவித்தொகை பெற்று ஆறு மாதம் அமெரிக்காவில் சுற்றுப் பயணம் செய்தார். அதற்குப் பிறகு இங்கிலாந்து, அமெரிக்கா, சிங்கப்பூர், உருஷ்யா, ஆஸ்திரேலியா, சீனா நாடுகளுக்குப் படிக்கவோ வேலை தேடியோ இந்த ஊர் இளைஞர்கள் சென்றிருக்கிறார்கள். அதில் பலர் 1995க்குப் பிறகு சென்றவர்கள். இதில் மேல்தட்டு மக்களின் வாரிசுகள் மட்டுமின்றிக் குறு விவசாயிகளின் வாரிசுகளும் இருக்கிறார்கள்.

1950இல் கிராமத்திற்கு மின்வசதி இல்லை. அப்போது பேட்டரியில் இயங்கும் ரேடியோ ஒன்று மட்டும் மேற்காலூ ரின் ஒரு பெருநிலக்கிழாரிடம் இருந்தது. தபால் ஆபீஸ்கூட அப்பிபாளையத்தில்தான் இருந்தது. ஆனால் கிராமம், ஒரு ஜில்லா போர்டு சாலையால் கரூர் நகரத்தோடு இணைக்கப்பட்டிருந்தது. மேற்காலூரில் ஒரு ஜில்லா போர்டு ஆரம்ப நிலைப் பள்ளி இயங்கியது.

1958இல் மின்சாரம் கிராமத்திற்கு வந்தது. 1980களில் டவுன் பஸ் இந்த ஊரைக் கரூரோடு இணைத்தது. அந்தப் பத்தாண்டுகளில்தான் கிராமத்திற்குப் பாதுகாப்பான குடிநீர் வசதி செய்யப்பட்டது. கிராமத்தின் பொதுத் தொலைக்காட்சிப் பெட்டியும் அப்போதுதான் வந்தது. 1952இல் அப்போது மத்தியத் தொலைத் தொடர்பு மந்திரியாக இருந்த டாக்டர் சுப்பராயன் இந்தக் கிராமத்திற்கு வந்து தங்கப் போகிறார் என்கிற திட்டத்தினடிப்படையில் ஒரு தற்காலிகத் தொலைபேசி இணைப்புத் தரப்பட்டது. அதை நீக்காமல் ஒரு வீட்டுக்கு நிரந்தரத் தொடர்பாகக் கொடுக்கப்பட்டது. இருபத்தைந்து ஆண்டுகளுக்கு கிராமத்தில் அந்த ஒரே ஒரு தொலைபேசி

தான். 1997இல்தான் இருபது புது இணைப்புகள் ஏற்படுத்தப் பட்டன. இப்போது நூற்றுக்கும் மேற்பட்ட இணைப்புகள் வந்துவிட்டன. 2005இல்தான் இந்தக் குக்கிராமத்திற்கு கைத் தொலைபேசி (அலைபேசி) அறிமுகமாகியது. தற்போது (2011இல்) இந்த ஊரின் 70 விழுக்காடு குடும்பங்களில் அலைபேசி இருக்கிறது. நவீன நுகர்வோர் வசதிப் பொருள்களில் வருக்க பேதமின்றி அனைத்துக் குடும்பங்களுக்கும் வெகு வேகமாகப் பரவியிருப்பது அலைபேசிதான். மேற்காலூரிலிருந்த ஆரம்பப் பள்ளி மூடப்பட்டு அந்த இடம் பஞ்சாயத்துக் கட்டிடமாக மாறிவிட்டது. 'காசா' காலனியில் புதிதாக ஓர் அரசு ஆரம்பப் பள்ளி தொடங்கப்பட்டு நடக்கிறது.

கரூர் நகரின் படித்தவர்கள் மட்டுமே அறிந்திருந்த செட்டி பாளையம் குக்கிராமத்தை, இந்த வட்டாரமே அடையாளம் காண உதவிய நிகழ்ச்சி 1982இல் இந்த ஊரின் 20 ஏக்கருக்கு மேல் பரந்த மல்லிகைத் தோட்டத்தில் 'பகவதிபுரம் ரயில்வே கேட்' சினிமாப் படப்பிடிப்புத்தான். கார்த்திக், ராஜலக்ஷ்மி, சில்க் ஸ்மிதா ஆகியோர் பங்குபெற்ற அந்தப் படப்பிடிப்பை வேடிக்கை பார்க்கச் சுற்றுவட்டத்திலிருந்து ஆயிரக்கணக் கானவர்கள் வந்திருந்தார்கள். படம் வெற்றி பெறவில்லை யெனினும் செட்டிபாளையம் இந்த வட்டாரம் முழுவதும் அறிந்த ஊராகிவிட்டது!

ஆறும் ஊரும்

அமராவதி ஆறு செட்டிபாளையத்தின் தெற்கிலிருந்து வடக்கு திசையில் 3 கி.மீ. பாய்ந்து செல்கிறது. சுதந்திரம் பெற்ற கால கட்டத்தில் அமராவதி இந்தக் கிராமத்திற்கு ஒரு ஜீவ நதி. ஆண்டு முழுதும் ஓடிய அதன் தண்ணீர்தான் இந்த ஊரின் வாழ்வாதாரமாக இருந்தது. அதுதான் குடிநீர் கொடுத்தது. அதில் தான் சிறுவர்கள் நீச்சல் கற்றுக்கொண் டார்கள். வீட்டில் குளித்தவர்களைவிட ஆற்றில் குளித்தவர் கள்தான் அப்போது அதிகமிருந்தார்கள். அதன் தண்ணீர் தான் ஊர் விவசாயத்தின் அடித்தளமாக இருந்தது. ஆற்றோரம் மிக அழகாகவிருக்கும். ஆற்றில் 15 அடிக்கு ஆழத்துக்குக் குறையாத மணல் எல்லா இடத்திலும் வியாபித் திருந்தது. மழைக் காலங்களில் வெள்ளம் கரை புரண்டு ஓடும். புரட்டாசியிலிருந்து தை வரை ஆற்றைப் பரிசலில்தான் கடக்க முடியும். பரிசல் துறையில் அரசாங்கம் பரிசலில் பயணம் செய்ய விதித்திருந்த கட்டண விகிதங்களைக் காட்டுகிற ஒரு அறிவிப்புப் பலகை இருந்தது. நாங்கள் சிறுவர்களாக இருந்தபோது அதில் யானை, ஒட்டகம் ஆகிய

வற்றைப் பரிசலில் ஏற்றிச் செல்ல விதித்திருந்த கட்டணங் களைப் படித்துவிட்டு சிரித்தது இப்போது நினைவுக்கு வருகிறது.

கோடைக் காலங்களில் ஆற்றில் ஊற்று நீர்தான் சிற்றோடையாக ஓடிவரும். அதன் அளவு சுருங்கிய பிறகு, ஆடு மாடுகளை அதில் குளிப்பாட்டுவதனால் தண்ணீர் சுத்தமாக இருக்காதென்று குடிநீருக்காகப் பெண்கள் தோண்டுகிற ஊற்றுக்கள் ஊரையடுத்த துறையில் நிறையத் தென்படும். ஆற்று மணல்தான் நீரைச் சுத்திகரிக்கும் சல்லடையாகவிருந்தது. ஊருக்கு வடக்கே உப்பாறு என்கிற சிற்றோடையும், ஆறும் சந்திக்கிற இடத்தில் இருக்கும் மடையும் மிக ஆழமாக இருக்கும். நீச்சல் தெரிந்தவர்கள் அங்கு போய்த்தான் குளிப்பார்கள். ஆற்றின் இரு கரை களிலும் நீர்நொச்சி, அத்தி, நாவல், புளி, ஆல், வேம்பு போன்ற மரங்கள் நிறைந்திருந்தன. தாழையும் நாணலும் கரை அரிப்பைத் தடுக்கும் அரண்களாக அமைந்திருந்தன. ஆற்றின் கரையோரம் 'குட்டுக்கா'டாக – அதாவது இயற்கை யிலேயே மரங்கள் நிறைந்திருந்த புறம்போக்கு நிலமாக – முதலில் இருந்திருக்கிறது. பின்னர் அந்தச் செழிப்பான நிலங்களைச் சீர்திருத்தி அரசாங்கத்திடமிருந்து அனுமதி பெற்றுப் பட்டா நிலங்களாகப் பல விவசாயிகள் மாற்றிக் கொண்டனர். அதற்குப் பிறகுகூட ஆற்றங்கரையில் மரங்கள் நிறைந்திருந்தன. கரையோர மரங்கள், நாணல் மற்றும் தாழம் புதர்கள் ஆற்றில் பெருகிவரும் வெள்ளம் கரையைக் கடக்காமல் காக்கும் தடுப்புச் சுவராக அமைந்திருந்தன.

ஆற்றின் கிழக்குக் கரைக்கு அருகிலேயே திருமாநிலையூர் ராஜவாய்க்கால் ஓடுகிறது. மேற்குக் கரையிலிருந்து ஒரு கி.மீ. தொலைவில் பள்ளபாளையம் ராஜவாய்க்கால் ஓடுகிறது. அமராவதி நீரினால் இந்த இரு வாய்க்கால்களும் பல நூற்றாண்டுகளாக இந்த வட்டாரத்தில் ஆயிரம் ஏக்கர்களுக்கு மேல் இரு போக நஞ்சைப் பாசன வசதியளித்துவருகின்றன. எனவே வாய்க்கால்களுக்கும் ஆற்றுக்குமிடைப்பட்ட பகுதி செழிப்பாகக் காட்சியளித்தது.

1960க்குப் பிறகு பம்பு செட்—பைப்லைன் புரட்சி இந்தக் கிராமத்திற்கு வந்தது. அதே காலகட்டத்தில் பசுமைப் புரட்சியின் அங்கங்களாக வீரிய வித்துக்கள், ரசாயன உரங்கள், பூச்சி கொல்லிகள் போன்றவையும் ஊரில் அறிமுகமாயின. ஆற்று நீரை இறைத்து ஏராளமாகப் புதிய நிலங்கள் சாகு படிக்குக் கொண்டுவரப்பட்டன. இவற்றைப் பற்றிப் பின்னர் விரிவாகச் சொல்வேன். 1965ஆம் ஆண்டு வாக்கில்தான் கோடைக் காலத் தில் முதன்முறையாக ஆற்றில் நீரோட்டமே முழுதுமாக

நின்றுபோய், ஆறு வறண்டு போனது. அந்த ஆண்டில்தான் அப்பிபாளையம் மாரியம்மன் கம்பத்தை ஆற்றில் ஓடும் நீரில் விடாமல், ஊற்று வெட்டி வாய்க்கால் போல் ஓட விட்டு, அதில் கம்பம் விடப்பட்டது. அதற்குப் பின் இது அடிக்கடி நடைபெறும் நிகழ்ச்சியாக மாறி, இப்போது அதுதான் நடைமுறை என்றாகிவிட்டது!

1965இலிருந்து 1985வரை ஆற்றோரத்தில் நிலம் இருப்பவர்கள், தங்கள் நிலத்தருகில் ஆற்றுக்குள் 'வட்டைக் கிணறுகள்' தோண்டி, அவற்றைப் பம்புசெட்டுகளோடு இணைத்து, மின் மோட்டார்கள் மூலம் ஆற்றுநீரைப் பாசனத்துக்கு எடுத்துச்செல்லும் நடவடிக்கை தொடர்ந்தது. கோடைக் காலங்களில் அந்த வட்டைக் கிணறுகளில் ஊற்று நீர்ப் பற்றாக்குறையை நிறைவுசெய்ய ஆற்றிலேயே 50-60 அடி நீளத்திற்கு வாய்க்கால் வெட்டித் தங்கள் வட்டைக் கிணறுகளில் இணைத்துவிடுவது வழக்கமாகிவிட்டது. அப்போது ஆற்றில் 12-15 அடி ஆழத்திற்கு மணல் இருந்ததால் எல்லாப் பம்புசெட்டுகளுக்கும் போதுமான ஊற்று நீர் கிடைத்தது. கோடைக் காலத்தில் அப்போது ஊருக்கு வந்தவர்கள் ஆற்றோரம் முழுவதும் 50-60 அடி நீளத்தில் சிறுசிறு வாய்க்கால்கள் நிறையத் தோண்டியிருப்பதைப் பார்த்திருப்பார்கள். ஆற்று மணலுக்கு அப்போது அதிகப் பொருளாதார மதிப்பில்லாமலிருந்தது.

நாட்டின் பொருளாதார வளர்ச்சியோடு கட்டுமானத் தொழிலும் சேர்ந்தே வளர்ந்தது. அதனால் மணலின் விலை அதிகரிக்க ஆரம்பித்தது. 1980வரை ஒரு லாரி சுமை அளவு மணல் கரூரில் ரூ. 200க்குக் குறைவாகத்தான் விற்றது. 1990இல் இது ரூ. 1000 அளவுக்கு உயர்ந்துவிட்டது. 2000இல் இது மேலும் அதிகரித்தது. ரூ. 2000க்கும் மேலே சென்றது. 1980களோடு ஒப்பிடும்போது மணலின் விலை இருபது ஆண்டுகளில் பத்து மடங்குக்கு மேல் ஏறிவிட்டது. கோவையில் 2007இல் ஒரு லாரி சுமை மணல் ரூ. 8000க்கு விற்பதாகச் சொல்கிறார்கள்.

ஆற்றிலிருந்து உள்ளூர் கட்டிட வேலைகளுக்காக வண்டிகளில் மணல் அள்ளுவது எப்போதும் நிகழ்ந்துவந்த நிகழ்ச்சி. ஆனால் வெளியூர் தேவைகளுக்காக மணல் அள்ளும் பிரச்சினை 1974ஆம் ஆண்டில் தான் இந்தக் கிராமத்திற்கு வந்தது. உள்ளூர் பிரமுகர் ஒருவரின் மருமகன், இந்த வட்டாரத்தில் ஆற்றில் மணல் அள்ள அரசிடம் 'பர்மிட்' பெற்றுவந்து லாரிகளில் மணல் அள்ள ஆரம்பித்தார். இதனால் கோடைக் காலங்களில் விவசாயத்திற்கு ஊற்று நீர் கிடைப்பது குறைந்துவிடும் என்ற அச்சம் காரணமாக அப்பிபாளையம், செட்டிபாளையம் மக்கள் ஒன்று திரண்டு,

தங்கள் எல்லைக்குட்பட்ட பகுதிகளில் விற்பனைக்கு மணல் அள்ளக் கூடாதென்று 'ஊர்க்கட்டு' போட்டார்கள். ஆனால் ஒப்பந்தக்காரர், அப்பிபாளையம் நிலவுடைமையாளர் ஒருவரின் உதவியுடன் மற்றவருக்குத் தெரியாமல் இரவில் மணல் கடத்தினார். அப்படி மணல் கடத்திய லாரி ஒன்று நள்ளிரவில் கவிழ்ந்தபோது, அதன் மீது சவாரி செய்து கொண்டிருந்த தொழிலாளர்கள் சிலர் மணலுக்கடியில் சிக்கிக்கொண்டனர். அருகிலிருந்த 'காசா காலனி' மக்கள் லாரி மணலில் புதையுண்டிருந்தவர்களை, மணலைத் தோண்டித்தான் உயிருடன் காப்பாற்றினர். அதற்குப் பிறகு இந்தக் கிராமப் பகுதியில் விற்பனைக்கு மணல் அள்ளுவது நின்றுவிட்டது.

1977இல் அமராவதியின் கிளை நதியான குடகனாறு பகுதியில் ஒரே நாளில் 17 அங்குல அளவு மழை பெய்தது. அந்தத் தண்ணீர் புதிதாக வேடசந்தூருக்கும் அரவக்குறிச்சிக் கும் இடையே கட்டப்பட்டிருந்த குடகனாறு அணையில் தேங்கியது. அதிகாரிகளின் மெத்தனம், கவனமின்மை காரணமாக அணையின் 'ஷட்டர்கள்' திறக்கப்படவில்லை. அணையின் கொள்ளளவுக்கு மேல் தண்ணீர் தேங்கியபோது 'ஷட்டர்களும்' திறக்கப்படாததால் அணையின் ஓரத்தில் அமைந்திருந்த கருங்கல் தடுப்புச் சுவர் உடைப்பெடுத்து விட்டது. அணையில் தேக்கிவைத்திருந்த அத்தனை நீரும் இரவில் வெளியேறியதால் அணைக்குக் கீழ்ப் பகுதியில் இருந்த செட்டிபாளையம், கரூர், திருவரங்கம், திருச்சிராப் பள்ளி உட்பட எல்லா கிராமங்களும் நகரங்களும் நீரில் மூழ்கின. கரூர் இரயில்வே பாலம் அடித்துச் செல்லப்பட்டது. செட்டிபாளையத்தின் கூரை வீடுகளின் கூரைகளெல்லாம் ஆற்று வெள்ளத்தில் மிதந்து சென்றுவிட்டன. செட்டிபாளை யத்தில் ஆற்றுக்குள் அமைத்திருந்த 17 டீஸல் இன்ஜின்கள் அடித்துச் செல்லப்பட்டன. கரையோர நாணல் தடுப்பு இல்லாமையாலும் வெள்ளத்தின் அபரிமிதமான பரப்பு மற்றும் வேகம் காரணமாகவும் குடகனாறு அமராவதியில் கலக்குமிடத்திற்குக் கீழிருந்த அமராவதி ஆற்றின் அகலமே அதிகரித்துவிட்டது. செட்டிபாளையத்திலும் ஆறு அகண்டு விட்டது. கரையோரத்தில் இருந்த பட்டா நிலங்களில் ஒரு பகுதி ஆற்றுக்குள் சென்றுவிட்டது. இந்த வெள்ளத்தில் வீடிழந்தோருக்கு உதவும் வகையில் CASA 'காசா' என்கிற தன்னார்வத் தொண்டு நிறுவனம் நிதியுதவி செய்து உருவாக்கிய பகுதிதான் இப்போது 'காசா காலனி' என்று அழைக்கப் படுகிறது. இந்தக் காலனியை உருவாக்குவதில் முனைப்போடு செயல்பட்டவர்கள் அட்வகேட் C.N. சாய்ராமும், சின்னத் தோட்டம் C.K. சுப்பிரமணியமும்.

1970களிலிருந்து ஆறு இந்தக் கிராமத்தைத் தாண்டி ஓடும் கீழ்மடைப் பகுதிகளில், கரூர் உட்படப் பல இடங்களில், மணல் தொடர்ந்து அள்ளப்பட்டது. நகரங்கள் வளரவளரப் பொருளாதார வளர்ச்சியினால் மணலின் தேவை பல மடங்கு பெருகியது. ஆதலால் கரூர் தொடங்கி அமராவதி ஆறு காவிரியில் கலக்கும் கூடுதுறை வரை எல்லா இடங்களிலும் வெகுவேகமாக மணல் அள்ளப்பட்டது. அங்கெல்லாம் ஆற்றில் பெரும் பள்ளங்கள் ஏற்பட்டன. ஆனால் அடுத்த முறை ஆற்றில் வெள்ளம் வந்தபோது மேல்மடைப் பகுதிகளான அப்பிபாளையம், செட்டிபாளையம் கிராமங்களிலிருந்த மேற்பரப்பு மணல், ஆற்று நீரோடு சேர்ந்து கீழ் நோக்கிப் பாய்ந்து அத்தகைய பள்ளங்களை நிரப்பியது. இதனால் இந்தப் பகுதியின் மணல் பரப்பின் ஆழம் குறைய ஆரம்பித்தது. கீழ்ப் பகுதிகளில் மணல் அள்ளுவது ஆண்டு தோறும் நடைமுறையில் தொடர்ந்து அதிகரித்ததால், இந்தக் கிராமப் பகுதிகளிலிருந்த மணல் கீழ் நோக்கிப் பாய்வதும் அதிகரித்தது. 1970களோடு ஒப்பிட்டால் இந்தக் கிராமப் பகுதிகளில் 1990களில் ஆற்றின் மணல் மட்டம் கிட்டத்தட்ட ஆறு அடி குறைந்துவிட்டது. 1990களுக்குப் பிறகு இந்தக் கிராமப் பகுதிகளில் ஆற்று மணல் கீழ்நோக்கி அடித்துச் செல்லப்பட்ட வேகம் மேலும் அதிகரித்தது.

1970க்கும் 1990க்கும் இடையில் மேட்டுப் பகுதி நிலங்களுக்கு ஆற்று நீர் கொண்டுசெல்லப் பம்பு செட்டுகள் அமைப்பதற்காக ஆற்றோரமிருந்த நிலங்களுக்கு அதிகமாகத் தேவை ஏற்பட்டது. 1980க்குப் பிறகு கரூரின் சாயப்பட்டறைகள் அமராவதி நதியின் இரு வாய்க்கால் கரைகளில் அதிகமாக நிறுவப்பட்டன. சாயப்பட்டறைக்காரர்களும் ஆற்று நீரைத் தங்களின் பட்டறைகளுக்குக் கொண்டு செல்ல ஆற்றோரமிருந்த நிலங்களைத் தேடினார்கள். போட்டி காரணமாக அவற்றின் விலை அதிகரித்தது. பம்பு செட்டுகளின் ஆக்கிரமிப்பால் ஆற்றோரமிருந்த தாழம்புதர்களும் மிச்சமிருந்த நாணலும் ஆற்றோர மரங்களும் கொஞ்சம் கொஞ்சமாக அழிந்துபோயின.

அப்பிபாளையம் கிராம மக்களுக்குக் குடிநீர் வழங்குவதற்கான முயற்சிகள் 1970களில் ஆரம்பித்தன. எனினும் சி.எஸ்.சிவசாமி 1980களில் தாந்தோனிப் பஞ்சாயத்தின் சேர்மனாக இருந்தபோதுதான் குழாய் மூலம் செட்டிபாளையம் உட்பட, அப்பிபாளையத்தின் சில குக்கிராமங்களுக்குக் குடிநீர் வழங்கும் முயற்சி வெற்றி பெற்றது. அதற்காக அப்பிபாளையத்தில் ஆற்றில் ஒரு குடிநீர்க் கிணறு தோண்டப்பட்டது. ஆனால் அந்தக் குடிநீர்க் கிணற்றிலிருந்து நீர்

அளிப்பு போதுமானதாக இல்லாததால் 1990களில் ஆற்றுக்குள் வேறொரு குடிநீர்க் கிணறும் தோண்டப்பட்டது.

1990களிலிருந்து ஆற்றில் மணலின் ஆழம் குறைந்ததால் அப்பிபாளையம் கிராமப் பஞ்சாயத்தின் இரு குடிநீர்க் கிணறுகளிலும் ஊற்றின் அளவு ஆண்டுக்காண்டு குறைய ஆரம்பித்தது. அதே காலகட்டத்தில் விவசாயத்திற்கும் சாயப் பட்டறைகளுக்கும் நீர் கொண்டு செல்ல ஆற்றுக்குள்ளேயே வேறு பல கிணறுகள், பஞ்சாயத்துக் குடிநீர்க் கிணறுகளுக்கு அருகிலேயே தோண்டப்பட்டன. அதனால் இந்த இரு பஞ்சாயத்துக் குடிநீர்க் கிணறுகளாலும் அப்பிபாளையம் கிராம எல்லைக்குட்பட்ட எல்லாக் குக்கிராமங்களின் குடிநீர்த் தேவையையும் பூர்த்திசெய்ய இயலவில்லை. அதிலும் புதிதாக ஆற்றுக்குள் தோண்டப்பட்ட சாயப்பட்டறை உரிமையாளர்களின் கிணறுகள் ராட்சசக் கிணறுகளாக இருந்தன. அப்பிபாளையத்தில் ஆற்றிலிருந்த இரு குடிநீர்க் கிணறுகளிலும் போதுமான நீர் ஊறவில்லை. வேறு வழியில் லாததால் அப்பிபாளையத்திலும் செட்டிபாளையத்திலும் குடிநீருக்காக ஆழ்துளைக் கிணறுகள் தோண்டப்பட்டன. எனவே நினைவு தெரிந்த நாளிலிருந்து ஆற்று நீரை மட்டுமே குடிநீராகப் பயன்படுத்திவந்த இந்தப் பகுதி மக்கள் 2000க்குப் பிறகு ஆழ்துளைக் கிணற்று நீரையும் குடி நீராக ஏற்க வேண்டிவந்தது. இந்த நூற்றாண்டில் அப்பிபாளையம் பஞ்சாயத்தின் குக்கிராமங்கள் ஒவ்வொன்றிலும் ஆழ்துளைக் கிணறுகள் தோண்டப்பட்டுள்ளன. சாதாரண காலங்களில் அவற்றின் நீரும், ஆற்று நீரும் சேர்ந்துதான் இக்கிராமங்களின் குடிநீர்த் தேவையைப் பூர்த்திசெய்கின்றன. 2002–04 போன்ற மிகவும் வறட்சியான காலங்களில் பஞ்சாயத்தில் 4–5 நாளுக்கு ஒருமுறை என்று பங்கீடு செய்துதான் வழங்கப்பட்டது. சுதந்திரம் அடைந்த காலத்தில் இந்தக் கிராமங்களுக்கு வந்து அவற்றின் நீர் செழிப்பைக் கண்ட எவரும், இதே கிராமங்களில் பிற்காலத்தில் குடிநீர்ப் பங்கீடு முறை வரும் என்று கற்பனையில்கூட நினைத்திருக்கமாட்டார்கள்!

2002 ஏப்ரல் 26ஆம் நாள் இந்த ஒன்றியத்தின் முன்னாள் சேர்மன் சி.எஸ்.சிவசாமி மரணமடைந்தார். அவர் இந்த ஊரைத் தோற்றுவித்த கருப்பக் கவுண்டரின் ஐந்தாவது தலைமுறை வாரிசு. கருப்பக் கவுண்டர் கட்டிக்கொண்ட வீட்டிற்கு வெகு அருகில், ஆற்றங்கரையில் தான் அவருடைய சிதை எரியூட்டப்பட்டது. அந்த இடத்தி லிருந்துதான் அவர் தன்னுடைய குடும்பத்தின் 40 ஏக்கருக்கு மேற்பட்ட புஞ்சை நிலங்களுக்கு ஆற்று நீரைப் பம்புசெட் பைப்லைன் மூலம் கொண்டு சென்று நஞ்சையாக்கினார். அவர் சிதையைக்

'காடாற்றி', எலும்புத் துண்டுகளைப் பொறுக்குவதற்குக்கூட ஆற்றில் ஊற்றுத் தோண்டிக் குடம் குடமாய் எடுத்து வர ஆகும் செலவைவிட, ஒரு லாரி ஆழ்துளைக் கிணற்றுத் தண்ணீரை விலைக்கு வாங்கிக் கொண்டு வருவது செலவு குறைவானது என்று முடிவுசெய்து, உறவினர்கள் அப்படித்தான் செய்தார்கள்! அந்த அளவிற்கு அமராவதி அந்தக் கோடையில் வறண்டிருந்தது. காவிரிக் கரையை விட்டுவிட்டு இங்கு வந்து, அங்கு வாழ்ந்ததைவிடச் சிறப்பாக வாழ்ந்தவரின் வாரிசுக்கு, அமராவதியில் 'காடாற்ற'க் கூடத் தண்ணீர் கிடைக்காததைவிடப் பெரிய அவலத்தை என்னால் கற்பனை செய்ய இயலவில்லை.

இந்த ஊரிலிருந்து நேரடியாக மணல் அள்ளப்படாமலேயே கீழ்ப் பகுதிகளில் மணல் அள்ளப்பட்டதாலேயே ஆற்றின் மணல் வெள்ள நீரால் அடித்துச் செல்லப்பட்டு வேகமாகக் குறைந்தது. இதனால் குடி நீர்க் கிணறுகளின் ஊற்று நீரை மணலால் வடிகட்டும் தன்மையும் குறைந்தது. 1980களில் அப்பிபாளையம் குடிநீர் வட்டைக் கிணற்றின் வட்டைகள் ஆற்று மட்டத்தில் அமைக்கப்பட்டிருந்தன. அதே கிணற்றின் 2000இல் கிட்டத்தட்ட 7 வட்டைகள் ஆற்று மட்டத்திற்கு மேலே தெரிகிற அளவிற்கு மணலின் அளவு குறைந்துவிட்டது. அதாவது இடைப்பட்ட காலத்தில் சுமார் 9 அடி ஆழம் மணல் கீழ்நோக்கி அடித்துச் செல்லப் பட்டிருக்கிறது. 2006இல் 10 வட்டைகள் ஆற்று மட்டத்திற்கு மேலே தெரிகின்றன. சுதந்திரம் பெற்றபோது செட்டிபாளை யத்திற்கு அருகிலிருக்கும் அணை அமைந்திருக்கும் கொச்சிக் கல்லிலிருந்து பார்த்தால் ஆற்றின் எந்த இடத்திலும் அடிப் பாறை தெரியாது. ஏனெனில் அந்தப் பாறைகள் பத்து முதல் பன்னிரண்டு அடி மணலில் புதைந்திருந்தன! ஆனால் இப்போது அதே இடத்திலிருந்து பார்த்தால் ஆறு ஓடும் எல்லா இடங்களிலும் ஆற்றின் அடிப்பகுதியிலிருக்கும் பாறைகள் நன்கு தெரிகின்றன. அதாவது செட்டிபாளையம் பகுதியிலிருந்த ஆற்று மணல் முழுதும் அரசு அதிகாரிகளின் அங்கீகரிப்புடன் கொள்ளையடிக்கப்பட்டுவிட்டது!

இந்தக் காலகட்டத்தில் இந்த ஊரை இன்னொரு முக்கியப் பிரச்சினை மிகவும் பாதித்தது. 1980க்குப் பிறகு கரூரிலிருந்து செட்டிபாளையம் வருகிற சாலையோரமாகப் பல சாயப் பட்டறைகள் அமைக்கப்பட்டதையும் அவற்றிற் கான நீர்த் தேவைகளுக்காகச் சாயப்பட்டறைக்காரர்கள் விவசாய மோட்டார் பம்புசெட்டுகளுடன்கூடிய ஆற்றோர நிலங்களை வாங்கி அந்தத் தண்ணீரைத் தங்கள் சாயப் பட்டறைகளுக்கு உபயோகப் படுத்தியதையும் காலப்போக்கில்,

அந்தத் தண்ணீரும் அவர்களுக்குப் போதாமையால் ஆற்றின் நடுவிலேயே ராட்சச வட்டைக் கிணறுகள் தோண்டி, அதில் 50 குதிரை சக்தி இயந்திரங்களைப் பயன்படுத்தித் தங்கள் பட்டறைகளுக்குத் தண்ணீர் எடுத்துச் சென்றதையும் நான் ஏற்கெனவே சொல்லியிருக்கிறேன். இதனால் கோடைக் காலத்தில் விவசாயத்திற்கும் குடிநீருக்குமான ஊற்று குறைந்தது. சாயப்பட்டறைக்காரர்களுக்கும் விவசாயிகளுக்குமிடையே ஒரு பனிப்போர் ஆரம்பமாயிற்று. 1998இல் அப்பிபாளையம் கிராம சபைக் கூட்டத்தில் பஞ்சாயத்துக் குடிநீர் கிணற்றின் அருகில் ஆற்றுக்கு நடுவில் சாயப்பட்டறைகளின் உபயோகத் திற்காக ராட்சச வட்டைக் கிணறு தோண்டுவதை ஆட்சேபித்து அப்போதைய பஞ்சாயத்துத் தலைவி ஈஸ்வரி சுப்பிரமணியத் தின் தீர்மானம் ஒருமனதாக நிறைவேற்றப்பட்டது. சாயப் பட்டறை உரிமையாளர்களின் கிணறுகளால் அப்பிபாளையம் குடிநீர் விநியோகமே பாதிப்படைந்துவிட்டது பற்றி அப்பிபாளையம் கிராமப் பஞ்சாயத்தில் அடுத்தடுத்துக் கண்டனத் தீர்மானங்கள் நிறைவேற்றியும் அரசு அதைக் கண்டுகொள்ளவில்லை.

குடிநீர் பற்றாக்குறை ஒரு பிரச்சினை என்றால் குடிநீர் மாசுபட்டுப் போனது மற்றொரு பிரச்சினை. செட்டிபாளையம் வரும் வழியில் சுக்காளியூர், கருப்பம்பாளையத்தில் பல சாயப்பட்டறைகளின் கழிவு நீர் அருகிலிருக்கும் நிலங்களில் விடப்பட்டு, நிலத்தின் கீழே இறங்கி நிலத்தடி நீரை மாசு படுத்த ஆரம்பித்தது. இதனால் அப்பிபாளையம் வட்டாரத் திலிருந்த ஆழ்துளைக் குடிநீர் கிணறு உட்படப் பல கிணறு களின் தண்ணீர் குடிக்கத் தகுதியில்லாததாக மாசுபட்டு விட்டது. சென்ற நூற்றாண்டின் இறுதியில் அப்பிபாளையம் பஞ்சாயத்தின் அப்போதைய தலைவி இதைப் பற்றி மாசுக் கட்டுப்பாடு வாரியத்திற்குத் தெரிவித்தது மாத்திரமில்லாமல், குடிநீர்க் கிணற்றின் தண்ணீரைச் சோதனைச்சாலையில் ஆய்வுசெய்து அது குடிக்க இலாயக்கில்லாமல் ஆகிவிட்டது என்று சான்றிதழும் பெற்றுவிட்டார். நிலத்தடி நீர் மாசு பட்டதுமில்லாமல் கொஞ்சம் கொஞ்சமாக அந்த மாசுப் படலம் பள்ளத்திலமைந்திருந்த ஆற்றை நோக்கி நகரவும் ஆரம்பித்தது. இதனால் அப்பிபாளையத்திலிருந்து இரண்டே கி.மீ. தொலைவிலிருக்கும் கருப்பம்பாளையம் பஞ்சாயத்தைச் சேர்ந்த சுக்காளியூரின் ஆற்றிலிருந்த குடிநீர் வட்டைக் கிணற்றின் நீர் குடிப்பதற்குத் தகுதியற்றதாகிவிட்டது. 2002–04 வறட்சியின்போது அந்தப் பஞ்சாயத்துக் கிணற்றில் நீர் இருந்தும் அதைக் கிராமத்தின் குடிநீராகப் பயன்படுத்த முடியாத நிலை ஏற்பட்டது. ஆற்று மணலே கூட அந்தத்

தண்ணீரின் மாசை வடிகட்ட முடியவில்லை. இதன் காரண மாக, சுக்காளியூர் மக்கள் தங்கள் குடிநீர் தேவைக்காக அதுவரை மாசுபடாதிருந்து, அவர்கள் கிராமத்துக்கு முன்னால் இருக்கும் அப்பிபாளையம் பஞ்சாயத்துப் பகுதியில் குடிநீர்க் கிணறு அமைத்துத் தங்கள் ஊருக்குத் தண்ணீர் எடுத்துத் தரும்படி, தங்கள் கிராமக் குடிநீர்க் கிணறு மாசுபடக் காரணமாக இருந்த சாயப்பட்டறைத் தொழிலதிபர்களை நிர்ப்பந்தித்தனர். அவர்களும் அவ்வாறு செய்ய முயன்றனர்.

அதே காலகட்டத்தில் அப்பிபாளையம், செட்டிபாளையம் மக்கள் சாயப்பட்டறைக் கழிவு நீர் நிலத்தடி நீரை மாசு படுத்துகிற வகையில் தங்கள் பகுதி விவசாய நிலங்களில் விடப்படுவதனால் தங்களின் குடிநீர்க் கிணறுகளும் கெட்டு விடும் என்று பயந்தார்கள். அதாவது சுக்காளியூர்க் கிணறு களின் நிலைமை தங்கள் கிராமக் கிணறுகளுக்கும் வந்துவிடும் என்று அஞ்சினார்கள். 2003இல் அப்பிபாளையம் பஞ்சாயத்துத் தலைவி மாசுக் கட்டுப்பாட்டு வாரியத்திலிருந்து தங்கள் ஊர் ஆழ்துளைக் குடிநீர்க் கிணற்றின் நீரின் தரம் பற்றிப் பெற்ற அறிக்கை அவர்களின் சந்தேகம் நியாயமானது என்று நிரூபித்தது. எனவே அவர்கள் சாயப்பட்டறைக் கழிவு நீர் விவசாய நிலங்களிலோ அல்லது குடிநீர்க் கிணறுகளின் அருகிலோ விடப்படுவது நிறுத்தப்பட்டாலொழியத் தங்கள் பகுதியிலிருந்து சுக்காளியூருக்குக் குடிநீர் கொண்டு செல்ல அனுமதிப்பதில்லையென்று முடிவு செய்தார்கள். இதனால் சாயப்பட்டறை முதலாளிகளுக்கும் அப்பிபாளையம் கிராமத் தினருக்குமிடையே ஒரு மோதல் ஏற்பட்டது. விரைவில் இதில் மாசுக் கட்டுப்பாட்டு வாரியம், அரசின் வருவாய்த் துறை, போலீஸ், உள்ளாட்சி நிர்வாகம் ஆகியவை தலையிட வேண்டிய அளவுக்குப் பெரிய விவகாரமாக வளர்ந்தது. அப்பிபாளையத்தின் விவசாய நிலங்களில் சாயப்பட்டறைக் கழிவு நீரை விடுவதில்லை என்கிற தற்காலிகத் தீர்வு வந்ததின் பேரில் சுக்காளியூருக்குக் குடிநீர் கொண்டு செல்ல அப்பிபாளை யத்தினர் அனுமதித்தனர். ஆனால் அப்பிபாளையத்திற்குக் கீழ்ப் பகுதிகள் முழுவதும் சாயப்பட்டறைக் கழிவு நீரினால் மாசுபட்டிருக்கிறது என்பதும், அங்கெல்லாம் ஆற்று நீர் குடிக்கத் தகுதியில்லாமல் ஆகியிருக்கிறது என்பதும் வெளிப் படையாகத் தெரிந்த பின்னரும் அதைத் தடுப்பதற்கான நடவடிக்கைகள் இதுவரை நடைபெறவில்லை. இப்போதும் இந்தப் பிரச்சினை உயர் நீதிமன்றத்தின் தீர்ப்புக்காகக் காத்திருக்கிறது.

புது நூற்றாண்டில் அமராவதி ஆற்றின் செட்டிபாளை யம் – அப்பிபாளையம் பகுதிகளில் மணல் ஆழம் குறைந்து

வருவது ஒரு கவலையளிக்கும் பிரச்சினையாக அங்கு வசிப்போரால் பார்க்கப் பட்டது. 2002–04ஆம் ஆண்டின் கடுமையான வறட்சியின்போது ஆற்றில் தண்ணீர் வரத்தே நின்றுபோயிற்று. ஏப்ரல் 2002இலிருந்து ஏப்ரல் 2003 வரையான ஒரு ஆண்டில் மொத்தம் 23 நாள்கள்தான் ஆற்றில் தண்ணீர் ஓடியது! 1952ஆம் ஆண்டு கரூர்–குளித்தலை அமராவதி ஆற்றுப் பாசன விவசாயிகளுக்கு எழுத்து மூலம் கொடுத் திருக்கும் உறுதிமொழியை முழுமையாகப் புறக்கணித்து, அதிகாரிகளும் அரசியல்வாதிகளும் இணைந்து, அமராவதி அணையிலிருந்த நீரை ஓரவஞ்சனையாக மேல்பகுதி வாய்க் கால்களுக்கு மட்டும் அளித்துக் கீழ்ப் பகுதிக்காரர்களுக்கு மறுத்ததும் இதற்கு ஒரு முக்கியக் காரணம். ஒருமுறை நீர் ஓடினால்கூட ஒரு மாதத்திற்கு மேல் ஊற்றுவருகிற அளவிற்கு இருந்த மணலே கொள்ளையடிக்கப்பட்டுவிட்டது. இதனால் குடிநீர்ப் பஞ்சம் தலை விரித்தாடியது. செட்டிபாளையம்–அப்பிபாளையம் பகுதிகளில் மாத்திரம் விவசாயத்துக்கும் சாயப் பட்டறைகளுக்குமாக நூற்றுக்கு மேற்பட்ட ஆழ்துளைக் கிணறுகள் தோண்டப்பட்டன. நிலத்தடி நீர் மட்டமே கீழ் நோக்கிச் சென்றுவிட்டதால் கொஞ்ச நாள்களுக் குள்ளேயே தோண்டப்பட்ட புதிய ஆழ்துளைக் கிணறுகளில் பல வறண்டுவிட்டன! நிலத்தடி நீரை மேலேற்றக்கூடிய சிறந்த வழி, ஆற்று நீர் மணலால் உறிஞ்சப்பட்டுப் பின்னர் கொஞ்சம் கொஞ்சமாக அது நிலத்தடி வரை இறங்கிச் சென்று நீர் மட்டத்தை உயர்த்துவதுதான். ஆற்று மணலே அள்ளப்பட்டுக் குறைந்துகொண்டிருந்த நிலையில், நிலத்தடி நீரைச் செறிவடையச் செய்து மேலேற்றும் வழி முழுவதுமாக அடைக்கப்பட்டுவிட்டது. இதே காலகட்டத்தில்தான், சாயப் பட்டறைக் கழிவுகளால் ஆற்று நீர் மாசுபட ஆரம்பித்தது. கழிவுகளை வடிகட்டும் மிகச் சிறந்த சாதனங்களில் ஆற்று மணல் முக்கியமானது. ஆற்று மணலின் அளவு குறையக் குறைய இங்கிருக்கிற மக்களுக்குத் தூய குடிநீர் கிடைக்கும் வாய்ப்பு குறைந்துகொண்டே வருகிறது.

2006ஆம் ஆண்டின் ஆகஸ்டு மாதத்தில் அரசு அணைக் கட்டு, கொடையூர், அப்பிபாளையம் பகுதி மணலைத் தனியார் நிறுவனங்கள் மணல் வாரி இயந்திரங்களைக் கொண்டு அள்ளி விற்கும் ஒப்பந்தத்தை அங்கீகரித்தது. தங்கள் வட்டாரத்தின் குடிநீருக்கும் நிலத்தடி நீருக்கும் இந்த நடவடிக்கை மிகுந்த பாதிப்பை ஏற்படுத்துமென்று காரணம் காட்டி, இந்த வட்டாரத்தின் ஐந்து பஞ்சாயத்து களும் கிராம சபைகளில் ஒருமனதாகத் தீர்மானமியற்றி இதை எதிர்த்தார்கள். ஆனால் அரசும், சம்பந்தப்பட்ட அதிகாரிகளும் இந்த எதிர்ப்பைப் புறக்கணித்துவிட்டார்கள்.

இதை எதிர்த்துச் சென்னை உயர்நீதி மன்றத்தின் மதுரைப் பிரிவில் ஒரு பொதுநல வழக்குப் பதிவு செய்யப்பட்டிருந்தது. அங்கு இதை விசாரித்த நீதிபதிகள், அரசு ஒரு கமிட்டியை நியமித்து இவ்வாறு மணல் வாருவதால் பாதிப்பு வராதென்று ஒரு மாதத்திற்குள் சான்றிதழ் பெறச் சொன்னார்கள். என்றபோதிலும் இடைக்காலத் தடை விதிக்கப்படாததால் தினந்தோறும் ஒரு நாளைக்கு இருநூறுக்கும் மேற்பட்ட லாரி மணல் ஆற்றிலிருந்து வாரப்பட்டு வெளியேறிக்கொண்டிருந்தது. 2006 டிசம்பர் திங்களில் அதுவரை அரசு, உயர் நீதிமன்றம் சிபாரிசு செய்தபடி கமிட்டி நியமிக்காததால் அந்தத் தேதியிலிருந்து இங்கு மணல் அள்ள இடைக்காலத் தடை விதித்தது. ஆனால் ஆகஸ்டிலிருந்து நவம்பர் மாதத்திற்குள்ளான இடைவெளியிலேயே அப்பிபாளையம் கிராமப் பகுதியில் 3 கி.மீ. லிருந்த ஆற்று மணல் முழுமையும், ஆற்றின் அடிப்பாறை வெளியே தெரிகிற அளவுக்குச் சூறையாடப் பட்டுவிட்டது. குறைந்த பட்சம் 25000 லாரி மணல் 90 நாட்களுக்குள் சுரண்டி விற்கப்பட்டுவிட்டது! இந்த வட்டாரத்தின் விவசாயத்திற்கும் குடிநீர் அளிப்புக்கும் இது மரண அடி. இதிலிருந்து இந்தக் கிராம விவசாயிகள் மீள்வது ஒரு கேள்விக்குறியாகவே இருக்கிறது. அதைவிடக் கொடுமை ஆற்றோரத்திலேயே அமைந்திருந்தும், இனி ஒவ்வொரு கோடையிலும் குடி நீருக்காக இந்தக் கிராம மக்கள் மிகுந்த அவதிக்குள்ளாக வேண்டியிருக்கும் என்கிற நிலைதான்!

2006 மணல் கொள்ளைக்குப் பிறகு அமராவதி நதியின் ஊற்றுப் பாசனத்தை நம்பி இருந்த விவசாயம் நசியத் தொடங்கியது. காலஞ்சென்ற சிவசாமியின் 'கொசம்புளிக் காட்டி'ல் 12 வயது மாமரங்கள் சுமார் 350 இருந்த தோப்பு வரண்டு போய், இப்போது வெறும் ஐந்து மரங்கள்தான் சாட்சியாக நிற்கின்றன. சொட்டு நீர்ப் பாசனத்தின் மூலம் 20 ஏக்கரில் மரப்பயிர்கள் வளர்த்த இந்நூலாசிரியரின் மா, கொய்யா, தென்னந்தோப்புகள் அழிந்து, இப்போது அது தரிசு நிலமாக, ஆடு மேய்ச்சலுக்குப் பயன்படுத்தப்படுகிறது! இரு போக விவசாயம் செய்து வாழ்ந்த விவசாயிகள் ஒரு போகத்துக்கு மாற வேண்டிய கட்டாயம் வந்துவிட்டது.

எங்கள் நினைவு தெரிந்த நாள் முதல் செட்டிபாளையத்தின் மந்தை – ஊரையடுத்து ஆற்றுக்கும் வாய்க்காலுக்கும் இடைப்பட்ட பகுதி – அனைத்துப் பொதுக் காரியங்களுக்கும் பயன்படுத்தப்பட்டு வந்த பகுதி. நெடிதுயர்ந்த ஆலமரங்கள், வேப்பமரங்கள், புளியமரங்கள் நிறைந்ததால், எப்போதும் நிழல் நிறைந்த பகுதி. அங்குதான் கிராம சபைக் கூட்டங்கள் நடக்கும். மாயர் பூஜை விருந்து நடக்கும். மரணங்கள்

சம்பவித்தால் அங்குதான் மோட்ச விளக்குக்குப் பூஜை செய்வார்கள். சிறுவர்களின் விளையாட்டு மைதானமும் அதுதான். 2006இலிருந்து ஒவ்வொரு மரமாகப் பட்டுப்போய், இப்போது ஒரு ஓரத்தில் ஒரே ஒரு புளியமரம் மாத்திரம் தப்பியிருக்கிறது. மந்தையில் நடந்த நிகழ்ச்சிகள் வேறு இடங்களுக்கு மாற்றம் பெற்றுள்ளன. சங்க காலத்தில் ஆன்பொருனை என்று புகழ்பெற்ற நதியோரத்திலேயே பெரிய மரங்கள் நீரின்றிப் பட்டுப்போனதும், அதன் நீர் குடிநீருக்குக்கூடப் பற்றாக்குறையாக மாறியதும் 2006 மணல் கொள்ளைக்குப் பிறகுதான். கிராமத்தின் இளைஞர்கள் புதிய ஆல், புங்கம், வேம்புக் கன்றுகள் வைத்துப் பராமரித்து வருகிறார்கள். ஆனால் எங்கள் நினைவுகளில் பதிந்திருக்கும் மந்தை இனி இல்லவே இல்லை என்பதை ஊர் மக்கள் அனைவரும் அறிவோம்.

பண்டிகைகளும் மரபுவழி ஆண்டுத் தவணைகளும்

சித்திரை மாதத்தில் அப்பிபாளையத்தில் கொண்டாடப் படும் மாரியம்மன் பண்டிகை இந்த ஊரில் மிக முக்கிய மானது. இந்தப் பண்டிகைக்கு வெளியூர்களிலிருக்கும் உறவினர் களை விருந்துக்கழைப்பார்கள். புதுமணத் தம்பதியருக்குப் புத்தாடைகள் வாங்குவார்கள். கோயிலில் பொங்கல் வைத்து மாவிளக்கு எடுப்பார்கள். கம்பம் பிடுங்கி அதை ஆற்றில் ஓடும் நீரில் விடுவதுதான் முந்தைய நடைமுறை. ஆற்றில் நீரோட்டம் இல்லாததால் ஆற்றில் ஊற்றுத் தோண்டி அதில் கம்பத்தை விட்டுவிடுவது தற்போதைய நடைமுறை!

மூன்றாண்டுகளுக்கொருமுறை வைகாசியில் மாவிலியரின் பெரிய காண்டியம்மன் விழா நடக்கும். தலையாடியை இராவணன் இறந்த நாளாகக் கொண்டாடுவார்கள். ஒரு முழுத் தேங்காயை எடுத்து, அதன் மூன்று கண்களில் ஒன்றில் ஓட்டை போட்டு அதன் வழியாகப் பச்சரிசி, வெல்லம் அல்லது நாட்டுச் சர்க்கரை, பாசிப்பயறு, எள்ளு ஆகியவற்றை உட்செலுத்தி, ஓட்டையை வாதநாராயணன் குச்சியால் அடைத்து, அந்தக் குச்சியில் பிடித்துக்கொண்டே அந்தத் தேங்காயை ஆற்றங்கரையில் பொது இடத்தில் தீயில் சுடுவார்கள். தீயில் சுட்ட தேங்காய் வெடித்தால் இராவணன் தலை வெடித்துவிட்டதாக மரபு. அதுவே உள்ளேயிருக்கும் அரிசி வெந்துவிட்டதற்கும் அடையாளம். அதை விநாயகர் கோயிலில் சாமி கும்பிட்டுவிட்டு உண்பார்கள். இந்தச் சடங்கு தற்போது மறைந்துவிட்டது.

பதினெட்டாம் பெருக்கு மிக உற்சாகமாகக் கொண்டாடப் படும் நிகழ்ச்சி. மகளிர் முளைப்பாரி வைத்துக் காதோலை,

கருகமணியோடு ஆற்றோரம் பொங்கல் வைத்துக் கோயிலுக்குச் சென்று வழிபடுவார்கள். நுங்கும் நுரையுமாக அமராவதியில் புது வெள்ளம் பெருக்கெடுத்து ஓடுவதைப் பார்ப்பது ஒரு கண்கொள்ளாக் காட்சி. சி.எஸ். நடராஜன் அவர்கள் இறந்து போன 1963வரை ஆடிப் பெருக்கன்று காவிரியை நீந்திக் கடப்பதை ஒரு விரதமாகக் கடைப்பிடித்தார். அந்த நாள் களில் ஆற்றில் நன்கு நீந்தத் தெரிந்தவர்கள் பலர் இருந்தனர். இப்போது ஆடிப் பெருக்கன்று அமராவதி ஆற்றில் தண்ணீர் வருவது அபூர்வமாகவே நிகழ்கிறது. எனவே பதினெட்டாம் பெருக்கையொட்டிய கொண்டாட்டங்கள் மறைந்துவிட்டன. தொலைக்காட்சிதான் அத்தகைய நிகழ்ச்சிகள் மற்ற இடங் களில் இன்னும் தொடர்கின்றன என எங்களுக்கு ஞாபகப் படுத்துகின்றன.

புரட்டாசியில் மாயர் பூசை மிக விமரிசையாகக் கொண் டாடப்பட்ட விழா. கிராமத்திலிருந்து அதிகாலையிலேயே நடந்தும், வண்டியில் சென்றும் தாந்தோனி மலையிலிருக்கும் திருமாலை வணங்கி, அங்கேயே பொதுவில் வசூலித்த தானியம் காய்கறி ஆகியவற்றைச் சமைத்து அன்னதானம் செய்துவிட்டுச் சாப்பிட்டுவிட்டுத் திரும்புவது 1950கள்வரை வழக்கமாக இருந்தது. எங்கள் ஊரிலிருந்து தாந்தோனி வரை செல்லக் குதிரை மற்றும் மாட்டு வண்டிகளின் பந்தயப் போட்டிகளும் நடக்கும். 1950க்குப் பின்னர் தாந்தோனியில் மாயர் பூசை கொடுக்கும் வழக்கம் மாற்றப்பட்டுள்ளது. அதிகாலையிலேயே கிராமத்தினர் சிலர் தாந்தோனி கோயி லுக்குச் சென்று சாமி கும்பிட்டுத் திரும்புவார்கள். அவர்கள் வருவதற்குள் மாயர் பூசைச் சாப்பாட்டை ஊர் மக்கள் பொதுவில் சமைப்பார்கள். அவர்கள் வந்தவுடன் கிராமத் தாதர் சங்கு ஊதிப் பூசையைத் தொடங்குவார். பூசை முடிந்தவுடன் கிராமச் சுமங்கலிகளும் குழந்தையில்லாதவர் களும், தாதரிடமும் வந்திருக்கிற பெரியவர்களிடமும், ஏற்றத் தாழ்வுகள் பார்க்காமல் முந்தானையை ஏந்தி மடிப்பிச்சை வாங்குவார்கள். அதைத் தொடர்ந்து மாயர் பூசைச் சாப்பாடு கிராமத்து மந்தையில் பரிமாறப்படும். இறுதியில் தொல்லாளி – தொழிலாளிகளுக்கு அன்னதானம் நடைபெறும். இந்த விழா தொய்வின்றித் தொடர்கிறது.

ஐப்பசியில் தீபாவளித் திருவிழாவிற்குப் புது மாப்பிள்ளை பெண்ணுக்கும் குடும்பத்தின் குழந்தைகளுக்கும் புத்தாடைகள் வழங்குவார்கள். குழந்தைகள் பட்டாசு வெடித்து மகிழ்வார் கள். மதியம் புலால் உணவு பரிமாறுவார்கள்.

கார்த்திகை மாதத்தில் அண்ணாமலை தீபத் திருவிழாவன்று எங்கள் ஊரில் எல்லா வீடுகளிலும் எண்ணெய் விளக்கேற்று

வார்கள். அதற்காகவே கிராமத்துக் குயவர் எல்லா இல்லங்களுக்கும் மண் விளக்கு கொண்டுவந்து தருவார். இரவில் ஆண்கள் சூந்து சுற்றி விளையாடுவார்கள். நீண்ட கம்பந்தட்டு, புளிச்சைக் கோல் ஆகியவற்றை ஒன்றாகக் கட்டி, அதன் நுனியில் தீ வைத்து அதைச் சிலம்பம் போல் சுற்றுவதை அருகிலிருந்து பார்க்கவே மலைப்பாக இருக்கும். தென்னை மரத்தின் பன்னாடையைச் சுருட்டி வைத்து ஒரு பூசணிக்காய் வடிவத்தில் கம்பி போட்டுக் கட்டி, அதில் கயிறு கட்டி, பன்னாடைக்குத் தீ வைத்துச் சுற்றுவது பூசணிக்காய் சூந்து. சிறுவர்கள் பத்து நாட்களுக்கு முன்பே சாக்குப் பைகளில் பூளைப் பூ, பசும் சாணம், உப்பு ஆகியவற்றின் கலவையையும் கிழுவங் கட்டைக் கரியையும் உள்ளே போட்டு நிலத்தில் புதைத்து வைத்திருப்பார்கள். சூந்தின்போது அந்தச் சாக்குப் பைகளை ஒரு நீண்ட கயிற்றில் கட்டிக்கொண்டு சாக்குப் பையின் ஒரு மூலையில் தீ வைத்துச் சுற்றுவார்கள். அப்போது கம்பி மத்தாப்பிலிருந்து வருகிற மாதிரி பொறிப்பொறியாய்ப் பறக்கும். இந்தப் பொறிச் சூந்து சுற்றுவது அப்போது சிறுவர்களுக்குக் 'கித்தாப்பான' (அந்தஸ்து தரும்) செயல்பாடு. சூந்து சுற்றுபவர்கள், சூந்தின் பெரும்பகுதி எரிந்துபோன பிறகு மீதியிருக்கும் அடிப்பகுதிகளை ஒரே இடத்தில் குவித்து, உயரமாக எரிந்துகொண்டிருக்கும் அந்த அழலைத் தாண்டுவது, கூட்டானிச் சொக்கப்பனை என்று கொண்டாடப் பட்டது. அதற்குப் பிறகு மிச்சமிருக்கும் நெருப்புக் கங்குகள்மீது நடப்பதைப் பூ மிதித்தல் எனச் சொல்வார்கள். இப்போது கார்த்திகை விளக்குகள் வைப்பதைத் தவிர மற்ற எல்லாச் சடங்குகளும் மறைந்துவிட்டன. அதற்குத் தேவையான அகல் விளக்குகளைக் கூட நகர் அங்காடிகளிலிருந்துதான் வாங்கிவருகிறார்கள்!

1929இல் கிராமத்தில் பிள்ளையார் கோயிலில் மார்கழி மாதத்தில் பஜனை ஆரம்பித்திருக்கிறார்கள். உலகப் பெரு மந்தத்தின் பின்னணியில் இது தொடங்கப்பட்டுள்ளது. அந்நாட்களில் அதிகாலையில் எழுந்து குளித்துவிட்டுக் குக்கிராமத்தைச் சுற்றிப் பஜனை பாடிவிட்டுப் பிள்ளையார் கோயிலில் அபிஷேகம் முடிந்து, செல்லக்குப்பையர் அவர்கள் தினந்தோறும் விநியோகித்த சித்ரான்னங்களின் ருசியை இன்றும் மந்தையில் சிலரால் நினைவுகூர முடிகிறது. பஜனைக்குத் கிருஷ்ண ஆசாரிதான் ஹார்மோனியம் வாசிப்பார். தேவாரம், திவ்வியப் பிரபந்தம், திருவருட்பா, அருணகிரிநாதர் பாடல்களைப் பெரியவர்கள் பாடினார்கள். 1936களில் தமிழ் சினிமாவில் தியாகராஜ பாகவதர் பாடிய பக்திப் பாடல்களைத் சி.எஸ். பத்மநாபன் முதலில் பஜனையில் பாடியபோது சினிமாப் பாடல்களைப் பஜனையில் பாடக்

கூடாது என்று எதிர்ப்பு எழுந்ததாகத் தெரிகிறது! காலப் போக்கில் இந்த மாற்றம் நிகழ்வதைத் தடுக்க இயலவில்லை. இரண்டாம் உலகப் பெரும்போர் முடிந்த பிறகு பஜனைக்கு வருபவர்களின் எண்ணிக்கை குறைந்து, 1950களில் பஜனையே கைவிடப்பட்டுவிட்டது.

அந்த நாள்களில் மார்கழி மாதத்தில் இளம் பெண்கள் அதிகாலையிலேயே குளித்துவிட்டு வீட்டு வாசலில் கோலம் போடுவார்கள். கோலத்தின் நடுவில் பசுஞ்சாணத்தில் பிள்ளையார் பிடித்து அதன் மேல் பூசணிப் பூ வைப்பார்கள். மாலையில் வாடிய பூவை எடுத்துத் தனியாகப் பாதுகாப் பார்கள். பிள்ளையாராக இருந்த சானத்தை வரட்டித் தட்டிக் காயவைத்து அதையும் பாதுகாப்பார்கள். தை மாதம் பொங்கலன்று அதிகாலையிலேயே பாதுகாத்து வைத்திருந்த காய்ந்த பூசணிப் பூக்களை எடுத்துக்கொண்டு அப்பிபாளையம் மாரியம்மன் கோயிலுக்குச் செல்வார்கள். போகிற வழியில் தங்கரளி, காசரளி மலர்களையெல்லாம் கொய்துகொண்டு போய் மாரியம்மனுக்கு சாற்றிக் கோலாட்டம் – கும்மியடிப் பார்கள். மறுபடி செட்டிபாளையம் திரும்பி வந்து காய்ந்த பூசணிப் பூக்களையும் வரட்டிகளையும் ஆற்றில் விட்டுவிடு வார்கள். ‘தட்டியங்காய்’ என்றழைக்கப்பட்ட இந்த நிகழ்ச்சி இப்போது இல்லை.

மார்கழி முடிந்து தை பிறக்கும்போது இரவில் பிள்ளை யாரின் சப்பரம் குக்கிராமத்தில் உலா வரும். சப்பரம் ஒவ்வொரு வீட்டுக்கும் சென்று, உற்சவ மூர்த்திக்குத் தனித் தனியாகப் பூஜை நடைபெறும். அன்றைக்குத் தங்களின் விருப்பங்கள் பூர்த்தியானதற்கு நன்றிக் கடனாக வேஷ மணிந்து வருவதாக வேண்டுதல் செய்து கொள்வதுண்டு. அப்படி வேஷமணிந்து வருபவர்கள் காலையில் தனித்தனி யாகவோ குழுவாகவோ குக்கிராமத்தைச் சுற்றி வருவார்கள். இப்போது வேஷமணிவது அருகிவிட்டது. அந்த நாளின் மதிய பூஜை முடிந்தவுடன் ஊரில் அனைவரும் இணைந்து சமையல் செய்து மந்தையில் அல்லது ‘வடக்கால் வீட்டில்’ பொதுச் சாப்பாடு நடைபெறும். இன்றுவரை இது தொடர்கின்றது.

தைப்பொங்கல் இந்த ஊரின் முக்கியமான பண்டிகை களில் ஒன்று. தை இரண்டாம் தேதியில் கண்ணாலப் பரப்பு அருகிலிருக்கும் வரட்டுப் பிள்ளையாருக்குப் பொங்கல் வைப்பார்கள். அந்த நாள்களில் மிகச் சிறப்பாகக் கொண்டாடப் பட்டு, இப்போது சிறப்பு மங்கிவரும் விழா இது. கன்னிப் பெண்களுக்குத் திருமணமாக வேண்டியும் திருமணமான பெண்களுக்குக் குழந்தை வரம் வேண்டியும் இங்கு பொங்கல்

வைப்பார்கள். மாட்டுப் பொங்கல் அன்று ஒவ்வொரு பட்டியிலும் பொங்கல் வைப்பார்கள். ஆடு மாடுகளைக் குளிப்பாட்டி, அவற்றின் கொம்புகளுக்கு வண்ணம் தீட்டிப் புது மூக்கணாங்கயிறு, தாம்புக் கயிறு அணிவிப்பார்கள். பட்டியிருக்கும் இடத்திலேயே பொங்கல் சாதத்தைப் பொங்கல் வைத்திருந்த குடும்பத்தினரும், அவற்றின் தோட்டங்களில் வேலைசெய்த சார்ந்திருப்பவர்களின் குடும்பத்தினரும் பகிர்ந்துண்ணுவது வழக்கம். சில பண்ணையங்களில் நூறு பேர்வரை பொங்கலன்று சாப்பிட்டது இப்போது நினைவுக்கு வருகிறது. மாட்டுப் பொங்கலுக்கு மறுநாள் காலையில் ஒவ்வொரு பண்ணையத்து வீட்டிலும் தொல்லாளி – தொழிலாளர்களுக்குப் பொங்கல் சோறு போடுவது வழக்கம். (தொல்லாளி – தொழிலாளிகள் பற்றிப் பின்னர் விவரித்திருக் கிறேன்). தற்காலத்தில் பட்டிகளின் எண்ணிக்கை வெகுவாகச் சுருங்கிவிட்டது. பட்டிப் பொங்கலைப் பகிர்ந்துண்ணப் பண்ணையத்தைச் சார்ந்த தொழிலாளர் குடும்பங்கள் வருவது அனேகமாக மறைந்துவிட்டது. தொல்லாளி பொங்கல் சோறு வாங்கவருவது நின்றுவிடவில்லை. ஆனால் இளைய தலை முறையினர் இதைக் கைவிட ஆரம்பித்துவிட்டதால் வருகிற தொல்லாளிகளின் எண்ணிக்கை மிகவும் சுருங்கிவிட்டது.

கடம்பங்குறிச்சியிலிருக்கும் தங்கள் குலதெய்வமான செல்லாண்டியம்மனுக்குக் கருப்பக் கவுண்டரின் பங்காளிகள் மாதா மாதம் பௌர்ணமியன்று பூஜை செய்வதற்காகத் திவசம் (தானியம்) மற்றும் பணம் கொடுப்பதும் இன்னும் தொடர்கிறது. அதுபோலவே அங்கு முக்கியமான பண்டிகை யான மாசி மாதம் சிவன் ராத்திரிக்குப் பொங்கல் வைக்கவும் அபிஷேக ஆராதனைகள் செய்யவும் திவசமும் பணமும் வசூல் செய்யப்படுகின்றன. அன்று இரவு அந்தக் கோயிலில் மொச்சை, சுண்டல், கிழங்கு, பாசிப்பயறு, தட்டைப் பயறு ஆகியவற்றை வேகவைத்துச் சாப்பாடு போடுவார்கள்.

பங்குனி மாதத்தில் செட்டிபாளையத்துக்கும் அப்பிபாளை யத்துக்கும் இடையில் அமைந்துள்ள பொன்னாச்சியம் மனுக்குப் பொங்கலிட்டு மாவிளக்கு எடுப்பார்கள். பங்குனி மாதக் கடைசியில் சௌந்தரநாயகியைத் திருமணம் செய்து கொள்ளக் கரூர் பசுபதீஸ்வரர் அப்பிபாளையம் எழுந்தருளும் நிகழ்ச்சி முக்கியமானது. மாப்பிள்ளை, பெண்ணுக்குப் பட்டு வேட்டி, புடவை எடுத்திருப்பார்கள். மறுநாள் கரூரில் பசுபதீஸ்வரர் கோயிலில் திருமணம் நடைபெறும். செட்டி பாளையத்தை ஸ்தாபித்த கருப்பக் கவுண்டர் காலத்தி லிருந்து 1995வரை இந்த நிகழ்ச்சியில் அப்பிபாளையம் கிராமத்தைச் சேர்ந்த குக்கிராமங்களின் வேடுவ, வேளாளக்

கவுண்டர்கள்தான் முக்கியமாகப் பங்கெடுத்துக் கொண்டார்கள். சௌந்தரநாயகி ஒரு வேடுவக் கவுண்டர் பெண் என்பதைச் சமீப காலம்வரை அவர்கள் இனத்திலேயே பெரும்பாலானோர் அறிந்திருக்கவில்லை! அந்தச் செய்தி பரவிய பிறகு இந்தப் பத்தாண்டுகளில் அந்த இனத்தைச் சேர்ந்த பல்வேறு வெளியூர்க்காரர்களும் வந்து இந்த விழாவைப் பெரிய அளவில் விரிவாக்கிக் கொண்டாடுகிறார்கள்.

அந்த நாள்களில் சிறிய அளவில் கொண்டாடப்பட்டு வந்து, தற்போது பெரிய அளவில் கொண்டாடப்படும் பண்டிகைகளில் முக்கியமானது மாவிலியர்கள் தங்கள் குல தெய்வமான பெரிய காண்டியம்மனுக்கும் மதுக்கரைச் செல்லாண்டியம்மன் மற்றும் உப தெய்வங்களுக்கும் மூன்றாண்டுகளுக்கொரு முறை வைக்கும் கிடாப் பொங்கல் ஆகும். மாறாக ஆசாரியார்கள் தங்கள் குல தெய்வமான கன்னிமார் அம்மன்களுக்கு மாசி மாதம் சிவன் ராத்திரியில் பொங்கல் வைப்பது சிறப்பாகத் தொடர்ந்தாலும், அந்த விழாவின் ஒரு முக்கிய அங்கமாக அந்த நாளில் விளங்கிய உடுக்கையடித்துப் படுகளம் பாடி ஆற்றுக்குள் கொச்சிகோயில் வரை செல்லும் நிகழ்ச்சி இப்போது அவ்வளவு சிறப்பாகத் தொடரவில்லை. இதில் கவனத்துக்குரிய செய்தி, இந்த இரு விழாக்களுமே குன்னடையாக் கவுண்டர், பொன்னர்-சங்கர் கதைகளுடன் தொடர்புடையதாக இருப்பதுதான்! அதாவது கிராமத்தில் வாழ்ந்த கவுண்டர், ஆசாரியர்கள், மாவிலியர்கள் ஆகியோர் விழா எடுக்கும் தெய்வங்களுக்குள்ளும்கூடத் தொடர்புகள் இருக்கின்றன. இவை பல நூற்றாண்டுத் தொடர்புகளாயிருப்பதால் இந்தக் குக்கிராமத்தைப் புதிதாக கருப்பக் கவுண்டர் ஸ்தாபித்தபோதே ஆதி செட்டிபாளையத்தின் தொள்ளாளிகளையும் தேடி அழைத்துவந்து மீண்டும் குடியமர்த்தியிருக்கிறார் என்று தோன்றுகிறது. அல்லது ஆதி செட்டிபாளையம் அழிந்த பிறகும் அவர்கள் அங்கேயே தொடர்ந்து இருந்திருக்கலாம்.

குண்டலீஸ்வரருக்கு முன்புபோல் இரண்டு மூன்று முறை அன்னாபிஷேகம் நடப்பதில்லை. அது ஒரே முறையாகக் குறைந்து விட்டது. அதுபோலவே தனித்தனிக் குடும்பங்கள் கொடுத்துவந்த மாயர் பூஜைகளின் எண்ணிக்கையும் குறைந்துவருகிறது. சமீப காலங்களில் புதிதாக வந்திருக்கும் சில மாற்றங்களில் செட்டிபாளையத்தில் பிள்ளையார் கோயிலில் சங்கடஹர சதுர்த்தியன்று நடக்கும் பூஜை, குண்டலீஸ்வரர் கோயிலில் பிரதோஷத்தின்போது பூஜை, பட்டுத்துறை சாமிக்கு நாடார் இனத்தவர் முன்னின்று நடத்தும் பூஜை, அச்சமயம் நடத்தப்படும் நாடகம் மற்றும்

புதிதாக நிர்மாணித்திருக்கும் காளியம்மன் கோயில் பூஜை ஆகியவை முக்கியமானவை.

இந்தப் பண்டிகைகளின்போது அந்த நாள்களில் மகளிர் உற்சாகமாக விளையாடிய பல்லாங்குழி, தாயம், தட்டுக்கரம் தாண்டுதல் ஆகியவை அனேகமாக மறைந்துவிட்டன. ஆண்கள் விளையாடிய ஆடு–பூலி ஆட்டம், கிட்டுப்புல்லி, பம்பரம், கிணற்றில் விளையாடிய ஓரி போன்றவையும் முதியவர்களின் ஞாபகத்தில் மட்டுமே நிலைத்திருக்கின்றன. மாரியம்மன் பண்டிகையின் போதும் ஊருக்குள் சப்பரம் ஊர்வலம் வரும் நாளிலும் ஆண்கள் வேஷம் போட்டுக் கொண்டு குழுவாகக் கும்மி அடித்ததெல்லாம் நின்றுவிட்டது. தோப்பளாக் கட்டை கும்மி ஆட்டத்தில் ஒவ்வொரு பாட்டுக்கும் ஒவ்வொரு ஆட்டம் சொல்லித்தந்து பழக்கிக் குழுவோடு வெளியூர்களுக்குக் கூடச்சென்று ஆடிய 'வாத்தியார்' கருப் பண்ண ஆசாரியார் இறந்த பிறகு அந்தக் கலைகளே கிராமத் திலிருந்து மறைந்துவிட்டன. அந்தக் குழுவின் அங்கத்தினரா யிருந்து தனியாளாக எஞ்சியிருக்கிற – இப்போது எழுபத்தைந்து வயதான சின்னான் என்கிற வண்ணார் இன முதியவர் மட்டும் –மாரியம்மன் பண்டிகையின்போது இன்னும் பெண் வேடமிட்டு வருவதை ஒரு கடப்பாடாகச் செய்துவருகிறார். தொலைக்காட்சி வந்த பிறகு கிராமத்தில் புதிதாகக் கிரிக்கெட் விளையாட்டில் பலருக்கு ஆர்வம் வந்திருக்கிறது!

தொல்லாளிகளுக்கு அவர்களின் பாரம்பரியமான பணி களுக்குச் சன்மானமாக மரபுவழித் தவணைகள் கொடுக்கப் பட்டன. அதைப் பற்றிப் பின்னால் விவரித்துள்ளேன்.

மரபுவழித் தவணைகளில் அந்த நாள்களில் மார்கழி மாதத்தில் ஆண்டுக்கொருமுறை முடவாண்டிகள் வசூலித்த திவசமும் (திவசம் அல்லது தெவசம் என்பது நெல், அரிசி, வரகு, கம்பு, சோளம் போன்ற தானியங்கள்) அடங்கும். அவர்களின் பிரதிநிதிகள் வரும்போது, அவர்களிடம் செட்டி பாளையத்தின் கொங்கு வேளாளக் கவுண்டர் குடும்பங்கள் ஒவ்வொன்றும் அவற்றிற்கு ஏற்கெனவே நிர்மாணிக்கப் பட்டிருந்த அளவு தானியத்தைக் கொடுத்துவிடுவார்கள். முன்னாளில் கொங்கு வேளாளக் கவுண்டர் குடும்பங்களில் உடல் ஊனமுற்ற குழந்தைகள் பிறந்துவிட்டால் குழந்தை பிறந்து ஓராண்டு கழித்து அந்தக் குழந்தையை முடவாண்டி கள் பிரதிநிதிகளிடம் ஒப்படைத்து விடுவார்களாம். அப்படிப் பட்ட குழந்தைகளனைத்தும் முடவாண்டிபாளையம் என்கிற இடத்திற்கு எடுத்துச் செல்லப்பட்டு வளர்க்கப்பட்டனராம். அவர்களுக்குள் திருமணமும் நடக்கும். அப்படி உடல் ஊன

முற்றிருந்த தம்பதிகளுக்கு உடல் ஊனமில்லாத நல்ல குழந்தைகள் பிறந்திருந்தால் அவர்களை இளங்கம்பன் கூட்டமென்ற பிரிவில் கொங்கு வேளாளர்களின் நான்கு பட்டக்காரர்களில் ஒருவர் அங்கீகரித்து, மறுபடி கொங்கு வேளாளர்களாகச் சேர்த்துக்கொண்டிருக்கிறார்கள். ஆனால் செட்டிபாளையத்தில் எவரும் அப்படி ஒரு ஊனமுற்ற குழந்தையை முடவாண்டிகள் வசம் ஒப்படைத்ததாகத் தெரியவில்லை.

செட்டிபாளையத்தினர் திவசம் கொடுத்துவந்த முடவாண்டிபாளையம் ஈரோடுக்கு அருகிலிருந்ததாகச் சொல்லப்படுகிறது. முடவாண்டிகள் ஆண்டுத் தவணைகளாக வசூலித்த தானியங்கள் உடல் ஊனமுற்றவர்களைப் பராமரிப்பதற்காகக் கொடுக்கப்பட்ட ஒருவகைக் காப்பீடாகத்தான் கருத வேண்டியிருக்கிறது. தவணையின் அளவு அதிகமாக விருந்த குடும்பங்களிலிருந்து எப்போதோ ஒரு குழந்தை முடவாண்டிபாளையத்தில் ஒப்படைக்கப்பட்டிருப்பதாக என்று பொருள் கொள்ளலாம் எனச் சொல்லப்பட்டது. இப்போது இது வழக்கொழிந்துவிட்டது. ஆனால் இளங்கம்பன் கூட்டத்தைச் சேர்ந்த சில குடும்பங்கள் இப்போதும் இங்கு வசிக்கிறார்கள்.

ஆடி மாதத்தில் காட்டுக் காளி, கவைப் பூசாரி என்று அழைக்கப்பட்ட சிவன்மலைப் பூசாரி திவசம் வசூலிப்பார். சிவன் மலையில் ஆண்டுக்கு ஒரு வித்தியாசமான பொருள் சிறப்புப் பூசையில் வைக்கப்படும். அந்தப் பொருளால் அந்த ஆண்டில் பெரிய இலாபமோ பெரிய இழப்போ ஏற்படும் என்பது இந்த வட்டாரத்தின் நம்பிக்கை. உதாரணமாகச் சிவன் மலையில் இந்த ஆண்டு தேங்காய் வைத்துப் பூசை செய்தால் அது தென்னந்தோப்புக் காரர்களுக்குப் பெரிய இலாபத்தையோ, இழப்பையோ ஏற்படுத்தும் என்பது நம்பிக்கை. தலையில் பெரிய உருமால் கட்டி மணி அடித்துக் கொண்டு வரும் காட்டுக்காளிதான் எங்கள் ஊர்க்காரர் களுக்கு அந்த ஆண்டில் என்ன பொருள் பூசையில் வைக்கப் பட்டுள்ளது என்பதையும் அது நற்பலனைக் கொடுக்குமா, இல்லையா என்பதையும் அறிவிப்பார். இப்போதெல்லாம் காட்டுக்காளி திவசம் வாங்கச் செட்டிபாளையம் வருவதில்லை.

மரபுவழித் தவணைகளில் மிகவும் வியப்புக்குரியதும் விநோதமானதும் தேவ(ர)டியார் ஆண்டுதோறும் வசூல் செய்த திவசம்தான். குன்றின் மறுபெயர்கொண்ட முருகன் கோயிலில் ஆடிக் கிருத்திகையின்போது அன்னதானம் செய்வதற்கும் மற்றும் அவர்களின் தொண்டுக்காக மரபுவழிக் கூலியாகவும் திவசம் வசூல் செய்ய 1950களில் திருமதி

ஆண்டாள் (பெயரை மாற்றியிருக்கிறேன்) வருவதை என்னால் நினைவு கூர முடிகிறது. செட்டிபாளையத்தில் அவர் இரண்டு மூன்று நாள் தங்கியிருந்து தானியங்களை வசூல் செய்து கொண்டு போவதுமுண்டு. அனேகமாக எல்லாக் குடும்பங் களிலும் அவர் திவசம் வசூல் செய்வார். நான் சிறுவனாக இருந்தபோது என் அன்னை அவர்களை எங்கள் வீட்டில் எங்களோடு அமர்ந்து சாப்பிட வைத்ததும் அவரோடு மிக இயல்பாகப் பேசிக் கொண்டிருந்ததையும், இரவு அவரை எங்கள் இல்லத்தில் தூங்க அனுமதித்ததும் நான் அப்போது விரும்பாதவை! தேவ(ர)டியார் என்கிற அந்தப் பெயரே அவர்களைப் பற்றிய தவறான கணிப்பை என்னிடம் ஏற்படுத்தும் காரணமாக அமைந்துவிட்டது. கிராமத்தின் அங்கீகரிக்கப்பட்ட படித்தரங்களில் அவர் எங்கள் குடும்பங் களுக்குச் சமமான நிலையில் வைக்கப்பட்டிருந்ததாகத் தோன்றியது. அந்த நாள்களில் எங்கள் ஊர் திருமணங்களில் ஆரத்தி எடுப்பதற்காக அவரை அழைத்துவருவது வழக்கமாக இருந்திருக்கிறது. அப்போது அவர் கர்நாடக இசைப் பாடல் களைப் பாடுவது பிரபலம். பாலமலையில் தைப்பூசத்தின் போது அவர்கள் குடும்பத்தினரின் சதிர் இருக்குமென்று கேள்விப்பட்டிருக்கிறேன். முதுமைக் காலத்திலும் ஆண்டு தோறும் அவர் திவசம் வசூலிக்க எங்கள் ஊருக்கு வருவதுண்டு. சில சமயங்களில் அவர் ஒரு வாரம் கூட எங்கள் ஊரிலேயே தங்கியிருப்பார். அவர் இறந்துபோன பிறகு அவருடைய மகள் இன்னும் சில குடும்பங்களுக்கு மட்டும் திவசம் வசூலிக்க வருகிறார் எனத் தெரிகிறது. அவருடைய குடும்பத் தினர் கரூரில் டெக்ஸ் தொழிலில் மிக உயர்ந்த நிலையை அடைந்திருப்பதாகவும் பரம்பரையாக குன்றின் மறுபெயர் கொண்ட முருகன் கோயிலுக்குச் செய்துவந்த அன்னதான மரபைத் தன் காலத்தில் கைவிடக்கூடாதென்றுதான் குடும்பத்தில் சிலரின் எதிர்ப்பையும் மீறி அவர் இன்னும் திவசம் வசூல் செய்ய வருகிறாரென்றும் தெரிகிறது.

எங்கள் ஊருக்கு வந்த தேவ(ர)டியார் பற்றி ஒரு மங்கிய, தெளிவில்லாத விளக்கம்தான் எனக்குக் கிடைத்தது. எங்கள் ஊருக்குத் தவணை வசூலுக்கு வந்தவர் நல்ல குடும்பத் தலைவியாய்த் தன் குழந்தைகளுக்கு நல்ல கல்வியை அளித்திருக் கிறார்கள். அவர்கள் இனத்தவரை விழாக்களில் அழைத்துப் பாடவைப்பதும் ஆரத்தி எடுக்கவைப்பதும் நல்ல சகுனமாகக் கருதப்பட்டிருக்கிறது. எனவே அவர்களை எங்கள் ஊரில் அனைத்து இல்லங்களிலும் வரவேற்று நல்ல முறையில் நடத்தி யிருக்கிறார்கள். அது மட்டுமின்றித் திருமணத்தின்போதும் திருவிழாக்களின்போதும் அவர்கள் வீட்டு ஆண்கள்தான்

மேளக் கச்சேரிகள் செய்திருக்கிறார்கள். அதற்கான மரபுவழிக் கூலியும் அவர்கள் அன்னதானத்திற்கு வசூலித்த திவசத்தோடு சேர்த்துக் கொடுக்கப்பட்டிருக்கிறது.

எங்கள் ஊரை முதலில் ஏற்படுத்தியவரின் பெயரன்கள் 1920களில் தங்கள் பெற்றோரின் பிண்டங்களைக் கங்கையில் கரைப்பதற்குக் காசிக்குச் சென்றிருக்கிறார்கள். அந்த நாள்களில் தேவ(ர)டியார் குடும்பங்கள்தான் இப்போது பயண முகவர்கள் (Travel Agent) செய்கிற பணிகளைச் செய்தார்களாம். காசிக்கோ ராமேஸ்வரத்திற்கோ சிதம்பரத்திற்கோ எங்கள் ஊர் குடும்பத்தினர் செல்ல விரும்பினால், செல்ல விரும்பிய இடத்தைப் பொருத்து, மூன்று அல்லது ஆறு மாதத்திற்கு முன்னாலேயே குன்றின் மறுபெயர் கொண்ட ஊரில் வசித்த தேவ(ர)டியார் குடும்பத்தினரிடம் ஏற்பாடுகள் செய்யச் சொல்லி விடுவார்களாம். அவர்கள் சிதம்பரத்தில் வசித்த தங்கள் இனத்தவருக்குத் தகவல் தெரிவித்துவிடுவார்களாம். சிதம்பரத்தில் இருந்த அவர்கள் இனத்தவர்கள் கோயில் தீட்சிதர்களிடம் தொடர்புகொண்டு, காசி போன்ற தலங்களுக்குச் செல்பவர்களுக்குத் தங்குமிடமும் பூசைகள் செய்வதற்கான ஏற்பாடுகளையும் அவர்கள் மூலம் செய்து வைத்துத் தகவல் தருவார்களாம். பயணத்தின் பல்வேறு பகுதிகளுக்கான ஏற்பாடுகளை அவர்களின் இனத்தவரின் வலைத் தொடர்புகள் மூலம்தான் செய்ய முடிந்தது என்று பின்னாளில் தெரிவித்தார்கள். திருமாநிலையூரிலிருந்த குடும்பத்துப் புரோகிதர் மூலம்தான் இந்த ஏற்பாடுகள் செய்யப் பட்டன என்றொரு கருத்தும் நிலவுகிறது. இதைச் சரிபார்த்துத் தெரிந்துகொள்ள அந்தத் தலைமுறையினர் எவரும் இப்போது உயிருடன் இல்லை.

தொல்லாளி - தொழிலாளிகளும் வாழ்க்கை வட்டச் சடங்குகளும்

கிராமத்தின் பொது ஊழியங்களைப் பணியாகச் செய்யும் கடமை கொண்ட சாதியினரை இந்தப் பகுதியில் 'தொல் லாளி – தொழிலாளிகள்' என்னும் பொதுப் பெயரில் அழைக் கிறார்கள். ஒவ்வொரு சாதிக் குடும்பங்களிலும் பிறப்பு, பூப்பெய்துதல், திருமணம், நோய்வாய்ப்படுதல், மரணம் மற்றும் பொதுவான குல தெய்வம், கிராம தெய்வங்கள் வழிபாடு சார்ந்த நடவடிக்கைகள், சடங்குகள் ஆகியவற்றை ஒட்டுமொத்தமாக வாழ்க்கை வட்டச் சடங்குகள் என்று இங்கு குறிப்பிடுகிறோம்.

மரபுசார்ந்த வாழ்க்கை முறையில் ஒவ்வொரு தனி மனிதரின் இடமும் சாதிப் படிநிலைகளில் அவருடைய

சாதியைப் பொறுத்து நிர்ணயிக்கப்பட்டிருந்தது. கிராமத்தில் பொது ஊழியங்களைப் பணியாகச் செய்யும் கடமை கொண்ட சாதியினர் வாழ்ந்ததனால் கிராமம் ஓரளவிற்குத் தன்னிறைவு பெற்றிருந்தது. வண்ணார் துணி வெளுப்பவர் களாக இருந்தார்கள். தச்சர்கள் வண்டிச் சக்கரங்கள் பழுது பார்க்கவும் கலப்பைகள் செய்யவும் மண்வெட்டி போன்ற விவசாயக் கருவிகளுக்குப் பிடி போடவும், வீட்டுக் கதவுகள், நிலைகள் செய்யவும், கூரைச் சட்டங்களை இணைக்கவும் உதவினர். கொல்லர் வண்டிப் பட்டா போடவும், விவசாயத் திற்கான இரும்புக் கருவிகள் செய்யவும் பழுது பார்க்கவும் தேவைப்பட்டனர். சக்கிலியர் பறி தைப்பதையும் கிராமத் தினருக்குச் செருப்புத் தைப்பதையும் செய்தனர். பண்டாரம் கிராமக் கோயில் பூசாரியாக மாத்திரமின்றிப் பொது நிகழ்ச்சி களுக்கான தலைமைச் சமையல்காரராகவும் இருந்தார். தாதர் மாயர் பூசையின்போது சங்கூதி சேகண்டி யடிப்பார். மாவிலியர்களும் சக்கிலியர்களும் இறப்பு, பண்டிகை போன்ற செய்திகளை உள்ளூர், வெளியூர்களில் அறிவிப்பவர்களாக இருந்தார்கள். பண்டிகை மற்றும் மரணத்தின்போது பறையர் பறையடித்தனர். நாவிதர் மழித்தல் மாத்திரமின்றி, திருமணம், இறப்பு போன்ற நிகழ்ச்சிச் சடங்குகளில் முக்கியப் பங்கு பெற்றிருந்தனர். ஐயர், தோட்டி, குயவர் போன்ற ஒவ்வொரு சாதியினருக்கும் அவரவருக்குரிய மரபுவழிக் கடமைகள் இருந்தன. இவர்கள் அனைவருக்கும் கூலி அவரவர் அந்தஸ்துக்கேற்றபடி வழி வழியாக நிர்ணயம் செய்யப்பட்டு, எல்லாக் குடும்பங்களாலும் பெருமளவுக்கு அவரவர் நிலவுடைமை அடிப்படையிலும் சிறிதளவு வருமான அடிப் படையிலும் விகிதாச்சாரப் பங்குகளாக அளிக்கப்பட்டன. அது மட்டுமின்றி, எந்தக் குடும்பத்தினர் இந்தப் பணியாளர் களின் பணியைத் தங்கள் குடும்பத்துக்கு மாத்திரம் தனியாகப் பயன்படுத்துகிறார்களோ (உதாரணத்திற்கு ஒரு குடும்பத்தில் மரணம் நிகழும்போது) அப்போதெல்லாம் அவர்கள் பணி யாளர்களுக்கான மரபுப்படி நிர்ணயிக்கப்பட்ட கூலியைத் தானியமாகவும் பணமாகவும் வழங்கினார்கள்.

இந்தத் 'தொல்லாளி'களின் மரபுவழிக் கூலி நிர்ணயத்தில் அவர்களின் பணிகளின் அளிப்புகளுக்கும், அதனால் தனிக் குடும்பத்தினரின் தேவை பூர்த்தியடைந்த அளவுக்கும் நேரடி யான தொடர்பு இல்லை என்பது கவனத்துக்குரியது. உதாரணமாகக் கிராமத்தில் வண்ணார் ஒருவரை எடுத்துக் கொள்வோம். அவர் 'அ', 'இ' என்கிற ஒரே தரமான நிலவுடைமை யுள்ள இரு குடும்பங்களுக்கு மரபுரீதியாகத் துணிகள் வெளுக்க நிர்ணயம் செய்திருப்பதாகக் கொள்வோம். கூலி

யாக இரு குடும்பங்களும் அவருக்கு ஒரு மூடை நெல்லும், தினசரி ஒருவேளைச் சாப்பாடும் கொடுக்க வேண்டுமென்பது மரபுரீதியாகவே நிர்ணயம் செய்யப்பட்டிருந்தது. 'அ' குடும்பம் பத்து நபர்கள் கொண்ட பெரிய குடும்பமாக இருக்கலாம். 'இ' மூன்று நபர்கள் கொண்ட சிறிய குடும்பமாக இருக்கலாம். எனவே அந்த வண்ணாருக்கு 'இ' குடும்பத்திற்கு வேலை செய்வது, 'அ' குடும்பத்திற்கு வேலை செய்வதை விட நிச்சயமாக எளிதாக இருக்கும். எனினும் மரபு வழிக் கூலி நிர்ணயத்தில் இது கணக்கில் கொள்ளப்படுவதில்லை. அது போலவே பொங்கலின்போது எல்லாக் குடும்பங்களுக்கும் புதுப்பானைகள் தருவது குயவரின் கடமை. நிர்ணயிக்கப் பட்ட பானைகளுக்கு மேல் தேவைப்பட்டால்தான் பணப் பரிவர்த்தனை நிகழும். இல்லையெனில் குயவருக்கு எல்லாக் குடும்பத்தினரும் மரபுரீதியில் கொடுத்த தானியங்கள்தான் அவருக்குக் கூலியாக அமைந்தது.

இப்போது 'தொல்லாளி' மரபுவழித் தொடர்புகள் வேகமாக அழிந்துவருகின்றன. குயவரும் நாவிதரும் ஊரை விட்டே வெளியேறிவிட்டார்கள். வயதான கொல்லர் இறந்த பிறகு அவருடைய வாரிசுகள் குலத் தொழிலைச் செய்வதில்லை. சக்கிலியர்கள் செருப்புத் தைப்பதை நிறுத்திப் பல ஆண்டுகள் ஆகிவிட்டன. வண்ணார் உவர்மண் சலவை செய்வதை மறந்துவிட்டார்கள். இஸ்திரி போடுவதற்கு இப்போதெல்லாம் பணக் கூலி கொடுத்தாக வேண்டும். அந்த நாள்களில் இந்தப் பணியாளர்கள் செய்துவந்த பல வேலைகளுக்கான தேவைகளே மறைந்துவிட்டன. வண்டிக்குப் பட்டா போடு வதும், பறி தைப்பதும், கவலை ஏற்றத்திற்கு உருளி செய்வதும் இப்போது மறந்துவிட்ட தொழில்கள். அந்த நாளில் பொங்கல் மற்ற பண்டிகை நாள்களில் ஒவ்வொரு பண்ணையத்திலும், தொல்லாளிகளுக்கு உணவளிப்பது பெரிய நிகழ்ச்சி. ஒவ்வொரு பண்ணையத்திற்கும் பெரிய கூட்டம் வரும். அவர்கள் அங்கேயே சாப்பிட்டுவிட்டு மீதமிருப்பதைச் சட்டிகளில் வாங்கிக்கொண்டும் செல்வார்கள். இந்நாளில் இளைஞர்கள் அவ்வாறு உணவு சாப்பிடுவதையும் வாங்கிக்கொண்டு செல்வதையும் இழிவாகக் கருதுகிறார்கள். எனவே, சில முதியவர்கள் தவிர மற்ற 'தொல்லாளி'களைப் பொங்கலன்று கூடப் பண்ணையங்களில் காண முடியாது.

வாழ்க்கை வட்ட நிகழ்ச்சிகளை ஒட்டிப் பல மரபுரீதியான சடங்குகள் செய்யப்படுகின்றன. பங்காளிகளும் உறவினர் களும் இவற்றில் பங்கெடுத்துக்கொள்வது ஓரளவு கட்டாய மாக்கப்பட்டிருக்கிறது. அதிலும் மரணம் சார்ந்த நிகழ்வுகளில் பங்கெடுப்பது மிக அவசியமாகக் கருதப்படுகிறது.

1950களில், இந்தச் சடங்குகள் நடத்துவதற்குப் பல சாதியினரும் அவரவர் சாதிக்குத் தரப்பட்டிருந்த மரபுவழிக் கடமைகளைக் கூட்டாகச் செய்ததன் மூலம் நிறைவேற்றினார்கள். உதாரணமாக கிராமத்தில் ஒருவர் மரணமடைந்துவிட்டதாகக் கொள்வோம். மரணச் செய்தி மாவிலியர்கள், சக்கிலியர்களால் அருகிலுள்ள, தூரத்திலிருக்கும் கிராமத்திலுள்ள உறவினர்களுக்குத் தெரிவிக்கப்படும். செய்தி கொண்டுவருபவர்களுக்கு உணவும் தானியமும் அந்த உறவினர்களால் தரப்படும். இறந்தவரின் நெருங்கிய உறவினர்கள் கட்டாயம் 'செலவுப் பணம் – தானியம்' கொடுப்பார்கள். உறவின் நெருக்கத்தைச் சார்ந்து கொடுக்கப்படும் தானியத்தின் அளவு அதிகரிக்கும். இறந்தவருக்குப் பிறந்த வீட்டு மற்றும் புகுந்த வீட்டுக் 'கோடி' கொண்டுவருவது முக்கியச் சடங்கு. சிதைக்கான மரம் பல பங்காளிகளின் நிலங்களிலிருந்து சேகரிக்கப்படும். பிணத்திற்குத் தேர் கட்டுவது மகள் வீடுகளின் கடமையாக மற்ற ஊர்களில் இருக்கிறது. இந்த ஊரில், அந்த மரபு கைவிடப்பட்டுவிட்டது. சிதை எரியூட்டப் பட்ட பின் வந்திருப்பவர்களுக்கு உணவுக்கான அரிசி பங்காளிகளால் பகிர்ந்தளிக்கப்பட்டு, சமையலும் ஊர்ப் பண்டாரத்தினால் பங்காளிகள் வீட்டுப் பெண்களின் ஒத்துழைப்போடு செய்யப்படும். பரிமாறுவதையும் பண்டாரமும் பங்காளிகளில் ஆண்களும் பெண்களும் செய்வார்கள். மரணம் சார்ந்த சடங்குகளில் பறையர்கள், நாவிதர், வண்ணார், குயவர் போன்ற பல சாதியினருக்கும் அவரவருக்கென்று கடமைகள் இருந்தன. அவற்றை நிறைவேற்றுவதற்காக அவர்களுக்கு மாமூலான தானிய மற்றும் பணக் கூலிகள் நிர்ணயிக்கப்பட்டிருந்தன.

இப்போதும் வாழ்க்கை வட்டச் சடங்குகள் தொடர்கின்றன. ஆனால் அவற்றில் உறவினர்களும் மற்ற சாதியினரும் செய்துவந்த பல காரியங்கள் இப்போது அங்காடிக்கு இட மாற்றம் செய்யப்பட்டிருக்கின்றன. உதாரணமாக, முந்தைய நாள்களில் மரணச் செய்தியை ஆள்விட்டுத் தெரிவித்தார்கள். இப்போது தொலைபேசி மூலமும் பத்திரிகையில் விளம்பரம் கொடுத்தும் ஒலிபெருக்கி மூலமும் தெரிவிப்பதும் வழக்கத்திற்கு வந்துவிட்டது. இளைய தலைமுறையினர் பறையடிப்பதைத் தங்கள் சாதியினரை இழிவுபடுத்தும் வழக்கமாகப் பார்ப்பதால் அவர்கள் வராத சந்தர்ப்பங்களில் பறையடிப்பதற்குப் பதிலாக நகரத்திலிருந்து 'பாண்டு வாத்தியக் குழு'வை ஒப்பந்த அடிப்படையில் வாசிக்க அழைக்கிறார்கள். தேர் கட்டுவதற்கான தொகையைப் பெற்றுக்கொண்டு நகரத்திலிருக்கும் பூக்காரர்கள்தான் தேரைக் கட்டுகிறார்கள். உணவு

தயாரிப்பதும் பரிமாறுவதும்கூட ஒப்பந்த அடிப்படையில் வெளியாள்களால் செய்யப்படுகின்றன.

சிதைக்கு வீட்டுக்கு ஒரு விறகு கொடுக்கும் வழக்கம் மறைந்து விட்டது. எனினும் பழைய மரபுகள் முழுவதுமாக மறைந்து விடவில்லை. ஊரில் குயவரும் நாவிதரும் இப்போது வசிக்கவில்லை என்றாலும் வாழ்க்கைச் சுழல் சடங்குகளின் போது இந்த ஊரில் வசித்த அவர்களின் சந்ததிகள் வந்து பங்கெடுத்துக்கொள்கிறார்கள். குயவரின் வாரிசு, இறப்புச் சடங்குகளுக்குத் தேவையான சட்டியை அங்காடியிலிருந்து வாங்கி வந்துவிடுகிறார். ஏனெனில் அவர் குலத் தொழில் செய்வதில்லை. சுருக்கமாகச் சொல்வதானால் மேலெழுந்தவாரியாகப் பார்க்கும்போது வாழ்க்கை வட்டச் சடங்குகளில் சாதி அடிப்படையிலான அந்தஸ்துத் தொடர்புகள் இன்னும் தொடர்வது போல் காட்சியளித்தாலும் உண்மையில் அவற்றில் பெரும் பகுதி அங்காடித் தொடர்புகளாக மாறிவிட்டன. அவற்றை நிறைவேற்ற சரியான 'விலைகள்' கொடுத்தால் மட்டுமே அவை பூர்த்தி செய்யப்படுகின்றன.

1997இல் திருமதி நல்லம்மாள் மரணமடைந்தார். அவர் கிட்டத்தட்ட பத்தாண்டுகளுக்கு மேல் படுத்த படுக்கையாக இருந்தார். அவருடைய மகனும் மருமகளும் அவருக்கு முன்பே இறந்துவிட்டனர். எனவே வெளியூர்களில் திருமணம் செய்து கொடுத்திருந்த அவருடைய மூன்று மகள்களும்தான், குறிப்பாகக் கடைசி மகள்தான், அவரைக் கவனித்துக் கொள்ள வேண்டியிருந்தது. அவர் அந்திம நாள்கள்வரை கிராமத்தின் மரபுவழித் தொழிலாளர்கள், மாவிலியர், வண்ணார் போன்றவர்கள் அவருடைய மகளுக்கு உதவியாக அவருக்குச் சேவை செய்தார்கள். அதற்குப் பணக் கூலியும் கொடுக்கப்பட்டதெனினும் அவர்கள் தங்கள் மரபுவழிக் கடமையாக அதைச் செய்ததனால்தான் அந்த வெளியூரிலிருந்து வந்த மகள் தன் தாயாரைப் பல ஆண்டுகள் பராமரிக்க முடிந்தது. அவருடைய மரணத்திற்குப் பிறகு எவ்வளவு கூலி கொடுக்கத் தயாராயிருந்தாலும் இப்போது எவரும் அத்தகைய சேவைகளைச் செய்ய முன்வருவதில்லை. அதோடு தொல்லாளி முறை மறைந்துவிட்டது என்றே தோன்றுகிறது. கிட்டத்தட்ட 90 ஆண்டுகள் வாழ்ந்திருந்த அவருடைய அந்திம காலத்தில் செய்யப்பட்ட தொண்டு, மரபு வழி இணைப்புகள் என்கிற எண்ணெய் விளக்கு அணைவதற்கு முன் பிரகாசமாக ஜொலித்துவிட்டு அடங்குவதுபோலக் கடந்துபோன தலை முறையின் நடப்புகளுக்கு அவற்றைக் கைவிட்டுவிட்ட இப்போதிருக்கும் தலைமுறை செய்த இறுதி மரியாதையாகவே தென்படுகிறது!

உழைப்பாளர் நிலைமையும் கூலியும்

பணிசெய்யும் சாதியினருக்கு மரபுவழித் தானியக் கூலிகளி லிருந்து அங்காடி சார்ந்த பணக் கூலிகள் தரும் மாற்றம் மெதுவாகத்தான் நிகழ்ந்தது. குயவர்தான் மரபுவழி வாடிக்கை யாளர்களை வேகமாக இழந்தார். சமையலுக்கும் தானியங்கள் சேகரிப்புக்கும் மண் சட்டிகளையும் குதிர்களையும் பயன் படுத்தும் வழக்கம் வெகு வேகமாகக் குறைந்து அலுமினியம், எவர் சில்வர் பாத்திரங்களின் உபயோகம் அதே வேகத்தில் அதிகரித்தது. பொங்கல் தவிர்த்து மற்ற சமயங்களில் மண் பாண்டங்களுக்கான தேவை மிகவும் அருகிவிட்டது. எனவே குயவருக்குக் காலம் காலமாகக் கொடுத்து வந்த மாமூலான தானியக் கூலிகளைப் பெரும்பாலான குடும்பங்கள் நிறுத்தி விட்டார்கள். எனவே கிராமத்திலிருந்து குயவரின் குடும்பம் இடம்பெயர்ந்து, அருகிலிருக்கும் ஊருக்குச் சென்றுவிட்டது. நாவிதர், கொல்லர், சக்கிலியர் போன்ற சாதியினருக்கும் அவர்களின் குலத் தொழில்களுக்கான கிராமத் தேவை மிகவும் சுருங்கிவிட்டதால் மரபுப் படி கிடைத்த வேலைவாய்ப்புகள் குறைந்துவிட்டன.

இருந்தபோதிலும் வாழ்க்கை வட்டச் சடங்குகளின்போது தொல்லாளி மரபுவழிப் பிணைப்புகளின் வடிவங்கள் இன்னும் தொடர்கின்றன. உதாரணமாக, மரணத்திற்குப் பிறகு சிதைக்குத் தீ வைப்பதற்கு முன் மகன் சிதையை வலம் வருகிற போது தண்ணீர் எடுத்துச்செல்லும் சட்டியைப் பாரம்பரிய உரிமை பெற்றிருந்த குயவரின் வாரிசுதான் இன்னும் தருகிறார். அதற்கான பாரம்பரியமான கூலியான நான்கு அணா (25 காசுகள்) சிதை எரியூட்டப்பட்டவுடன், பங்காளிகள் மற்றும் தொல்லாளி தொழிலாளிகள் முன்னிலை யில், இன்றுவரை பகிரங்கமாகச் 'செலவு தொகை'யாகக் கொடுக்கப்படுகிறது. அது மட்டுமின்றி அவரின் பாரம்பரியக் கூலியான அரை மூடை அல்லது நான்கு மரக்கால் நெல்லை யும் குயவரின் வாரிசு பெற்றுக்கொள்கிறார். அதே சமயம் சிதையூட்டியவரின் குடும்ப அந்தஸ்துக்கேற்றபடி இப்போதைக் கான நடைமுறை வழக்கத்திலிருக்கிற சிறப்பு ஊதியத்தையும் அவருக்கே தனியாகத் தந்துவிடுகிறார்கள். நாவிதர், பறையர், தோட்டி, வண்ணார் போன்றவர்களுக்கும் இப்படித்தான் நடைமுறை மாற்றங்கள் வந்துவிட்டன. அவர்களில் சிலருக்கு இருந்த கோடித் துணியில் பங்கு பெறும் உரிமைகளும் புதுத் துணி பெறுகிற உரிமைகளும் தொடர்கின்றன. அவர்களில் சிலருக்கு இன்னும் ஆண்டுக்கான மரபுவழித் தானியக் கூலி தொடர்கிறது.

வாழ்க்கை வட்டச் சடங்குகளில் தற்போது நேரடியான தொடர்புகள் இல்லாத மற்ற தொல்லாளிகளின் மரபுவழிக் கூலிகள் யாவும் மறைந்துவிட்டன. உதாரணத்திற்குத் தச்சருக் கான விவசாயத் தேவைகள் அனேகமாக மறைந்துவிட்டன. கலப்பையையும் உருளியையும் எவரும் கேட்பாரில்லை. இப்போது தச்சரின் வாரிசுகள் பணக் கூலிக்குக் கட்டிடத் திற்கு மரவேலை மற்றும் மேசை நாற்காலிகள் செய்தல் போன்ற புதிய துறைகளுக்குச் செல்கிறார்கள். சுருக்கமாகச் சொன்னால் வாழ்க்கை வட்டச் சடங்குகளில் நேரடியான தொடர்புகள் இல்லாத தொல்லாளிகளின் மரபுவழிக் கூலிகள் மறைந்துவிட்டன. அவர்களுக்கும் கிராம விவசாயிகளுக்கு மிருந்த கால காலமான தொடர்பு அறுந்துவிட்டது. இப்போதும் கிராமத்தின் வயதான வண்ணாருக்குச் சில நிலவுடைமையாளரின் குடும்பங்கள் அவர் நெடுங்காலமாக வாங்கிக் கொண்டிருக்கும் தானியக் கூலியைத் தொடர்ந்து வழங்குகிறார்கள். இது அவர்மீது இருக்கும் மரியாதை காரணமாகக் கருணையினால் நடைபெறுகிறது. அந்தக் கூலிக்குப் பிரதியாக அவரால் எந்த வேலையும் இப்போது செய்ய இயலாது. அவர் மறைவுக்குப் பிறகு அந்தக் கூலியும் மறைந்துவிடும்.

தொல்லாளிகளின் மரபுவழிக் கூலிகள் பெரும்பாலும் தானியமாக, விவசாய வேலைகளைச் சார்ந்து அமைந்திருந்தன. சக்கிலியர்கள் பறி தைத்துத்தருவது அவர்களின் மரபுவழிக் கடமையாக இருந்த காலகட்டத்தில் அவர்களுக்குக் 'கள'த்தில் 'தாம்படித்த' பிறகு மீதமிருக்கும் தானியத்தைச் சேகரித்துக் கொள்ளும் உரிமை இருந்தது. நெல் போன்ற தானியங்கள் அறுவடைக்குப் பிறகு, அதைக் களத்தில் கொட்டி, மாடுகள் பூட்டித் தாம்படித்து வைக்கோலையும் தானியத்தையும் தனித்தனியாகப் பிரிப்பார்கள். அப்படியும் கொஞ்சம் தானியம் கதிர்களில் மீந்திருக்கும். அதைச் சேகரித்துக்கொள்ளும் உரிமை சக்கிலியர்களுக்கு இருந்தது. இப்போது தானியத்தையும் வைக்கோலையும் பிரிக்க இயந்திரங்கள் வந்துவிட்டன. சக்கிலியர்களின் மரபுவழிக் கடமைகளும் மறைந்து விட்டன. களத்தில் தானியம் சேகரித்தல் போன்ற மரபு சார்ந்த உரிமை களும் மறைந்துவிட்டன. அதற்குப் பதிலாகப் பணத்தினால் ஏற்படுத்தப்படும் பிணைப்புகள் அதிகரித்துவிட்டன. மரபுவழிப் பிணைப்புகளைப் போல அல்லாமல் இந்தப் பணத் தொடர்பு கள் வந்த பிறகு ஒரு இனத்தினர் இன்னொரு இனத்தினரைச் சார்ந்திருக்கிற அவசியம் எதுவும் இருப்பதில்லை.

1950இல்கூடச் செட்டிபாளையம் ஓரளவு தன்னிறைவு பெற்றிருந்த கிராமமாகவே இருந்தது. இங்கு குழந்தைகள்

பிறந்தபோது உள்ளூர் பெண்கள்தான் பிரசவம் பார்த்தார்கள். அந்தக் குழந்தைகள் உள்ளூர்க்காரர்கள் செய்துதந்த ஓலைக் குடுகுடுப்பைகளையும் பனம்பழ வண்டிகளையும் வைத்து விளையாடினார்கள். உள்ளூர் தச்சர் செய்த நடைவண்டியில் தான் நடை பழகினார்கள். உள்ளூரில் தைத்த செருப்பைத் தான் உபயோகித்தார்கள். உள்ளூரில் முடி வெட்டிக்கொண் டார்கள். உள்ளூரிலேயே வேலை செய்தார்கள். உள்ளூரில் விளைந்த சுரைக்காயைக் காயவைத்து, அந்தச் சுரைக் குடுவையை மிதவையாக வைத்துக்கொண்டுதான் நீச்சல் பழகினார்கள். உள்ளூரின் சாதிகளுக்கிடையே ஒரு சாதி யினரை மற்ற சாதியினர் சார்ந்திருக்கிற வகையில் இணைப்பு கள் ஏற்பட்டிருந்தன. ஆனால் அவையெல்லாம் இப்போது மாறிவிட்டன. இப்போது பிரசவத்திற்குப் பெண்கள் கரூரிலிருக் கும் மகப்பேறு மருத்துவமனைகளுக்குச் செல்கிறார்கள். குழந்தைகள் இந்தியாவிலும் உலகின் மற்ற நாடுகளிலும் செய்யப்படும் பொம்மைகளை வைத்து விளையாடுகிறார்கள். கான்பூரிலோ மற்ற ஊர்களிலோ தைத்த செருப்புகளைப் பயன்படுத்துகிறார்கள். வெளியூர்களில்தான் முடிவெட்டிக் கொண்டாக வேண்டும். ஏனெனில் உள்ளூரில் முடி திருத்து பவர்கள் எவரும் இப்போது இல்லை! சுருக்கமாகச் சொல்வ தானால் கிராமம் பணத் தொடர்புகளுக்கு மாறிய பிறகு கிராமத்தில் நெடுங்காலமாக நிலவிய தன்னிறைவுத் தன்மை மறைந்து போய்விட்டது!

பண்ணை பாக்கிகள் :
பண்ணையாள்கள், உழைப்பாளர்கள், கூலிமட்டம்

பண்ணையாள்கள் கிராமத்தின் மரபுவழி விவசாயத்தில் முக்கியப் பங்காற்றினார்கள். மேற்காலூரிலிருந்த பெரிய நிலவுடைமையாளர்கள் அனைவரும் தங்கள் பண்ணையங் களில் நிரந்தரமாக வேலை செய்வதற்காகப் பண்ணையாள் களை அமர்த்தியிருந்தார்கள். அவர்களில் இரு பிரிவுகள் இருந்தன. நிலவுடைமையாளரின் குடும்பத்தோடு வசித்துக் கொண்டு, அவர்கள் வீட்டிலேயே சாப்பிட்டுக்கொண்டு முழு நாளும் அவர்களிட்ட வேலைகளைச் செய்துகொண் டிருந்தவர்கள். இவர்கள் வட்டார வழக்கில் ‘வயிற்றுச் சோற்றாள்’ அல்லது ‘சோத்தாள்’ என அழைக்கப்பட்டனர். அவர்களுக்கு நிலவுடைமையாளர் வீட்டில் கம்பு, ராகி, சோளம் ஆகிய தானியங்களில் தயாரிக்கப்பட்ட உணவு வழங்கப்பட்டது. அவர்களை வேலைக்கமர்த்தியுள்ள குடும்பத் தின் அந்தஸ்துக்கேற்றபடி நாளில் ஒருவேளை அரிசிச் சோறு

அல்லது வாரத்தில் ஓரிரு முறை அரிசிச் சோறு வழங்கப் பட்டது. விழா, பண்டிகைக் காலங்களில் குடும்பத்தினருக்குக் கிடைக்கும் விருந்துச் சாப்பாடு அவர்களுக்கும் கிடைக்கும். 'எப்போது திருமண விருந்து கொடுக்கப்போகிறீர்கள்?' என்று இளைஞர்களையும் யுவதிகளையும் பார்த்து அவர்கள் வினவு வதே அந்த நாள்களில் எளியவர்களுக்குச் சிறப்பான வடை, பாயசத்துடனான சாப்பாடு எவ்வளவு கிடைப்பரி தானதாக இருந்தது என்பதைக் காட்டத்தான் செய்தது. தினசரி சாப்பாட் டோடுகூட ஆண்டுக்கு ஒரு மூடை கம்பு, ராகி அல்லது சோளம், எட்டிலிருந்து பத்து ரூபாய் பணம் ஆகியவையும்தான் அவருடைய மொத்தக் கூலியாகக் கொடுக்கப்பட்டன! 'சோத்தாள்'கள் பெரும்பாலும் ஆடு அல்லது மாடு மேய்ப்பதற்குத் தான் பணியமர்த்தப்பட்டிருந்தனர் என்றாலும் சில சிறு நிலவுடைமையாளர்களிடம் அவர்கள் பண்ணையப் பணிகள் அனைத்தையும் செய்வதற்கும் அமர்த்தப்பட்டிருந்தனர்.

1950களில் ஆண்டுக் கூலியாக எட்டிலிருந்து ஒன்பது மூடை கம்பு, ராகி அல்லது சோளம், ஒரு மூடை நெல் மற்றும் பணமாக இருபதிலிருந்து முப்பது ரூபாய் பெற்றுக் கொண்டு பண்ணையங்களில் நிரந்தரமாக வேலை செய்தவர் கள் 'பண்ணையாள்கள்' என அழைக்கப்பட்டனர். பொது வாக இவர்கள் குடும்பமே அந்தப் பண்ணையத்தில் உழைத்தது. அவர்களில் பலர் பண்ணைத் தோட்டத்திலேயே பண்ணை வீடுகளில் வசித்தனர். பண்ணைய வேலைகள் அனைத்தையும் மேற்பார்வை செய்கிற பண்ணையாள் 'பண்ணைபாக்கி' என அழைக்கப்பட்டார். இந்தப் பண்ணையாள் அமைப்பு முறை முழுமையாகச் செயல்பட்டுக்கொண்டிருந்த காலகட் டத்தில், பண்ணையாள்கள் தங்களை வேலைக்கமர்த்தியிருந்த குடும்பங்களுக்கு மிக விசுவாசத்துடன், குடும்ப அங்கத்தினர் களாகவே நடந்துகொண்டனர். சுருக்கமாகச் சொல்வதானால் அவர்களைக் கண்காணிக்க வேண்டிய அவசியம் இருக்க வில்லை. நிலவுடைமையாளர்களும் அவர்களைத் தங்கள் குடும்ப உறுப்பினராகவே நடத்தினர். குடும்பத்தின் சுக, துக்கங் களில் அவர்களுக்கும் பங்கிருந்தது. பண்ணையாளாக இருப்பது ஒரு கௌரவமான செயலாக அப்போது கருதப்பட்டது.

உழும்போது, பண்ணையாள்தான் 'முன்னேர்' ஓட்டுவார். அதாவது, உழுகிற குழுவுக்கு அவர்தான் தலைமை. உழும்போது நிலத்தின் எல்லாப் பகுதிகளையும் ஒரு இடம் பாக்கி விடாமலும், உழுத இடங்களையே திரும்பத் திரும்ப உழா மலும், சரியாகச் 'சால்' பிடிப்பது பண்ணையாள்களுக்குக் கைவந்த கலை. விதைப்பின்போது ஏருக்குப் பின்னாலேயே சரியான இடைவெளிகளில் விதைகளைத் தூவுவதும் வேறு

சில பயிர்களுக்குப் பரவலாகத் தெளிப்பதும் அவர்களின் சிறப்புத் தேர்ச்சியை வெளிக்கொணர்ந்தன. அதுபோலவே நஞ்சை நடவுக்கு முன் நிலம் ஒரே மட்டத்தில் அமையும்படி பரம்படிப்பதும் அவருடைய சிறப்புக் கடமை. ஆடுமாடுகளின் பராமரிப்பு, காளைகளை வண்டி, ஏர் மற்றும் கவலைக்குப் பழக்குவது, சரியான பருவத்தில் அவற்றிற்குக் கிடா சேர்ப்பது, பண்ணைய வேலைகளைத் திட்டமிட்டு நிறைவேற்றுவது, நடவு, களைவெட்டு, அறுவடைக் காலங்களில் வேலைக்கு வந்தவர்களை மேற்பார்வையிடுவது போன்ற முக்கியமான வேலைகள் அனைத்தும் பண்ணையாள்களால்தான் நிறை வேற்றப்பட்டன. அவர்கள் நம்பிக்கைக்குரியவர்களாகச் செயல்பட்டார்கள். அத்தகைய பண்ணையாள்கள் தங்கள் ஆயுள் காலம் முழுவதும் ஒரே பண்ணையத்தில் பணி யாற்றுவது அப்போது பரவலாக நடந்தது என்றபோதிலும் இந்தக் கிராமத்தில் பண்ணையடிமை முறை எப்போதும் இருந்ததாகத் தெரியவில்லை. பண்ணையாள்கள் ஒரு குடும்பத் திலிருந்து இன்னொரு குடும்பத்துக்கு மாறுவதும் கிராமத்தை விட்டே வெளியேறுவதும் அவ்வப்போது நடைபெற்றன. எனவே அவர்களைப் பண்ணையையொட்டிய (*attached labourers*) உழைப்பாளர்களாகத்தான் கருத முடியும்.

1960க்குப் பிறகு இந்தப் பண்ணையாள் முறை சிறிது சிறிதாக அழிந்துவருகிறது. முதலில் ‘சோத்தாள்’ முறைதான் மறைந்தது. பிறகு பண்ணையாள் முறையும் அனேகமாக மறைந்துவிட்டது. இதற்குப் பல காரணங்களைக் கூறலாம். முதலாவது அருகிலிருக்கும் கரூர் நகரின் வளர்ச்சி காரண மாக நகரில் உழைப்பாளர் பற்றாக்குறை ஏற்பட்டதும் கூலி உயர்ந்ததும் ஆகும். அதனால் கிராமத்திலும் கூலி மட்டம் உயர ஆரம்பித்தது.

இரண்டாவது, இந்தக் காலகட்டத்தில் பண்ணையாள் களின் வேலைப்பளு முன்பைவிட அதிகரித்ததாகும். பண்ணையாள்கள் முழு நேர (24 மணி நேரமும்) ஊழியர்கள். இரவில் மாட்டுக்குத் தீனி போடுதல், நீர் கட்டுதல், ஆடு மாடுகள் கன்று ஈன்றால் செய்ய வேண்டிய உதவிகளைச் செய்தல் போன்ற பல காரியங்களை அவர்கள் எப்போதும் செய்து பழகியவர்கள்.

ஆனால் 1960களில் மின் மோட்டார்கள் அதிகமாகப் புழக்கத்திற்கு வந்த பிறகு ஊரில் இறைவைச் சாகுபடிப் பரப்பு அதிகரித்தது. அதைவிடப் பெரிய மாற்றம், கோடைக் காலத்தில் மின் வெட்டு வந்து, விவசாயத்திற்கு மின்சாரம் இரவு 10 மணி தொடங்கிக் காலை 6 மணிவரை மட்டுமே தடையின்றி வழங்கப்பட்டதுதான். இதனால் பண்ணையாள்

கள் இரவில் நிலங்களுக்குத் தண்ணீர் பாய்ச்சும் புதிய, கடினமான வேலைச் சுமையைத் தாங்க வேண்டி வந்தது. 1970களிலிருந்து விவசாயம் இரவு நேர வேலையாக மாற்றப் பட்டு விட்டது. இலவச மின்சாரத்தினால் நில உடைமை யாளர்களுக்கும் உழைப்பாளர்களுக்கும் வந்திருக்கும் பல தீமைகளில் மிகப் பெரிய தீமை இதுதான். இரவில் பாம்பு கடிக்கு இலக்காகும் விவசாயிகளின் எண்ணிக்கை அதிகரித்த தற்கும் ஒரு மறைமுகமான காரணமாகியிருக்கிறது. அது மாத்திரமின்றி இந்தக் காலகட்டத்தில் அறிமுகப்படுத்தப் பட்ட வீரிய விதைகளுக்கு அதிகமாகத் தண்ணீர் பாய்ச்ச வேண்டியிருந்தது. அதிகமாக ரசாயன உரங்கள் இட வேண்டி யிருந்தது. அதிகமாகக் களையெடுக்க வேண்டியிருந்தது. அதிக மாகப் பூச்சிக்கொல்லிகள் பயன்படுத்த வேண்டியிருந்தது. இவற்றை விரைவாகவும் செய்ய வேண்டியிருந்தது. இவற்றின் ஒட்டுமொத்த விளைவு பண்ணையாள்களின் வேலைப் பளு அதிகரித்ததுதான்.

மூன்றாவது, தொழில்நுட்ப மாறுதல்களால் ஏற்பட்ட மாற்றங்களில் பல பண்ணையாள்களின் மதிப்பைக் குறைக்க ஆரம்பித்தன. டிராக்டர்கள் உபயோகத்திற்கு வந்த பிறகு, மாடு சுழி பார்க்கத் தெரிவது, எருதுகளைக் கவலைக்கும் ஏருக்கும் வண்டிக்கும் பழக்குவது, முன்னேர் ஓட்டுவது, பரம்படிக்கத் தெரிவது போன்ற முன்பு பண்ணையாள் களுக்குக் கௌரவம் தந்த பல தகுதிகள் சிறப்பிழந்துவிட்டன.

நான்காவது, பண்ணையாட்களின் சுய மரியாதை உணர்வு கள் நகரத் தொடர்புகளால் தூண்டப்பட்டு, ‘சோத்தாளா’க இருப்பது அவமானமான செயல் என்கிற எண்ணம் பரவ ஆரம்பித்தது. அதே சமயம், நிலவுடைமையாளர்களின் வீட்டுப் பெண்களுக்கு உதவியாக வீட்டு வேலைகளைச் செய்வதற்குச் சிறுமிகள் கிடைக்காததால் ‘சோத்தாள்’களுக்கு உணவு தயாரிப்பது சிரமமான காரியமாகிவிட்டது. இக்காரணங்களின் ஒட்டுமொத்த விளைவாகச் ‘சோத்தாள்’ முறையே 1970களில் முழுதுமாக மறைந்துவிட்டது.

எனினும் தானியக் கூலி பெற்றுக்கொண்டிருந்த பண்ணையையொட்டிய உழைப்பாளர்கள் இன்னும் பண்ணையாள்களாகத் தொடர்கிறார்கள். ஆனால் அவர் களைக் கட்டுப்படுத்தும் சட்ட விதிகளுக்குத் தொடர்பே யில்லாத, வாய்மொழியாக மட்டும் தெரிவிக்கப்பட்டு நடைமுறையில் செயல்படுத்தப்படும் வழக்கம் சார்ந்த ஒப்பந்தங்களின் ஷரத்துகள் மிகவும் மாறிவிட்டன. கூலிகள் பற்றி அவர்கள் பண்ணைச் சொந்தக்காரர்களோடு பேரம்

பேசும்போது அவர்களின் பேரசக்தி பன்மடங்கு அதிகரித்து விட்டது. இப்போது அவர்கள் முன்பணமாக ரூபாய் 10000வரை கொடுத்தால்தான் மாதக் கூலியாக ரூபாய் 2400லிருந்து ரூபாய் 3000வரை பெற்றுக்கொண்டு பண்ணையாளாக வருகிறார்கள். ஆண்டு முடிவில், அனேகமாகச் சித்திரை மாதத்தில் அவர்கள் வேறு பண்ணைகளுக்கு இடம்பெயரலாம். அதற்கு முன், அவர்கள் பெற்றிருந்த முன்பணத்தை, அவர்களுக்குக் கொடுத்திருந்த நிலவுடைமையாளருக்குத் திருப்பித் தந்துவிட வேண்டும். அவரைப் புதிதாக வேலையில் சேர்த்துக் கொள்ளும் நிலவுடைமையாளர் அந்தப் பணத்தையும் மேலும் கொஞ்சம் அதிகப் பணத்தையும் தன்னுடைய முன்பணமாக வழங்குவது இப்போது சகஜமாக நிகழ்கிறது. திறமை மிகுந்த கூலியாள்களுக்காக இப்போது நிலவுடைமையாளர்களுக்கிடையே நிலவும் கடும் போட்டிதான் இந்த நிலைக்குக் காரணம். கூலி மட்டம் உயர்ந்தபோதிலும் பண்ணையை யொட்டிய உழைப்பாளர்களாக வருவதற்கு இப்போது பலர் தயங்குகிறார்கள். தினமும் பகலில் மட்டும் சுமார் ஏழு மணி நேரம் வேலை செய்பவர் தினக் கூலியாக ரூபாய் 100 சம்பாதிக்கும் போது, 24 மணி நேரமும் வேலை செய்ய வேண்டிய, அதிலும் இரவில் நீர்ப்பாய்ச்சும் பொறுப்புடன் கூடிய, பண்ணையையொட்டிய உழைப்பாளராக ஏன் சேர வேண்டுமென்று அவர்கள் வினாவுகிறார்கள். தினசரிக் கூலிக்குச் செல்பவர்களுக்குத் தினசரி வேலை கிடைக்கு மென்பது நிச்சயமில்லையென்றும் அதனால் பண்ணையை யொட்டிய உழைப்பாளராகச் சேர்வது பாதுகாப்பானது என்றும் நிலவுடைமையாளர்கள் பதில் கூறுகிறார்கள். இப்போது ஆண்டு முழுவதும் பரவலாக வேலைவாய்ப்புகள் கிடைத்துக் கொண்டிருப்பதால் பண்ணையையொட்டிய உழைப்பாளர்களாக வருபவர்களின் எண்ணிக்கை அருகிக் கொண்டேயிருக்கிறது. சாயப் பட்டறைகளின் விறகுத் தேவை பன்மடங்கு பெருகியிருப்பதால் மரம் வெட்டுபவர்களுக்கான தேவையும் அதிகரித்துள்ளது. அவர்களின் கூலி மட்டமும் அதிகரித்துள்ளது. பண்ணையாள்களாக இருப்பதைவிட மர வெட்டியாக இருப்பது சுதந்திரமானது என்கிற உணர்வு பரவலாக உலவுகிறது.

பண்ணையையொட்டிய உழைப்பாளர் முறை இப்போது உழைப்பாளர்களைக் கவர்வதாயில்லை. அதன் கவுரவம் குறைந்து போய்விட்டது. அதற்குக் கவுரவத்தைத் தந்துகொண் டிருந்த காளை பழக்குதல், முன்னேர் ஓட்டுதல் போன்ற வேலைகளே அழிந்து போய்க்கொண்டிருக்கின்றன. நிலவுடை மையாளர்களுக்கும் அந்த முறை இப்போது கட்டுபடியாக

வில்லை. அவர்கள் கொடுக்க வேண்டியிருக்கும் முன்பணம் வட்டியில்லாக் கடனாகத்தான் கருதப்படுகிறது. உழைப்பாளர்களை மேற்பார்வையிடுவது ஒரு சிக்கலான பிரச்சினையாக மாறிவருகிறது. பழைய நாள்களில் சிறப்புப் பெற்றிருந்த உழைப்புத் திறமைகளுக்கு இப்போது அதிக மதிப்பில்லை. இப்போது புதிய பயிர் வகைகள் அறிமுகப்படுத்தப்பட்டு, அதற்குத் தேவையான புதிய உழைப்புத் திறமைகளுக்கு மதிப்புக் கூடியிருக்கிறது. அவற்றை முன்புபோல எளிதில் மேற்பார்வை செய்ய இயலவில்லை. உதாரணமாக, இரவில் பண்ணையாள் மோட்டாரை இயக்கினாரா என்பதை மறுநாள் காலையில்தான் கண்டுபிடிக்க முடியும். இரவில் கிராமத்தில் பல முறை மின்சாரம் தடைபட்டுப் போய்ப் போய் வருவது நடைமுறையில் நிகழ்வதால், திரும்பத்திரும்ப மின்மோட்டாரை 'ஸ்டார்ட்' (கிளப்பி இயங்கச்) செய்யச் செல்வது பண்ணையாளுக்கு மிகச் சிரமமான காரியமாகி விட்டது. எனவே இரு சாராருக்கும் பண்ணையையொட்டிய உழைப்பாளர் முறையில் கொடுக்கல்–வாங்கல் செலவுகள் *(transaction costs)* அதிகரித்துவிட்டன. இதன் விளைவாக இரு சாராருமே அந்த முறையிலிருந்து சிறிது சிறிதாக விலகி வருகின்றனர். இந்த விளைவு பண்ணையடிமை ஒழிப்புச் சட்டத்தால் *(Abolition of Bonded Labour Act)* வந்ததன்று. இது மாறி வரும் பொருளாதார இயக்கத்தினால் வந்த விளைவுதான்.

உழைப்பாளர் தேவை அதிகரிப்பும் கூலி மட்டமும்

1960–70களில் விவசாயத்தில் புதிய தொழில்நுட்பம் அவ்வப் போது அறிமுகப்படுத்தப்பட்டது. கிராமத்தில் படித்த நிலவுடைமையாளர்கள் சிலர் முனைப்புடையவர்களாயிருந்தது இதற்கு முக்கியக் காரணம். காலஞ்சென்ற சி.எஸ். நடராஜன் தான் இந்த ஊரில் 'சைபன்' முறையில் ஆற்று நீரை மேட்டு நிலங்களுக்கு எடுத்துச் சென்றார். புதிய பயிர்களையும் வித்துக் களையும் காலஞ் சென்ற சி.எஸ். சிவசாமி அறிமுகப்படுத் தினார். 1968–70இல் அமைதிக் குடிப்படை *(Peace Corps)* அங்கத்தினராக செட்டிபாளையத்தில் தங்கியிருந்த 'பாப்' என்று அழைக்கப்பட்ட ராபர்ட் ஜெர்ப்ரிக்கன் என்கிற அமெரிக்கர் புதிய தொழில்நுட்பம் பரவ ஓரளவு காரணமாக இருந்தார். ப. பன்னீர்செல்வம்தான் புதிய மலர்ச் செடிகளைச் செட்டிபாளையத்திற்கு அறிமுகப்படுத்தினார்.

இதன் உடனடி விளைவு விவசாயத்திற்கும் அதன் சார்புத் தொழில்களுக்கும் உழைப்பாளர்களுக்கான தேவை மேலும் அதிகரித்ததுதான். கிராமத்தில் இந்தக் காலகட்டத்தில்

மேட்டு நிலங்களுக்கு அமராவதி ஆற்று நீரைச் சிமெண்டு குழாய்கள் வழியாக மின் அல்லது டீசல் இயந்திரங்கள் மூலம் உந்தித் தள்ளிப் பாசனம் செய்து விவசாயம் செய்யும் முறை அறிமுகமானது. சிமெண்டு குழாய்கள் செய்வதற்கும் ஆற்றில் வட்டைக் கிணறுகள் அமைப்பதற்கும் மேட்டு நிலங்களைச் சமப்படுத்தி விளை நிலங்களாக்குவதற்கும் அதிக ஆள்கள் தேவைப்பட்டனர். இந்தக் காலகட்டத்தில்தான் வீரிய வித்துக்களும் அறிமுகப்படுத்தப்பட்டன. இவற்றை விளை விக்கப் புதிய விவசாய முறைகளும் கிராமத்திற்கு வந்தன.

ஒவ்வொரு ஆண்டும் ஆடி மாதத்திலிருந்து பங்குனி மாதம் வரை அமராவதி ஆற்றுத் தண்ணீர் ஓடிவரும் காலம் என்கிற நெடுநாளைய நிலை மாறி, ஆவணியிலிருந்து தை வரைதான் என்கிற புதிய நிலை இதே காலகட்டத்தில்தான் உருவாக்கப் பட்டது. 1970க்கு முன்பிருந்த நிலையில் கிராமத்தில் நஞ்சைப் பயிர்கள் பயிரிடப்பட்ட நிலத்தின் பரப்பு குறைவு. அந்த நஞ்சை நிலங்கள் இரு போக நஞ்சை நிலங்கள். அவற்றில் இருமுறை நெல் சாகுபடி செய்தது போலவே ஒருமுறை மஞ்சள் சாகுபடியோ, ஒருமுறை நெல்லும், தொடர்ந்து அடுத்த போகத்தில் படருகிற கொடிக்கடலையையோ சாகுபடி செய்வதும் வழக்கமாக இருந்தன. இந்தப் பயிர்கள் அனைத் துமே காலங்காலமாக விளைவிக்கப்பட்டு வந்தவை. இந்த வட்டாரத்தில் நெடுங்காலமாகப் பயிரிடப்பட்டுவந்ததால் நோய்களுக்கும் பூச்சிகளுக்கும் எதிர்ப்புச் சக்தி கொண்டவையா யிருந்தன. நெல், கடலை போன்ற மரபுவழிப் பயிர்களின் நாற்றிலிருந்து அறுவடை வரையிலான கால இடைவெளி அதிகமாக இருந்தது. உதாரணமாகக் கிச்சடிச் சம்பாவிற்கு 150 நாள். படரும் கொடிக்கடலைக்கு 140 நாள். ஆனால் புதிய தொழில்நுட்பத்தில் உருவான வீரிய விதைகள் பெரும் பாலும் குறைந்த கால இடைவெளியில் அதிக மகசூல் கொடுக்கக் கூடியவையாக இருந்தன. உதாரணமாக ஐ.ஆர்.8 நெல் 120 நாளிலும், கொத்துக்கடலை 110 நாளிலும் அறுவ டைக்குத் தயாராயின. மகசூலும் கணிசமாக அதிகமாயிருந்தது. எனினும் இந்த வகைப் புதிய வீரிய வித்துக்கள் பல வகை யான பூச்சித் தாக்குதலுக்கும் நோய் பீடித்தலுக்கும் எளிதில் இலக்காயின. எனவே பூச்சிக்கொல்லிகள், நோய் எதிர்ப்பு மருந்துகள் தெளித்தல் போன்ற புதிய வேலைகள் பண்ணை களில் தொடங்கின. அதே சமயம் இத்தகைய வீரியப் பயிர் களுக்கு அதிகமாக நீர் பாய்ச்ச வேண்டியிருந்தது. இதற்காக மின் டீசல் இயந்திரங்களின் பயன்பாடு அதிகரித்தது. அந்த இயந்திரங்களை இயக்கவும் பழுது பார்க்கவும் அதற்கான செயல்திறன் கொண்ட புதிய உழைப்பாளர்கள் தேவைப்பட்டார்கள். வீரியப் பயிர்களுக்கு அதிகத் தடவை

நீர் பாய்ச்சியதால் அந்த நிலங்களில் களைகளும் வேகமாகப் பெருகின! களையெடுப்பதற்காக முன்பைவிட அதிகமாகக் கூலியாள்களைப் பயன்படுத்த வேண்டியிருந்தது.

ஆற்றில் நீர் வரும் காலம் குறுகியதால் முன்பு 9–10 மாதங்களில் முடிக்கப்பட்ட இரு போக விவசாயம், 1970களுக்குப் பின்னர் 7–8 மாதங்களில் முடிக்கப்பட வேண்டி யிருந்தது. ஒரு நிலத்தில் ஒரு பயிரின் அறுவடைக்குப் பிறகு அடுத்த பயிரின் நடவு தொடங்குவதற்கான இடை வெளி குறைந்துவிட்டது. அதற்குள் உழுது, சேறு கலக்கிப் பரம்படித்து முடிப்பது இன்றியமையாததாகிவிட்டது. அவ்வாறு செய்யத் தவறினால் இரண்டாம் போகச் சாகுபடியையே கைவிட வேண்டியிருந்தது. எனவே அந்தக் குறுகிய இடை வெளிக்குள் ளேயே கூலியாள்களைத் தங்கள் தங்களின் நிலத்தில் பாடுபடச் செய்ய எல்லா நிலவுடைமையாளர்களும் ஒரே சமயத்தில் முயன்றனர். கூலியாள்கள் பற்றாக்குறை காரணமாக அவர்களுக்கு முன்பணம் கொடுத்து அவர்களின் வரவை உறுதி செய்துகொள்ளும் வழக்கம் நடைமுறைக்கு வந்தது.

இந்தக் குறுகிய காலத்தில் விவசாய வேலை தட்டுப் படாமல் இருக்க, ஆரம்பத்தில் எருதுகளின் சக்திதான் அதிகம் பயன்படுத்தப்பட்டது. எருதுகளின் விலைகள் ஏறின. ஆனால் 1970க்குப் பிறகு டிராக்டர்கள் பயன்பாடு விவசாயத் தில் அதிகரித்தது. முதலில் பெரிய நிலவுடைமையாளர்கள் மட்டுமே டிராக்டர்களை உபயோகித்தார்கள். பின்னர் அவை மணிக்கணக்கிலும் ஏக்கர் கணக்கிலும் வாடகைக்கு விடப்பட்டன. எனவே சிறு விவசாயிகளும் அவற்றை வாடகைக்கு எடுத்து உபயோகிக்க முடிந்தது. டிராக்டர்கள், மின் – டீசல் பம்பு செட்டுகள், சிமெண்டு குழாய்கள் ஆகியவற்றின் ஒருங்கிணைந்த செயல்பாட்டின் மூலம் ஆற்று நீரை விவசாயத்திற்குக் கொண்டுவர முடிந்தது. விவசாயப் பரப்பு அதிகரித்தது. இதனால் கூலியாள்களின் தேவை மேலும் அதிகரித்தது.

இதே காலகட்டத்தில் அருகிலிருக்கும் கரூர் நகரத்தின் தொழில்களும் துரிதமாக வளர்ந்தன. அதனால் நகரத்தின் தொழிலாளர் தேவையும் பெருகியது. சுற்று வட்டாரத்தி லிருந்து விவசாயக் கூலித் தொழிலாளர்களைக் கரூருக்கு ஈர்ப்பதற்காக விவசாயக் கூலிகளைவிட அதிகக் கூலி கொடுக்கக் கரூரின் தொழில் முனைவோர் தயாரானார்கள்.

1950க்கும் 1980க்குமிடையே கூலி வழங்கும் முறைகளிலும் கூலியாள்களின் வகைகளிலும் கூலி மட்டங்களிலும் வியத்தகு மாற்றங்கள் ஏற்பட்டன. 1950களில் கிராமத்தில் ஆற்றின்

இரு கரைகளையும் ஒட்டிய குறுகிய பகுதிகள்தான் வாய்க் கால் பாசன நிலங்களாக, இருபோக நஞ்சைகளாக இருந்தன. கிணற்று இறைவைப் பாசனம் பெற்றிருந்த தோட்டங்கள் ஆற்றின் கிழக்குக் கரையில் திருமாநிலையூர் வாய்க்காலை யொட்டிய பகுதிகளில்தான் அதிகமிருந்தன. அந்தத் தோட்டங்களில் பெரும்பான்மையானவை செட்டிபாளையத் தின் மேற்காலூர்காரர்கள் வசமிருந்தன. அந்தத் தோட்டங் களிலும் நஞ்சைகளிலும் மற்றும் மழையை நம்பியிருந்த உழவுக் காடுகளிலும் கிழக்காலூரிலிருந்த நிலமற்ற தொழி லாளர்களும் அவ்வப்போது சிறு, குறு நிலவுடைமையாளர் களின் குடும்பத்தினரும் இரு சிற்றூர்களிலுமிருந்த தொல் லாளிகளும் உள்ளூர் சக்கிலித் தெருவிலிருந்த தொழிலாளர் களும் முழு நேர விவசாயத் தொழிலாளர்களாக வேலை வாய்ப்புப் பெற்றிருந்தனர். எனினும் இந்தக் கிராமத்தின் விவசாயத் தேவைகளுக்கு மேலும் அதிகமாக வேலையாள்கள் வேண்டியிருந்தது. அதற்காகச் சுற்றியிருந்த குக்கிராமங்களான கேத்தம்பட்டி, சுக்கம்பட்டி, கொடையூர், தாதம்பாளையம், பள்ளபாளையம், அப்பிபாளையம் போன்றவற்றிலிருந்து கூலியாள்கள் தினசரி நடந்துவந்து வேலை செய்துவிட்டுத் திரும்புவது அப்போதைய வழக்கமாக இருந்தது. பத்து கி.மீ. தொலைவிலிருந்த வெடிக்காரன்பட்டியிலிருந்துகூட அந்நாள்களில் இந்த ஊருக்கு நடந்து வேலைக்கு வருவார்கள். அவர்கள் அதிகாலையிலேயே அவரவர் ஊரிலிருந்து சாப்பாட்டுப் போசியுடன் கிளம்பிவந்து நாள் முழுவதும் உழைத்துவிட்டு மாலை மயங்கும் வேளையில்தான் ஊர் திரும்புவார்கள். மதியம் பல ஊர்க்காரர்களும் ஆற்றோரத்தில் அமர்ந்து தாங்கள் கொண்டுவந்த உணவை உண்பது அப்போதைய வழக்கம். அவர்கள் வேளாளக் கவுண்டர்கள், வேடுவக் கவுண்டர்கள், நாயக்கர்கள், சக்கிலியர், பள்ளர், பறையர், காவல்காரர், மாவிலியர் போன்ற பல சாதியினராக இருந்தார்கள். அவர்களில் வெவ்வேறு சாதிகளைச் சேர்ந்த சிலர் பண்ணையாள்களாகவும் சோத்தாள்களாகவும் பண்ணைப் பாக்கிகளாகவும் நிரந்தரமாகச் செட்டிபாளையத் திலேயே தங்கியிருந்தும் வேலை பார்த்தனர். அவர்களில் நாயக்கர் இனத்தவரின் விழுக்காடு அதிகமாகவிருந்தது.

ஐம்பதுகளில் பெரும்பாலான விவசாய வேலைகளுக்குத் தானியக் கூலிதான் வழங்கப்பட்டது. ஒரு ஏக்கர் நெல் அறுவடை செய்ய இரண்டு மூடை நெல் கூலியாகக் கொடுக்கப் பட்டது. அது போலவே, வரகு, சோளம், கம்பு போன்ற தானியங்களின் அறுவடைக்கும் அந்தத் தானியங்களே 'கூறு' கூலிகளாகக் கொடுக்கப்பட்டன. கடலை பிடுங்குவதற்குப்

பிடுங்கிய கடலையில் பதினாறில் ஒரு பங்கிலிருந்து பன்னி ரண்டில் ஒரு பங்குவரை 'கூறு' கூலியாகக் கொடுக்கப்பட்டது. சிறு வியாபாரிகள் அந்தக் கூறுகளையும் தானியக் கூலி களையும் உழைப்பாளர்களிடமிருந்தும் விளைவித்த விவசாயி களிடமிருந்தும் வாங்கி நகர மண்டிகளில் விற்றனர். புகை யிலை, கோரை, வாழை, கரும்பு போன்ற பணப் பயிர்கள் சாகுபடிக்கும் களையெடுத்தல் போன்ற இடைநிலை வேலை களுக்கும்தான் பணக் கூலிகள் வழங்கப்பட்டன. வேலை செய்தவுடனேயே உடனடியாகக் கூலி வழங்குவது அபூர்வ மாகவே நிகழ்ந்தது. சிறு, குறு விவசாயிகளிடையே மொய் வேலை – அதாவது ஒருவர் நிலத்தில் மற்றவர் இலவசமாக வேலை செய்வதும் அதற்குப் பிரதியாக மற்றவர் அவருடைய நிலத்தில் இலவசமாக வேலை செய்வதும் வழக்கமாக இருந்தது. ஒரு எருது வைத்திருக்கும் சிறு விவசாயி அதுபோலவே ஒரே எருது வைத்திருக்கும் மற்றொரு விவசாயியிடம் இவ்வாறு பரிவர்த்தனை செய்து ஜோடியாக உழவுக்குப் பயன்படுத்திக் கொள்வதும் நடந்தது.

1950களில் கூலி மட்டம் தேக்க நிலை பெற்றிருந்தது. ஆண்களின் கூலி எப்போதுமே பெண்களின் கூலியைவிடக் கிட்டத்தட்ட இரு மடங்காகவே இருந்துவருகிறது. தீவிரமான விவசாயப் பருவமான ஜூலை முதல் நவம்பர் மாதம்வரை கூலி கொஞ்சம் அதிகரிப்பதும் மந்தமான விவசாயப் பருவமான இதர மாதங்களில் கூலி கொஞ்சம் குறைவதும் இயல்பாக இருந்தது. 1948இலிருந்து 1960 வரை தினப்படி ஆண் விவசாயக் கூலி ரூபாய் 1 ஆகவும், பெண் கூலி அரை ரூபாயாகவும் இருந்தது. 1965இல் அவை முறையே ரூ.1.50, 0.75 ஆக உயர்ந்தன. 1970இல் அவை ரூ.5க்கும், ரூ.2.50க்கும் தாவிவிட்டன. 1975இல் அவை ரூ.10, ரூ.5 என இரட்டிப்பாகிவிட்டன. 1980இல் அவை முறையே ரூ.12, ரூ.6 ஆக உயர்ந்தன. 1985இல் அவை முறையே ரூ.15, ரூ.8 ஆக மேலும் உயர்ந்தன. 1990ல் அவை ரூ.18, ரூ.9 ஆக மாறிவிட்டன. 1990இல் அவை முறையே ரூ.30, ரூ.15 ஆக எகிறிவிட்டன. 1995இல் அவை மேலும் கூடி ரூ.50, ரூ.25 என்று ஆகின. புதிய நூற்றாண்டின் தொடக்கத்தில் கூலி மட்டம் மேலும் உயர்ந்து ரூ.60, ரூ.30 ஆக இருந்தது. 2007இல் அவை முறையே ரூ.100, ரூ.50 ஆக மேலே ஏறியிருக்கின்றன. வட்டை யில் முழுகி மண் எடுத்தல், சிமெண்டு குழாயி கசிவு நீக்குதல் போன்ற சிறப்புத் தேர்ச்சி தேவைப்படும் வேலைகளுக்குத் தனியான அதிகப்படியான கூலிகள் வழங்கப்படுகின்றன.

விவசாயக் கூலித் தொழிலாளர்களின் வாழ்க்கைத் தரம் கொஞ்சம் உயர்வதற்குக் கூலி மட்டம் உயர்ந்தது மட்டும் காரணமன்று. அதே காலகட்டத்தில் வேலை நேரம் குறைந்ததும்

முக்கியக் காரணமாகும். 1970 வரைகூடக் காலை 7 மணிக்குத் தொடங்கிய வேலை நாள் மாலை 6 மணிக்குத்தான் முடியும்! இடையில் இருமுறை இரண்டு நாழிகை (48 நிமிடம்) இடை வேளை விடப்பட்டது. 1970க்குப் பிறகு உழைப்பாளர் பற்றாக் குறை தொடங்கியதிலிருந்து வேலை நாளின் நேர அளவு படிப்படியாகக் குறையலானது. 1980இன் ஆரம்பத்தில் அது இடையில் ஒரு மணி நேர இடைவெளியுடன் காலை 8.30 மணியிலிருந்து மாலை 5.30 மணிவரை எனக் குறைந்துவிட்டது. 1982–83 வாக்கில் கிராமத்தில் செல்வத்தில் இறங்குமுகமாக விருந்த ஒரு மேற்காலூர் நிலவுடைமையாளருக்குத் தன் தோட்டத்தில் வேலை செய்ய முன்பணம் கொடுத்து முழுநேரத் தொழிலாளர்களை அமர்த்த வசதியில்லை. அதனால் முழுநேரத் தொழிலாளர்கள் தங்கள் வீடுகளில் சமையல் செய்ய விட்டுச் செல்லும் சார்ந்திருக்கும் குடும்பத் தலைவி, வயதானவர்கள், பெண்கள் போன்றோரைத் தன் தோட்டத்தில் பகுதி நேர வேலைக்கு வரச் சொல்லி அவர் அழைத்தார். அப்படி அவர் ஆரம்பித்த பகுதி நேர வேலை நாள் காலை 8 மணிக்குத் தொடங்கி மதியம் 12.30க்கு முடிந்தது. பிரதியாகப் பிற்பகல் 2 மணிக்குத் தொடங்கி, மாலை 6.30 வரை வேலை செய்யலாம். இடைவெளி கிடையாது. நாள் கூலியில் சுமார் 60 விழுக்காடு, பகுதி நேர வேலைக்குக் கூலியாகக் கொடுக்கப்பட்டது. வேலை நாளின் நேரம் வேகமாகக் குறைவதற்கு அது வழிவகுத்துக் கொடுத்தது. முழு நேர வேலைக்குச் செல்பவர்களும் தாங்கள் பகுதி நேர வேலை செய்வதையே விரும்புவது போல் காட்டிக் கொண்டு, தங்கள் பேர சக்தியைக் கூட்டிக்கொண்டனர். அதன் விளைவாக வேலை நாளின் நேரம் மேலும் வீழ்ந்தது. 1990களிலிருந்து இப்போதுவரை வேலை நாளின் நேரம் இடையில் ஒரு மணி நேர இடைவெளியுடன் காலை 8 மணியிலிருந்து மாலை 3 மணிவரை என்று நிர்ணயமாகியிருக் கிறது. தீவிரமான விவசாயப் பருவங்களில் கூலியாள்கள் பிற்பகல் 2 மணிக்கே வேலையை நிறுத்திவிடுகிறார்கள். அப்படிப்பட்ட சமயங்களில் மிகை அல்லது மேலதிகக் கூலி (overtime wage) வாங்கிக்கொண்டு, அவர்களே மாலை 3 முதல் 6.30 வரை மற்றொரு பகுதி நேரம் வேலை செய்வது நடை முறைக்கு வந்திருக்கிறது. அதாவது தீவிரமான விவசாயப் பருவங்களில், உடல் வலு மிகுந்த திறமையான தொழிலாளர் கள் நாள் கூலியும் மேலதிகக் கூலியுமாக இரட்டைக் கூலி பெற முடிகிறது.

உழைப்பாளர்களின் வேலையின் தரமும் குறைந்துவிட்ட தாக நிலவுடைமையாளர்கள் புகார் கூறுகிறார்கள். இது ஓரளவுக்கு உண்மையும்கூட! அன்றாட வாழ்க்கை நடை முறைகளில் முன்பிருந்த அளவு ஒழுக்கம் இப்போது காணப்

படுவதில்லை. ஏமாற்றுவதைக் கண்டுபிடித்தாலோ அரை குறையான வேலை செய்து கண்டுபிடிக்கப்பட்டாலோ அந்த நாள்களில் சம்பந்தப்பட்ட உழைப்பாளர் மிகுந்த அவமானப்பட்டார். இப்போது அந்த உணர்வு மழுங்கி விட்டது. ஏமாற்றி வெற்றி பெற்றவர்கள் அதை ஒரு சாதனை யாகக் கொண்டாடவும் ஆரம்பிக்கிறார்கள். அந்த நாள்களில் வேலையாள்களின் வேலையை விவசாயம் நன்கு தெரிந்த பண்ணையாள்களும் நிலவுடைமையாளர்களும் கூர்ந்து மேற்பார்வையிட்டனர். விவசாயம் சம்பந்தமாகப் பண்ணை யாள்களின் அனுபவமும் அறிவும் நிலவுடைமையாளர் களுடையதைவிட அதிகமானதாக இருந்தன. அவர்கள் மேற்பார்வை செய்தபோது கூலியாள்கள் ஏமாற்றுவதும் அரைகுறையாக வேலை செய்வதும் மிகவும் கடினம். இப்போது பண்ணையாள் முறையே மறைந்துகொண்டிருக் கிறது. அது மட்டுமின்றித் தற்காலத்தில் நவீன விவசாய முறைகள் அறிமுகப்படுத்தப்படுகின்றன. அதை அறிமுகப் படுத்தும் விவசாய அதிகாரிகள் பலருக்கு விவசாயம் பற்றிய அனுபவ அறிவு இல்லாமலிருப்பது கண்கூடு. இதனால் பல விவசாயிகள் புது முறைகளைப் பரிசோதனை செய்துதான் தெரிந்து கொள்ள வேண்டியிருக்கிறது. இத்தகைய சூழ்நிலை யில் பல புதிய பணிகளில் வேலையில் தரத்தைக் கண்டு பிடிப்பதுகூடக் கடினமாயிருக்கிறது. உதாரணமாக மருந்து தெளிப்பான்களில் மருந்து எவ்வளவு பரப்பிற்குச் செறிவுடன் தெளிக்க முடியும் என்பதை அநுபவம் மிகுந்தவர்களால்தான் கண்காணிக்க இயலும். விவசாயத்தில் கூலிச் செலவுகள் அதிகரித்திருப்பதற்கு விவசாய உழைப்பாளர்களின் வேலைத் தரம் வீழ்ந்திருப்பதும் அதை மேற்பார்வை செய்ய இயலாம லிருப்பதும்கூடக் காரணங்கள்தான்.

இலவச மின்சாரம் விவசாயப் பணிகளுக்கு இரவு நேரத்தில்தான் தொடர்ந்து கிடைக்கிறது என்பதும் விவசாயப் பணிகளின் தரம் குறைய ஒரு முக்கியக் காரணமாக இருக்கிறது. இரவு நேர வேலையை மேற்பார்வையிடுவது எளிதல்ல. அவ்வாறு தீவிரமாக ஒரு நிலவுடைமையாளர் மேற்பார்வை யிட்டால் அவரிடம் வேலைக்குச் செல்ல உழைப்பாளர்கள் கிடைக்க மாட்டார்கள்! எனவே அவர்கள் பணியாள்களின் சுணக்கமான வேலையைக் 'கண்டும் காணாமல்' இருந்து கொள்கிறார்கள்!!

புதுமுறைச் சாகுபடி வழிமுறைகள் முன்புபோல் எளிதில் மேற்பார்வை செய்ய இயலாத பல புதிய விவசாய வேலை களை அறிமுகப்படுத்தியுள்ளன. ரசாயன உரமிடுதல், மருந்து தெளித்தல், கதிரடிக்கும் மற்றும் அறுவடை இயந்திரங்களைப்

பயன்படுத்துதல் போன்றவற்றில் விவரமறிந்தவர்கள் குறைவு என்பதால் மேற்பார்வை சிரமமானதாகிவிட்டது. தெரிந்த வேலைகளிலும்கூடப் பணியாளர்கள் போக்குக் காட்டி நழுவுவது அதிகமாகிவிட்டது. நெல் நடவின்போது நாற்று களைச் சாய்த்து நடாமல், நேராக நட்டால்தான் விரைவாக 'நடவு திரும்பும்' (புத்துயிர் பெறும்). ஆனால் சாய்வாக நாற்றை ஊன்றுவதுதான் வேலையாள்களுக்கு எளிதானது. அதுபோலவே நாற்றுகளை நடும்போது அவற்றுக்கிடையே உத்தமமான இடைவெளி தேவை. ஆனால் பரவலாக நடுவது தான் வேலையாள்களுக்கு எளிதானது. வாய்க்கால், பாத்தி களுக்கான வரப்புப் போடுதல், உரமிடுதல், மருந்து தெளித்தல், களையெடுத்தல் போன்ற ஒவ்வொரு விவசாய வேலையிலும் வேலையாள்கள் கவனக் குறைவாகவும் தொய்வுடனும் செயல்பட வாய்ப்புண்டு. அனுபவமிக்க பண்ணைப் பாக்கிகள் மேற்பார்வையிட்டபோது இத்தகைய கவனக் குறைவுகள் அனுமதிக்கப்படவில்லை. அன்றைய நாள்களில் பண்ணையத் தின் முதலாளியைவிடவும் பண்ணைப் பாக்கிகளைக் கண்டு வேலையாள்கள் அஞ்சுவார்கள்! தொய்வாக வேலை செய்த வர்களை எந்தப் பண்ணையிலும் வேலைக்கு வைத்துக் கொள்ளமாட்டார்கள்.

ஆனால் நிலைமை இப்போது மிக மாறிவிட்டது. பண்ணைப் பாக்கிகளே அருகிக்கொண்டிருக்கிறார்கள். இருக்கிற சிலரோ நிலவுடைமையாளர்களோ தீவிரமாக மேற்பார்வை செய்து, கடுமையாக வேலை வாங்கினால் வேலையாள்கள் அத்தகைய பண்ணையங்களிலிருந்து விலகி, எங்கு வேலைப் பளுவும் மேற்பார்வையும் குறைவோ அங்கு இடம்பெயர்கிறார்கள்! விவசாய வேலைகள் தீவிரமாக இருக்கும் பருவங்களில் வேலையாள்கள் கிடைப்பது அருமை யாகிவிட்டது. அதன் காரணமாகக் கவனக்குறைவான வேலையைக்கூடத் தற்கால நிலவுடைமையாளர்கள் பொறுத்துக் கொள்ள வேண்டியிருக்கிறது.

குழுக்களாக ஒப்பந்த வேலைவாய்ப்புப் பெறுதல்

நிலவுடைமையாளர்கள் தங்களால் எளிதில் மேற்பார்வை யிட முடியாத வேலைகளை முழுதுமாக முடித்துக் கொடுப் பதற்கு உழைப்பாளர் குழுக்களுடன் சிறப்பு ஒப்பந்தங்கள் செய்து கொள்வது 1980களுக்குப் பிறகு அதிகரித்து வரும் நடைமுறையாகும். நிலவுடைமையாளர்களுடன் ஒரு உழைப்பாளர் குழுவினர், ஒரு குறிப்பிட்ட காலவரையறைக் குள், ஒரு குறிப்பிட்ட விவசாய வேலையை ஒரு பேரம் பேசி ஏற்றுக்கொள்ளப்பட்ட தொகைக்கு முடித்துக் கொடுப்

பதாக வாய்மொழி ஒப்பந்தம் செய்து கொள்கின்றனர். உதாரண மாக, ஒரு ஏக்கர் நிலத்தில் இரண்டு தினங்களில் நாற்று நட்டுத் தந்தால் ரூ.1120 தந்துவிடுவதாக நிலவுடைமையாளர் ஓர் விவசாயக் குழுவுடன் ஒப்பந்தம் செய்துகொள்ளலாம். அந்தக் குழுவில் எத்தனை நபர்கள் இருக்கிறார்கள், எத்தனை மணிக்கு வேலைக்கு வந்து எத்தனை மணிக்கு வேலை விடுகிறார்கள் என்பதைப் பற்றி நிலவுடைமையாளர் கவனம் செலுத்த வேண்டியதில்லை. ஒப்பந்தப்படி குழு வேலையை நிறைவேற்றியிருக்கிறதா என்பதைக் கண்காணிப்பது மட்டுமே அவருடைய வேலையாகிவிடுகிறது. இப்படிக் குழுக்களுடன் ஒப்பந்தங்கள் செய்துகொண்டு அவை மூலம் பணிகளை முடித்துக் கொள்ளும் முறை ஜனரஞ்சகமானதற்கு உழைக்கும் வர்க்கத்தினருக்கும் நிலவுடைமையாளர்களுக்குமிடையேயிருந்த தொடர்புகளின் மாற்றங்கள் ஒரு முக்கியக் காரணமாகும்.

இந்த வட்டாரத்தில் மக்கள் தொகைப் பெருக்கத்தின் காரணமாக உழைப்பாளர்களின் அளிப்பு அதிகரித்தது எனினும், புதிய வாய்ப்புகளினால் உழைப்பாளர்களின் தேவை அதைவிட வேகமாக அதிகரித்தது. அதற்குக் காரணங் கள் வருமாறு:

- அதிகரித்த நகரத் தொழில்களின் தேவை
- புதிய விவசாயத் தொழில்நுட்பத்தினால் வந்த அதிகப்படித் தேவை
- பாசனச் செறிவு அதிகரித்ததால் உருவான புதிய தேவை
- விவசாயமல்லாத மற்ற பணிகளின் பெருக்கத்தால் வந்த தேவை
- இயந்திரமயமானதால் உருவான புதிய தேவை.

இயந்திரமயமாக்கல் நடைபெறும்போது சில வேலை களில் உழைப்பாளர்களுக்குப் பதிலீடாக இயந்திரங்கள் அவர்களின் தேவைகளைக் குறைத்தன. வேறு சில வேலை களில் இயந்திரங்கள் அவர்களுக்குத் துணைக் கருவிகளாகி அவர்களின் தேவையை அதிகரித்தன. ஒட்டுமொத்தமாகக் கணிக்கும்போது இந்தக் கிராமத்தில் இயந்திரமயமாக்கலின் காரணமாக உழைப்பாளர்களுக்கான தேவை அகிதரித்துள்ளது.

மேற்கூறிய காரணங்களின் ஒட்டுமொத்த விளைவாக உழைப்பாளர்களின் பேர சக்தி அதிகரித்துள்ளது. இதன் பிரதிபலிப்புகளில் சில:

- கூலி மட்டம் உயர்ந்தது

- வேலை நேரம் குறைந்தது
- உழைப்பாளர்களை மேற்பார்வையிடுவதில் தளர்ச்சி ஏற்பட்டது
- அரைகுறை வேலை செய்தல் அல்லது வேலை செய்வதில் ஏமாற்றுதல் போன்றவற்றைச் செய்து மாட்டிக் கொண்டால் வரும் அவமான உணர்வு மழுங்கிவிட்டது.

உழைக்கும் வர்க்கம் தன் கோரிக்கைகளை நிறைவேற்றிக் கொள்ள நகரத்தில் போராட்டங்கள், ஆர்ப்பாட்டங்களில் ஈடுபட வேண்டியிருந்தது. ஆனால் இந்த வட்டாரக் கிராமங்களில் இந்த மாற்றங்கள் பொருளாதார இயக்கத்தின்போது தன்னியலாகவே நடந்துவிட்டன.

விவசாய வேலைகளைச் சரியான பருவத்தில், சரியான நாளில் செய்தாக வேண்டும். அவ்வாறு செய்வதில் இந்தக் கிராமத்திற்கு எப்போது ஆற்று நீர் வருகிறது, எவ்வளவு காலம் ஓடும் போன்றவையும் முக்கியமாகக் கணக்கில் கொள்ள வேண்டியவை. நிலவுடைமையாளர்களின் பார்வையில் இந்தச் சூழலில், இந்தக் கிராமத்தில், இந்தக் காலகட்டத்தில் சாதாரணமான உழைப்புப் பரிமாற்ற ஒப்பந்தங்களைவிடக் குழுக்களுடன் செய்துகொள்ளும் சிறப்பு ஒப்பந்தங்களினால் கொடுக்கல் வாங்கல் செலவுகள் குறைந்தன. உதாரணத்திற்கு இந்தக் கிராமத்தில் ஒரு நிலவுடைமையாளர் ஒரு ஏக்கர் கரும்பு நட வேண்டியதாகக் கொள்வோம். அதற்கு 24 ஆள்கள் தேவை. ஆனால் 16 ஆள்கள்தான் கிடைக்கிறார்கள். அவர்களைக் கொண்டு கரும்பு நடவை முடிக்க இரண்டு நாள் கூலி கொடுக்க வேண்டும்.

1980க்கு முன்னால் பகுதி நேர வேலையோ, வேலை நேரத்தைக் கடந்த பிறகு வேலை செய்ய மிகுதி நேரக் கூலியோ பழக்கத்தில் இல்லை என்பதை நினைவில் கொள்ள வேண்டும். ஆனால் அதற்குப் பதிலாக நிலவுடைமையாளர் 16 ஆள்கள் குழுவுடன் ஒரு சிறப்பு ஒப்பந்தம் செய்துகொண்டு, அந்தக் கரும்பு நடவை முடிப்பதற்கு ஒரு குறிப்பிட்ட தொகையைக் கொடுக்க ஏற்றுக்கொள்கிறார் என்று அனுமானிப்போம். கரும்புக் கரணை நடுவது பெண்கள் செய்யும் வேலை. தற்போது நிலவும் கூலி மட்டத்தில் இந்த உதாரணத்தில் ஒரு ஏக்கர் கரும்பு நட 16 பெண் தொழிலாளர்களே கிடைக்கும் பட்சத்தில், அவர் 2 நாள் கூலியாக 50 x 2 x 16 = 1600 கொடுத்திருக்க வேண்டும். ஆனால் அதை முடிக்க அவர் ரூபாய் 1280 கொடுத்துவிடுவதாக அந்தக் குழுவுடன் ஒரு சிறப்பு ஒப்பந்தம் செய்துகொள்வதாகக் கொள்வோம். இதன்படி அந்தக் குழு அந்தக் கரும்பு நடவை இடைவெளி

விடாமல் ஒரே நாளில் செய்துவிடுகிறது. இதனால் நிலவுடைமையாளருக்கு ஒரு நாள் நேரமும், ரூபாய் 320 பணமும் மிச்சமாகிறது. அதே சமயம் பெண் தொழிலாளர்கள் ஒவ்வொருவருக்கும் தினசரிக் கூலியான ரூபாய் ஐம்பதுக்குப் பதிலாக ரூபாய் எண்பது கிடைக்கிறது. எனவே இரு சாராருக்கும் இதனால் லாபம். ஒருநாள் நேரமும் மிச்சம். அதே சமயம் ஒவ்வொரு தொழிலாளரும் சுணக்கமின்றி வேலை செய்கிறார்களா என்று நிலவுடைமையாளர் மேற்பார்வையிடும் சிரமமும் தவிர்க்கப்படுகிறது. அதுபோலவே தொழிலாளர்களுக்கும் தங்களை எல்லா நேரங்களிலும் நிலவுடைமையாளர் கண்காணித்துக்கொண்டிருக்கிறார் என்கிற சங்கடம் தவிர்க்கப்படுகிறது. நிலத்தின் தரம், உழைப்புச் செறிவின் அளவு, நேரத்தின் முக்கியத்துவம், செய்ய வேண்டிய பணிகளின் தன்மை, அவற்றின் நுட்பம் ஆகியவற்றைப் பொறுத்து குழூச் சிறப்பு ஒப்பந்தக் கூலிகள் நிர்ணயமாகின்றன. என்ன பணி எந்தத் தரத்தில் செய்யப்பட வேண்டும் என்பது பற்றி இரு சாராரும் தெளிவாகப் பேசிச் செய்துகொள்ளும் குழூச் சிறப்பு ஒப்பந்தங்கள் நிலவுடைமையாளர்களின் கண்காணிப்பு மற்றும் மேற்பார்வைச் செலவுகளைக் குறைக்கின்றன. தொழிலாளர்களுக்கு அவர்களின் உழைப்பின் அளவிற்கு ஈடாகக் கூலி பெறும் வாய்ப்பையும் இது நல்குகிறது. வேலை செய்வதில் ஏமாற்றுதல், தள்ளிப் போடுதல், சுணக்கம் காட்டுதல் போன்றவை மறைகின்றன. கடுமை காட்டித் தொழிலாளரைக் கசக்கி வேலை வாங்கும் அவசியமில்லாமல் போகிறது. எனவே கொடுக்கல் வாங்கல் செலவுகள் வீழ்கின்றன.

ஆரம்பத்தில் குழூச் சிறப்பு ஒப்பந்தங்கள் நெல் அறுவடை போன்ற குறிப்பிட்ட, ஒரு போகத்தில் ஒருமுறை மாத்திரம் செய்யப்படுகிற வேலைகளை நிறைவேற்றுவதற்குத்தான் பயன்படுத்தப்பட்டன. பின்னர் இவை கரும்புக்குப் பார்பிடித்தல், கரும்பு வெட்டுதல், மஞ்சள் வெட்டு போன்ற பலவகை வேலைகளுக்கும் விரிவடைந்தன. தற்போது களை வெட்டுதல் போன்ற அன்றாட வேலைகளுக்குக்கூடச் சந்தர்ப்பத்தை அனுசரித்துப் பயன்படுத்தப்படுகின்றன. உணவுப் பயிர் சாகுபடியைவிடப் பணப்பயிர் சாகுபடியில் குழூச் சிறப்பு ஒப்பந்தங்கள் அதிகம் இடம் பெறுகின்றன. பெண் தொழிலாளர்களைவிட ஆண் தொழிலாளர்களால்தான் அவை அதிகமாய்ச் செய்துகொள்ளப்படுகின்றன. குழூச் சிறப்பு ஒப்பந்தங்களில் கூலி நிர்ணயம் உழைப்பின் செறிவு, நுணுக்கம், கடுமை, செய்யப்படும் பருவத்தில் உழைப்பாளர்களுக்கான மொத்தத் தேவைச் சூழல் போன்ற பல காரணிகளைச் சார்ந்து வேறுபடுகிறது.

ஆரம்பத்தில் குழுச் சிறப்பு ஒப்பந்தங்களைத் தொழிலாளர்கள் சார்பில் ஒரு ஒப்பந்தக்காரர் செய்துகொண்டு, தன் சாதியைச் சேர்ந்த தொழிலாளர்களைக் கொண்டுதான் அதை நிறைவேற்றினார். காலப்போக்கில் குழுக்களில் மற்ற சாதியினரும் கலந்துகொள்வது நடைமுறைக்கு வந்துவிட்டது. உதாரணமாக, ஆரம்ப காலத்தில் ஒரு சக்கிளியர் ஒப்பந்தக்காரராக இருந்து ஏற்றுக்கொள்ளும் ஒப்பந்தத்தைச் சக்கிளியர் குழுதான் நிறைவேற்றியது. இப்போது ஒரு கவுண்டர் ஒப்பந்தக்காரராகவிருந்து ஏற்றுக்கொள்ளும் ஒப்பந்தத்தைக் கவுண்டர்களும் நாடார்களும் சக்கிலியர்களும் கலந்து ஓர் கூட்டுக் குழு நிறைவேற்றுவதைக் காணமுடிகிறது. தீண்டத்தகாதவர்கள் ஒப்பந்தக்காரர்களாகச் செயல்படும் தருணங்களில் அத்தகைய பல சாதிக் கூட்டுக் குழுக்கள் அதிகம் காணப்படுவதில்லையென்றாலும் அவ்வப்போது அதுவும் நிகழ்கிறது. அதாவது, தீண்டத்தகாதவர்கள் தலைமையில் ஒப்பந்தம் செய்துகொண்டு, மேல்சாதிக்காரர்களும் அவர்களோடு கூட்டாக வேலை செய்து ஒப்பந்தத்தை நிறைவேற்றுவதைக் காண முடிகிறது.

தொழிலாளர் பற்றாக்குறையோடு குறிப்பிட்ட கால வரையறைக்குள் விவசாய வேலைகளைச் செய்து முடிக்க வேண்டிய கட்டாயமும் இணைந்ததனால் நிலவுடைமையாளர்களின் பேரசக்தி குறைந்துவிட்டது. முன்புபோல அவர்களால் நினைத்தவுடன் தொழிலாளர்களை அமர்த்தவும் நீக்கவும் இயலவில்லை. இதனால் அவர்களின் ‘சுரண்டல்’ சக்தி அழிந்துவிட்டது என்று பொருள் கொள்ள இயலாது. அவர்களின் ‘சுரண்டல்’ சக்தி வீழ்ந்துவருகிறது என்றுதான் பொருள் கொள்ள வேண்டும். தொழிலாளர்கள், தங்களின் அதிகரித்திருக்கும் பேர சக்தியைப் பயன்படுத்தித் தங்களின் பணக்கூலிகளை அதிகரித்துக்கொண்டதுமில்லாமல், தங்கள் வேலைச் சூழல், மற்ற வசதிகள் ஆகியவற்றையும் பெருக்கியிருக்கிறார்கள். உதாரணமாக, கிராமத்தில் இருந்த கரும்பு வெட்டுக் குழுக்கள் ஆண்டுதோறும் ஒப்பந்தக் கூலியின் அளவை அதிகரிக்க பேச்சுவார்த்தை நடத்துகிறார்கள். ஆண்டுதோறும் பணக்கூலி அதிகரித்தே வந்தது. ஆரம்பத்தில் உழைப்பாளர்கள் கரும்புத் தோட்டத்திற்கு நடந்து செல்வதுதான் வழக்கம். பின்னர், டிராக்டரில் அவர்களைத் தோட்டத்திற்கு அழைத்துச் செல்வது நடைமுறையாகியது. 1990களில் வேலையிலிருந்து திரும்ப அழைத்து வரும்போது குழுவின் ஒவ்வொரு தொழிலாளரும் ஒரு கத்தைக் கரும்புச் ‘செத்தை’யைத் தங்களின் ஆடுமாடுகளுக்குத் தீனியாக எடுத்து வருவதை வழக்கமாக்கிவிட்டார்கள். கூலி உயர்ந்திருந்தும் வசதிகள் பெருகியிருந்தும்

கிராமத்தில் கரும்பு வெட்டுக் குழுக்கள் இந்த நூற்றாண்டில் மறைந்துவிட்டன! ஏனென்றால் கரும்பு வெட்டுக்குக் கடினமாக உழைக்க வேண்டும். இப்போது அவ்வளவு கடினமாக உழைக்காமலேயே அதே அளவு கூலி பெறும் மற்ற வாய்ப்புகள் தோன்றியிருப்பதால்தான் அந்தக் குழுக்கள் மறைந்துவிட்டன!

தொழிலாளர்கள் தங்களின் கூலி மட்டத்தை வரம்பின்றி உயர்த்த முடிவதில்லை. அவர்களின் பேர சக்திக்கு ஓர் எல்லை இருக்கிறது. அவர்களின் கூலி உயரும்போது மனித உழைப்புக்குப் பதிலீடாக இயந்திரங்கள் அறிமுகப்படுத்தப்பட்டுள்ளன. டிராக்டர்களும் கதிரடிக்கும் இயந்திரங்களும் அறுவடை இயந்திரங்களும் மனித உழைப்புக்குப் பதிலீடாகத்தான் வந்துள்ளன. கூலி மட்டம் வெகுவாக உயரும்போது அந்தஸ்து பார்த்துக்கொண்டு சாதாரணமாக முன்பு வேலைக்கு வராத சிறு குறு விவசாயக் குடும்பங்களின் அங்கத்தினர்கள் சிலர் வேலைக்கு வருகிறார்கள். இது கூலி மட்டத்தைச் சார்ந்து படிப்படியாக உயர்கிறது. இதனால் தொழிலாளர்களின் அளிப்பு ஓரளவுக்குக் கூடுகிறது. அது மட்டுமின்றி நிலவுடைமையாளர்களும் தொழிலாளர்கள் தேவை குறைவாயிருக்கும் தோப்புப் பயிர்களுக்கு மாறுவதும் நிகழ்கிறது. கரும்பு வெட்டுக்கூலி மிக உயர்ந்த காலகட்டத்தில் புகளூரிலிருக்கும் கரும்பாலை, நெல்லிக்குப்பத்திலிருந்து குழுச் சிறப்பு ஒப்பந்தங்கள் மூலம் தொழிலாளர்களை வரவழைத்துக் கரும்பு விவசாயிகளுக்கு உதவி செய்தது. இதுவும் கரும்பு வெட்டுக் கூலி அளவுக்கதிகமாக உயர்வதைத் தடுத்திருக்கிறது. சிற்றுந்தின் மூலம் கிராமம் நகரத்தோடு இணைக்கப்பட்ட பிறகு வெளியூர்களிலிருந்து கூலியாள்களை அழைத்துவருகிற வாய்ப்பு அதிகமாகிவிட்டது. இந்த ஊரில் உழைப்பாளர் பற்றாக்குறை மிகுந்து கூலி மிக அதிகரிக்கும்போது குளித்தலை போன்ற பகுதிகளிலிருந்து வேலையாள்களை அழைத்து வருவது நிகழ்கிறது.

கிராமத்தில் கூலி மட்டத்தை நிர்ணயிப்பது யார்? பொதுவாகப் பெரிய நிலவுடைமையாளர்கள் நிலவிவரும் கூலியை அதிகரிப்பதற்கு முன்னோடிகளாக இருக்க விரும்புவதில்லை. மற்ற நிலவுடைமையாளர்கள் அவர்களைக் 'கருங்காலி'களென்று புறக்கணிப்பார்கள் என்கிற அச்சமே அதற்குக் காரணம். மற்ற எந்த நிலவுடைமையாளராவது அதிகக் கூலி கொடுத்திருப்பார்களானால் அதே கூலியைத் தாங்களும் கொடுத்து விடுவதாக வாக்களித்து, அவர்கள் தங்களிடம் வேலைக்கு வரும் தொழிலாளர்களைத் தக்கவைத்துக்கொள்கிறார்கள். சிறு மற்றும் குறு விவசாயிகளுக்குக் கால வரையறைக்குள் விவசாயப் பணிகளை செய்து முடிக்க வேண்டிய

நிர்ப்பந்தம் அதிகமாக இருக்கும்போது கூலி மட்டத்தை அதிகரிக்கும் அவசியம் ஏற்படுவதுண்டு. ஏனெனில் பெரிய விவசாயிகளைப் போல் அவர்களால் சாதாரணத் தொழிலாளர் களுக்கு அதிக நாள்கள் வேலைவாய்ப்புக் கொடுக்க இயலாது. எனவே அவர்கள் கூலி மட்டத்தை முதலில் உயர்த்த வேண்டி வருகிறது. அவர்களுக்கும் முன்னோடிகளாகக் கள்ளச் சாராயம் காய்ச்சுபவர்கள் இருக்கிறார்கள்! அவர்கள் மற்றவர் களின் அபிப்பிராயங்களைப் பற்றிக் கவலைப்படுவதில்லை. சட்டத்திற்குப் புறம்பான தொழில் என்பதால் அவர்கள் நடப்புக் கூலியைவிட இரு மடங்கு கூலி கொடுப்பதாகத் தெரிகிறது. வேலையாள்கள் பற்றாக்குறை அதிகமாக இருக்கும் போது அவர்கள் கூலியை மேலும் அதிகரிக்கிறார்கள். அதனால் மற்றவர்களும் அவர்களைப் பின்பற்ற வேண்டியிருக்கிறது!

அரசே சாராயம் விற்க ஆரம்பித்த பிறகு கள்ளச்சாராயம் காய்ச்சுவது அவ்வளவு இலாபகரமான தொழிலாக இல்லை. இப்போது விவசாயக் கூலி நிர்ணயத்தில் அரசின் நூறு நாள் வேலைத்திட்டக் கூலி ஒரு அடிமட்டத்தை ஏற்படுத்தி யிருக்கிறது. உயர்ந்த நோக்கத்தோடு தொடங்கப்பட் டிருப்பினும், நூறு நாள் வேலைத் திட்டச் செயல்படுத்துதலில் ஊழல் மலிந்துவிட்டது. எந்தப் பொறுப்புமின்றி, வேலை செய்வதுபோல் பாவனைகாட்ட ஒரு திட்டமாக இத்திட்டம் வெகுபலரால் பார்க்கப்படுகிறது. முற்பகலில் நூறு நாள் வேலைத் திட்டத்தில் வேலை செய்துவிட்டு(!)ப் பிற்பகலில் விவசாய வேலைக்குப் பலர் வருகின்றனர். நூறு நாள் வேலைத் திட்ட வேலைக்கே ரூ. 150 கூலியென்றால், கடுமை யான விவசாய வேலைகளுக்கு அடிமட்டக் கூலி ரூ. 300 ஆனதில் வியப்பொன்றுமில்லை. மேற்பார்வை பார்த்து விவசாயம் செய்த நிலப்பிரபுக்கள் வர்க்கத்தினருக்கு இந்தக் கூலி உயர்வுகள் கட்டுபடியானதாக இல்லை. எனவே அவர்கள் மனித உழைப்பை, இயந்திர உழைப்பை வைத்து பதிலீடு செய்ய முயல்கிறார்கள். உழவு, போக்குவரத்து மட்டுமின்றி, நடவு, அறுவடை போன்ற செயல்களுக்கும் இப்போது இயந்திரங்கள் பயன்படுத்தப்படுகின்றன. பல சிறு விவசாயிகளும் ஒன்றுதிரண்டு இத்தகைய இயந்திரங் களைத் தங்கள் சிறிய நிலப்பரப்பிற்கும் பயன்படுத்துவதைப் பார்க்க முடிகிறது.

சுற்றுச்சூழல் மாற்றங்களும் விளைவுகளும்

மின்மோட்டார்கள் வந்த பிறகு காட்டு நிலங்களைத் தோட்ட நிலங்களாக்கும் முயற்சிகள் அதிகரித்தன. பசுமைப்

புரட்சியைத் தொடர்ந்து வீரிய வித்துக்கள் வந்தபோது ரசாயன உரங்களையும் பூச்சி, பூசணக் கொல்லிகளையும் பயன்படுத்தும் வழக்கம் அறிமுகப் படுத்தப்பட்டு அதிகரித்தது. இதனால் மண்புழுக்கள் அழிந்து போயின. எலி மருந்தைச் சாப்பிட்டு இறந்து கிடந்த எலிகளைச் சாப்பிட்ட பாம்பு, பருந்து, கோட்டான் ஆகியவையும் இறந்தன. 'பிளீச்சிங்' திரவங்கள் வந்த பிறகு வண்ணார் உவர்மண் சலவை செய்வதைக் கைவிட்டுவிட்டார்கள். துணிப் பொதிகளைச் சுமக்க அவர்கள் வைத்திருந்த கழுதைகளை விற்றுவிட்டார்கள். கழுதை கத்துவது நல்ல சகுனம் என்று அந்த நாள்களில் கருதப்பட்டது. சில பயணங்களை அந்தச் சகுனம் கிடைத்தால் தான் தொடங்குவார்கள். இப்போது அந்தச் சகுனம் கிடைப் பதற்கு வாய்ப்பேயில்லாமல் போய்விட்டது!

அங்காடிப்படுத்தலுடன் பிளாஸ்டிக் பொருள்களும் பைகளும் கிராமத்தில் நுழைந்தன. அவை இயற்கையால் மக்க வைக்கப்படாமையால் நிரந்தரமான, ஆபத்தான குப்பை களாக மாறிவிட்டன. ஊரிலிருந்த பறவைகள், விலங்கினங்கள், தாவர வகைகள் ஆகியவற்றிலும் மாற்றங்கள் வந்துவிட்டன. உடும்பு, குள்ள நரி, செந்நரி, காட்டு முயல், கோட்டான், சிட்டுக்குருவி, செம்போத்து, கருடன் போன்ற முன்பு பரவ லாகக் காணப்பட்ட வகைகள் இப்போது அபூர்வமாகிவிட்டன. அதிலும் கருடன் இந்தக் கிராமத்தைச் சுற்றியுள்ள பாறைப் பொந்துகளில் கூடு கட்டி இன விருத்தி செய்ததால் அந்த நாள்களில் ஒரே சமயத்தில் வானில் பல கருடன்களைக் காண முடியும். கருட தரிசனமும் மிக நல்ல சகுனமாகக் கருதப்பட்டது. இப்போது அவற்றின் எண்ணிக்கை மிக மிகக் குறைந்துவிட்டது. வண்ணவண்ண மரங்கொத்திகளில் இப்போது சில வகைகளே தென்படுகின்றன. பாம்பரனையைப் போன்ற முன்னமைப்புப் பெற்ற, வில்லிலிருந்து அம்பு பாயும் வேகத்தில் சென்ற வில்லரனைப் பாம்பும் கிராமப் பகுதியிலிருந்து முழுதுமாய் மறைந்துவிட்டது. கண்ணாடி விரியனும், கொம்பேரி மூக்கனும் (பச்சைப் பாம்பு), மொன்னைப் பாம்பும் இப்போது அழிந்துவிட்டன. நல்ல பாம்பு, கட்டுவிரியன், சாரை, தண்ணீர்ப் பாம்பு ஆகியவை தான் மிஞ்சியிருப்பதாகத் தோன்றுகிறது. ஆற்றில் கொரத்தை, அவ்ரி, விலாங்கு போன்ற மீன்களையும் இப்போது காண முடிவதில்லை. ஆற்று மணல் காணாமல் போனதனால் அவையும் காணாமல் போய்விட்டதாகத் தோன்றுகிறது. கானான் கோழியும் மணிப்புறாவும் கூட எண்ணிக்கையில் மிகக் குறைந்துவிட்டன. கற்றாழையும் பிரண்டையும் தாழம் புதர்களும் இயற்கையாக மழைக் காலத்தில் கிடைத்த

காளான் வகைகளும் அருகிவருகின்றன. கண்ணுவலிக் கிழங்கு என்று கிராமத்தில் அழைக்கப்படும் காந்தள் மலர்ச் செடி ஒரு வணிகப் பயிராகிவிட்டதால் வேலியோரமிருந்த கிழங்குகள் திருடப்பட்டு, இப்போது மிக அபூர்வமாகவே காணப்படுகிறது. ஆற்றில் மணல் குறைந்து ஆற்றின் நீரை வடிகட்டித் தூய்மையாக்கும் திறனும் குறைந்துவிட்டது. ஊரில் முன்பு அதிகமாக இருந்த பூவரசு, அத்தி, நாவல், இலந்தை, கோணைப் புளி, கருவேலன், நீர் நொச்சி மரங்கள் இப்போது அருகிவருகின்றன. சி.ஆர். நடேசன் அறிமுகப் படுத்திய நாகலிங்கம், வன்னி மரங்கள் ஒவ்வொன்று மாத்திரம் இருக்கின்றன. அவர் அறிமுகப்படுத்திய சீத்தை, வேலிக் கருவை என்றழைக்கப்படும் 'புரோசாபிஸ்' மாத்திரம் வெகு வேகமாகப் பரவிப் பார்க்குமிடமெல்லாம் நீக்கமற நிறைந்துவிட்டன! ஊரின் சுற்றுச்சூழல் மாசுபட்டுப் போனது மில்லாமல் ஊரின் அந்த நாளைய அழகே குன்றிவிட்டது.

கிராமத்தில் தொழிலாளர் பற்றாக்குறை: சில விளைவுகள்

கிராமத்தில் மக்கள் தொகை பெருகியிருந்தாலும் விவசாயத் திற்கும் நகரத் தொழில்களுக்கும் விவசாயம் சாராத மற்ற தொழில்களுக்குமான உழைப்பாளர் தேவை அதைவிட அதிகரித்துவிட்டது. இதனால் உழைப்பாளர்களின் பேர சக்தி அதிகரித்தது என்பதை முன்னரே விளக்கியிருக்கிறேன். அதன் விளைவாகக் குறு விவசாயிகளும் நிலமற்ற விவசாயத் தொழிலாளர்களும் ஆடு, மாடு மற்றும் எருமை வளர்ப்பை மேற்கொள்ள வாய்ப்பு உருவாகியிருக்கிறது. 1960 வரை நிலவுடைமையாளர்கள்தான் பட்டிகளை வைத்துக்கொண்டு, 'சோத்தாள்'களை ஆட்டுக்காரர்களாக நியமித்து ஆடு மாடுகளைப் பராமரிப்பது வழக்கமாக இருந்தது. அதற்குப் பிறகு அமராவதி ஆற்று நீரை மின், டீஸல் இயந்திரங்களின் உபயோகத்தால் மேட்டு நிலங்களுக்குச் செலுத்தி, முன்பு புல் தரிசாகவிருந்த நிலங்களில் பெரும்பகுதி சாகுபடி நிலங்களாக மாற்றப்பட்டன. 'சோத்தாள்' முறையும் மறைந்து விட்டது. கூலி வேலைக்குச் செல்பவர்கள் கரும்புத் தோகை மற்றும் களைவெட்டுக் காட்டிலிருக்கும் புல் போன்றவற்றைத் தங்கள் வீடுகளுக்கு எடுத்துச்செல்வதை உரிமையாக்கிக் கொண்டார்கள். இதனால் அவர்கள் தங்கள் வீடுகளிலேயே வெள்ளாடுகள், மாடு அல்லது எருமை வளர்க்க ஆரம்பித்துள் ளனர். அவர்கள் கிராமத்தின் சாலையோரங்கள், ஆற்றங்கரை கள், வாய்க்கால் மேடு மற்றும் புறம்போக்கு நிலங்களைத்

தங்களின் மேய்ச்சல் தரைகளாகப் பயன்படுத்தினாலும், வீட்டில் ஆடு மாடுகளைக் கட்டி வைத்துத் தாங்கள் சேகரித்துக் கொண்டுவரும் விவசாயக் கழிவுகளைப் பிரதான தீனியாகக் கொடுத்துத்தான் அவற்றைப் பராமரிக்கிறார்கள். அரசு வழங்கும் கடனுதவிகள் இதற்குத் தூண்டுகோலாக அமைந் துள்ளன. 1990இன் ஆரம்பத்தில் வெள்ளாடு வளர்ப்பு காரண மாக விவசாயப் பயிர்களை அவற்றின் மேய்ச்சலிலிருந்து பாதுகாப்பது கடினமாக இருக்கிறது என்ற காரணம் காட்டி, நிலவுடைமையாளர்கள் வெள்ளாட்டு வளர்ப்புக் கூடாது என்று ஒரு 'ஊர்க் கட்டு' கொண்டு வந்தார்கள். ஆனால் அதை அவர்களால் அதிக நாள்கள் செயல்படுத்த முடிய வில்லை. தொழிலாளர்களின் பேர சக்தி அதிகரித்திருப்பதே இதற்கு மறைமுகக் காரணம். இப்போது கிராமத்தில் நிலமற்ற தொழிலாளர்கள் 80க்கும் மேற்பட்ட ஆடுகளையும் கிட்டத் தட்ட முப்பது எருமைகளையும் மாடுகளையும் வளர்த்து வருகிறார்கள்.

கிராமத்தில் கூலி மட்டம் உயர்ந்ததனாலும் அதே சமயத்தில் வேலை நேரம் குறைந்ததனாலும் கிராமத்தின் குறு, சிறு விவசாயிகளிடம் 'மொய்' வேலைப் பரிமாற்ற வழக்கம் புதுப்பிக்கப்பட்டுக் கடைப்பிடிக்கப்படுகிறது. 'மொய்' என்பது திருமணம், 'கிடாய் வெட்டு' போன்ற வாழ்க்கைச் சுழல் விழாக்களின்போது விழா நடத்துபவருக்கு அதற்கு அழைக்கப்பட்டவர் கொடுக்கும் அன்பளிப்பு. அந்த மொய்யை விழாவிற்கு அழைத்தவர் இல்லத்தில் கொண்டாடும் வாழ்க்கை வட்ட விழாவின்போது, முதலில் அன்பளிப்புப் பெற்றவர் திருப்பிச் செய்யும் வழக்கம் நெடுநாள்களாக இருக்கிறது. இது ஒருவகைப் பண்டமாற்று முறையாகும். 'அ' என்பவரின் விழாவுக்கு அழைக்கப்பட்ட 'இ' அன்பளிப்பாக ரூ.10 'மொய்' கொடுத்திருந்தாரானால் 'இ' நடத்தும் விழாவுக்கு 'அ' அழைக்கப் பட்டால் 'அ' அந்த விழாவுக்கு சென்று ரூ.10 அல்லது அதற்கு மேலான ஒரு தொகையைத் திருப்பி 'மொய்'யாக வைக்க வேண்டியது மரபு வழிச் சமுதாயம் அங்கீகரித்த நிர்ப்பந்த மாகும். 'மொய் வேலை'யும் அத்தகைய மரபு வழிப் பண்ட மாற்றுதான். இதன்படி 'அ'வின் நிலத்தில் மஞ்சள் வெட்டுக்கு 'இ' இலவசமாக வேலை செய்தால், அதற்குப் பிரதியாக 'இ' யின் நிலத்தில் இலவசமாகக் கரும்புப் பார் பிடிக்க 'அ' செல்வார். அது போலவே 'அ'வின் நிலத்தை உழுவதற்கு 'இ' தன்னுடைய ஒரு எருதின் உழைப்பை இலவசமாக வழங்கினால் 'இ' அவருடைய நிலத்தை உழுவதற்கு 'அ' தன்னுடைய எருதின் உழைப்பை 'மொய்'யாக இலவசமாகத் திருப்பித் தருவார். சுதந்திரத்துக்கு முன் பரவலாகக் கடைப் பிடிக்கப்பட்ட 'மொய் வேலை' முறையின் முக்கியத்துவம்

1960–70களில் குறைந்திருந்தது. தற்போது மறுபடி துளிர்விட்டு வளர்ந்துள்ளது. விவசாயம் தீவிரமாக நடக்கும் பருவங்களில், குறிப்பிட்ட கால வரையறைக்குள் அவ்வப்போது செய்ய வேண்டிய வேலைகளைச் செய்து முடித்தாக வேண்டிய கட்டாயத்துக்காளாகியிருக்கும் விவசாயிகள் அதிகக் கூலி கொடுத்தாவது தொழிலாளர்களை அந்த வேலைகளில் ஈடுபடுத்துகின்றனர். எனவே தீவிர விவசாயப் பருவங்களில் கூலி அளவு மிக உயர்வடைகிறது. எனினும் அப்போதுதான் தொழிலாளர் பற்றாக்குறை உச்சமாகவிருக்கிறது. இந்தப் பருவத்தில் குறு விவசாயிகளும் அவர்கள் குடும்பத்தினரும் காலை 8 மணி முதல் மாலை 2.30 மணிவரை கூலி வேலைக்குச் சென்றுவிட்டு, மறுபடி மாலை 3 மணி முதல் மாலை 6.30வரை தங்கள் நிலத்திலேயோ இன்னொருவர் நிலத்தில் 'மொய் வேலை'க்காகவோ பாடுபடுவது சகஜமாக நடக்கிறது. இதனால் குறு விவசாயிகள் பணம் சேமிக்க முடிவதோடு அவர்களின் கொடுக்கல் – வாங்கல் செலவுகளையும் குறைத்துக்கொள்ள முடிகிறது. குறு விவசாயிகள் தீவிர விவசாயப் பருவங்களில் அடுத்தவருக்கு 'மொய் வேலை' செய்வதன் மூலம் தங்கள் நிலங்களில் அடுத்தவர் நிச்சயமாக 'மொய் வேலை' திருப்பிச் செய்வதற்கு உத்தரவாதத்தை ஏற்படுத்திக் கொள்கின்றனர். இதன் மூலம் அவர்கள் அந்தப் பருவங்களில் விவசாயப் பணிகள் குறித்துத் தங்களுக்கிருக்கும் நிச்சயமற்ற தன்மையைக் குறைத்துக்கொள்ள முடிகிறது.

இந்த நூற்றாண்டின் தொடக்கத்திற்குப் பிறகு கிராமத்தில் விவசாயக் கூலி வேலைக்கு ஆண்கள், பெண்கள் என்கிற இரு சாராரிலும் ஆள் கிடைப்பது மிகவும் குறைந்துவிட்டது. விவசாய வேலைக்குக் கூலி அதிகரித்திருந்தபோதிலும் விவசாயம் தவிர்த்த மற்ற வேலைகளின் கூலி அதைவிட அதிகரித்திருப்பதனால், முதலில் ஆண்களும் தொடர்ந்து பெண்களும் விவசாயம் தவிர்த்த வேலைகளுக்குச் செல்லத் தலைப்பட்டனர். பத்தாம் வகுப்புவரையோ அதற்கு மேலோ படித்த இளைஞர்கள், யுவதிகள் கரூரின் கடைகள், தொழிற்கூடங்கள், பைனான்ஸ் கம்பெனிகள் போன்றவற்றிற்கு வேலைக்குச் செல்வது வழக்க மாகிவிட்டது. அனேகமாக அவர்கள் விவசாய வேலைகளுக்கு வருவதில்லை. அதிகம் படிக்காத இளைஞர்களும் யுவதி களும்கூட விவசாயம் தவிர்த்த வேலைகளுக்குச் செல்வதையே விரும்புகிறார்கள். கரூரின் பல்துறை வளர்ச்சி காரணமாக அங்கு வேலைவாய்ப்பு பெருகியிருக்கிறது. கட்டுமானத் தொழி லின் அபரிமிதமான விரிவாக்கமும் வேலை வாய்ப்பைப் பெருக்கியிருக்கிறது. விவசாய வேலைகளுக்கு இப்போது வருபவர்களில் பெரும்பாலானோர் வயது முதிர்ந்தவர்களே.

இருக்கிற ஆண் கூலியாள்கள்கூடக் குழு ஒப்பந்தங்கள் செய்து கொண்டு 'காண்டிராக்ட்' வேலைகளுக்குச் செல்வதையே விரும்புகிறார்கள். நடவு, அறுவடை போன்ற நெருக்கடியான காலங்களில் போதுமான கூலியாள்களைத் திரட்ட இயலாத நிலையிலுள்ள பெரிய நிலவுடைமையாளர்கள், தங்கள் நிலங்களைக் குறு அல்லது நிலமற்ற விவசாயிகளுக்கு வாரக் குத்தகைக்கு விடுவது அதிகரித்திருக்கிறது.

முன்பு முழுக்க முழுக்க விவசாயக் கூலி வேலைகளுக்குச் சென்று கொண்டிருந்த இந்த ஊர்ப் பெண்கள் இப்போது அனேகமாக விவசாய வேலைகளைப் புறக்கணிக்கிறார்கள் என்றே சொல்லலாம். சாயப் பட்டறை வேலைகளுக்கு அவர் களை 'வேன்'கள் மூலம் அழைத்துச் செல்வதும் நடைமுறைக்கு வந்துள்ளது. வீட்டு வேலைகளுக்குச் செல்வதைக் கவுரவக் குறைவாகக் கருதுவதால் ஊருக்குள் அவற்றுக்கு ஆள் கிடைப்ப தில்லை. ஆனால், இந்த ஊரின் தாழ்த்தப்பட்ட சாதிப் பெண்கள் பலர் காலைச் சிற்றுந்தில் கரூர் சென்று, அங்கு 4 அல்லது 5 வீடுகளில் மாத ஒப்பந்த அடிப்படையில் வீட்டு வேலை செய்துவிட்டு மாலைச் சிற்றுந்தில் திரும்பி வருவது சமீப காலத் திருப்பம். 1990களில்கூடப் பல 'மேல்' சாதிக் குடும்பங்கள் இவர்களைத் தங்கள் வீட்டுக்குள்ளேயே அனுமதித் திருக்கமாட்டார்கள்! இதில் சிலர் இப்போது அவர்கள் வேலை செய்கிற குடும்பங்களுக்குச் சமையல் செய்துதருவது தீண்டாமை யின் வலிமை படிப்படியாகக் குறைகிறது என்பதற்கு ஒரு எடுத்துக்காட்டாகும்.

நிலச் சீர்திருத்தச் சட்டங்களின் தாக்கம்

சுதந்திரத்திற்குப் பிறகு மாநில அரசு பல நிலச் சீர்திருத்தச் சட்டங்களை இயற்றியிருக்கிறது. ஆனால் அவற்றில் பல ஓட்டை களிருந்ததால் அவை தங்களின் இலக்குகளை எட்டவில்லை.

கிராமத்தில் ஆண், பெண் தொழிலாளர்களுக்குச் சமமான வேலைக்குச் சமமான கூலி என்கிற அரசியல் நிர்ணயச் சட்டத்தின் கனவு இன்றுவரை நனவாக்கப்படவில்லை. ஆண் களின் கூலி மட்டம் பெண்களின் கூலியைவிட எப்போதும் அதிமாகவே இருந்துவருகிறது. ஆண்களும் பெண்களும் வெவ்வேறு வேலைகளைச் செய்வது மரபு வழி வழக்கமாகி இருக்கிறது. உதாரணமாக மண்வெட்டி வேலைகள் ஆண்கள் தான் செய்கிறார்கள். களையெடுப்பதைப் பெண்கள்தான் செய்கிறார்கள்.

சில சமயங்களில் சில வேலைகளை இரு சாராரும் செய்வதுண்டு. உதாரணமாக, தெளிப்பான்களைப் பயன்படுத்தி

மருந்து தெளிப்பது பொதுவாக ஆண்களின் வேலையாகக் கருதப்படுகிறது. ஆனால் ஒரு பெரிய மல்லிகைத் தோட்டத்தில் மருந்து தெளிப்பதைப் பெண்கள்தான் செய்தார்கள். இரு சாராருமே ஒரே வேலையைச் செய்தபோதிலும் ஆண்களின் கூலி, பெண்களின் கூலியைவிடக் கிட்டத்தட்ட இருமடங்காகவே இருக்கிறது! இந்த வேறுபாட்டுக்கு மரபுதான் அடிப்படையான காரணமாகத் தோன்றுகிறது.

கிராமத்தின் பெருநிலக்கிழார்கள் 1960களின் ஆரம்பத்திலேயே நில உச்சவரம்புச் சட்டம் வருமென எதிர்பார்த்தனர். அப்போது மேற்காலூரில் 60 ஏக்கரும் அதற்கு மேலும் நிலங்களை உடைமையாகக் கொண்ட குடும்பங்கள் 4 மட்டுமே இருந்தன. அவர்களுக்குள் 100 ஏக்கருக்கு மேல் நிலம் வைத்திருந்தவருக்கு 6 மகன்கள். அடுத்திருந்த குடும்பங்களில் இரண்டு அல்லது இரண்டுக்கு மேற்பட்ட வாரிசுகள் இருந்தனர். இந்த ஊரில் 'எடுத்துக்காட்டுத் தர அளவு' ஏக்கர்களில் (Standard Acre) ஒரு ஏக்கருக்கு 4 ஏக்கர் புஞ்சை நிலங்கள் சமமென்று சட்டம் ஏற்றுக்கொண்டது. 15 ஏக்கர் நிலந்தான் ஒரு குடும்பத்தின் உச்சவரம்பு என்று சட்டம் சொன்னதால் 60 ஏக்கருக்கு மேல் புஞ்சை நிலமிருந்த விவசாயிகள் அனைவரும் அவசர அவசரமாகத் தங்கள் சொத்துக்களைத் தங்களின் வாரிசுகளிடையே பாகப் பிரிவினை செய்துகொண்டனர். அவை பெரும்பாலும் காகிதத்தில் காட்டப்பட்ட பாகப் பிரிவினைகள்தான். அதாவது அத்தகைய பாகப் பிரிவினைக்குப் பிறகும் அந்த நிலங்கள் அனேகமாக ஒருவரின் மேற்பார்வையிலும் கட்டுப்பாட்டுக்குள்ளும்தான் இயங்கின; இயக்கப்பட்டன.

இத்தகைய காகிதத்தில் காட்டப்பட்ட பாகப் பிரிவினைகளால் பிற்காலத்தில் கொடுக்கல்–வாங்கல் செலவுகள் அதிகரித்துவிட்டன. உதாரணமாக 100 ஏக்கருக்கு மேல் நிலம் வைத்திருந்தவர் தன்னுடைய நிலங்களைத் தன் ஆறு மகன்களுக்கிடையே அப்போதைய கால கட்டத்தில் இருந்த மதிப்பீட்டில் சமமாகப் பாகப் பிரிவினை செய்திருந்தார். ஆனால் அதற்குப் பின்னர் அவருடைய மேற்பார்வையிலேயே அதில் சுமார் 40 ஏக்கர்களுக்குப் புதிதாக அமராவதி நீர் மூலம் பாசன வசதி செய்தபோது, அந்த நிலங்களைத் தங்கள் பங்காகப் பெற்றிருந்த மகன்களுக்குச் சாதகமாகவும் மற்றவர்களுக்குப் பாதகமாகவும் அந்தப் பாகப் பிரிவினை மாறிவிட்டது. நிலங்களை விற்பது, விவசாயக் கடன்கள் வாங்குவது போன்ற செயல்பாடுகளைச் செய்வதில்கூடக் காகிதத்தில் காட்டப்பட்ட பாகப் பிரிவினை சிக்கல்களை ஏற்படுத்திக் கொடுக்கல் – வாங்கல் செலவுகளைக் கூட்டியது.

நிலத்தை நிர்வகித்தவர் நிலச் சீர்திருத்தத்திற்காகவும் மேம்படுத் தலுக்காகவும் செய்கிற செலவுகளைச் சகோதரர்களுக்கிடையே பங்கீடு செய்வதிலும் சிக்கல்கள் தோன்றின. உதாரணமாக, மின்மோட்டார்களைப் பழுது பார்க்கும்போது அந்தச் செலவை அனைவருடைய பொதுக் கணக்கில் காட்டுவதா அந்த மோட்டார் பாகப் பிரிவினைப்படி எந்தச் சகோதரரின் நிலத்துக்குத் தண்ணீர் பாய்ச்சப் பயன்படுகிறதோ அவருடைய கணக்கில் மட்டும் காட்டுவதா என்பதைத் தீர்மானிப்பதில் கருத்து வேறுபாடுகள் தோன்றின. இவற்றைத் தவிர்க்கப் பின்னர் அவர்களுக்கிடையே வாய்மொழியாக மற்றொரு பாகப் பிரிவினை செய்ய வேண்டிவந்தது. அவர்களிடம் ஒற்றுமை அதிகமிருந்ததால் இந்தச் சிக்கல்களைப் பெரிய சிரமமின்றித் தீர்த்துக்கொண்டனர். வேறு குடும்பங்களில் இவை மிகப் பெரிய அளவு கொடுக்கல்–வாங்கல் செலவுகளை அதிகரித்திருக்கக் கூடும்.

1977இலும், 1993இலும் அமராவதி ஆற்றில் பெரு வெள்ளங்கள் வந்து பல மின்மோட்டார்கள், டீஸல் இயந் திரங்கள், பைப் லைன்கள், ஆற்றுக்குள்ளிருந்த வட்டைகள் ஆகியவை அடித்துச் செல்லப்பட்ட போது அந்த இழப்பைக் குடும்ப வாரிசுகளிடையே பிரிப்பது சிரமமாகி விட்டது. காகிதத்தில் காட்டப்பட்ட பாகப் பிரிவினைதான் என்றாலும் அவை சட்டபூர்வமானதாயிருந்ததால் அவற்றைப் புறக்கணித்து விட இயலவில்லை. சொந்தச் சகோதரர்களுக்கிடையேகூடச் சமரசம் காண்பதற்குக் காலமும் பணமும் விரயம் செய்ய வேண்டி வந்தது.

1960களில் கிராமத்தின் மிகவும் செல்வக் குடும்பத்தில் நிகழ்ந்தது போலவே மற்ற சில செல்வந்தக் குடும்பங்களிலும் நில உச்சவரம்புச் சட்டத்தின் பிடியில் சிக்காதிருக்க அவசர அவசரமாகக் குடும்ப வாரிசுகளுக்கிடையே காகிதத்தில் காட்டப்பட்ட பாகப் பிரிவினைகள் நிகழ்ந்தன. ஆனால் பாகப் பிரிவினைக்குப் பிறகும் அந்த நிலங்களை முன்பு நிர்வகித்தவர்தான் தொடர்ந்து நிர்வகித்தார். எனினும் பிற்காலத்தில் சில குடும்பங்களில் அந்தக் காகிதத்தில் காட்டப் பட்ட பாகப் பிரிவினைகள் வாரிசுகளிடையே சமமற்ற பங்கீடுகளை ஏற்படுத்தின. அதனால் பாகப் பிரிவினைகளைத் திரும்பித் திறக்கப் பணமும் நேரமும் செலவிட வேண்டி வந்தது. நில உச்ச வரம்புச் சட்டம் என்ன நோக்கத்திற்காக நிறைவேற்றப்பட்டதோ அந்த நோக்கம் நிறைவேறவில்லை. கிராமத்தில் எந்த நிலமற்ற விவசாயத் தொழிலாளருக்கும் இந்தச் சட்டத்தால் நிலம் பகிர்ந்தளிக்கப்படவில்லை. ஆனால் இந்தச் சட்டம் வந்ததால் கிராமத்தில் நிலக்கிழார்களுக்குக்

கொடுக்கல் – வாங்கல் செலவுகள் அதிகரித்தன. தேவையற்ற செலவுகளை அவர்கள் செய்ய வேண்டியதாயிற்று. 'பினாமி'கள் பெயரில் நிலத்தை எழுதிவைக்க வேண்டிய அளவுக்கு நிலமுடைய குடும்பங்கள் இக்குக்கிராமத்தில் எதுவும் இல்லை.

குக்கிராமத்தின் நிலவுடைமையாளர்களில் பலருக்குச் சொந்தமான பெரும்பாலான நஞ்சை நிலங்கள் ஆற்றுக்கு அக்கரையில் பள்ளபாளையம் கிராம வரம்புக்குள் இருந்தன. அவை பள்ளபாளையம் ராஜவாய்க்கால் பாசன உரிமை பெற்ற நடைநீர் நஞ்சை நிலங்கள். அதாவது வாய்க்கால் மதகுகளைத் திறந்தவுடன் புவி ஈர்ப்புச் சக்தி காரணமாக அவற்றுக்குத் தண்ணீர் நேரடியாகப் பாயும். எவ்வித இயந்திரமும் தேவையில்லை. திருவாவடுதுறை ஆதீனத்திற்குச் சொந்தமான பள்ளபாளையம் நஞ்சை 18 ஏக்கர் நிலத்தை மேற்காலூர் நிலவுடைமையாளர் ஒருவர் நெடுங்காலமாகக் குத்தகைக்கு எடுத்துச் சாகுபடி செய்துவந்தார். 1950களில் குக்கிராமத்தின் பெரு நிலக்கிழார்கள் தலா 8இலிருந்து 20 ஏக்கர்கள் வரையும், சிறு நிலக்கிழார்கள் 2–3 ஏக்கர்கள் வரையும், குறு நிலக்கிழார்கள் அரையிலிருந்து ஒன்றரை ஏக்கர் வரையும் பள்ளபாளையம் வயல்களில் உரிமையுடைய வராயிருந்தார்கள். பெருநிலக்கிழார்களில் ஒரு சிலர் மாத்திரம் வேளாளக் கவுண்டர்களுக்கும் காவல்காரர்களுக்கும் (முத்தரையர்கள்) வாய்மொழிக் குத்தகைக்குக் கொடுத்திருந் தனர். சொந்தச் சாகுபடி செய்தவர்களும்கூடப் பெரும் பான்மையும் பள்ளர் அல்லது பறையர் வகுப்பினைச் சேர்ந்தவர்களையும் மற்றும் ஒரு சில கவுண்டர்கள், காவல் காரர்களையும் மரபுவழியில் 'தண்ணீர் பார்க்க' நியமித்திருந் தார்கள். நிலவுடைமையாளர்கள் ஆற்றிற்குக் கிழக்குப் பக்கம் செட்டிபாளையத்திலும், 'தண்ணீர் பார்ப்பவர்' அக்கரையில் ஆற்றிற்கு மேற்குப் பக்கம் பள்ளபாளையம், செல்லாண்டி பாளையத்திலும் வாழ்ந்தார்கள். நிலவுடைமையாளர்கள் தங்கள் நிலத்தை உழுது, பரம்படித்து, நாற்று நட்டவுடன் அந்த நிலங்களைத் 'தண்ணீர் பார்ப்பவ'ரிடம் ஒப்படைத்து விடுவார்கள். அவர் அந்தப் பயிர் விளைச்சல் காண்கிறவரை வாய்க்கால் நீரைக் காலாகாலத்தில் பாய்ச்சும் பொறுப்பை ஏற்றுக்கொள்வார். வாய்க்காலில் நீர் பற்றாக்குறையான காலங்களில் 'தண்ணீர் பாய்ச்சுபவரின்' அக்கறையும் கவனிப்பும் தான் விளைச்சலை நிர்ணயிக்கும். இந்தப் பணிக்காக அவருக்கு மரபு வழியில் காணிக்கு இரண்டிலிருந்து மூன்று மூடை நெல் கூலியாகக் கொடுக்கப்பட்டது. அதுவுமின்றி, களத்தில் போரடித்த பிறகு கதிரில் மீதமிருக்கும் தானியங்களைச் சேகரித்து எடுத்துச் செல்லும் உரிமையும் அவர்களுக்கு உண்டு (ஆற்றுக்கு இக்கரையில் சக்கிலியர்களுக்கு அந்த உரிமை).

குத்தகையாளர் பாதுகாப்புச் சட்டங்கள் வருமென்ற எதிர்பார்ப்பு 1950களின் முற்பகுதியிலேயே அரும்பிவிட்டது. ‘தண்ணீர் பார்க்கும்’ மரபுவழி உரிமை பெற்றவர்கள் சிலர் தாங்களும் குத்தகைதாரர்களாகக் கருதப்பட்டுப் பதிவுபெற வேண்டுமென்று விரும்பினார்கள். இந்த வட்டாரத்தின் பெரும் பான்மை இனமான வேளாளக் கவுண்டர் நிலவுடைமையாளர் களுக்கு எதிராக இந்தப் பரிசோதனையைச் செய்வதை அவர்கள் தவிர்த்தனர். அதற்குப் பதிலாகப் பள்ளபாளையம் வயலை உடைமையாகக் கொண்ட சீனிக் கோனார் என்பவரின் நிலத்தை அவர்கள் 1950களின் பிற்பகுதியில் பரிசோதனைக் களமாக்கினர். பள்ளபாளையம் நிலவுடைமை யாளர்களில் அவர் சிறுபான்மை இனத்தைச் சேர்ந்தவர். தன் நிலத்தில் ‘தண்ணீர் பாய்ச்சி’க் கொண்டிருந்த ஒரு பள்ளர் இனத்தவரை மாற்ற அவர் முயன்றார். ஆனால் அந்தத் ‘தண்ணீர் பாய்ச்சுபவர்’ அதற்கு இணங்கவில்லை. தன்னைத் தவிர வேறு எவரும் அந்த நிலத்திற்குத் ‘தண்ணீர் பாய்ச்ச’ வந்தால் வன்முறை மூலமாகக்கூட அவரை வெளி யேற்றப்போவதாக அவர் மிரட்டினதாகத் தெரிகிறது. எப்படி யிருப்பினும் சீனிக் கோனார் தன் நிலத்தைக் குத்தகைக்கு விட்டிருப்பதாகவோ அதற்குத் ‘தண்ணீர் பார்க்கும்’ உரிமையைப் பள்ளபாளையம் பள்ளர் ஒருவருக்குக் கொடுத்திருப்பதாகவோ பள்ளபாளையம் கிராம நிலப் பதிவேடுகளில் பதிவுசெய்துவிட வேண்டும் என்று ஒரு குழு திட்டமிட்டு வேலை செய்கிறது என்று சந்தேகப்பட்டு, கிட்டத்தட்ட ஆறு ஆண்டுகள் அவர் அந்த நிலத்தைச் சாகுபடி செய்யாமல் தரிசாகவே வைத்திருந் தார். இதனால் அந்தப் பகுதி முழுவதிலுமே அனைவருக்கும் இந்தத் திட்டம் தெரிந்துவிட்டது. எனவே ‘தண்ணீர் பார்க்கும்’ உரிமையை நெடு நாள்களாக அநுபவித்துவந்தவர்கள் அந்த உரிமையைப் பதிவுசெய்துகொள்ளத் தாசில்தாரிடம் மனுச் செய்தார்கள். இது குத்தகை அல்ல, ஒரு வாய்மொழி ஒப்பந்த ஏற்பாடுதான் என்று வாதிட்டு நிலவுடைமையாளர்கள் நீதிமன்றத்தில் அப்படிப் பதிவுசெய்வதற்குத் தடை உத்தரவு வாங்க மனுச் செய்தனர். அது மட்டுமின்றி ஆறாண்டுகளாகத் தரிசாகக் கிடந்த சீனிக் கோனாரின் நிலத்தை அவர் சார்பாக 1960களில் கவுண்டர் நிலவுடைமையாளர்கள் உழுது, நாற்றும் நட்டனர். இரு தரப்பினரும் போலீஸ் மற்றும் நீதிமன்றங்களை நாடினார்கள். ஆரம்பத்திலிருந்து இந்த விவகாரத்தில் ஒரு ஏற்றுக்கொள்ளத்தக்க உடன்படிக்கை ஏற்படுத்த முயன்றவர் பழமாபுரம் வையாபுரிக் கவுண்டர்.

ஆரம்பத்தில் நிலவுடைமையாளர்களுக்கும் ‘தண்ணீர் பார்க்கும்’ உரிமை பெற்றவர்களுக்குமிடையேதான் இந்தச்

சச்சரவு ஏற்பட்டது. அதன் பிறகு பள்ளபாளையம் வயல்காடு களில் சிறு திருட்டுகள், நிலவுடைமையாளரின் கட்டளைகள் அல்லது அறிவுறுத்தல்களைப் பின்பற்றாமை, அலட்சியமாக எடுத்தெறிந்து பேசுதல் ஆகியவை அதிகமாகிக்கொண்டே வருவதாகக் கிழக்காலூரின் சிறு விவசாயிகள் நொந்துகொள்ள ஆரம்பித்தார்கள். இந்தச் சந்தர்ப்பத்தில் பள்ளபாளையத்தைச் சேர்ந்த ஒரு தாழ்த்தப்பட்ட இனத்தைச் சேர்ந்த இளைஞர் ஒருவர் செட்டிபாளையத்தின் மேல்வகுப்புக்காரர் ஒருவரின் குதிகாலை, அவரோடு வந்த தனிப் பூசல் காரணமாக வெட்டி விட்டார். தட்டிக் கேட்காவிட்டால் நிலச் சொந்தக்காரர்கள் 'தண்ணீர் பார்க்கும்' உரிமை பெற்றவர்கள் செய்யும் எல்லா அட்டூழியங்களையும் சகித்துக்கொள்ள வேண்டியிருக்கும் என்கிற முணுமுணுப்பு மிகப் பலமாகப் பரவியது.

இந்தச் சிக்கல் பெரியதாகிக்கொண்டே போனபோது காவல்காரர், பறையர் வகுப்புகளைச் சேர்ந்த 'தண்ணீர் பார்க்கும்' உரிமை பெற்றிருந்தவர்கள் நிலவுடைமையாளர் களோடு எந்தப் பிரச்சினையும் செய்யாமல் ஒதுங்கிக்கொண் டார்கள். அதனால் இத்தகைய சம்பவங்களுக்கு சாதிச் சாயம் பூசப்பட்டுப் பள்ளர்களுக்கும் கவுண்டர்கள் தலைமையிலான மேல்சாதிக்காரர்களுக்குமான ஒரு சண்டையாக இந்தப் பூசல் உருமாறியது. ஓய்வுபெற்ற காவல் துறை மேலதிகாரியான சி.ஆர். நடேசன்தான் மேல்சாதிக்காரர்களுக்குத் தலைமை வகித்தார். 1963இல் ஒரு நண்பகலில் இது ஒரு சாதி மோதலாக முடிந்தது. மேல்சாதியினருக்கு ஒரு நல்ல தலைமையிருந்ததால் இந்த வன்முறை ஆரம்பத்திலேயே அடங்க வழி ஏற்பட்டது. இல்லையெனில் அப்போதிருந்த உணர்ச்சிக் கொந்தளிப்பில் பெரும்பான்மை மேல்சாதியினரால் இங்கும் ஒரு 'கீழ்வெண் மணி'க் கொடுமை அரங்கேற்றப்பட்டிருக்கக்கூடும்.

இந்த மோதலில் மேல்சாதிக்காரர்கள் 'வெற்றி' பெற்றது போன்ற தோற்றம் ஏற்பட்டது. ஆனால் உண்மையில் இதில் யாருக்கும் வெற்றி கிட்டவில்லை. செட்டிபாளையத்தின் மிகப் பெரிய நிலவுடைமையாளருக்கு அப்போது பள்ளபாளையம் வயல்காட்டில் 18 ஏக்கர் நிலமிருந்தது. மற்றொருவருக்குச் சுமார் 9 ஏக்கர் நிலமிருந்தது. இவர்களைத் தவிர மற்றெல் லோரும் சிறு, குறு விவசாயிகள்தான். பெரும்பாலானவருக்கு ஒன்று அல்லது அதிகபட்சம் இரண்டு ஏக்கர் தானிருந்தன. அவர்கள் ஆற்றுக்கு இக்கரையில் குடியிருந்ததால்தான் அக்கரை யிலிருந்த தங்களின் வயல்களைத் 'தண்ணீர் பார்க்க' மரபு வழியில் மற்றவர்களை நியமித்திருந்தனர். எனவே இந்தத் தகராறு ஒரு வர்க்கப் போராட்டமாகச் சித்தரிக்க முடியாத

தாகிவிட்டது. இது சிறு விவசாயிகளுக்கும் நிலமற்ற தொழிலாளர் களுக்குமிடையே நடந்த போராட்டமாகவே இருந்தது.

‘தண்ணீர் பார்க்கும்’ உரிமை என்பது குத்தகை உரிமை யன்று என்று நீதிமன்றமும் தீர்ப்பு கூறியது. ஆனால் ‘தண்ணீர் பார்க்கும்’ உரிமை ஒரு மரபுரீதியான உரிமை என்றும் அந்த உரிமையுடையவர்கள் அதைத் தொடர்ந்து அநுபவிக்கலா மென்றும் நீதிமன்றத் தீர்ப்பு தெரிவித்தது. எனவே இந்தத் தீர்ப்பு வந்த பிறகு அவ்வாறு ‘தண்ணீர் பார்க்கும்’ உரிமை கொண்டிருந்த நிலங்களை விற்கும்போது அந்த உரிமையைப் பெற்றிருந்தவர்களுக்கு இழப்பீடாக ஒரு தொகையைக் கொடுப் பது நடைமுறைக்கு வந்தது. ‘தண்ணீர் பார்க்கும்’ உரிமை கொண்டிருந்தவர்கள் பெருமளவுக்குத் தீண்டத்தகாததாகக் கருதப்பட்ட சாதியினராக இருந்ததால் இந்த இழப்பீட்டுத் தொகையைப் பெற்றுக்கொண்டு நிலப் பரிவர்த்தனைகளை அனுமதித்தவர்களில் அவர்கள்தான் அதிகமாக இருந்தனர்.

இந்த வட்டாரத்தில் குத்தகைதாரர் பாதுகாப்புச் சட்டத் தினால் நிலத்தைக் குத்தகைக்கு வைத்திருந்தவர்கள் அதிகம் நன்மை பெற்றதாகத் தெரியவில்லை. ஏனெனில் குத்தகை வாய்மொழியாகத்தான் தரப்பட்டதே தவிர எழுத்து மூலம் தரப்படவில்லை. ‘தண்ணீர் பார்க்கும்’ உரிமை பற்றிய தகராறு காரணமாக நிலவுடைமையாளர்கள் மேலும் எச்சரிக்கையாகி விட்டார்கள். இதற்கு விதிவிலக்காகத் திருவாவடுதுறை ஆதீனத் திற்குச் சொந்தமான பள்ளபாளையம் கிராம எல்லைக்கு உட்பட்ட நஞ்சை நிலங்களை அவற்றை உள் குத்தகைக்கு வைத்திருந்தவர்களுக்கு நிரந்தரக் குத்தகை உரிமை கிடைத் ததைக் குறிப்பிடலாம். இந்த நிலங்களைச் சில தலைமுறை களாகச் செட்டிபாளையம் மேற்காலூரில் ஒரு கவுண்டர் குடும்பத்தினர் நீண்டகாலக் குத்தகைக்கு எடுத்து அனுபவித்து வந்தனர். அவர்களுடைய குத்தகை விவரங்கள் மடத்தின் கணக்குப் புத்தகங்களில் பதிவாகியிருந்தன. 1960களில் அந்தக் குடும்பத்தின் வாரிசாக இருந்த சி.எஸ். நடராஜன் ஒரு கம்யூனிஸ்டு ஆவார். அவர் அந்த நிலங்களை இரு பள்ளர், ஒரு பறையர் வகுப்பினருக்கு உள் குத்தகைக்குக் கொடுத்திருந் தார். குத்தகைப் பாதுகாப்புச் சட்டம் வந்தபோது மடத்தைச் சேர்ந்தவர்கள் அவர்தான் குத்தகைதாரர் என்பதை எழுத்து மூலம் உறுதி செய்தனர். ஆனால் அவரோ, தான் அந்த நிலங்களை உள் குத்தகைக்குக் கொடுத்திருந்ததை எழுத்து மூலம் தெரிவித்து, அந்த உள் குத்தகைதாரர்களுக்குச் சட்டத் தின் நன்மைகள் கிடைக்க வழி செய்தார். 1963இல் அவர் அகால மரணமடைந்தபோது அந்தக் குத்தகை உரிமை

அவருடைய தம்பிக்கு வந்தது. அவரும் அவர் அண்ணனின் பிரமாண வாக்குமூலத்தை உறுதி செய்துவிட்டார். எனவே அந்த மூன்று உள் குத்தகைதாரர்களின் குடும்பங்களுக்கும் திருவாவடுதுறை மடத்தின் நஞ்சை நிலங்களின் நிரந்தரக் குத்தகை உரிமை கிடைத்தது.

அதுபோலவே 'இனாம்' நிலங்களை நிரந்தரமாக்கும் சட்டத்தினாலும் சிலர் நன்மை பெற்றனர். ஆண்டு முழுவதும் கோவில்களில் சில நிகழ்ச்சிகள் தொடர்ந்து நடைபெற வேண்டுமென்பதற்காக அந்தப் பணிகளைச் செய்தவர்களுக்கு 'இனாம்' நிலங்கள் முதலில் வழங்கப்பட்டிருந்தன. காலப் போக்கில் அந்த 'இனாம்' நிலங்களைப் பெற்றவர்களின் வாரிசு களில் பலர் அவற்றை விற்றுவிட்டார்கள். இனாம் ஒழிப்புச் சட்டம், அந்தப் பணிகளைச் செய்தவர்களின் வாரிசுகள் அந்த நிலங்களைத் தொடர்ந்து வைத்திருந்தார்களானால் அவற்றிற்கு அவர்களுக்கு முழு நிலவுடைமையை வழங்கியது. அதுபோலவே அந்த நிலங்கள் விற்கப்பட்டிருக்குமானால் அவற்றை வாங்கியவர்கள் நீண்டகாலமாக அவற்றை அனுபவித்து வந்தது நிரூபிக்கப்பட்டால், அந்த நிலங்களை வாங்கியவர் களுக்கு முழு நிலவுடைமையை வழங்கியது. இந்த இரு காரணங் களாலும் இக்கிராமத்தில் சிலர் நன்மை பெற்றனர்.

குக்கிராமத்தின் சில நிலவுடைமையாளர்கள் குன்றுடையீசர் கோவில் நிலங்களை அபகரித்துச் சாகுபடி செய்துகொண்டி ருந்தனர். இனாம் ஒழிப்புச் சட்டத்தின் ஷரத்துக்களின் மூலம் அந்த நிலங்களின் முழு நிலவுடைமையையும் பெற அவர்கள் செய்த முயற்சி வெற்றி பெறவில்லை. கிராமத்தின் வண்ணார் வகுப்பைச் சேர்ந்த சுப்பிரமணியன் முன்னிலை வகித்து மேற்கொண்ட முயற்சிகளின் காரணமாக அந்த நிலங்கள் கோயில் நிலங்கள்தான் என்பது உறுதி செய்யப்பட்டுள்ளது. அதற்காக அவர் வழக்குத் தொடர்ந்து போராடினார். அவருடைய முயற்சியால்தான் அந்தக் கோயிலில் தினசரி பூஜை நடப்பதற்கும் வழிவகை செய்யப்பட்டுள்ளது. அவர் தான் 1980களில் முதல்முதலாகச் சோழன் போக்குவரத்துக் கழகத்தின் நகரப் பேருந்து மூலம் கிராமத்தையும் கரூர் நகரத்தையும் இணைக்க முயன்று வெற்றி கண்டவர். படித்த வர்களும் வசதியுள்ளவர்களும் இருந்தபோதிலும் அவர்கள் செய்யாத பொது நன்மைகளுக்கான பணிகளை அதிகம் படிக்காத அந்த ஏழை இளைஞர் தம்முடைய முனைப்பால் சாதித்துள்ளார். சாதிச் சாயம் பூசி, அவருடைய கோயில் நிலம் சார்ந்த முயற்சிகளுக்குத் தடைபோடப் பாதிக்கப் பட்டவர்கள் செய்த முயற்சிகள் வெற்றி பெறவில்லை.

குத்தகைதாரர் பாதுகாப்புச் சட்டங்கள் காரணமாக நிலங்களைக் குத்தகைக்கு எடுத்துச் சாகுபடி செய்தவர்களுக்குத் திருவாவடுதுறை ஆதீன நிலங்கள் தவிர வேறெங்கும் எதிர் பார்த்த நன்மைகள் கிட்டவில்லை. அந்த நிலங்களில் உள் குத்தகைக்காரர்களுக்கு நன்மைகள் கிடைத்ததுகூடப் பிரதானக் குத்தகைதாரர் நல்லெண்ணம் காரணமாகவே ஏற்பட்டது. இந்த வட்டாரத்தில் உபரி நிலங்கள் மிகுதியாகக் கொண்ட பெரிய நிலவுடைமையாளர்கள் இல்லாமலிருந்தது அதற்கு முக்கியக் காரணங்களில் ஒன்று.

ஆனால் குத்தகைதாரர் பாதுகாப்புச் சட்டங்கள் வந்த பிறகு நிலத்தின் கொடுக்கல்–வாங்கல் செலவுகள் அதிகரித்து விட்டன. ஒவ்வொரு நிலவுடைமையாளரும் வாய்மொழிக் குத்தகைக்குக் கொடுக்கும்போதே குத்தகைதாரர் குத்தகையை எழுத்து மூலம் பதிவு செய்துகொள்ளாமல் பாதுகாத்துக் கொள்ள எச்சரிக்கையாக நடந்துகொள்கிறார். இப்போது அடமானமாகப் பதிவுசெய்யப்பட்டிருக்கும் பல நிலங்கள் உண்மையில் குத்தகைக்கு விடப்பட்டுள்ள நிலங்கள்தான். நிலத்தை வாங்குபவர்கள் அந்த நிலங்களில் வேறு எவருக்கும் எந்தவிதமான உரிமையுமில்லை என்று தெரிந்துகொண்டு தான் சுத்தக் கிரயம் செய்துகொள்கிறார்கள். இதனால் சிறு, குறு விவசாயிகளின் கொடுக்கல்–வாங்கல் செலவுகளும் அதிகரித்துவிட்டன. குத்தகைதாரர் பாதுகாப்புச் சட்டம் 6 ஏக்கருக்குக் குறைவாக நிலம் உடையவர்கள் தங்கள் சொந்தச் சாகுபடிக்காக நிலங்களை மீட்டுக்கொள்ள உரிமை வழங்கு கிறது. கிராமத்தின் சிறு, குறு விவசாயிகள் பலருக்கு ஆற்றுக்கு அக்கரையில் பள்ளபாளையம் கிராமத்தில் அரைக் காணி, ஒரு காணி (முக்காலிலிருந்து ஒன்றரை ஏக்கர்வரை) நடைநீர் நஞ்சை நிலங்கள் சொந்தமாயிருந்தன. அவர்களும் தங்கள் நிலங்களுக்கு மரபு வழிப்படி ‘தண்ணீர் பார்ப்பவர்களை’ நியமித்துச் சாகுபடி செய்துவந்தார்கள். 1965க்கு முன்பு புரட்டாசி, ஐப்பசி மாதங்களில் ஆற்றைப் பரிசல் மூலமே கடக்க வேண்டி யிருந்ததால் ‘தண்ணீர் பார்ப்பவர்களை’ நியமித்துக்கொள்வது சிறு, குறு விவசாயிகளுக்குக்கூடத் தவிர்க்கமுடியாததாகவிருந்தது.

சிறு, குறு விவசாயிகள் அவர்களின் கையளவு நிலங்களை விற்க முயலும்போதுகூடத் ‘தண்ணீர் பார்ப்பவர்களின்’ உரிமை நீதிமன்றத் தீர்ப்பின்மூலம் நிலைநாட்டப்பட்ட பிறகு, அந்த உரிமை பெற்றவர்கள் தங்களுக்கும் இழப்பீடு தர வேண்டுமென்று நிர்ப்பந்திக்கிறார்கள். சிறு, குறு விவசாயி கள் வழக்கு மன்றம் சென்று தங்களுக்கு இந்த விதி பொருந் தாது என்று தீர்ப்பு வாங்குவதற்குச் செலவு செய்ய வேண்டிய பணம், நேரம், உழைப்பு ஆகியவற்றைக் கணக்கிலெடுத்துக்

கொண்டு, அதைவிட இந்த இழப்பீட்டுத் தொகையைக் கொடுத்து விடுவதே சிக்கனமானது என்று முடிவுசெய்து அவ்வாறே கொடுத்தும் விட்டனர். அவ்வாறே குத்தகைதாரர்களென்று பதிவுபெற்றவர் ஒருவர் இருக்கும் நிலங்களை விற்க வேண்டு மென்றால் அந்த உரிமையை விட்டுக்கொடுப்பதற்கான இழப் பீடாக ஒரு தொகையைக் கொடுத்துவிட்டுத்தான் அத்தகைய நிலங்களைச் சுத்தக் கிரயம் செய்ய முடியும் என்பதும் தெளிவாகியது.

மேற்காலூரின் பெருநிலக்கிழார்களின் அக்கரை நஞ்சை நிலங்களின் விற்பனையைத் தூண்டிய காரணிகளில் குத்தகை தாரர் பாதுகாப்புச் சட்டங்கள் கொடுக்கல்–வாங்கல் செலவு களை அதிகரித்ததும் முக்கியமானதாக இருக்கிறது. அவர்கள் அந்த நிலங்களை நேரடியாகச் சாகுபடிசெய்யவில்லை. குத்தகை தாரர்கள் மூலமாகவோ, 'தண்ணீர் பார்ப்பவர்கள்' மூலமாகவோ, பண்ணைபாக்கிகள் மூலமாகவோதான் அவற்றைச் சாகுபடி செய்தனர். 1963இல் ஏற்பட்ட சாதிக் கலவரத்திற்குப் பிறகு அவர்களுக்குத் தங்களின் பள்ளபாளையம் நஞ்சை நிலங்களைச் சாகுபடி செய்வதும் அவற்றிற்குத் தண்ணீர் பாய்ச்சுவதும் பயிர்களைப் பாதுகாப்பதும் முன்பைவிட அதிகச் செலவாகும் செயல்களாகிவிட்டன. அவர்களின் உற்பத்தி, மேற்பார்வைச் செலவுகள் அதிகமாகின. மகசூலைத் தங்கள் வீட்டிற்குக் கொண்டுவந்து சேர்க்கும்வரை அவற்றைப் பாதுகாப்பதில் ஒரு நிச்சயமற்ற தன்மை அதிகரித்துவிட்டது. எனவே அவர்கள் தங்களுக்குச் சொந்தமான ஆற்றுக்கு அக்கரையிலிருந்த நிலங் களை ஒருவர் பின் ஒருவராக விற்க முற்பட்டனர்.

1960க்கு முன்பு ஆற்றில் ஆண்டு முழுதும் தண்ணீர் ஒரு சிறு நீர்வழி ஓடையாகவாவது ஓடிக்கொண்டிருந்தது. நிலக் குத்தகை பற்றி சாதிச்சண்டை நடந்த அதே காலகட்டத்தில் அந்த நிலை மாறிவிட்டது. அமராவதியில் அணை கட்டிய பிறகு கோடைக் காலங்களில் ஆறு முழுவதுமாக வறள ஆரம்பித்தது. இதனால் பள்ளபாளையம் நஞ்சை நிலங்களில் ஆண்டுப் பயிரான கோரைச் சாகுபடியைத் தொடர முடியாத நிலை ஏற்பட்டது. கோரை ஒரு பணப் பயிர். அதன் சாகுபடிக்கு உழைப்பாளர்கள் அதிகம் தேவை யில்லை. அதற்கு மேற்பார்வைச் செலவுகளும் குறைவு. எனவே அதிக லாபம் தந்துகொண்டிருந்த பயிர். கோரைச் சாகுபடியைக் கைவிட வேண்டி வந்ததால் அதிகச் சிரமமின்றி நல்ல இலாபம் தந்துகொண்டிருந்த ஒரு பயிரை மேற்காலூர் நிலவுடைமையாளர்கள் இழந்தார்கள். 1960–70களில் அதற்கு இணையான வேறு ஒரு பதிலீட்டுப் பயிரும் அறிமுகமாக வில்லை. இதுவும் மேற்காலூரின் நிலவுடைமையாளர்கள்

தங்களின் பள்ளபாளையம் நிலங்களை விற்கத் தூண்டிய காரணிகளில் ஒன்றாகும். இங்கிருந்து கோரைக் கிழங்குகள் காவிரிக் கரை நிலங்களுக்கு இடப்பெயர்ச்சி பெற்றன. கோரைச் சாகுபடி முழுவதுமாக நின்ற பிறகு கோரை கிழிப்பதில் சிறப்புத் தேர்ச்சி பெற்றிருந்த சில குடும்பங்கள் குடிபெயர்ந்து காவிரிக் கரையில் குடியேறினார்கள்.

இதே காலகட்டத்தில்தான் செட்டிபாளையத்தின் மேற் காலூரின் பெரிய நிலச்சுவான்தாருக்குச் சொந்தமான, ஆற்றுக்கு அக்கரையிலிருந்த, புகழ்பெற்ற 'துலுக்கன் தோப்பு' அழிக்கப் பட்டுச் சாதாரண நஞ்சை நிலமாக விற்கப்பட்டது. அந்தத் தோப்பு திப்புவின் படையெடுப்புக்குப் பின் இந்த வட்டாரத் தில் குடியிருந்த ஒரு இஸ்லாமியக் குடும்பத்தினரால் நட்டு வளர்க்கப்பட்ட தென்னை, மா, பலாத்தோப்பு ஆகும். 1970களுக்குப் பின் அந்தத் தோப்பின் பழங்களைப் பாதுகாக்கும் மேற்பார்வைச் செலவுகள் அதிகரித்துவிட்டன. சாதிகளுக் கிடையே இருந்த இணக்கம் குறைந்ததும் இதற்கு ஒரு காரணம். தோப்பின் மரங்கள் வெட்டப்பட்டு, நஞ்சை நிலங்களாக மாற்றி அதைச் சாகுபடி செய்தும்கூட அந்த நிலங்களைப் பத்தாண்டுகளுக்கு மேல் அவர்களால் வைத்திருக்க இயலவில்லை.

எப்படியிருப்பினும் மேற்காலூரின் நிலவுடைமையாளர் கள் தங்களின் பள்ளபாளையம் நிலங்களைச் சிறிது சிறிதாக விற்றுவிட்டனர். 1960களில் தொடங்கிய இந்த நிலை 1980கள்வரை தொடர்ந்தது. 1985இல் மேற்காலூரின் ஒரே ஒரு நிலவுடைமையாளரின் ஒரு காணி நிலம் தவிர மற்றவை எல்லாமே விற்கப்பட்டுவிட்டன. அவற்றை வாங்கியவர்களில் பெரும்பான்மையானவர்கள் செட்டிபாளையம் கிழக்காலூர் மற்றும் 'காசா' காலனிகளில் வசிக்கும் சிறு, குறு விவசாயிகள் தான். பள்ளபாளையம் பள்ளர் மற்றும் காவல்காரர்கள் சிலரும் அந்த நிலங்களை வாங்கியுள்ளனர். இதில் கவனத்துக் குரிய முக்கியச் செய்தி என்னவெனில் நஞ்சை நிலங்கள் 'உழுவித்துண்பவர்கள்' கைகளிலிருந்து 'உழுதுண்பவர்கள்' கைகளுக்கு மாறிவிட்டன என்பதுதான்.

குத்தகைதாரர் பாதுகாப்புச் சட்டங்கள் வந்ததனால் குத்தகைக்குக் கொடுக்கப்பட்ட நிலங்கள் குறைந்து, போக்கியம், அடமானமாகக் கொடுக்கப்படும் நிலங்கள் அதிகரித்துள்ளன. நிலங்களைத் தங்கள் சாதியைச் சேராத மற்றவர்களுக்கு வாரக் குத்தகைக்குக் கொடுப்பதற்குப் பெரிய தயக்கம் ஏற்பட்டுள்ளது. அதிலும் ஆற்றுக்கு அக்கரை நஞ்சைகளை வாரக் குத்தகைக்குக் கொடுக்க எவரும் முன்வருவதில்லை. வாரக் குத்தகையின் முக்கிய அங்கம், வாரத்திற்கு எடுப்பவர்

நிலத்தின் விளையுளில் ஒரு ஏற்றுக்கொள்ளப்பட்ட பங்கை நில உரிமையாளருக்குக் கொடுத்துவிடுவதுதான். ஆற்றிற்கு இக்கரையில் வாரக் குத்தகை ஓரளவுக்கு இன்றியமையாத அம்சமாகும். துண்டுதுண்டாக நிலங்களை வைத்திருக்கும் சிறு விவசாயிகளில் பலர், தங்களுக்கு வசதியான இடங்களில் அமைந்திருக்கும் துண்டுகளைச் சொந்தச் சாகுபடி செய்து கொண்டு, வசதியற்ற இடங்களில் இருக்கும் துண்டுகளை வாரத்திற்குக் கொடுப்பது இன்னும் வழக்கத்திலுள்ளது. ஆற்றுக்கு இக்கரையில் ஒரு சாதியினரின் ஆதிக்கம் அதிகமாக இருப்பதும், வாரக் குத்தகை வாய்மொழி ஒப்பந்தமாகவே செய்யப்படுகின்றது என்பதும் வாரக் குத்தகை முறை இங்கு தொடர்வதற்கான காரணங்களாக இருக்கலாம்.

இந்தக் கிராமத்தில் குத்தகைதாரர் பாதுகாப்புச் சட்டத்தின் வீச்சுக்குப் பெரிய சோதனை ஒன்று 1987இல் வந்தது. மேற் காலூரின் பெரிய நிலவுடைமையாளர்களில் ஒருவர் வெளியூரில் வேலையிலிருந்தார். அவருடைய நெருங்கிய உறவினர் ஒருவர் 1969 முதல் அவருடைய நிலங்களை மேற்பார்வை பார்த்து வந்தார். 1975இல் அந்த நிலவுடைமையாளரும் அவருக்குச் சொந்தமாக இருந்த அமராவதி ஆற்றின் அக்கரையிலிருந்த நிலங்களை விற்றுவிட்டார். அவரிடம் மேற்பார்வை பார்த்தவர் 1979இல் அந்த நிலவுடைமையாளரிடம் மீதமிருந்த சுமார் 50 ஏக்கர் நிலத்தை ஆண்டுக்கு ரூபாய் 15000க்கு வாய்மொழி ஒப்பந்தமாக நீண்டகாலக் குத்தகைக்கு எடுத்துக்கொண்டார். 1979இலேயே அந்த நிலத்தில் 300க்கும் மேற்பட்ட காய்க்கும் தென்னை மரங்கள் இருந்தன. இந்தக் குறைந்த குத்தகை அளவு, மேற்பார்வை பார்ப்பவர் அவருடைய குடும்பத்தை முன்னேற்றுவதற்காகச் செய்ய வேண்டிய செலவுகளுக்கு நிலவுடைமையாளர் செய்யும் உதவி என்கிற அடிப்படையில் தான் நிர்ணயம் செய்யப்பட்டது.

மேற்பார்வையாளராயிருந்து குத்தகைதாரராக மாறியவர் ஒரு சிறந்த விவசாயி எனப் புகழ்பெற்றார். குத்தகைக்கு எடுத்த நிலத்தில் அவர் முல்லை, ரோஜா மலர் சாகுபடி செய்தார். நிலங்களுக்கு அமராவதி ஆற்றுநீரைக் கொண்டு வருவதற்கு ஆற்றுக்கடியில் குழாயமைப்பு ஒன்றை ஏற்படுத்தினார். மலர்கள் பறிப்பதற்கு அதிகாலையிலேயே 300க்கும் மேற்பட்ட தொழிலாளர்களைப் பல ஊர்களிலிருந்தும் திரட்டிக்கொண்டு வந்தது. அவருடைய சாதனை. மலர் சாகுபடியில் அப்போதே ஒரு ஏக்கருக்கு ரூ. 25000 வருவாய் ஈட்டியதும் அவருடைய சாதனையே. 1987 கோடைக்காலத்தில் அவர் கரூரின் நீதிமன்றங்களுக்கு விடுமுறை விட்டிருந்தபோது (அப்போதைய மாவட்டத் தலைநகரான) திருச்சியின் விடு

முறைகால நீதிமன்றத்தில் தான் ஒரு குத்தகைதாரரென்றும் தன்னை நிலங்களிலிருந்து வெளியேற்றுவதற்குத் தற்காலிக மான தடை உத்தரவு வழங்க வேண்டுமென்றும் ஒரு வழக்குத் தொடர்ந்தார். நிலவுடைமையாளருக்குத் தன்னுடைய இந்த முடிவு தெரியவருவதற்கு முன்பே தற்காலிகத் தடை உத்தரவைப் பெற்றுவிட வேண்டுமென்பதற்காகத் திட்டமிட்டுத் திருச்சியில் அவர் மேற்கொண்ட நடவடிக்கை அங்கு தற்செயலாகச் சென்றிருந்த – நிலவுடைமையாளரை நன்கு அறிந்திருந்த – ஒரு வழக்கறிஞரின் தலையீட்டால் வெற்றி பெறவில்லை.

அதற்கு முன்பே அந்தக் குத்தகைதாரர் குத்தகைச் சட்டத்தின்படி தான் ஒரு குத்தகைதாரர் என்று சட்டபூர்வ மாக நிரூபிப்பதற்காகச் சில செயல்பாடுகளைச் செய்து முடித்திருந்தார். குத்தகைதாரர் என்று கிராம ஆவணங்களில் பதிவுசெய்ய முயன்றால், அது நிலவுடைமையாளருக்கு உடனடியாகத் தெரிவிக்கப்பட்டுவிடும் என்று அஞ்சி அவர் அவ்வாறு பதிவு செய்துகொள்ளவில்லை. அதற்குப் பதிலாகச் சுக்காளியூர் கூட்டுறவு சங்கத்தில் தான் ஒரு குத்தகைதாரர் என்கிற முறையில் கூட்டுறவுக் கடன் பெற்று அதற்கான ஆவணங்களை உருவாக்கிக்கொண்டார். வாக்காளர் பட்டியலில் தான் அந்தத் தோட்ட வீட்டில் வசிப்பதாகக் காட்டி, வாக்காளராகப் பதிவு பெற்றுக்கொண்டார். கம்யூனிஸ்டு கட்சியின் ஆதரவையும் தேடிப்பெற்றிருந்தார்.

குத்தகைதாரர் பாதுகாப்புச் சட்டத்தின் அடிப்படையில் தன் நிலங்களைக் குத்தகைதாரர் கைப்பற்ற முயல்கிறார் என்று அறிந்தவுடனேயே நிலவுடைமையாளர் மட்டுமின்றி ஊரில் பெரும்பான்மையினர் அதிர்ச்சியடைந்தார்கள். நிலவுடைமையாளர் ஊர்க் கூட்டம் கூட்டி அதில் தான் வாய்மொழியாகக் குத்தகையாளருக்குக் குத்தகைக்குக் கொடுத்தது அவர்கள் குடும்பத்திற்கு உதவி செய்யும் நோக்கத் துடன் செய்யப்பட்டது என்றும், குத்தகைச் சட்டத்தின் மூலம் தன் நிலங்களை நிரந்தரமாக இழக்கும்படியான நிலையிலிருந்து தவிர்த்துத் தனக்கு நியாயம் கிடைக்கச் செய்ய வேண்டுமென்றும் கேட்டார். அவர்களின் யோசனைப் படி ஊர்ப் பெரியவர்கள் சிலரைக் குத்தகைதாரரிடம் அனுப்பிச் சமரச முயற்சிகளை மேற்கொண்டார். அவை வெற்றி பெறவில்லை.

அதனால் ஊர்க்காரர்கள் 'ஊர்க்கட்டு' ஒன்றை நெறி முறைப்படுத்தினர். அதன்படி அந்தக் குத்தகைதாரரின் தோட்ட வேலைகளுக்குச் சுற்று வட்டாரத்திலிருக்கும் எவரும் செல்லக் கூடாது என்று ஒரு வாய்மொழிக் கட்டுப்பாடு விதிக்கப்பட்டது. ஊரைச் சுற்றியிருந்த கிராமங்களில் வெவ்

வேறு சாதியினர் செல்வாக்குடன் விளங்கினாலும் எந்த ஒரு சாதியினரும் செட்டிபாளையத்தின் 'ஊர்க்கட்டை' மீறி நடக்க முற்படவில்லை. அந்தத் தோட்டத்தில் விவசாயப் பணிகள் ஸ்தம்பித்தன. குத்தகைதாரர் அடியாள்களைத் தோட்டத்துக்கு அழைத்துவந்த போதிலும் 'ஊர்க்கட்டை' உடைக்க முடியவில்லை. மாறாக அது ஊராரின் கோபத்தை மேலும் தூண்டியது. நூற்றுக்கும் மேற்பட்ட ஆயுதங்கள் எதுவுமில்லாத ஊர்க்காரர்கள் ஒன்றுதிரண்டு அந்தத் தோட்டத்திற்குச் சென்று அங்கிருந்த அடியாள்களிடம் இந்த விவகாரத்தில் தலையிட வேண்டாமென்றும் அந்த இடத்தில் அடிதடி செய்துவிட்டுத் தங்களைத் தாண்டிச் செல்லுவது இயலாததென்பதை அறிந்துகொள்ளுமாறும் எச்சரிக்கை விடுத்தனர். அதனால் அடியாள்கள் வெளியேறிவிட்டார்கள். அதற்குப் பிறகு இருநூறுக்கும் மேற்பட்ட ஊரார், 25க்கும் மேற்பட்ட கலப்பைகளுடன் குத்தகை நிலங்களை உழுவதற்கு அந்த நிலத்திலேயே திரண்டனர். போலீஸிடம் குத்தகைதாரர் புகார் கொடுத்ததால் போலீஸாரும் குவிக்கப்பட்டனர். போலீஸாரின் ஆலோசனைப்படி பேச்சுவார்த்தை தொடங்கியது. ஒரு 'கட்டைப் பஞ்சாயத்து'க் குழு அமைக்கப்பட்டது. அதில் கவுண்டர், நாயக்கர் மற்றும் இதர சாதியினரும் இருந்தனர். நீண்ட கடுமையான பேரத்திற்குப் பிறகு குத்தகைதாரர் விலகுவதற்காக நிலவுடைமையாளர் ரூபாய் 2 லட்சம் இழப்பீடு கொடுக்க வேண்டுமென்றும் குத்தகைதாரர் நிலத்தை நிலவுடைமையாளரிடம் ஒப்படைக்க வேண்டுமென்றும் தீர்மானிக்கப்பட்டது.

இந்த விவகாரத்தில் செட்டிபாளையத்தின் சுற்றுவட்டக் கிராமங்களிலுள்ளவர்களின் ஒருமித்த ஆதரவினால்தான் நிலவுடைமையாளரால் அவருடைய நிலங்களைக் குத்தகைதாரரிடமிருந்து திரும்பப் பெற முடிந்தது. குத்தகைதாரர், சட்ட அடிப்படையில் வலுவான அடிப்படைகளைத் தனக்கு ஆதரவாக ஏற்படுத்தியிருந்தார். மிகத் திறமைசாலியாகச் செயல்பட்டார். போலீஸாரின் ஆதரவையும் தேடிவைத்திருந்தார். எனினும் குத்தகைதாரரை ஊரார் ஒன்றுதிரண்டு வெளியேற்றுவதற்குச் சில முக்கியக் காரணங்களிருந்தன. நிலவுடைமையாளரும் குத்தகைதாரரும் உறவினர்கள். இருவரும் தொழிலாளர் வர்க்கத்தைச் சேர்ந்தவர்களாக ஊராரால் கணிக்கப்படவில்லை. எனவே இந்த விவகாரத்தைத் தொழிலாளிக்கும் முதலாளிக்குமான ஒரு வர்க்கப் போராட்டமாக ஊரார் பார்க்கவில்லை. குத்தகைத் தொகை மிகக் குறைவாக இருந்தது. அது குத்தகைதாரரின் குடும்பத்துக்கு உதவும் ஒரு வழியாக நிர்ணயிக்கப்பட்டதாகவே என்று ஊரார் கருதினார்கள். அந்தக் குறைந்த குத்தகையை நிலவு

டைமையாளர் ஏற்றுக்கொண்டது உறவின் காரணமாகத்தான் என்றும் அப்படிக் குறைந்த குத்தகைக்கு நிலத்தைப் பெற்றவர் குத்தகைதாரர் பாதுகாப்புச் சட்டத்தைத் தனக்குச் சாதகமாகப் பயன்படுத்த முயல்வது துரோகம் என்றும் பரவலான கருத்து நிலவியது. ஊராரே இதில் சமரசத்தை ஏற்படுத்த முயன்றபோது குத்தகைதாரர் அதற்கு இணங்கவில்லை. இதுவும் குத்தகைதாரர் மீதிருந்த பரிவைக் குறைத்தது. குத்தகை தாரர் தன் சாதியல்லாத வேறொரு சாதியைச் சேர்ந்த பெண்ணைத் திருமணம் செய்துகொண்டது ஊராரில் பலரால் ஏற்றுக்கொள்ளப்படவில்லை. விசித்திரம் என்னவென்றால் நிலவுடைமையாளர் இந்தக் கலப்பு மணத்தை ஏற்றுக் கொண்டவர்!

சட்டமும், சட்டத்தை நிலைநிறுத்தும் அமைப்புகளும் குத்தகைதாரருக்கு ஆதரவாகச் செயல்பட்டபோதிலும்கூடக் குத்தகைதாரரால் தான் குத்தகைக்கு எடுத்திருந்த நிலத்தைக் கைப்பற்ற முடியாமல் போனதற்கு ஊராரின் ஒட்டுமொத்த மான எதிர்ப்புத்தான் காரணமாக இருந்தது. நிலச் சீர்திருத்தச் சட்டங்கள் முழுமையான வெற்றி பெற வேண்டுமானால் நிலங்களைச் சுற்றியுள்ள மக்கள் அந்தச் சட்டங்களின் அடிப்படை நியாயங்களை ஏற்றுக்கொள்ளுமாறு இருக்க வேண்டும்.

இப்படிப்பட்ட விவகாரங்களில் நிலவுடைமையாளரோ குத்தகைதாரரோ தன் உரிமையை நிலைநாட்ட வன்முறைச் சக்திகளையும் திரட்ட வேண்டி வரலாம். சட்டம் தரும் ஆதரவும் போலீஸார் தரும் ஆதரவும் மட்டுமிருந்தால் போதாது. சுற்று வட்டாரத்திலிருக்கும் மக்களின் எதிர்ப்பு இல்லாமலிருக்கவும் வேண்டும். நிலத்தைக் கைப்பற்ற நிலவுடைமையாளர் சார்பிலோ நிலத்திலிருந்து வெளியேற்றா மலிருக்கக் குத்தகைதாரர் சார்பிலோ வரும் போலீஸ், நிரந்தரமாகக் கிராமத்திலேயே தங்கிவிட முடியாது; தற்காலிக அனுபோகத்தை வேண்டுமானால் பெற்றுத் தரலாம். அதை நிரந்தரமாக நிலைநிறுத்த நிலத்தைச் சுற்றியிருப்பவர்கள் நில அனுபோகம் பெற்றவரின் உரிமையை ஏற்றுக்கொள்வது அவசியம். இல்லையென்றால் போலீஸ் படை விலக்கப்பட்ட மறுதினமே தற்காலிக அனுபோகப் பாத்தியதையை மீறி நிலத்தில் ஆக்கிரமிப்புகள் நிகழும். இந்தச் சூழ்நிலையில் அனுபோகப் பாத்தியதையை நிரந்தரமாக நிலைநாட்ட நிறையப் பணம், உழைப்பு, நேரத்தைச் செலவு செய்ய வேண்டியிருக்கும். வன்முறை வழிகளைக்கூடக் கையாள வேண்டியிருக்கும். இதனால் கொடுக்கல் – வாங்கல் செலவுகள் மிக அதிகரிக்கும் வாய்ப்புகள் ஏற்படும். அவ்வளவு அதிக மான கொடுக்கல் – வாங்கல் செலவுகள் இருக்கும்போது

தகராறுகளைத் தொடர்வது அறிவுடைமையானதன்று. எனவே ஏதாவது ஒருவகையான சமரச முயற்சி மேற்கொள்ளப்படுவது நடைமுறையாக உள்ளது.

குறைந்தபட்சக் கூலிச் சட்டங்களைப் பற்றி இந்த வட்டாரத்தின் விவசாயிகள் கேள்விப்பட்டதேயில்லை என்று பொதுப்படையாகத் தெரிவிக்கலாம். அந்தச் சட்டம் செயல்படுத்தும் நோக்கத்துடன் இயற்றப்பட்டதாகத் தோன்றவில்லை! தொழிலாளர்களுக்கு அரசு நிர்ணயித்துள்ள குறைந்தபட்சக் கூலி என்னவென்பதே தெரியாது என்பது தான் நிதர்சனமான உண்மை. அதுபோலவே நிலவுடைமை யாளர்களோ, விவசாயத் தொழிலாளர்களோ இந்த வட்டா ரத்தில் அந்தச் சட்டத்தின் அடிப்படையில் கூலி பேரம் செய்ததாகத் தெரியவில்லை. அது காகிதத்தில் மாத்திரமே காணப்படும் சட்டம்.

இயற்றப்பட்டுச் செயல்படுத்தப்படாத அல்லது அரை குறையாகச் செயல்படுத்தப்படும் நிலச் சீர்திருத்தச் சட்டங்கள் அவற்றை நிர்வகிக்கும் பொறுப்பை உடைய அதிகார வர்க்கத் தினரின் கைகளில் ஏராளமான அதிகாரங்களையும் வழி முறைகளையும் குவித்துவிடுகின்றன. அந்தச் சட்டங்களைச் செயல்படுத்துவதிலும் மேற்பார்வையிடுவதிலும் அவர்களுக்குப் பல நேர்வழிகளும் குறுக்கு வழிகளும் பழக்கமாகிவிடுகின்றன. குறிப்பாக வருவாய்த் துறை மற்றும் போலீஸ் துறையைச் சேர்ந்தவர்கள் இந்தச் சட்டங்களை நிலவுடைமையாளர், குத்தகைதாரர் அல்லது தொழிலாளர் சார்பிலோ எதிராகவோ எப்படியெல்லாம் பயன்படுத்தலாம் என்று தெரிந்துவைத்திருக் கிறார்கள். இந்தச் சக்தியை அவர்களில் பலர் விலைக்கு விற்கிறார்கள். அதாவது இந்தச் சக்தியை அவர்கள் கையூட்டுப் பெற்றுக்கொண்டு தவறாகப் பயன்படுத்துகிறார்கள். பொது வாகச் சொல்லும்போது நிலவுடைமையாளர்களிடம்தான் கையூட்டுக் கொடுக்கப் பணம் அதிகமிருப்பதால் பெரும் பாலான சமயங்களில் இந்தச் சட்டங்கள் அவர்களுக்குச் சாதகமாகத் திசை திருப்பப்படுகின்றன. ஆனால் அதற்கு அவர்கள் பெரிய அளவில் விலை கொடுக்க வேண்டியிருக் கிறது. உதாரணத்திற்கு, ஒரு குத்தகைதாரர் தான் குத்தகைக்கு நிலம் எடுத்திருப்பதைப் பதிவுசெய்யச் சொல்லிக் கிராம அதிகாரியிடம் கேட்பதாக வைத்துக்கொள்வோம். அந்தக் கிராம அதிகாரி, அவ்வாறு பதிவுசெய்வதற்குப் பதிலாக, நிலச் சொந்தக்காரரிடம் கையூட்டுப் பெற்றுக்கொண்டு, அவரை எச்சரிக்கை செய்து, குத்தகைதாரரை வெளியேற்ற உதவுவது நிகழ்கிறது. எனவே நிலச் சீர்திருத்தச் சட்டங்களி னால் பெரும் பயன் பெற்றிருப்பவர்கள் குத்தகைதாரர்களோ

தொழிலாளர்களோ அல்லர். நேர்மையற்ற அரசு அதிகாரி களுக்குத்தான் இந்தச் சட்டங்கள் மிகுந்த வாய்ப்புகளை ஏற்படுத்தித் தந்துள்ளன. அவர்கள்தான் இந்தச் சட்டங்களால் நல்ல அறுவடை பெற்றிருக்கிறார்கள். இன்னும் பெற்றுக் கொண்டிருக்கிறார்கள்.

சட்டசபையில் இயற்றப்பட்டுச் செயல்படுத்தப்படாத அல்லது அரைகுறையாகச் செயல்படுத்தப்படும் நிலச் சீர்திருத்தச் சட்டங்களால் பொருளியல்ரீதியில் நற்பலன் விளைவிக்கக்கூடிய பல நேர்மையான செயல்பாடுகளைக்கூட மறைமுகமாகவோ சுற்று வழிகளிலோதான் செய்ய வேண்டி யிருக்கிறது. உதாரணமாக, குத்தகைப் பாதுகாப்புச் சட்டம் இயற்றப்பட்ட பிறகு எழுத்து மூலமாகக் குத்தகைக்குவிடுகிற வழக்கமே மறைந்துவிட்டது. ஆனால் குத்தகைக்கு விடுவது நின்றுவிடவில்லை! ஆனால் அது வெளிப்படையாகச் சட்ட பூர்வமாகச் செய்யப்படுவதில்லை. அதனால் கிராம ஆவணங் களில் குத்தகைக்கு விடப்பட்டுள்ளதாகக் காட்டப்படும் நிலத்தின் அளவு அருகிவிட்டது. நில உச்சவரம்புச் சட்டத்தின் காரணமாக நிலத்தை இழந்த பெரிய நிலவுடைமையாளர்கள் அநேகமாக எவரும் இல்லை எனலாம். ஆனால் தேவையற்ற பங்கு பிரித்தல்களும் பினாமி பெயர்களில் நில மாற்றங்களும் ஏராளமாக நிகழ்ந்திருக்கின்றன. நேரான வழிகளில் இயங்கிச் செல்ல வேண்டிய உற்பத்திக் காரணிகள், செயல்படுத்தப் படாத அல்லது அரைகுறையாகச் செயல்படுத்தப்படும் நிலச் சீர்திருத்தச் சட்டங்களின் மூலம் அதிகார வர்க்கத்தினரின் நடவடிக்கைகளால் திசை திருப்பப்பட்டுக் குறுக்கு வழிகளில் பலன் குறைந்த நடவடிக்கைகளுக்குச் செலுத்தப்படுகின்றன. செயல்படுத்தப்படாத அல்லது அரைகுறையாகச் செயல்படுத்தப் படும் நிலச் சீர்திருத்தச் சட்டங்களால் கொடுக்கல் – வாங்கல் செலவுகள் பன்மடங்கு அதிகரித்துப் பொருளியல் இயக்கத்தில் திறமைக் குறைவு ஏற்படுகிறது. நாட்டின் பொருளாதாரம் உத்தமமான அளவை அடைய முடியாமல் தடுக்கப்படுகிறது. விவசாய உற்பத்தி குறைந்திருக்கிறது. இந்தச் சட்டங்களால் ஏழை விவசாயிகளில் பெரும்பான்மையினருக்கு எந்த நன்மை யும் கிட்டவில்லை. ஆனால் அதிகார வர்க்கத்தினருக்குக் குறுக்கு வழிகளில் பணம் சம்பாதிக்கப் புதிய கதவுகள் திறக்கப்பட்டிருக்கின்றன. செயல்படுத்தப்படாத அல்லது அரைகுறையாகச் செயல்படுத்தப்படும் சட்டங்களால் முழு நிறைவான பயன்தரும் விளைவுகள் தடுக்கப்படுவது மாத்திர மின்றி, நேர்மையற்ற நிகழ்வுகளும் செயல்பாடுகளும் பெருகி யுள்ளன. நிலச் சீர்திருத்தச் சட்டங்களை இயற்றும் அரசுகள், அந்தச் சட்டங்களின் உண்மையான நோக்கங்கள் நிறைவேறும்

வரை அவற்றைத் தீவிரமாகச் செயல்படுத்த வேண்டும். இல்லை யெனில் அவற்றை நீக்கிவிடுவது நல்லது. அரைகுறையாகச் செயல்படுத்துவதால் அனைவருக்கும் தீமையான விளைவுகளே வருகின்றன. குறிப்பாக, உழைக்கும் வர்க்கத்தினரைப் பாது காக்கவும் மேல்நிலைக்கு உயர்த்தவும் நிறைவேற்றப்பட்ட சட்டங்களினால் இந்த வட்டாரத்தில் அவர்களுக்கு எந்த நன்மையும் விளைந்ததாகத் தெரியவில்லை.

பிதுரார்ஜிதச் சொத்தில் மகளிருக்கு வாரிசுரிமை வழங்கிய 1985 சட்டத்தை நிலச்சீர்திருத்தச் சட்டத்தில் சேர்ப்பது பற்றி மாறுபட்ட கருத்துகள் நிலவலாம். ஆனால் அதன் தாக்கம் கிராமத்தில் இப்போதுதான் உணரப்பட ஆரம்பித்திருக்கிறது. எடுத்துக்காட்டாக, கரூரை அடுத்த ஒரு கிராமத்தைச் சேர்ந்த பெரியவர் ஒருவருக்கு இரண்டு தாரங்கள். முதல் தாரத்திற்கு ஒரு மகளும், இரண்டாம் தாரத்திற்கு ஒரு மகனும் மூன்று மகள்களும் பிறந்தனர். அவர் இறந்துவிட்ட பிறகும் அவர் சொத்து பாகப்பிரிவினை செய்யப்படாமலே இருந்தது. 1970களில் ஒரு ஏக்கர் ஆயிரம் ரூபாய் என்று விற்றுக்கொண்டிருந்த அவருடைய நிலங்கள், அவை தேசிய நெடுஞ்சாலை அருகிலமைந்திருந்ததால், 2015இல் ஒரு ஏக்கர் 2 கோடி ரூபாய் என்கிற அளவுக்கு விலை உயர்ந்து விட்டது. முதல் தாரத்தின் மகளின் கணவர் செட்டிபாளையம் கிராமத்தைச் சேர்ந்தவர். அவரும் காலமாகிவிட்டார். 2016இல் அந்தச் சொத்தை விற்கப் பெரியவரின் மகன் ஒரு ஒப்பந்தம் போட்டார். சொத்துக்கு அவர் மட்டுமின்றி நான்கு மகள்களுக் கும் உரிமை இருக்கிறது என்பதால் செட்டிபாளையத்திலிருந்த தன் தமக்கையை அணுகி, அவரின் சட்டபூர்வமான உரிமையை விட்டுத்தருவதாக எழுதித்தர வேண்டுமென கேட்டுக்கொண்டார். அதற்காகச் சில லட்சங்கள் தருவ தாகவும் கூறினார். அந்தத் தொகை, அந்தத் தமக்கையின் சட்டபூர்வமான உரிமைப்பங்கைச் சந்தையில் விற்றால் கிடைக்கக்கூடிய தொகையில் நான்கில் ஒரு பங்கு. சட்டம் எப்படியிருப்பினும் நடைமுறையில் ஆண்கள்தான் அசையாச் சொத்துகளுக்குக் காலங்காலமாக வாரிசுகளாக இருக்கிறார்கள் என்பதைத் தெரிவித்து, அவர் தன் கோரிக்கை நியாயமானது என்று வாதிட்டார். அவரது தமக்கை அதை ஏற்றுக்கொண்டு, தன் உரிமையை விட்டுத்தருவதாக எழுதிக்கொடுத்து விட்டார். அதைப்போலவே அவருடைய மற்ற இரு சகோதரி களும் தங்கள் உரிமையை விட்டுக்கொடுத்து எழுதிக் கொடுத்து விட்டார்கள். ஆனால் ஒரு சகோதரி மட்டும் உரிமையை விட்டுக்கொடுக்காமல் நீதிமன்றத்தில் வழக்குத் தொடர்ந்து விட்டார். நீதிமன்றம் அவர் சார்பில் தீர்ப்புக் கூறிவிட்டது.

வழக்குத் தொடர்ந்த சகோதரிக்குக் கோடிகளிலும், மரபை மதித்த சகோதரிகளுக்கு லட்சங்களிலும் பங்கு கிடைத்தது. உரிமையை விட்டுக்கொடுத்து எழுதித் தந்த சகோதரிகளின் சார்பில் அனுதாபமும் மேலும் இழப்பீடு தரவேண்டுமென்ற எண்ணமும் பரவலாக இருக்கிறது. இந்த நிகழ்ச்சிக்குப் பிறகு மகளிருக்கு வாரிசுரிமை பற்றி இப்போது அனைத்துக் குடும்பங்களும் அறிந்துகொண்டு, அதற்குத் தக்கபடி நடக்கத் தயாராக ஆரம்பித்துவிட்டன. ஜாதி அமைப்பே ஆணாதிக்க சமுதாயத்தின், 'ஆண்களுக்குத்தான் சொத்துரிமை' என்கிற அடிப்படையில் கட்டமைக்கப்பட்டது. மகளிருக்கும் சொத்துரிமை வந்துவிட்ட பிறகு ஜாதி அமைப்பின் அச்சாணியே முறிந்துகொண்டிருக்கிறது. வாழ்க்கைச் சுழல் சடங்குகளில் சீர் கொடுப்பது மகளிருக்குச் சொத்துரிமை இல்லாதபோது அவர்களுக்குரிய பங்கைத் தருவதற்காக ஏற்படுத்தப்பட்ட முறை என்றும், அவர்களுக்குச் சொத்துரிமை வந்துவிட்ட பிறகு சீர் முறைகளே மாறும் என்று அனுமானிக்க இடமிருக்கிறது. இன்னும் இரண்டு மூன்று தலைமுறைகளுக்குள்ளேயே இந்தத் தாக்கம் பெரும் சமூக மாறுதல்களை உருவாக்கும் என எதிர்பார்க்கிறேன்.

தொழில்நுட்ப மாறுதல்களும் உழைப்பாளர்களின் வேலைத் தேர்ச்சியும்

கிராமத்திற்குத் தொழில்நுட்ப மாறுதல்கள் அவ்வப்போது வந்து கொண்டுதான் இருக்கின்றன. 19ஆம் நூற்றாண்டின் இறுதியில், சிவப்புப் பாஸ்பரஸினால் தயாரிக்கப்பட்ட தீப்பெட்டியைக் கிராமத்தில் ஒரு பெரியவர் அறிமுகப்படுத்தியது பற்றிய கதை இப்போதும் பலரால் நினைவுகூரப்படுகிறது. அப்போதுவரை செட்டிபாளையத்தில் நெருப்புப் பற்றவைக்கக் 'கடைசல்' என்கிற கருவிதான் பயன்படுத்தப்பட்டு வந்தது. தயிர் கடையும் மத்துப் போன்ற அந்தக் கருவியின் ஒரு முனையில் சிக்கிமுக்கிக் கல் இருக்கும். தயிர் கடைவதைப் போலவே அதை நாணால் கடைவார்கள். சிக்கிமுக்கிக் கல் உராய்வதால் நெருப்புப் பொறிகள் பறக்கும். அந்தப் பொறியைக் கொண்டு பஞ்சு போன்ற பொருள்களில் முதலில் தீப் பற்றவைத்துக்கொண்டு, பின்னர் அடுப்புப் பற்றவைத்துக் கொள்வார்கள். அந்த நாள்களில் மழைக் காலங்களில் அடுப்புப் பற்றவைப்பது மிகச் சிரமமான காரியமானதால் வீடுகள் பலவற்றில் பகலிலும் ஓர் எண்ணெய் விளக்கை எரியவிட்டுக்கொண்டிருப்பது வழக்கமாக இருந்துள்ளது.

இந்த நிலையில் திருவரங்கத்திற்கு யாத்திரை சென்றிருந்த பெரியவர் ஒருவர் அங்கிருந்து ஒரு 'பணம்' (2 அணா = 12.5 பைசா; அதன் இன்றைய மதிப்பு நூறு ரூபாய் இருக்கும்!) கொடுத்து அப்போதுதான் அறிமுகப்படுத்தப்பட்ட ஒரு தீப்பெட்டியை வாங்கி வந்தார். கடைசல் இல்லாமல் ஒரு சிறு குச்சியைப் பெட்டியின் ஓரத்தில் உரைத்தாலே தீ உரு வாகும் அதிசயத்தை அனைத்து மக்களும் பார்த்து மகிழ வேண்டுமென்பதற்காகத் தண்டோரா மூலம் சுற்று வட்டார மக்கள் அனைவரையும் அழைத்தார். பெரும் கூட்டம் கூடியபின் அனைவரின் முன்னிலையில் தீப்பெட்டியிலிருந்த தீக்குச்சியை உரைத்தபோது தீப்பிடிக்கவில்லை! பல குச்சிகள் உரைத்தும் தீப்பிடிக்கவில்லை. அப்போது அங்கிருந்தவர் ஒருவர் தீப்பெட்டியில் உரைக்கப்படும் காகிதம் 'நவுத்துப் போயிருந்ததை' (ஈரமாகியிருந்ததை) சுட்டிக்காட்டி, அந்த ஈரத்தைப் போக்கத் தீப்பெட்டியின் ஓரத்தைத் தீயில் காய வைக்கச் சொல்லி யோசனை சொன்னார். அப்படிச் செய்ததும் தீக்குச்சியைப் பெட்டியின் ஓரத்தில் உரசியவுடன் தீப்பற்றிக் கொண்டது. கூட்டத்தினர் பாராட்டி மகிழ்ந்தனர். ஆனால் அவருடைய மனைவி 'கூறு கெட்ட கவுண்டர், ஒரு பணம் கொடுத்து வாங்கிவந்த தீப்பெட்டியைத் தீயில் வாட்டி உரைத்தால்தான் தீப்பிடிக்கிறது! இதற்குப் பதிலாகப் பழைய கடைசலையே பயன்படுத்தியிருந்தால் ஒரு பணமாவது மிச்சமாகியிருக்கும்' என்று எள்ளி நகையாடிவதை இன்னமும் 'பெரிசுகள்' பேசுகிறார்கள். சிவப்புப் பாஸ்பரஸ் தீப்பெட்டி களுக்குப் பிரதியாக ஊதாப் பாஸ்பரஸ் தீப்பெட்டிகள் வருகிறவரைக்கும் 'நவுத்துப்போகும்' பிரச்சினை இருந்து கொண்டிருந்திருக்கிறது!

1950க்கு முன்பு பாசனத்திற்கு நீர் இறைப்பது ஏற்றம் அல்லது கவலை ஏற்றத்தால் மட்டுமே நிகழ்ந்தது. பொது வாகச் சொன்னால் அப்போது மிருக மற்றும் மனித உழைப்பு மாத்திரமே விவசாயத்தில் ஈடுபடுத்தப்பட்டிருந்தது. உழைப் பாளர்களின் திறமைகள் அதற்கேற்றவாறு சிறப்புத் தேர்ச்சி பெற்றிருந்தன. கவண் எறிந்து குருவி ஓட்டுவதும் காரைச் செக்காட்டிக் கட்டிடங்களுக்குக் காரை தயாரித்தலும், ஏர், ஏற்றம், வண்டிகளுக்கு எருது பழக்குவதும், மாடு கட்ட, ஏற்றத்தில் வடம்-வால் கயிறாகப் பயன்படுத்தக் கயிறு திரித்தலும், மாடுகளுக்குச் 'சுழி-சுத்தம்' பார்ப்பதும் அந்தக் காலகட்டத்தில் முக்கியத்துவம் வாய்ந்த தொழில் திறமைகள். கால்நடைகளுக்கும் மனிதர்களுக்கும் நாட்டு வைத்தியம் செய்ய ஒவ்வொரு ஊரிலும் சிலர் சிறப்புத் தேர்ச்சியுடன் இருந்தார்கள். கிராம மக்கள் அப்போதைய சூழ்நிலைக்கேற்ப

விவசாயத்திலும் மற்ற தொழில்களிலும் நல்ல வேலைத் தேர்ச்சி பெற்றிருந்தார்கள். இயந்திரங்களும் கருவிகளும் பயன்பாடு மிக அற்பமானதாகவே இருந்தது.

1933-34இல் பைகாரா மின் திட்டம் பூர்த்தியடைந்த வுடன் கிராமத்திற்கு மின் இணைப்புத்தர அந்த நிறுவனத்தின் கரூர் விநியோகஸ்தர்கள் முயன்றார்கள். அப்போதைய கிராமத்துப் பெரியவர்கள், மின் மோட்டார்கள் நீரைச் சுழற்றி உராய்த்துச் சூடுபடுத்திவிடுமென்று, எண்ணி அதனால் பயிர் விளைச்சல் மிகவும் வீழ்ந்து விடுமென்று கருதி, மின் இணைப்பே வேண்டாமென்று நிராகரித்துவிட்டார்கள்! படிப்பறிவு பெற்ற பலர் வசித்த இந்தக் கிராமத்தில் மின்சார விளக்குகளையும் மோட்டார்களையும் புறக்கணிப்பது தவறு என்றும் மின் இணைப்பு பெறுவது அவசியம் என்பதைச் சீக்கிரமே உணர்ந்துகொண்டனர். ஆனால் இரண்டாம் உலகப் போர் குறுக்கிட்டதால் அவர்களால் மறுபடியும் மின் இணைப்பைப் பெற முடியவில்லை.

கிராமத்திற்கு நவீனத் தொழில்நுட்பத்தினால் உருவாக்கப் பட்ட சிக்கலான புதிய இயந்திரம் 'டீசல்' இயந்திர வடிவில் 1948இல் அறிமுகமானது. செட்டிபாளையத்தின் இரு நிலவுடைமையாளர்கள் தங்கள் 'வாய்க்கால் துளை'களில் (வாய்க்கால் நீரைக் கவலை மூலம் இறைத்து மேலேற்றும் இடங்கள்) கவலையேற்றங்களுக்குப் பதிலீடாக 'டீசல்' இயந்திரங்கள் நிறுவினார்கள். மின்மோட்டார்களும் பம்பு செட்டுகளும் 1950க்குப் பின்னர்தான் அறிமுகமாயின. 1956-57இல் சி.எஸ்.நடராஜன் மிகுந்த முயற்சி எடுத்து, கிராமத்திற்கு மின் இணைப்பைக் கொண்டு வந்தார். ஆனால், அப்போது நிறுவப்பட்ட 'டிரான்ஸ்பார்மர்' அமைந்த இடத்திலிருந்து அவருடைய விவசாய நிலங்கள் ஒரு கி.மீ. தொலைவுக்கு அப்பாலிருந்ததால் அவருடைய விவசாய நிலங்களுக்கு அப்போது மின் இணைப்புக் கிட்டவில்லை! 1958க்குப் பிறகு மின் விளக்குகளும் மின்மோட்டார்களும் கிராமத்தில் வேகமாகப் பரவ ஆரம்பித்தன. 1950களிலேயே கிராமத்தில் கா.கருப்பண்ண கவுண்டரால் அந்த நாள்களில் கடைப்பிடிக்கப் பட்ட – சம்மட்டி அடிக்கிற வகையில் துளைபோடும் இயந்தி ரத்தைப் பயன்படுத்தி – அவருடைய நத்தக்காட்டில் ஆழ்துளைக் கிணறு தோண்டப்பட்டது. ஆனால் அந்தக் கிணறு ஒரு வறண்ட கிணறாகவே அமைந்துவிட்டது. 1960களில் கிராமத்தின் பெரிய நிலவுடைமையாளர்கள் இயந்திரங்களை விவசாயத்திற்குப் பயன்படுத்த ஆரம்பித்துவிட்டனர்.

இதனால் விவசாயத்திலும் அன்றாட வாழ்விலும் இயந்திரங்களையும் மின் சக்தி போன்ற புதிய சக்திகளையும்

பயன்படுத்துவதற்கு ஏதுவாக, அவை சார்ந்த தொழில்நுட்பம் அறிந்தவர்களுக்கான தேவை பெருகியது. டிராக்டர் ஓட்டுபவர் களுக்கும் டீசல் இயந்திரங்களை இயக்கவும் பழுதுபார்க்கவும் தெரிந்தவர்களுக்கும் 'ஸ்பிரேயர்' மற்றும் 'மின்மோட்டார்களை' இயக்கவும் பழுதுபார்க்கவும் தெரிந்தவர்களுக்கும் பற்றாக்குறை நிலவ ஆரம்பித்தது.

1950களில் சி.எஸ். நடராஜன் ஆற்றருகிலிருந்த தன்னுடைய நிலத்தில் ஒரு 'ஃபில்டர் பாயிண்டு'க் கிணறு அமைத்து, அதில் டீசல் இஞ்சினை இணைத்தார். அந்த நீரைச் சுமார் 20 அடி உயரத்தில் ஓர் தொட்டி கட்டி அதில் விழவைத்தார். தொட்டியிலிருந்து ஒரு குழாய் அமைப்பின் மூலம் அந்த நீரை வாய்க்காலைக் கடந்து, வாய்க்காலுக்கு அப்பாலிருந்த அவருடைய தோட்ட நிலத்திற்குப் பாயுமாறு செய்தார். சுருக்கமாகச் சொன்னால் இந்தக் கிராமத்தில் விவசாயத்திற்கு 'ஸைபன்' முறையை அறிமுகப்படுத்தி ஆற்று நீரைச் சாகுபடிக்கு செலுத்தியவர் இவர்தான். இந்த ஊரில் 'பைப்லைன்' புரட்சியை ஆரம்பித்தவரும் இவர்தான்.

இவரைத் தொடர்ந்து சிலர் இதே 'ஸைபன்' முறையைப் பயன்படுத்தி ஆற்று நீரைத் தூரத்திலிருக்கும் மேட்டு நிலங் களுக்குக் கொண்டு செல்ல முயன்றனர். அதற்குக் குழாயமைப்பு ஆரம்பிக்குமிடத்தில் தொட்டி மிக உயரமாகத் தூக்கிக் கட்ட வேண்டியிருந்தது. அதுமட்டுமின்றிக் குழாயமைப்பு ஏற்படுத்தி யிருக்கும் வழியில் இடையிடையே 'காற்றுப் போக்கி'களும் அமைக்க வேண்டியிருந்தது. 1962இல் சி.எஸ். சிவசாமி தன்னு டைய கிணற்றிலிருந்து ஒன்றரை கி.மீ. தூரம் ஒரு நேரடி 'பைப்லைன்' அமைத்துச் சுமார் நாற்பதுக்கும் மேற்பட்ட ஏக்கர் மேட்டு நிலத்திற்குத் தண்ணீரை மின்மோட்டார் உந்தித் தள்ளும் முறையை ஏற்படுத்தினார். இந்த முறை காவிரி வடிநீர்ப் பகுதியில் ஈரோட்டிற்கும் கொடுமுடிக்கும் இடையில் குட்டப்பாளையத்தில் கே.எஸ். பெரியசாமிக் கவுண்டர் அவர்களால் 1950களில் பயன்படுத்தப்பட்ட முறை. சி.எஸ். சிவசாமி அமராவதி ஆற்றிலிருந்து ஒரு 'பைப்லைன்' அமைத்து ஆற்று நீர் அந்தக் குழாய்கள் வழியாக இடையி லிருக்கும் நிலங்களையும் வாய்க்காலையும் கடந்து தன் கிணற்றுக்குள் விழுமாறு செய்தார். அமராவதி ஆற்று வடிநீர்ப் பகுதியில் ஆற்று நீரைப் புதிய தரிசு நிலங்களைச் சாகுபடி செய்வதற்காக 'பைப்லைன்' அமைத்துக்கொண்டு சென்றவர் அனேகமாக இவராகவே இருக்கலாம். ஏனெனில், இவருடைய முன்னோடியான சி.எஸ். நடராஜன் ஆற்று நீரைக் கிணற்றுப் பாசனம் பெற்றிருந்த தன் தோட்ட நிலங்களுக்குத் தான் கொண்டு சென்றார். கிராமத்தில் காடு திருத்தி விளை

நிலமாக்க 'புல்டோஸர்' கருவியைத் சி.எஸ். சிவசாமிதான் 1962இல் முதன்முதலில் அறிமுகப்படுத்தினார். நிலங்களைச் சமப்படுத்திச் சீரமைக்க சேற்றுழவு செய்து பரம்படிப்பதற்கு முதன்முறையாக டிராக்டரை இந்த வட்டாரத்தில் அறிமுகப் படுத்தியவரும் இவர்தான்.

'ஸைபன்' முறை அல்லாத, மின்மோட்டார் அல்லது டீஸல் இயந்திரம் மூலம் தண்ணீரை நேரடியாக உந்தித் தள்ளி ஆற்று நீரைப் பைப் லைன்கள் வழியாக வெகுதூரத்திற்கு அப்பாலிருக்கும் மேட்டுத் தரிசு நிலங்களுக்குக் கொண்டு சென்று அவற்றை விளை நிலங்களாக மாற்றிய தொழில் நுட்பம் அமராவதி வடிநீர்ப் பகுதியில் 1962க்குப் பிறகு வேகமாகப் பரவியது. காவிரி வடிநீர்ப் பகுதியில் கொடுமுடி வட்டாரத்தில் 1950களில் தொடங்கிய இந்த முறை, அமராவதி படுகைக்கு வந்து, பின்னர் தமிழ்நாட்டின் எல்லா ஆற்று வடிநீர்ப் பகுதிகளுக்கும் பரவியது. தமிழ்நாட்டு விவசாயிகள் தான் கர்நாடக மாநிலத்தில் ஆற்றோரமிருந்த மேட்டு நிலங்களைக் குறைந்த விலையில் வாங்கி, அங்கும் இந்த முறையை அறிமுகப்படுத்தினார்கள். 1970களுக்குப் பிறகு விவசாய மின் உபயோகத்திற்கு மானியம் அல்லது இலவச மின் இணைப்புகள் கொடுக்கப்பட்டபோது மேலும் ஏராள மான தரிசு நிலங்கள் விளைநிலங்களாக மாறின.

வேறு விதமாகக் கூறினால் தமிழ்நாட்டில் 1950–60களில் தான் இயந்திரங்களைக் கொண்டு நீரை உறிஞ்சி மேலே தள்ளும் தொழில்நுட்பத்தைப் பயன்படுத்தி, புவி ஈர்ப்பு விசை ஏற்படுத்தியிருந்த இயற்கையான தடையை மீறிக் கீழ்மட்டத்தில் ஓடிக்கொண்டிருந்த ஆற்று நீரை உயர் மட்டத்தில் வெகு தொலைவுக்கு அப்பால் இருந்த தரிசு நிலங்களுக்குச் சிமெண்டு குழாய்கள் மூலம் செலுத்திச் சாகுபடி நிலங்களாக மாற்றிய புரட்சி முதலில் காவிரியிலும் அடுத்து அமராவதி வடிநீர்ப் பகுதிகளிலும் ஏற்பட்டது. இந்தத் தொழில்நுட்பத்தைக் கர்நாடக மாநிலத்திற்கு முதலில் கொண்டு சென்றவர்கள் கரூர் பகுதியிலிருந்து குடிபெயர்ந்த வர்கள்தான் என்றும் சொல்லப்படுகிறது. தமிழ்நாட்டில் இலவச – அல்லது மானிய விலையில் விவசாயத்திற்கு மின்சாரம் அளித்தது இப்படிச் சாகுபடிக்குக் கொண்டுவரப் பட்ட நிலங்களின் பரப்பினை அதிகரிக்கத் தூண்டுகோலாக அமைந்தது. இந்தத் தொழில்நுட்பம்தான் பிற்காலத்தில் காவிரி வடிநீர்ப் பகுதியில் கர்நாடக – தமிழ்நாடு அரசுகளுக் கிடையேயான நீர் பங்கீட்டுப் பிரச்சினைக்கும் அடிப்படைக் காரணமாக ஆகியுள்ளது. எப்படியிருப்பினும் செட்டிபாளை யத்தைப் பொறுத்தவரை இப்படிப் புதிதாக ஆற்று நீரை

உபயோகித்துச் சாகுபடிக்குக் கெண்டுவரப்பட்ட இந்நிகழ்ச்சி நில உரிமையாளர்களின் வாழ்க்கையில் பெரு மாறுதல்களை ஏற்படுத்தியுள்ளது.

1960கள்வரை 'ஹ்யூம்' பைப் கம்பெனி ஒன்று மட்டும் தான் தென் தமிழ்நாடு முழுமைக்கும் தரமான சிமெண்டு பைப்புகள் தயாரித்து விற்றது. அதற்குப் பிறகு இந்தத் தொழில்நுட்பம் வேகமாகப் பரவி, தமிழகத்தின் எல்லா நகரங்களிலும் இப்போது சிமெண்டு பைப் தயாரிப்பாளர்கள் இருக்கிறார்கள். இந்த வட்டாரத்தில் கரூரிலும் சின்னதாரா புரத்திலும் பல நிறுவனங்கள் சிமெண்டு பைப் தயாரிப்பில் ஈடுபட்டுள்ளனர். இவற்றின் விற்பனை அளவிலிருந்தே புதிதாகச் சாகுபடிக்குக் கொண்டுவரப்பட்டுள்ள நிலத்தின் அளவைக் குத்துமதிப்பாகக் கணிக்கலாம்.

அதிக உயரத்தில் அமைந்துள்ள நிலங்களுக்கு நீண்ட தூரத்துக்குப் பைப் லைன்களின் மூலம் நீரை மேல் செலுத்தும் போது பைப்புகளை இணைக்கும் இடங்களில் விரிசல் விடுவதைத் தவிர்ப்பதற்காக இடையிடையே காற்றுப் போக்கிகள் வைக்கும் தொழில்நுட்பமும் இந்தக் காலகட்டத்தில்தான் வந்தது.

இருந்தபோதிலும் பயிர்கள் சாகுபடி செய்திருக்கும்போது பயிர்களுக்குப் பாசன நீர் போய்ச் சேர்வது இன்றியமையாத காலங்களில், பைப்லைன்களில் ஓட்டை அல்லது விரிசல் ஏற்படுவது மிகுந்த சிக்கலான பிரச்சினையாக உருவெடுத்தது. ஏனெனில் அந்த ஓட்டை அல்லது விரிசலைப் பழுதுப் பார்க்க பைப்லைனுக்குள் இருக்கும் நீர் முழுவதையும் வெளி யேற்றியாக வேண்டும். பிறகு புதிதாக சிமெண்டு அல்லது கான்கிரீட் பூசி, இரண்டு மூன்று நாள்கள் 'ஆற'விட வேண்டும். இப்படிச் செய்கிற நேர விரயத்தினால் பயிர்கள் காய்ந்துவிட வும் வாய்ப்புகள் அதிகம். விரிசல் அல்லது ஓட்டை ஏற்பட் டுள்ள இடங்களைச் சுற்றியும் அவற்றின் மீதும் 'வாட்டர்புரூஃப்' சிமெண்டுக் கலவையில் நனைக்கப்பட்ட சாக்குத் துண்டு களை வைத்து அவற்றின் மீது கான்கிரீட் கலவை பூசி ஒரே நாளில் பைப்லைன்களைப் பழுதுபார்க்கும் புதியமுறை இப்போது பரவலாகக் கையாளப்படுகிறது. பைப்லைன்களுக்குள் நீர் இருக்கும்போதுகூட இம்முறை பயன்படுத்தப்படுகிறது.

கிராமத்தின் தோட்ட நிலங்கள் கிணற்று நீரினால் சாகு படி பெற்றுவந்தன. கிராமத்தில் பாறை அடித்தளம் மேல் மட்டத்திலேயே இருப்பதால் கிணறுகளுக்கு ஊற்று வளம் குறைவாகவே இருக்கிறது. எனவே கிணற்றுப் பாசனம் பெற்ற தோட்ட நிலங்களின் பரப்பளவு குறைவு. அந்த நிலங்களில் மிளகாய் 1960க்கு முன்பு புகையிலை, வரகு போன்ற பயிர்கள்

அதிகம் பயிரிடப்பட்டன. ஆற்று நீரை நேரடியாக நிலங்களுக்குப் பாய்ச்சும் முறை வந்தபிறகு பல திறந்த வெளிக் கிணறுகள் ஆற்று நீரைச் சேமிக்கும் தொட்டிகளாகப் பயன்படுத்தப்படுகின்றன. கிணற்று நீரைச் சார்ந்த பயிர்களுக்குப் பதிலாக ஆற்று நீரைச் சார்ந்த பயிர்கள் பயிரிடப்படுகின்றன.

1960களின் ஆரம்பத்தில் ஒரு ஆள்வினையுடைய விவசாயி, கோடை காலத்தில் ஆறு முழுதும் வறண்டிருந்தபோது, ஆற்று மணலில் ஒரு சிறு கால்வாய் வெட்டி அதில் ஊறி ஓடிவந்த ஊற்று நீரைத் தன் மோட்டார் பம்புசெட்டின் மூலம் தன் நிலங்களுக்குப் பாய்ச்சினர். இந்த முறையைப் பல விவசாயிகளும் பின்பற்றினர். 1970களில் ஆற்றிற்கு வருபவர்கள் ஆற்றுக்குள் ஏராளமான அத்தகைய சிறு வாய்க்கால்கள் தோண்டப்பட்டிருப்பதையும் அவை பம்புசெட்டுகளோடு இணைக்கப்பட்டிருப்பதையும் கவனித்திருப்பார்கள். அடுத்த முறை ஆற்றில் வெள்ளம் வரும்போது அந்தச் சிறு வாய்க்கால்கள் அனைத்தும் தூர்க்கப்பட்டுவிடும். எனவே ஒவ்வொரு ஆண்டும் புதிதாக இந்தச் சிறு வாய்க்காலைத் தோண்ட வேண்டியிருந்தது. இதைத் தவிர்ப்பதற்காக 1980களில் ஊக்கமும் செயல்திறனும் கொண்ட பன்னீர்செல்வம் என்கிற ஓர் இளைஞர் ஆற்று மணலுக்கடியில் சுமார் பன்னிரண்டடி ஆழம் தோண்டி, அங்கு இணைப்புகளுக்கு இடையே இடைவெளிவிட்டு, அந்த இடங்களில் சல்லி மூலம் சல்லடைசெய்து குழாய்க்குள்ளே நீர் மாத்திரம் போகும்படியான ஒரு 800 அடி நீளப் 'பைப்லைனை' நிர்மாணித்தார். அந்தப் 'பைப்லைனி'லிருந்து அவர் பம்புசெட் மூலம் தன் நிலங்களுக்குத் தண்ணீர் கொண்டு சென்றார். இந்தத் தொழில்நுட்பத்தைப் பயன்படுத்தும் செலவு அதிகமானாலும் ஒவ்வொரு ஆண்டும் மீண்டும் மீண்டும் ஆற்றுக்குள் வாய்க்கால் தோண்டுகிற சிரமமும் செலவும் தவிர்க்கப்பட்டன. இதன் மூலம் அவர் கோடைக் காலங்களிலும் தான் சாகுபடி செய்த 24 ஏக்கர் மல்லிகைத் தோட்டத்திற்குத் தண்ணீர் பாய்ச்சல் ஏற்பாட்டைச் செய்துகொண்டார்.

ஆற்றில் மணல் நிறைய இருந்த காலத்தில் இந்தத் திட்டம் வெற்றிகரமாகச் செயல்பட்டது. காலப்போக்கில் ஆற்றின் அடிமடைப் பகுதியில் மிக அதிகமாக மணல் அள்ளி விற்பனை செய்யப்பட்டதால் ஒவ்வொரு வெள்ளத்தின்போதும் இந்தக் கிராமத்தில் நிறைந்திருந்த மணல் தண்ணீரோடு கலந்து கீழ்நோக்கி இடம்பெயர்ந்தது. அதனால் இந்தக் கிராமப் பகுதியில் மணலின் ஆழம் ஆண்டுதோறும் குறைந்து கொண்டே வந்தது. கி.பி. 2000க்குப் பின்னர்தான் ஆற்று மட்டத்திற்குக் கீழ் 12 அடி கீழே பதிக்கப்பட்டிருந்த குழாய்

களில் சில வெளியே தெரிகிற அளவுக்கு மேலேயிருந்த மணல் அள்ளப்பட்டது. 2006 ஆகஸ்டு மாதத்திலிருந்து அப்பிபாளையத் திலிருந்து செட்டிபாளையம் அணை வரை இருந்த கொஞ்ச நஞ்ச ஆற்று மணலையும் அரசு அள்ளிச் செல்ல அனுமதி வழங்கிவிட்டது. ஒப்பந்தக்காரர் 'பொக்லைன்' இயந்திரங் களைக் கொண்டு அடிப்பாறை தெரிகிறவரை தோண்டிப் பல நூற்றுக்கணக்கான லாரிகளில் மணலை அள்ளிச் சென்றார். அதனால் ஊற்று நீர் ஆதாரம் மிகவும் குறைந்து விட்டது. குடிநீருக்கே தட்டுப்பாடு வரும் என்று ஒருவர் வழக்குத் தொடர்ந்து மதுரை உயர் நீதிமன்றம் சென்று இடைக்காலத் தடை கேட்டார். நீதிமன்றம் சுற்றுச்சூழல் எவ்வளவு பாதிக்கப்படுகிறது என்று தெரிந்துகொள்ள ஒரு கமிட்டியைப் பரிந்துரை செய்தது. அந்தக் கமிட்டி நியமிக்கப் படாமலே மணல் அள்ளுவது தொடர்ந்ததால் மதுரை உயர் நீதிமன்றம் செட்டிபாளையத்தில் 2006 டிசம்பர் மாதத்திலிருந்து மணல் அள்ளுவதற்கு இடைக்காலத் தடை வழங்கியது. அதற்குள் இந்தக் கிராமத்தில் தென்வடலாக ஓடிய ஆற்றுப் பகுதியில் சுமார் மூன்று கி.மீ.லிருந்த மணல் முழுதும் சுரண்டப்பட்டுவிட்டது. மணலுக்கடியில் புதைக்கப்பட்டிருந்த குழாய்கள் பறித்தெறியப்பட்டுவிட்டன.

மூன்று ஃபேஸ் மின்மோட்டார்களை இரண்டு ஃபேஸ் மின்சாரத்தைக் கொண்டு இயக்குவது சட்டத்துக்குப் புறம் பானது. ஆனால் இதற்கான வழிமுறைகளை இந்த வட்டாரத்து விவசாயிகள் தெரிந்துகொண்டு கடைபிடிக்கவும் செய்கின்றனர். 1980களில்தான் ராசிபுரத்திலிருந்த இந்தத் தொழில்நுட்பத்தை ஒரு மின் அதிகாரி உடந்தையாக இருந்து இந்தக் கிராம விவசாயி ஒருவருக்குக் கற்றுக் கொடுத்தார். அதற்குப் பிறகு இது பலராலும் மேற்கொள்ளப்பட்டது. இதன் காரணமாகப் பலருடைய மின்மோட்டார்களின் 'காயில்கள்' எரிந்துபோனதும் நிகழ்ந்திருக்கிறது. 1970க்கு முன் விவசாயம் பெருமளவுக்கு ஒரு பகல் நேரத் தொழிலாக இருந்தது. கால்நடை பராமரிப்புத் தவிர மற்ற வேலைகள் பகலில்தான் நடந்தன. ஆனால் விவசாய வேலைகளில் பலவற்றை இரவில் செய்ய வேண்டிய நிர்ப்பந்தம் ஏற்பட்டது. ஆண்டின் பெரும்பாலான நாள்களில் விவசாயத்திற்கு மூன்று ஃபேஸ் மின்சாரம் பகலில் ஆறு மணிநேரமும் இரவு 10 மணியிலிருந்து காலை 6 மணி வரையும் தான் கொடுக்கப்படுகிறது. ஆனால் இரவில் தண்ணீர் பாய்ச்சு வதில் இருக்கும் சிரமம் அதிகம். எனவே பல விவசாயிகள் 2 ஃபேஸ் மின்சாரத்திலேயே பகலில் 3 ஃபேஸ் மோட்டார் களை இயக்குகிறார்கள்.

1960களில்தான் இந்தக் கிராமத்திற்கு டிராக்டர்கள் அறிமுகமாயின. அவற்றை நிலங்களைச் சமப்படுத்தப் பரம்படிக்கும் வேலைக்கும் பயன்படுத்தியதை ஏற்கெனவே சொல்லியுள்ளோம். ஆரம்பத்தில் டிராக்டர்கள் பஞ்சாயத்து யூனியன்களிலிருந்துதான் நாள் வாடகைக்குக் கிடைத்தன. அரசு அப்போது நிர்ணயித்திருந்த வாடகை குறைவாக இருந்த தால் அவற்றை நாள் வாடகைக்கு எடுத்துத் தரிசு நிலங்களைச் சாகுபடி நிலங்களாக்குவதற்குப் பலர் பயன்படுத்தினர். ஆனால் நிலப் பரப்பளவு அதிகமிருந்த பெருநிலக்கிழார்கள்தான் நிலங்களைச் சீர் செய்யவும் உழவு வேலைகளுக்கும் டிராக்டரை வாடகைக்கு எடுத்துப் பயன்படுத்த முடிந்தது. 1970களில் தனியார் டிராக்டர்கள் வாடகைக்கு விடப்பட்ட போதுகூட ஆரம்ப நாள்களில் அவை நாள் வாடகைக்குத்தான் விடப்பட் டன. அவை கரும்பு ஆலைகளுக்குக் கரும்பு ஏற்றிச் செல் வதற்கு அதிகம் பயன்படுத்தப்பட்டன. 1970களின் இறுதியில், அப்பிபாளையத்தைச் சேர்ந்த ஒரு டிராக்டர் சொந்தக்காரர் மணிக் கணக்கில் டிராக்டரை வாடகைக்கு விடும் வழக்கத்தைத் தொடங்கிவைத்தார். இதனால் சிறுவிவசாயிகள்கூடத் தங்களின் நிலங்களை உழுவதற்கு டிராக்டர்களைப் பயன்படுத்தும் வாய்ப்பு ஏற்பட்டது. நவீன விவசாயத்தில் ஆற்றில் தண்ணீர் ஓடிவரும் பருவத்திலேயே நடவிலிருந்து அறுவடைவரை அனைத்து நடவடிக்கைகளையும் முடிக்க வேண்டிய ஒரு இக்கட்டான நெருக்கடியான நிர்ப்பந்தத்திலிருக்கும் விவசாயி களுக்குக் காலத்தைச் சேமிக்க இயந்திரங்களை நாட வேண்டிய கட்டாயம் ஏற்பட்டது. நஞ்சைப் பயிர்களுக்கு இந்த நிர்ப்பந்தம் மிக அதிகம். எனவே சிறு விவசாயிகள்கூட டிராக்டர்களை வாடகைக்கு எடுத்துப் பயன்படுத்த ஆரம்பித்தனர். நீர்ப்பாசனத் திற்குக் கவலையேற்றம் கைவிடப்பட்டு மின் அல்லது டீசல் இயந்திரங்கள்தான் பயன்படுத்தப்படுகின்றன. இவற்றின் ஒட்டுமொத்த விளைவாக எருதுகளின் உபயோகம் கணிசமாகக் குறைய ஆரம்பித்தது. உழவுக்குத் தொழிலாளர்கள் கிடைப் பருமை காரணமாகவும் டிராக்டர்களின் உபயோகம் அதிகரித் தது. புல் தரிசு நிலங்கள் சாகுபடி நிலங்களாக மாற்றப்பட்டதும் கால்நடைகளைப் பராமரிப்பதில் சிரமங்களைத் தோற்றுவித்தன. 1970களுக்குப் பிறகு விவசாயத்தில் எருதுகளின் முக்கியத்துவம் படிப்படியாகக் குறைந்துவருகிறது.

1978இல் கிராமத்தில் முதன்முதலாக ஒரு 'ராயல் என்பீல்டு – புல்லட்' மோட்டார் சைக்கிளை பன்னீர்செல்வம் வாங்கி வந்து பயன்படுத்தினார். அவரைத் தொடர்ந்து ராமசுப்பு ஒரு 'ஜாவா' மோட்டார் சைக்கிளை இந்த ஊருக்குக் கொண்டு வந்தார். அவை அப்போது கிராமத்தின் மோகப் பொருள் களாகக் கருதப்பட்டன.

1980களின் ஆரம்பத்தில் கண்ணபிரான் ஒரு 'லம்பார்டினி' மோபெட் வாங்கிவந்தார். சைக்கிளுக்கும் மோட்டார் சைக்கிளுக்கும் இடைப்பட்ட நிலையில், அன்றாட விவசாயத் தேவைகளுக்குப் பயன்படுத்தத்தக்க, நடுத்தர வர்க்கத்தினரும் வாங்கி உபயோகிக்கக்கூடிய ஒரு வாகனம் 'மோபெட்' தான் என்று கிராம மக்கள் அடையாளம் கண்டுகொண்டனர். அந்தக் கால கட்டத்தில் 'சுவேகா' என்கிற 'மோபெட்'தான் பொதுவாக விவசாயிகளும் குறிப்பாகப் பால்காரர்களும் அதிகமாக வாங்கிய வாகனம்! 1982இல் பெரியகாடு சுப்பராயன் முதல் டி.வி.எஸ். 50 'மோபெட்' வாங்கிவந்தார். அது இன்னும் அவரிடம் ஓடிக்கொண்டிருக்கிறது! டி.வி.எஸ். 50 கிராமப் போக்குவரத்தில் ஒரு வியத்தகு மாற்றத்தை ஏற்படுத்தியது. அந்த வாகனத்தின் 'ஹேண்டில் பாரு'க்கும் 'ஸீட்'டுக்கும் இடைப்பட்ட தாழ்வான தளத்தில் ஒரு பலகையை வைத்து, ஓட்டுநரின் இரு புறங்களிலும் மூடைகளையோ கூடைகளையோ பால் குவளைகளையோ அந்தப் பலகையில் ஏற்றி எடுத்துச் செல்ல முடிந்தது. ஒற்றையடிப் பாதைகளிலும் காடுமேடுகளிலும் கிட்டத்தட்ட ஒரு டன் எடையைக் கூட ஏற்றிக் கொண்டு செல்ல இந்த வாகனம் பயன்பட்டது. சிறு விவசாயி கூடத் தன் நிலத்தில் விளைவித்த முருங்கைக் காயைக் கட்டுக் கட்டாகக் கட்டி, முன்னாலும் பின்னாலும் அடுக்கி எடுத்துக் கொண்டு நாற்பது கி.மீ. தொலைவிலிருக்கும் ஒட்டன்சத்திரம் சந்தையில் கொண்டுபோய் அதிக விலைக்கு விற்கலாம் என்கிற நம்பிக்கையை முதன்முதலாக ஏற்படுத்தித் தந்த வாகனம் இதுதான்.

இதைத் தொடர்ந்து மற்ற மோபெட் தயாரிப்பாளர்களும் டி.வி.எஸ். 50க்குப் போட்டியான வாகனங்களை அறிமுகப் படுத்தினார்கள். அவற்றில் பஜாஜ் எம்.80 என்கிற வாகனம், டி.வி.எஸ்.50 போலவே மிகுந்த பாரத்தை ஏற்றிக்கொண்டு கரடுமுரடான சாலைகளிலெல்லாம் செல்வதற்கு மிகவும் ஏற்றதாயிருந்தது. எரிபொருள் சிக்கனமும் அதிகமிருந்தது. எனினும் இது கியர் வைத்த வாகனம். சைக்கிள் மட்டுமே ஓட்டத் தெரிந்திருந்த விவசாயிகளுக்கு டி.வி.எஸ். 50க்கு இது பதிலீடாக அமையவில்லை. எனவே விவசாயிகளின் போக்குவரத்தில் புரட்சிகரமான மாறுதலை ஏற்படுத்திய வாகனம் டி.வி.எஸ். 50 என்று கூறலாம். இதில் ஒரு விசித்திரம் என்னவெனில் ஆட்டோரிக்ஷாக்களைத் தனியார் வாகனங்களாகப் பயன்படுத்தியிருந்தால் அது விவசாயிகளுக்குப் பெரிய உதவி தரும் வாகனமாகியிருக்கும். ஆனால், இந்தியாவிலும் சரி, உலகின் மற்ற பாகத்திலும் சரி, மூன்று சக்கர வாகனமாகிய ஆட்டோரிக்ஷா தனியார் வாகனமாகப் பயன்படுத்தப்படுவ

தில்லை! அது ஒரு வாடகை வாகனமாகவே நிலைத்திருக்கிறது! இதற்கு அறிவு சார்ந்த விளக்கம் என்னவென்று புலப்படவில்லை.

எப்படியிருப்பினும் 1990க்குப் பிறகு கிராமத்தில் மோபெட்களின் எண்ணிக்கை வேகமாக அதிகரித்துள்ளது. தவணை முறையில் அவை விற்கப்படுவதும் அதற்கு ஒரு காரணமாக இருக்கிறது. 2000க்குப் பிறகு மோட்டார் சைக்கிள்களை வாங்குபவர்களின் எண்ணிக்கை அதிகரித்திருக்கிறது. கிழக்காலூர் மற்றும் காசா காலனிகளில் அதிகம் பேரின் சம்பாதனையின் அளவு அதிகரித்திருக்கிறது என்பதற்கு இது ஒரு சான்று.

சுதந்திரத்தின்போது கிராமத்தில் பயிரிட்டுவந்த பயிர்களனைத்தும் பன்னெடுங்காலமாக இந்த வட்டாரத்திலேயே சாகுபடி செய்யப்பட்டவை. அதன் காரணமாக அவை பூச்சி, பூசணத் தாக்குதல்களுக்கு எதிர்ப்புச் சக்தி கொண்டதாயிருந்தன. எனவே பூச்சி மருந்துகளையும், பூசணக் கொல்லிகளையும் தெளிக்கக் கருவிகள் அப்போது இருக்கவில்லை. ஆனால் 1960களுக்குப் பிறகு பசுமைப் புரட்சியின்போது வீரிய வித்துக்கள் அறிமுகம் செய்யப்பட்ட பிறகு அந்தப் பயிர்கள் பூச்சி மற்றும் பூசணத் தாக்குதல்களுக்கு எளிதான இலக்குகளாயின. அவற்றைக் காப்பதற்காக மருந்து தெளிப்பது அவசியமாகிவிட்டது. மருந்து தெளிக்கும் நுட்பத்தைப் பலர் கற்றுக் கொண்டனர். 'கை ஸ்பிரேயர்'களும் (தெளிப்பான்கள்), 'பவர் ஸ்பிரேயர்'களும் கிராமத்துக்கு வந்தன. மல்லிகைப் பூந்தோட்டத்தில்தான் 'பவர் ஸ்பிரேயர்' அதிகம் பயன்படுத்தப் பட்டது. ஆரம்பத்தில் 'பவர் ஸ்பிரேயர்'களும் பெரிய நிலவுடைமையாளர்களால் மாத்திரமே பயன்படுத்தப்பட்டன. சிறிது காலத்துக்குப் பிறகு அவையும் மணிக்கணக்கில், அல்லது ஏக்கர் உபயோகக் கணக்கில், வாடகைக்கு விடப்பட்டதால் சிறு, குறு விவசாயிகளும் அவற்றைப் பயன்படுத்தலாயினர். தெளிப்பான்களைப் பயன்படுத்தி மருந்துகளைத் தெளிப்பது அதிகமாக அதிகமாகப் பூச்சிகளும் பூசணங்களும் அந்த மருந்துகளுக்கு எதிர்ப்புச் சக்தியை வளர்த்துக்கொள்வது கண்கூடாகத் தெரிகிறது. ஒரு விவசாயி தன் பயிருக்கு மருந்து தெளித்தால் அங்கிருக்கும் பூச்சிகள் அருகிலிருக்கும் நிலங்களுக்குத் தப்பிச் செல்கின்றன. அதனால் அடுத்த விவசாயிகளும் மருந்தடிக்க வேண்டிய அவசியம் ஏற்படுகிறது. மொத்தத்தில் அதிக அளவு மருந்து தெளிப்பதாலும் ரசாயன உரங்களிடுவதாலும் விவசாய நிலங்களின் இயல்பு சிதைந்து அவற்றின் உற்பத்தித் திறன் பாதிக்கப்பட்டுள்ளது.

1990களுக்குப் பிறகு அமராவதி ஆற்றில் ஊற்று நீரும் குறைந்துகொண்டே வருகிறது. இதன் காரணமாகக் கிராமத்தில் ஆழ்துளைக் கிணறுகள் தோண்டி, அவற்றில் 'ஸப்மர்ஸிபில்'

பம்புகளை இணைத்துத் தண்ணீர் எடுப்பது வழக்கத்திற்கு வந்துள்ளது. 2002–04இல் கடுமையான வறட்சியின் போது இந்த வட்டாரம் முழுதும் ஏராளமான ஆழ்துளைக் கிணறுகள் தோண்டப்பட்டன. இதனால் நிலத்தடி நீர் மட்டமே கீழே இறங்கிவிட்டதால் எல்லா ஆழ்துளைக் கிணறுகளின் வெளியீடு களும் குறைந்துவிட்டன. முதலில் 200 அடியிலேயே தண்ணீர் கிடைத்தது. இப்போது இந்தக் கிராமத்தில் நூற்றுக்கும் மேற் பட்ட ஆழ்துளைக் கிணறுகளை விவசாயிகளும் சாயப் பட்டறை அதிபர்களும் கிராமப் பஞ்சாயத்தும் தோண்டி யுள்ளன. இப்போது 600–800 அடி ஆழம் தோண்டினால்தான் தண்ணீர் கிடைக்கிறது. இதனால் கிராமத் தோட்டங்களிலிருந்த பழைய திறந்த வெளிக் கிணறுகள் கோடை காலத்தில் முழுது மாக வறண்டுவிடுகின்றன. ஆழ்துளைக் கிணறுகளிலேயே பல கிணறுகள் வறண்டுவிட்டன!

1998இல் கிராமத்தில் சொட்டு நீர்ப்பாசன முறை அறிமுகப்படுத்தப்பட்டது. 1980களில் மல்லிகைத் தோட்டமாக இருந்து, ஆண்டு முழுவதும் குறைவின்றிப் பாசனம் பெற்றுக் கொண்டிருந்த நிலங்களுக்குத் தண்ணீர் பற்றாக்குறை வந்ததன் காரணமாக மலர்ச் செடிகள் சாகுபடி கைவிடப்பட்டது. ஆற்று நீர் பற்றாக்குறையைச் சமாளிப்பதற்காக ஆழ்துளைக் கிணறும் தோண்டப்பட்டுள்ளது. அந்த நிலங்களில்தான் முதன்முறையாகச் சொட்டுநீர்ப் பாசன முறையில் கொய்யா, மா, சப்போட்டா, தென்னை போன்ற மரப்பயிர்கள் சாகுபடி தொடங்கியது. 2006இல் ஆற்று மணல் முழுதும் சுரண்டப்பட்ட பிறகு, அந்த நிலங்களுக்குச் சொட்டு நீர்ப் பாசனத்துக்குக் கூடப் போதுமான நீர் கிடைப்பதில்லை.

1995க்குப் பிறகுதான் இந்தக் கிராமத்தில் கதிரடிக்கும் இயந்திரங்கள் உபயோகத்திற்கு வந்தன. அறுவடை சமயத்தில் கூலியாள்கள் பற்றாக்குறையைச் சமாளிக்கக் கதிரடிக்கும் இயந்திரங்களை வாடகைக்கு எடுத்துவருவது பழக்கத்திற்கு வந்தது. 2006இல் முதன்முறையாக இந்த ஊரில் நெல் அறுவடைக்கு இயந்திரங்கள் அறிமுகப்படுத்தப்பட்டன.

நவீன விவசாயத்திற்கேற்றவகையில் தொழிலாளர்களின் பட்டறிவு மாற்றமடைந்திருக்கிறது. கால்நடை சார்ந்த விவசாயத்திற்கேற்பத் தொழில் திறன் பெற்றிருந்த விவசாயத் தொழிலாளர்களின் மதிப்புக் குறைந்து, இயந்திரங்கள் சார்ந்த விவசாயத்திற்கேற்பத் தொழில் திறன் பெற்றுள்ள தொழிலாளர் களின் மதிப்பு அதிகரித்துள்ளது. டிராக்டர் ஓட்டுபவர்கள், மின்சார மற்றும் டீசல் இயந்திரங்களை இயக்குபவர்கள், பழுதுபார்ப்பவர்கள், பவர் ஸ்பிரேயர்களில் மருந்து தெளிப் பவர்கள், கதிரடிக்கும் இயந்திரங்களை இயக்குபவர்கள்,

ஆழ்துளைக் கிணறுகளில் மோட்டார்களை நிறுவுபவர்கள் போன்றவர்களுக்குத் தேவை பெருகியுள்ளது. போக்குவரத்து வசதிகள் அதிகமாகி, நகரத்திற்கும் கிராமத்திற்கும் தொடர்பு களும் அதிகமாகிவிட்டதால் மோட்டார் சைக்கிள்கள் பழுது பார்த்தல், மின்–டீஸல் இயந்திரங்களைப் பழுதுபார்த்தல் ஆகியவை தெரிந்தவர்களை நகரத்திலிருந்து அழைத்துவருவதும் நிகழ்கிறது. மாட்டு வண்டிகளின் எண்ணிக்கை குறைந்துவரு கிறது. நகரத்திலிருந்தும் அருகிலிருக்கும் சுக்காளியூரிலிருந்தும் 'வேன்'களையும், மூன்று சக்கர வாகனங்களையும் அழைத்து வரும் பழக்கம் அதிகமாகி விட்டது.

1950களில் கிராமத்தின் கால்நடைகளுக்கு நாட்டு மருத்துவம் தான் மிக அதிகமான அளவில் கையாளப்பட்டது. அப்போ திருந்த பெரும்பாலான 'சோத்தாள்'கள் கால்நடைக்கான இதில் சிறப்புத் தேர்ச்சி பெற்றிருந்தனர். கொஞ்சம் கொஞ்ச மாக நாட்டு வைத்தியம் நன்கு தெரிந்திருந்தவர்களின் எண்ணிக்கை குறைந்துகொண்டே வந்து, இப்போது கால் நடைகளுக்கு நாட்டு வைத்தியம் பார்ப்பவர்களே இல்லை என்கிற நிலை வந்துவிட்டது. இப்போது கிராமத்தில் ராமமூர்த்தி என்கிற இளைஞர், நவீனக் கால்நடை வைத்தியத்திற்குக் குறுகிய காலப் பயிற்சி பெற்றுவந்து, முதலுதவி செய்கிறார். நகரத்திலிருக்கும் கால்நடை மருத்துவர்களை அழைத்துவந்தோ கால்நடைகளை அவர்களிடம் கொண்டு சென்றோதான் அவற்றுக்கான பெரிய நோய்களுக்கு மருத்துவம் பார்க்க வேண்டியிருக்கிறது.

கிராமத்தில் எல்லோரும் அரிசிச் சாப்பாட்டிற்கு மாறி விட்டதால் கம்பு குத்தும் வழக்கம் மறைந்துவிட்டது. செக்கு, உரல்களைப் பயன்படுத்துவது அனேகமாக மறைந்துவிட்டது. அம்மியின் உபயோகம்கூடக் குறைந்துகொண்டே வருகிறது. கிரகணத்தின்போது உலக்கையைத் தண்ணீர் நிறைந்த தாம் பாளத்தில் வைத்து, செங்குத்தாக நிற்கிற உலக்கை சாய்கிற நேரம்தான் கிரகணம் விடும் நேரம் என்று கணித்த வழக்க மெல்லாம் மறைந்துவருகிறது. கிணற்று நீரை உருளி வழியாகச் சேந்தி மேலெடுத்துக்கொள்ளும் வழக்கமும் மறைந்துகொண் டிருக்கிறது. மிக்ஸி, கிரைண்டர்களைத் தொழிலாளர்களும் வாங்கி உபயோகிக்க ஆரம்பித்திருக்கிறார்கள். விறகு அடுப்பு கொஞ்சம் கொஞ்சமாக மறைந்துகொண்டிருக்கிறது. காஸ் அடுப்புகளின் உபயோகம் அதிகரித்திருக்கிறது. தவணை முறை யில் காஸ் அடுப்புகளையும், மிக்ஸி, கிரைண்டர்களையும் வாங்குபவர்கள் அதிகரித்திருக்கிறார்கள். தொழிலாளர் வர்க்கத் தில் குளிர்பதனப் பெட்டிகள் இன்னும் அறிமுகமாகவில்லை. தொலைக்காட்சிப் பெட்டிகள் நிறைய வந்துவுள்ளன. அலை

பேசிகள் இரண்டாண்டுகளுக்கு முன்தான் அறிமுகமாயின. ஆனால் இப்போது வெகு வேகமாகப் பெருகிவருகின்றன. நாகரிகமான உடைகள், நவீன உணவு, மிக்ஸி, கிரைண்டர், அலைபேசிகள், தொலைக்காட்சிப் பெட்டிகள், மோபெட்கள் யாவையும் இப்போது தாழ்த்தப்பட்ட இனக் குடும்பங் களுக்கும் வந்திருக்கின்றன என்பது கிராம மாறுதலின் நல்ல அடையாளம்.

பல வகை சோப்புகள், சாஷேக்களில் விற்கப்படும் முகப் பவுடர், ஷாம்பூ, பற்பசை, ஒப்பனை கிரீம்கள் ஆகியவற்றுக் கும் துணி வகைகளுக்கும் இப்போது கிராமத்து உழைக்கும் வர்க்கத்தினரிடையே அதிகத் தேவை வந்திருக்கிறது. உடலை யும் துணிகளையும் தூய்மையாக வைத்துக்கொள்வதில் இளைஞர்களும் யுவதிகளும் அதிக ஆர்வம் காட்டுகிறார்கள். வருவாயில் கணிசமான பகுதி இப்படிப்பட்ட செலவுகளுக்குத் திசை மாறி வருவதாகத் தோன்றுகிறது.

பயிர்வகைகளில் மாறுதல்களும் மற்ற சில தொழில்களும்

சுதந்திரம் பெற்ற காலத்தில் செட்டிபாளையம் குக்கிராமத்தின் மேற்காலூர் நிலவுடைமையாளர்களுக்கு ஆற்றுக்கு அக்கரை யிலும் இக்கரையிலும் நடைநீர் நஞ்சை நிலங்களும், இக்கரையில் ஓரளவு இறைவை நஞ்சையும், அதிகமாக வானம் பார்த்த பூமிகளும் இருந்தன. நடைநீர் நஞ்சை நிலங்களில் நெல், வாழை, மஞ்சள், கொடிக்கடலை விளைவிப்பது வழக்கமாக இருந்தது. ஆற்றிற்கு அக்கரையில் ஆற்றோரமாக இருந்த நிலங்களில் கோரைச் சாகுபடி மிகுந்த இலாபம் தந்தது. செட்டிபாளையம் கோரைப் பாய்கள் மிக உயர்ந்த தரமுள்ளவையாகச் சென்னைப் பாய்க்கடைகளிலேயே ஏற்றுக்கொள்ளப்பட்டிருந்தன. கோரையும் வாழையும் ஆண்டுப் பயிர்கள். அவற்றைச் சாகுபடி செய்தவர்கள் வாய்க்காலில் தண்ணீர் வரவில்லை யென்றாலும் ஆற்றின் ஊற்றுநீரை ஏற்றம் மூலம் இறைத்துத் தங்களின் பயிர்களுக்குப் பாசனம் செய்தார்கள். மஞ்சள் எட்டு–ஒன்பது மாதப் பயிர். செட்டிபாளையத்தின் விதை மஞ்சளும் பிரசித்தி பெற்றிருந்தது.

ஆற்றிற்கு இக்கரையில் நடைநீர் நஞ்சையில் நெல், கரும்பு, வரகு, வாழை, கொடிக்கடலை பயிரிடப்பட்டன. இறைவை நஞ்சைகளில் இருவகை இருந்தன. வாய்க்கால் நீரைக் கவலை மூலம் இறைத்துப் பாசனம் கொடுத்த நிலங்களில் மேற்கூறிய பயிர்கள்தான் விளைவிக்கப்பட்டன. ஆனால் கிணற்று நீரைக் கொண்டு பாசனம் செய்த நிலங்

களில் புகையிலை, மிளகாய், வரகு, கொடிக்கடலை போன்றவை பயிரிடப்பட்டன. வானம் பார்த்த பூமிகளில் பெய்கிற மழையைச் சார்ந்து கம்பு, சோளம், நரிப்பயறு, கொள்ளு, சாமை போன்றவையும் பருப்பு வகைகளும் விளைவிக்கப் பட்டன. ஊடுபயிர்களாகப் பருப்பு வகைகளும் ஆமணக்கும் பயிரிடப்பட்டன. புல் தரிசுகளில் கொளுக்கட்டைப் புல் வகை விதைத்து வளர்க்கப்பட்டது.

1960களுக்குப் பிறகு விவசாயத்தில் இரு பெரிய மாற்றங்கள் ஏற்பட்டன. முதலாவது பைப்லைன் – பம்புசெட் இணைப்பின் மூலம் ஆற்று நீர் புதிய நிலங்களுக்குப் பாசனத்திற்காகக் கொண்டு செல்லப்பட்டதை முன்பே கூறினேன். இரண்டா வது, ஆண்டு முழுவதும் சிற்றோடையாகவாவது ஆற்றில் நீர் ஓடிக்கொண்டிருந்த நிலை மாறிக்கோடைக் காலத்தில் ஆறு முற்றிலும் வறண்டுபோனது. பசுமைப் புரட்சி ஆரம்பித்த காலகட்டத்தில் இந்த இரு காரணங்களாலும் இந்தக் குக்கிராமத் திற்கு வந்து செயல்பட்டதால் இந்தப் பகுதியின் சாகுபடி செய்யப்பட்ட பயிர் வகைகளிலும் பெரிய மாறுதல்கள் ஏற்பட்டன.

ஆற்றுக்கு அக்கரையில் கோரைச் சாகுபடி முழுதுமாகக் கைவிடப்பட்டது. உடுமலைப்பேட்டையில் அணை கட்டிய பின்னரே இப்பகுதிக்கு ஆற்று நீர் வரத்துக் குறைய ஆரம்பித்து விட்டது. இதை எதிர்பார்த்துத்தான் 1948இலிருந்தே கரூர் வட்ட அமராவதி வடிநீர்ப் பகுதி விவசாயிகள் அமராவதிக்குக் குறுக்காக உடுமலையில் அணை கட்டுவதற்கு எதிர்ப்புத் தெரிவித்தனர். அவர்களின் இரு போக நஞ்சைகளுக்கு எவ்விதப் பாதிப்பும் வராமல் அமராவதி நீர் பகிர்ந்தளிக்கப்படும் என்று எழுத்து மூலம் 1952இல் அரசு கொடுத்த உறுதிமொழியின் பேரில்தான் அந்த எதிர்ப்பு கைவிடப்பட்டது. ஆனால் அணை யின் கடைமடை விவசாயிகளின் நூற்றாண்டுகள் பழமையான பாரம்பரிய நீர்ப்பாசன உரிமைகள் நடைமுறையில் அணை கட்டியதிலிருந்தே புறக்கணிக்கப்பட்டன. இதனால் கோடைக் காலத்தில் அதுநாள்வரை ஓடிக்கொண்டிருந்த நீர் வறள ஆரம்பித்தது. அதனால் அந்த நீரை ஏற்றம் மூலம் பாய்ச்சிச் செய்துகொண்டிருந்த கோரைச் சாகுபடியைச் செட்டிபாளை யத்தின் நிலவுடைமையாளர்கள் நிறுத்த வேண்டி வந்துவிட்டது. ஏனெனில் கோரைக்கு ஆண்டு முழுதும் நீர்ப்பாசனம் தேவை. அந்தக் காலகட்டத்தில், ஆற்றின் ஊற்று நீரை டீஸல் இயந்திரங்களின் மூலம் மேலேற்றிப் பாய்ச்சிக் கோரைச் சாகுபடியைத் தொடரலாம் என்கிற தொழில்நுட்ப அறிவு இல்லாமலிருந்தது.

அதே சமயம் ஜூலையிலிருந்து மார்ச் மாதம்வரை ஆற்றில் நீர் உறுதியாக வரும் என்கிற எதிர்பார்ப்பு அதிகரித்தது. அதனால் பைப்லைன் பம்புசெட்கள் மூலம் பலர் புதிதாக நிலம் பாசனத்திற்குக் கொண்டுவந்தனர். அவர்கள் தங்கள் முதலீட்டைச் சீக்கிரம் திரும்பப் பெற வணிகப் பயிரான கரும்பைப் பயிரிடுவதற்கு முன்னுரிமை அளித்தனர். இந்த வட்டாரத்தில் 1970–80களில் புகளூரிலிருந்த கரும்பு ஆலைக்கு ஒப்பந்த அடிப்படையில் கரும்பு அனுப்புபவர்களுக்கு வங்கிகளிலும் கூட்டுறவு நிதி நிறுவனங்களிலும் கடன் வசதிகள் கிடைத்ததும், புதிதாகச் சாகுபடிக்குவந்த நிலங்களில் விளைச்சல் நன்றாக இருந்ததும், ஒப்பீட்டளவில் அப்போது கரும்பு மிக இலாபகரமான பயிராக இருந்ததும் கரும்பு பயிரிடும் பரப்பு அதிகமானதற்குக் காரணங்களாக இருந்தன. ஆற்றில் நீரோட்டம் இல்லாத காலங்களிலும் மணலைத் தோண்டி ஊற்று நீரைக் கொண்டு கரும்புக்குப் பாசனம் செய்வது நடைமுறைக்கு வந்தது. ஆனால் 1990களில் அமராவதி ஆற்றுத் தண்ணீர் வருவதில் தட்டுப்பாடுகள் ஏற்பட்டதாலும், கிராமப் பகுதியிலிருந்த ஆற்று மணலின் ஆழம் குறைந்து கொண்டே வந்ததாலும் கரும்பு பயிரிடப்படும் பரப்பு குறுக ஆரம்பித்தது. 2002–04 வறட்சியின்போது கரும்பு பயிரிடுவது அனேகமாகக் கைவிடப்பட்டுவிட்டது. 2006இல் மணல் முழுதும் சுரண்டப்பட்டுவிட்டதால் இனி இங்கே கரும்பு பயிரிடப்படப்போவதில்லை என்று உறுதியாகக் கொள்ளலாம்.

பைப்லைன் பம்புசெட் மூலம் ஆற்று நீர் மேட்டு நிலங்களுக்குப் பாய்ச்சப்பட்ட பிறகு கிணற்றுப் பாசனம் பெற்றிருந்த நிலங்களில் பயிரிடப்பட்டு வந்த புகையிலை, மிளகாய் போன்ற பயிர்களின் விளைச்சல் குறைந்தன. ஏனெனில் அவற்றிற்கு இலேசான உப்புக் கலந்த கிணற்று நீரில்தான் நல்ல விளைச்சல் கிடைக்கும். எனவே அவற்றின் சாகுபடி கைவிடப்பட்டது. 140–150 நாள்களில் அறுவடைக்கு வரும் கொடிக்கடலை கைவிடப்பட்டு, அதற்குப் பிரதியாக 110 நாள்களில் அறுவடை செய்யக்கூடிய குத்துக்கடலை பதிலீடு செய்யப்பட்டது. வரகு, கம்பு, சோளம் போன்ற தானியங்களின் உற்பத்தி குறைந்து, நெல் உற்பத்தியின் அளவு அதிகரித்துள்ளது. 140–150 நாள்களில் அறுவடைக்குத் தயாராகும் உயர்ரக நெல்வகைகளான கிச்சடிச் சம்பா, சீரகச் சம்பா போன்றவற்றுக்குப் பதிலீடாகக் குறுகிய காலத்தில் அறுவடைக்கு வந்த ஐ.ஆர். 8, ஐ.ஆர். 20, பொன்னி, ஜே. 13 போன்ற நெல்வகைகள் பரவலாகப் பயிரிடப்படுகின்றன. வரகு சாகுபடி 1980களுக்குப் பிறகு அனேகமாக மறைந்துவிட்டது. சுருக்கமாகச் சொன்னால் சுதந்திரத்தின்போது இக்கிராமத்தின் இரு போக நஞ்சைகளில் அடுத்தடுத்து இரு நீண்டகால நெல் பயிர்களோ

ஒரு நீண்டகால நெல்லைத் தொடர்ந்து கொடிக்கடலை வகையோ எட்டு மாதப் பயிரான மஞ்சளோ சாகுபடி செய்யப்பட்டது. ஆனால் 1980களில் ஆற்று நீர் வரும் நாள்கள் சுருங்கிவிட்ட தால் அடுத்தடுத்து இரு குறுகிய கால நெல் பயிர்களோ ஒரு குறுகிய கால நெல்லைத் தொடர்ந்து குத்துக்கடலை வகையோதான் சாகுபடி செய்யப்படுகிறது. ஆற்றில் ஊற்றுத் தோண்டி அதில் டீஸல் அல்லது மின் இயந்திரங்களை அமைத்து ஆறு வறண்ட காலத்திலும் தண்ணீர் கொணர முடிந்தவர்கள் தான் எட்டு மாதப் பயிரான மஞ்சள் அல்லது ஆண்டுப் பயிரான வாழை, கரும்பு சாகுபடி செய்யமுடிகிறது.

பழைய நாள்களில் வானம் பார்த்த பூமிகளாக இருந்த நிலங்களில் ஒரு பகுதி பைப்லைன் பம்புசெட் மூலம் ஆற்று நீர் பாய்ச்சப்பட்டு நெல், கரும்பு விளையும் நிலங்களாக மாறியுள்ளது. மீதமிருக்கும் நிலங்களிலும் சாமை, நரிப்பயறு, பருப்பு வகைகள், ஆமணக்கு போன்ற பயிர்கள் விளைவிப்பது மறைந்துவிட்டது. பழைய கம்பு, சோள வகைகளுக்குப் பதிலாக வீரியக் கம்பு, சோள வகைகள் அறிமுகமாகி யிருக்கின்றன. கொளுக்கட்டைப் புல் தரிசுகளின் பரப்பு குறைந்திருக்கிறது.

1967இல் ஒரு முன்னோடி விவசாயி இந்தக் கிராமத்தில் மல்லிகைப் பயிரை அறிமுகப்படுத்தினார். அதன் வெற்றியைத் தொடர்ந்து, அவர் ரோஜா, கனகாம்பரம், லில்லி போன்ற வேறு மலர்களையும் அறிமுகப்படுத்தினார். அவற்றில் ரோஜா தவிர மற்ற மலர் உற்பத்தியில் அவர் வெற்றி பெறவில்லை. மல்லிகை உற்பத்தியில் அவர் பெற்ற வெற்றி காரணமாக 1980களில் அவர் சுமார் 24 ஏக்கர்களில் மல்லிகை விளைவித் தார். அந்தக் காலகட்டத்தில் அந்தத் தோட்டத்தில் அதிகாலை யில் 300க்கும் அதிகமான பெண்கள் மல்லிகை பறிப்பது வாடிக்கையாகவிருந்தது. மலர்களைத் தாக்கிய பூச்சிகளைக் கட்டுப்படுத்த அவர் சக்தி வாய்ந்த பூச்சிக்கொல்லிகளைத் தெளித்தார். காலப்போக்கில் அந்தப் பூச்சிகள் அவர் தெளித்த மருந்துகளுக்கு எதிர்ப்புச் சக்தியை வளர்த்துக்கொண்டதால் பூ உற்பத்தி மிகவும் குறைந்தது. எனவே 1986இல் அவர் மல்லிகைச் செடிகளையே அழித்துவிட்டார். ஆனால் அவர் தொடங்கிவைத்த மல்லிகைச் சாகுபடி மற்ற விவசாயிகள் சிலரால் இன்னும் தொடரப்படுகிறது. அவரேதான் 1988இல் இந்த வட்டாரத்தில் காளான் உற்பத்தியைத் தொடங்கியவர். சில ஆண்டுகளுக்குப் பின் காளான் உற்பத்தியையும் அவர் கைவிட்டுவிட்டார். சில விவசாயிகள் முசுமுசுக்கை பயிரிட்டுப் பட்டுப்புழு வளர்க்க முற்பட்டனர். ஆனால் இந்தப் பரிசோதனை வெற்றி பெறவில்லை.

வேலிகளுக்குக் கிளுவை வளர்ப்பது நெடுங்காலப் பழக்கம். இப்போது கிளுவை வேலிகள் வளர்ப்பது குறைந்திருக்கிறது. சப்பாத்திக் கள்ளி வேலிகளும் கற்றாழை வேலிகளும் அறவே அழிந்துவிட்டன. தோட்டங்களில் மலைக்கிளுவை வேலிகள் அமைப்பது அதிகரித்திருக்கிறது. 1950களில் சி.ஆர். நடேசன் ஒரு ஓய்வுபெற்ற போலீஸ் அதிகாரி இக்கிராமத்திற்குப் ('புரொஸாபிஸ்') 'சீத்தை' என்கிற சீமைக் கருவேலா மரத்தை அறிமுகப்படுத்தினார். ஆஸ்திரேலியத் தாவரமான இதனை அங்கு சென்றிருந்த ஒரு விவசாய அதிகாரி இந்தியாவிற்குக் கொண்டு வந்து, இதன் விதையை இந்த ஊரின் ஓய்வு பெற்ற போலீஸ் அதிகாரிக்குக் கொடுத்து, அவருடைய நிலத்திற்கு வேலிப் பயிராக அமைக்கச் செய்தார். அந்த மரம் வெகு விரைவில் எல்லாப் பகுதிகளுக்கும் பரவிவிட்டது. அதன் முள் குத்தினால் சிலருக்கு உடல் வீங்கிவிடும். இருப்பினும் எல்லா வகை நிலங்களிலும் வறட்சியைத் தாங்கி வளரும் இயல்புடைய இந்த மரம்தான் இந்த வட்டாரம் மட்டுமின்றித் தமிழ்நாடு முழுவதும் எவர் துணையுமின்றி ஏராளமாகப் பரவியிருக்கிறது. ஒரு தொல்லை தரும் முள் புதர் போன்ற இந்தத் தாவரத்தை இடைஞ்சல் எனக் கருதினாலும் எண்ணற்ற ஏழை மக்களின் விறகுத் தேவையின் பெரும்பகுதியை இதுதான் இப்போது தீர்க்கிறது!

2002–04 வறட்சியின் போது நீண்டகாலப் பயிர்களான மஞ்சள், வாழை போன்றவற்றைப் பயிரிடுவது ஆபத்தானது, மிகுந்த இழப்பை ஏற்படுத்தக்கூடியது என்று இந்த வட்டார விவசாயிகள் நன்கு உணர்ந்தனர். அமராவதி நீர் வரத்துக் குறைந்துகொண்டேயிருப்பதால் கிராமத்தின் பாரம்பரியமான இருபோக நஞ்சை நிலங்கள் ஒரு போக நஞ்சையாக மாறிக் கொண்டிருக்கின்றன. 2006இல் இந்த ஊர்ப் பகுதியிலிருந்த மணல் ஒட்டுமொத்தமாகச் சுரண்டப்பட்டுவிட்டது. 2007ஆம் ஆண்டின் கோடையிலேயே குடிநீர்த் தட்டுப்பாடும் வந்து விட்டது. ஆற்றிலிருக்கும் பஞ்சாயத்துக் கிணற்றில் கிராமத்திற்குப் போதுமான குடிநீர் சுரப்பதில்லை. 2007இல் இந்த ஊர் விவசாயி ஒருவர் இனி நஞ்சைப் பயிர்கள் சாகுபடி செய்யப் போதுமான தண்ணீர் ஆற்றில் வராது, அப்படி வராத காலங் களில் ஆற்று மணலிலிருந்து ஊற்றாகப் பெற முடியாது என்கிற முடிவுடன் தனது பள்ளபாளையம் கிராம இருபோக நஞ்சையில் சீமைக் கருவேல் மரத்தையே விதைத்துச் சாகுபடி தொடங்கியுள்ளார்! இந்தச் சூழ்நிலையில் நீண்டகால நஞ்சைப் பயிர்கள் இனிமேல் இந்தக் கிராமத்தில் அருகிவிடும். எந்தவகை யான பயிர்கள் சாகுபடி அதிகரிக்கப்போகிறது, எவற்றின் சாகுபடி குறையப்போகிறது என்பதை இன்னும் சில காலத்துக்குப் பிறகுதான் சொல்ல முடியும்.

கோழி வளர்ப்பு இந்தப் பகுதியில் 1980களில் தொடங்கியது. இப்போது இந்த வட்டாரத்தில் சில கோழிப் பண்ணைகள் இருக்கின்றன. எருதுகளின் எண்ணிக்கை குறைந்துகொண்டிருக்கிறது. தனிநபர்களும், சிறு, குறு விவசாயிகளும் மாடு, எருமை, ஆடு வளர்ப்பதில் அதிக ஆர்வம் காட்டுகின்றனர். நிலமற்ற உழைப்பாளர்கள்கூட இவற்றை வளர்க்கிறார்கள். ஐ.ஆர்.டி.பி. கடன்கள் இதற்கு ஓரளவு உதவியிருக்கின்றன. தொழிலாளர்களுக்கு, அவர்கள் வேலை செய்யும் தோட்டங்களிலிருந்து களைகளாகவும் எச்சமாகவும் எறியப்படும் தீவனப் பயிர்களைத் தங்களின் தேவைக்காகத் தங்களின் வீடுகளுக்கு எடுத்துக் கொண்டு வர முடியும் என்கிற நம்பிக்கை ஏற்பட்டுள்ளது. பெரிய விவசாயிகளால் முன்பு போல மாடு, ஆட்டுப் பட்டிகளைப் பராமரிக்க முடியவில்லை. அதற்குத் தேவையான வேலையாள்களை அவர்களால் தக்க வைத்துக்கொள்ள முடிவதில்லை. தங்களின் நிலங்களிலிருந்த புல், கரும்புத் தோகை, களைகள் ஆகியவற்றை அவர்களால் முழுமையாகப் பயன்படுத்த இயலவில்லை. அவற்றைத் தொழிலாளர்களை எடுத்துச் செல்ல அனுமதித்தால்தான் அவர்கள் பண்ணைகளுக்கு ஆள்களே வேலைக்கு வருகிறார்கள்! ஆனால் சிறு விவசாயிகளுக்கு ஆடு மாடு வளர்ப்பு ஒரு உப தொழிலாக நன்கு வளர்ந்திருக்கிறது.

சுதந்திரத்திற்கு முன்பு செட்டிபாளையம் மேற்காலூரில் ஒரு மூதாட்டி ஒரு பெட்டிக்கடை நடத்திவந்தார். அவர் ஜீவனத்திற்குக் கூட அந்தக் கடையின் வருமானம் போதுமானதாக இல்லை. அவர் மறைவுக்குப் பிறகு அந்தக் கடை மூடப்பட்டுவிட்டது. சின்னப்பன் என்பவர் தொடங்கிய கடையும் மூடப்பட்டுவிட்டது. சுதந்திரம் கிடைத்த பிறகு கிழக்காலூரில் சைக்கிள் வாடகைக் கடைகள் இரண்டு அடுத்தடுத்துத் தோன்றி மறைந்தன. ஒரு டீக்கடையும் கொஞ்ச காலம் நடந்து, பின் மூடப்பட்டது. அம்மையப்பன் என்பவர் ஆரம்பித்த கடையும் மூடப்பட்டது. அப்போது ஒரு கடை வைத்து வாழ்க்கையை நடத்துமளவுக்கு வருவாய் தருகிற நிலையில் இந்த ஊரில் வாங்கும் சக்தி இருக்கவில்லை என்பதே உண்மை. இப்போது கோகிலா, நாச்சப்பன் ஆகியோரின் நாடார் மளிகைக் கடைகள் இரண்டு கிழக்காலூரில் இயங்குகின்றன. ஊருக்கு இரண்டு கி.மீ. தொலைவில் ஆரம்ப சுகாதார நிலையத்திற்கு அருகில் டீக்கடைகளும் மளிகைக் கடைகளும் இயங்குகின்றன. இப்போது தொழிலாளர்களின் வருவாய் பெருகியிருப்பதால் தான் இந்தக் கடைகள் தொடர்ந்து இயங்க இயலுகிறது என்பதைச் சொல்ல வேண்டியதில்லை.

பரம்பரை உரிமையோடு இந்த ஊர் விநாயகருக்கு பூஜை செய்து வந்த சிவசுப்ரமணியக் குருக்கள், 26.12.2008இல் காலை பூஜையை முடித்துவிட்டு வீடு திரும்பியவுடனே, திடீர் மாரடைப்பால் மரணமடைந்தார். அவருக்குக் குழந்தைப் பாக்கியம் இல்லை. அவருடைய மூதாதையர்கள் 19ம் நூற்றாண்டில், கருப்ப கவுண்டர் காலத்தில் காங்கயம் அருகிலுள்ள காடையூரிலிருந்து இந்த ஊருக்குக் குடிபெயர்ந்தவர்கள். கிராமக் கணக்கராக இருந்தவர்கள். அவர்களின் பூஜை அலங்காரங்கள் கண் கவரும் வண்ணம் அமைந்திருக்கும். அவர்களின் நைவேத்தியங்களின் சுவையை செட்டி பாளையத்தின் வருங்கால சந்ததியினர் அனுபவிக்கக் கொடுத்து வைக்கவில்லை. அவர் மரணத்திற்குப் பிறகு, இந்த ஊரில் பிராமணக் குடும்பங்கள் எவையும் இல்லை. இருப்பினும், 23-08-2009இல் நடந்த விநாயகர் கோயில் குடமுழுக்கு விழாவைக் காடையூர் குடும்பத்தினரின் வாரிசுகள்தான் நடத்திக்கொடுத்தார்கள். அந்தத் தொடர்பு இன்னும் முற்றிலுமாக அறுந்து விடவில்லை. இந்த ஊரில் முதன் முறையாக அன்றுதான் இன வேறுபாடின்றி தலித் மக்களுட்பட அனைவரும் மேசை நாற்காலியிலமர்ந்து குடமுழுக்கு விழா விருந்தைச் சுவைத்தனர். எவருடைய வற்புறுத்தலுமின்றி கிராம மக்களே இந்த மாற்றத்தை ஏற்படுத்திக் கொண்டார்கள். இதற்கு ஐந்து ஆண்டுகளுக்கு முன்பு கரூர் கடம்பங்குறிச்சி செல்லாண்டியம்மன் கோயில் குடமுழுக்கிலும் அவ்வாறே நிகழ்ந்தது. சில ஆண்டுகளுக்கு முன்பு அப்பிபாளையம் மாரியம்மன் குடமுழுக்கிலும் அப்படியே நிகழ்ந்தது. ஆதி செட்டிபாளையத்தில் பொன்னர்-சங்கர் சகோதரர்களின் பெற்றோரின் திருமணம் நடந்ததாகக் கருதப்படும் இடமான குண்டலீஸ்வரர்-குங்குமவள்ளி திருக்கோயில்கள் சிதிலமடைந்திருந்தன. அவற்றைக் கரூர் நகர வழக்குரைஞர் வை. சீனிவாசன் புதுப்பித்தார். இந்த வட்டாரத்தினர் முழு ஒத்துழைப்பு நல்கியதால் கோயில்களின் முகமண்டபங்கள் மட்டுமின்றி, கோயில் குன்றின் மேலே ஏறிச் செல்லப் பாதை, கிரிவலப் பாதை, திருமண மண்டபம் போன்றனவும் புதிதாக உருவாயின. இந்தக் கோயில்களின் குடமுழுக்கு 12-12-2013இல் சிறப்பாக நடைபெற்றது. குடமுழுக்கு விழா விருந்து அனைத்து சாதியினருக்கும் சமமாக மேசை-நாற்காலிகளில் பரிமாறப்பட்டது. இத்தகைய மாற்றங்கள் அனைத்து இடங்களிலும் நடந்துவிடவில்லை. அங்கொன்றும், இங்கொன்றுமாக நடக்கும் இந்த நிகழ்ச்சிகள், சமூக இயக்கம் எந்தத் திசை நோக்கித் திரும்புகின்றன என்பதைக் காட்டுவதாக நினைக்கிறேன்.

விநாயகர் கோயிலிற்குப் பண்டாரம்தான் இப்போது தினசரி பூஜை செய்கிறார். கிராமத்தில் முன்பு குடியிருந்த கோனார், குயவர் குடும்பங்களும் வெளியேறிவிட்டன. தச்சர், கொல்லர், சக்கிலியர், நாவிதர், பறையர் குடும்பங்களின் சந்ததியினரில் பெரும்பாலானவர்கள் குலத் தொழில் செய்வதில்லை. மாவலையர்கள் கோரை கிழிப்பதும், பாய் நெய்வதும் 1950களிலேயே நின்றுவிட்டது. 'செட்டிபாளையம் பாய்' என்று சென்னையில் இப்போதும் விற்கப்படும் தர வரிசையில் உயர்ந்த பாய்கள், பண்டைய நாட்களில் நன்கு அங்கீகாரம் பெற்றிருந்த ஒரு வணிகச் சின்னத்தைப் போலியாக இன்றுவரை தொடர்ந்து கையாள்கிற வியாபாரத் தந்திரந்தான்! பொதுவாகக் கூறினால், கிராமத்தின் பரம்பரையான குலத்தொழில்களைச் செய்து வந்த குடும்பங்களின் இளைஞர்களும் யுவதிகளும், கிராமத்தை விட்டு வெளியேறி, வேறு தொழில்களுக்குச் சென்றுவிட்டார்கள்! விவசாயத்தில் எஞ்சியிருப்பவர்களில் முதியவர்கள் விழுக்காடு அதிகமாகிக் கொண்டேயிருக்கிறது. விவசாய வேலைகளுக்கு ஆட்கள் கிடைப்பது அருகிக்கொண்டேயிருக்கிறது. வேறு வாய்ப்புகள் கிட்டுமானால், விவசாயத்தை விட்டு வெளியேற அனைத்துத் தரப்பினரும் தயாராயிருக்கிறார்கள். நாடு சுதந்திரம் பெற்றபோது விவசாயிகளின் செல்வாக்கு இருந்ததற்கு இது நேர் எதிரிடையான நிலையாகும். அனைத்துத் தரப்பினரும் தங்கள் குழந்தைகளைப் பள்ளிக்கு அனுப்ப முயல்கிறார்கள். கட்டணம் அதிகமென்றாலும் தனியார் பள்ளிகளில் சேர்க்கவே அனைத்துத் தரப்பினரும் விரும்புகிறார்கள். எங்கள் குக்கிராமத்திற்கு இப்போது ஏழு தனியார் பள்ளிச் சிற்றுந்துகள் வருகின்றன. நன்கு படிக்கிற மாணவ, மாணவிகள் படிப்பை முடித்த பின்னர் கிராமத்தை விட்டு வெளியேறி, வேறு இடங்களில் வேலைக்குச் சென்று விடுகிறார்கள். படிப்பில் மட்டமானவர்கள் மாத்திரம்தான் கிராமத்திற்கே திரும்பி விவசாயத்தில் ஈடுபடுகிறார்கள்.

ஊர் வளர்ச்சியில் அரசு நடவடிக்கைகளின் தாக்கம்

பஞ்சாயத்து நடவடிக்கைகள்

செட்டிபாளையம் குக்கிராமம், தாந்தோனி (தான்தோன்றி) ஒன்றியத்தின், அப்பிபாளையம் பஞ்சாயத்தின் ஒரு அங்கம். இந்தக் குக்கிராமம், அப்பிபாளையம் பஞ்சாயத்தின் இரு வார்டுகளாக இருக்கிறது. குள்ளம்பட்டி, கேத்தம்பட்டி, தெற்கூர், கிழக்காலூர், காசா காலனி, பாலத்துப் புதூர் போன்ற மற்ற குக்கிராமங்களும் அப்பிபாளையம் பஞ்சாயத்தின்

வார்டுகள்தான். அப்பிபாளையம் பஞ்சாயத்தில் வேளாளக் கவுண்டர்கள் பெரும்பான்மையினர்.

1960களில் அந்தஸ்திற்கு மதிப்பளித்த அந்தக் காலகட்டத்தில் நடந்த பஞ்சாயத்துத் தேர்தல்களில் அப்பிபாளையத்தை உள்ளடக்கிய தாந்தோனி ஒன்றியத்திற்கு சி.ஆர். நல்லசாமி இருமுறை சேர்மனாகத் தேர்ந்தெடுக்கப்பட்டார். அவருடைய காலத்தில்தான் செட்டிபாளையத்திற்குத் தெரு விளக்குகள் வந்தன. கிராமத்திற்குக் குழாய் மூலம் குடிநீர் விநியோகிக்க அவர் யூனியனில் தீர்மானம் நிறைவேற்றி அதைச் செயல் படுத்த முயன்றார். அப்போதிருந்த பஞ்சாயத்து அதிகாரி ஒருவர் குழாயமைப்புப் பணியில் தனக்குக் கையூட்டு வேண்டு மென்று கேட்டார். நேர்மையான மனிதரான சி.ஆர். நல்லசாமி அதை ஏற்றுக்கொள்ளவில்லை. அதனால் ஆற்றில் நல்லசாமி அவர்களால் தோண்டப்பட்ட கிணற்றின் நீர் குடிப்பதற்கு லாயக்கானதன்று என்று கோப்பில் எதிர்மறையான குறிப்பை எழுதி, அந்தத் திட்டத்தையே அந்த அதிகாரி கிடப்பில் போட்டுவிட்டார்! அதில் விசித்திரம் என்னவெனில் இப்படி ஓர் எதிர்ப்பை மேலதிகாரி தெரிவிக்கக்கூடும் என்று அஞ்சிய அப்போதைய பஞ்சாயத்து எழுத்தரும் மற்றவர்களும் கிணற்று நீருக்குப் பதிலாக ஆற்று நீரையே பரிசோதனைக்கு அனுப்பி வைத்தார்களாம்! அப்படியும் அவர்களால் தேவையான சான்றிதழைப் பெற முடியவில்லை!!

1980களில் செட்டிபாளையத்தைச் சேர்ந்த சி.எஸ். சிவசாமி தாந்தோனி யூனியன் சேர்மனாகத் தேர்ந்தெடுக்கப்பட்டார். அவர் நெளிவுசுளிவு தெரிந்தவர். அதிகாரிகளை எப்படிச் சமாளிப்பது என்றும் அறிந்துவைத்திருந்தார். அவர் காலத்தில் தான் ஊருக்குக் குழாய் மூலம் குடிநீர் வழங்கப்பட்டது. அதற்காக ஒரு குடிநீர்த் தொட்டி கட்டுவதற்கான நிலத்தைத் தன் குடும்பத்தினரின் நிலங்களிலிருந்தே இலவசமாக வழங்கி னார். செட்டிபாளையத்தைக் கரூருடன் இணைக்கத் தார் சாலை போடப்பட்டது. மாநிலத்திலேயே அதிகபட்சமாகப் பல குக்கிராமங்களுக்குத் தொலைக்காட்சிப் பெட்டிகள் இந்த யூனியனில் வழங்கப்பட்டன. அதிகபட்சமாகக் கால்நடை வாங்கக் கடன்கள் வழங்கப்பட்டதும் அவர் காலத்தில்தான். அப்பிபாளையம் பஞ்சாயத்துக் கட்டிடம் செட்டிபாளையத்தில் அமைக்கப்பட்டது. அவர் சேர்மனாக இருந்த காலத்தில்தான் முதல்முறையாகப் பெரும்பான்மை வேளாளக் கவுண்டர் வகுப்பு அல்லாத, கேத்தம்பட்டியைச் சேர்ந்த ஒரு நாயக்கர் வகுப்பு இளைஞர் ரா. சின்னசாமி, அப்பிபாளையம் பஞ்சாயத்துத் தலைவராகத் தேர்ந்தெடுக்கப்பட்டார்.

1996இல் அப்பிபாளையம் பஞ்சாயத்துத் தலைமை மகளிருக்கு ஒதுக்கப்பட்டது. ஈஸ்வரி சுப்பிரமணியம் பஞ்சாயத்துத் தலைவியாகத் தேர்ந்தெடுக்கப்பட்டார். பஞ்சாயத்தில் ஏற்கெனவே குடிநீர் வசதி செய்யப்பட்டவை தவிர மீதமிருந்த எல்லாக் குக்கிராமங்களுக்கும் குழாய் மூலம் குடிநீர் வழங்கிய சாதனை இவருடையது. பல குக்கிராமங்களில் தாழ்த்தப்பட்டவர்கள், பின் தங்கியவர்கள் ஆகியோருக்காகக் குடியிருப்புகள் கட்டிக் கொடுத்த சாதனையும் இவருடையதுதான். 2001இல் இவர் மீண்டும் பஞ்சாயத்துத் தலைவியாகத் தேர்ந்தெடுக்கப்பட்டார். கிராமத்தின் குடிநீர்க் கிணறுகளைச் சாயப்பட்டறைக் கழிவு நீர் மாசுபடுத்தாமலிருக்க இவர் மேற்கொண்ட போராட்டம் ஊடகங்களின் கவனத்தைக் கவர்ந்தது. அப்பிபாளையம் கிராமப் பகுதியில் அமராவதி ஆற்றில் இருக்கும் மணலைக் காப்பாற்ற இவர் செய்த பெருமுயற்சி 2005வரை வெற்றிகரமாகவே இருந்தது. எனினும் 2006இல் தோல்வியில் முடிவடைந்தது. குக்கிராமங்களின் சில பகுதிகளுக்கு சிமெண்டு சாலையமைத்தது, பல குக்கிராமங்களில் சோடியம் விளக்குகள் அமைத்தது, இடுகாட்டிற்குப் பாலம் அமைத்தது, சாலைகளின் மேம்பாடு ஆகியவை இவர் காலத்தில் நடைபெற்றன. இவர் நவீனக் கழிப்பிடங்களை உழைப்பாளர்கள் வர்க்கத்தினரின் இல்லங்களில் அமைக்கத் தூண்டியவர். பஞ்சாயத்து எழுத்தராக ஒரு தாழ்த்தப்பட்ட இன இளைஞரை இவர் நியமித்துச் செயல்பட்டது கிராமத்துச் சூழ்நிலையில் ஒரு முன்னோடி நடவடிக்கையாக அமைந்தது. அதனால் ஊரில் சில பிரிவினரிடையே ஏற்பட்ட அதிருப்தியை அவர் தைரியமாகச் சந்தித்தார். எந்தக் கட்சியையும் சாராமலிருந்தும் சில சாதகமான சூழ்நிலைகளினால் பல நல்ல பணிகளை வெற்றிகரமாக இவரால் செயல்படுத்த முடிந்திருக்கிறது.

2006 தேர்தலில் அப்பிபாளையம் பஞ்சாயத்துத் தலைமை தாழ்த்தப்பட்டவர்களுக்காக ஒதுக்கீடு செய்யப்பட்டது. லக்ஷ்மி வெற்றிச்செல்வன் என்பவர் தலைவராகத் தேர்ந்தெடுக்கப் பட்டுள்ளார். ஒரு தாழ்த்தப்பட்டவர் பஞ்சாயத்துத் தலைவ ராகத் தேர்ந்தெடுக்கப்படுவதற்கு மற்ற சாதியினரிடமிருந்து எதிர்ப்பு இல்லை என்பதே கிராமத்தின் நல்ல மாறுதலுக்கு ஒரு சாட்சியாக அமைகிறது.

சில தனிநபர் நடவடிக்கைகள்

1950களின் இறுதியில் செட்டிபாளையத்தில் சி.எஸ். நடராஜன் ஊரார் எதிர்ப்பைப் பொருட்படுத்தாமல் முதன் முதலாகச் செட்டிபாளையத்தின் மையப் பகுதியில் இருந்த தன் வீட்டிற்குள் தாழ்த்தப்பட்ட இனத்தினரை அனுமதித்தார்.

அவரைத் தொடர்ந்து 1960களில் இந்த ஊரைச் சேர்ந்த சி.எஸ். சிவசாமி கரூரில் தன் வீட்டில் தாழ்த்தப்பட்ட இன இளைஞரொருவரைச் சமையல்காரராக அமர்த்திக்கொண்டார். சாதிப் பிரிவுகளின் கடுமைகள் தளர்த்தப்படுவதற்கு இவர்களின் நடத்தைகள் வழிகோலின எனலாம். இருப்பினும் 1994இல் இங்கு தன் வீட்டில் நடந்த ஒரு திருமண வரவேற்பிற்குத் தாழ்த்தப்பட்ட இனத்தினரை முதல்முறையாக மேசை நாற்காலியில் மற்றவர்களுக்குச் சமமாக அமரவைத்து விருந்தளிப்பதை அறிமுகப்படுத்தியவர்கூட, முன் ஜாக்கிரதையாக வெளியூர் விருந்தினர்களுக்கு முதல் பந்தியில் சாப்பாடு போட்ட பிறகு, இரண்டாவது பந்தியிலிருந்துதான் அதைச் செயல்படுத்தினார் என்பதே பழைய பழக்கவழக்கங்களின் தாக்கம் இன்னும் எவ்வளவு வலுவாக இருக்கிறது என்பதைக் காட்டுகிறது.

1982இல் செட்டிபாளையத்தின் வண்ணார் குல ஏழை இளைஞர் சுப்பிரமணியம், தான் அப்போது சார்ந்திருந்த அ.இ.அ.தி.மு.க. கட்சியின் மூலம் பெருமுயற்சி செய்து கரூர்–செட்டிபாளையம் வழித்தடத்தில் பேருந்து இயங்கச் செய்தார். அந்த இளைஞர் சிதலமடைந்திருக்கும் குன்றுடையீசர் கோயிலின் சொத்துக்கள் ஆக்கிரமிக்கப்பட்டுள்ளதை வெளிக்கொணர்ந்து, கோயிலில் பூஜை நடப்பதற்கு வழிவகைகள் செய்தார்.

இந்தக் குக்கிராமத்தில் ஒரு 'ஹெச்.ஐ.வீ. பாசிடிவ்' (எய்ட்ஸ்) நோயால் பாதிக்கப்பட்ட இளைஞர் இருப்பது 2003–04 ஆண்டுகளில் பரவலாகத் தெரிந்த செய்தியாகவே இருந்தது. அவர் ஒரு எலக்ட்ரீசியனின் மகன். அவர் தன் தந்தைக்கு உதவியாளராகப் பணியாற்றினார். மோகனூர் போன்ற இடங்களைப் போல் அல்லாமல் இந்த ஊரில் அவரை வெளிப்படையாக எவரும் பகிஷ்கரிக்கவில்லை என்பது வியப்புக்குரிய உண்மை. அவர் இறந்து போனபோது மற்றவர்களின் ஈமச் சடங்கில் பங்கெடுத்துக்கொள்வது போலவே அவரது உடல் தகனத்திற்கும் ஊரார் அனைவரும் வந்திருந்தனர்.

கிராம நிர்வாகம்

கிராம நிர்வாகத்தில் மணியக்காரரும், கர்ணம் என்கிற கணக்குப் பிள்ளையும் முக்கியப் பங்கு வகித்தார்கள். இந்த இரண்டும் வழி வழியாக வந்த கௌரவமான பதவிகள். கிராமத்தின் கணக்குப் பிள்ளை பிராமண வகுப்பைச் சேர்ந்தவர். ஊரில் இருந்த ஒரே அய்யர் அவர்தான் என்பதால் கிராமக் கோயில் அபிஷேகம் போன்ற நிகழ்ச்சிகளுக்கு அவர்தான் முன்னிலை வகிப்பார். கிராமக் கணக்குகள்

அவர்கள் காலத்தில் சிறப்பாகப் பராமரிக்கப்பட்டன. பிறப்பு, இறப்பு போன்ற நிகழ்ச்சிகளை அவர்கள் உன்னிப்பாகக் கவனித்துப் பதிவுசெய்தார்கள். கிராமத்தில் தங்கள் நிலங்களின் பட்டா விவரங்களைப் படிப்பறிவில்லாத பல நிலச் சொந்தக் காரர்களே கிராமக் கர்ணத்திடம்தான் கேட்டு அறிவார்கள்.

1960களில் வழிவழியாக வந்த இந்தப் பதவிகள் ஒழிக்கப் பட்டு விட்டன. அதற்குப் பிறகு, கிராம நிர்வாக அதிகாரி ஒருவர் நியமிக்கப்பட்டார். வெளியூர்க்காரர்களான இவர்கள் பழைய காலக் கிராம அதிகாரிகளைப் போல் கிராமத்தில் எல்லா நிலங்களைப் பற்றியும் அவற்றின் தரம், பட்டாதாரர் கள் போன்ற விவரங்களையும் நன்கு அறிந்திருப்பதில்லை. அரசு இவர்களைப் பல்வேறு பணிகளுக்குப் பயன்படுத்து கிறது. அதனால் கிராம நிர்வாகத்துக்குப் போதுமான நேரத்தை இவர்களால் ஒதுக்க முடிவதில்லை. அரசு இயந்திரத்தின் ஊழல் பெருக்கம் இவர்களையும் பாதித்திருக்கிறது. கிராம நிர்வாகத்தின் தரம் மிகவும் தாழ்ந்துவிட்டது. கிராம நிர்வாக அதிகாரிகளுக்கு அவர்களின் பணிகள் பற்றிப் போதுமான பயிற்சி இல்லை. அரசின் நிரந்தர ஊழியர்களாகிவிட்ட பிறகு வேலை செய்வதில் சுணக்கமும் அக்கறையின்மையும் அதிகமாகக் காணப்படுகின்றன. பிறப்பு, இறப்பு, பட்டா விவரங்கள் போன்றவற்றிற்குச் சான்றிதழ் வழங்குவதற்கு இப்போதெல்லாம் 'கொடுக்க வேண்டியதை'க் கொடுத்தால் தான் காரியம் நடைபெறுகிறது. பட்டா விவரங்கள் கணினி மயமாக்கப்பட்டாலும் மாமூல் கொடுக்காவிட்டால் அந்த விவரங்களைப் பெற முடியாதவாறு அதிகார வர்க்கம் நடை முறைகளை ஏற்படுத்தியுள்ளது. இந்த நூற்றாண்டில் இந்தக் கிராமத்தில் நிர்வாக அதிகாரியாக இருந்த மிகவும் ஒழுக்க மான ஒருவர், இந்தப் பதவியிலிருந்துகொண்டு தன் மேலதிகாரி களுக்குக் கிடைக்க வேண்டிய 'மாமூலை' வசூல் செய்து கொடுக்காமலிருந்ததனால் பல அவதிகளுக்குள்ளானார். கரூர் நகராட்சி மேல்நிலைப் பள்ளியின் தமிழாசிரியர் ஒருவரின் மகனான அவர், இங்கிருந்து மாற்றப்பட்ட சில காலத்துக்குள்ளேயே தன் பதவியை ராஜினாமா செய்துவிட் டார். கையூட்டுத் தொகைகள் கிராம நிர்வாகியிலிருந்து ரெவின்யூ கண்காணிப்பாளர்கள், தாசில்தார், மாவட்ட அதிகாரி, மந்திரிவரை ஒரு பிணைப்பை ஏற்படுத்தியிருக்கின் றன என்பதில் யாருக்கும் சந்தேகமில்லை. ரேஷன் கார்டுகள் வழங்குவதானாலும் சரி, வாக்காளர் அடையாள அட்டை வழங்குவதானாலும் சரி அவற்றில் சில்லறைச் சிக்கல்கள் இல்லாமல் தப்பிக்க வேண்டுமானால் அதற்குத் தர வேண்டி யதைத் தந்துவிட வேண்டும் என்பது கிராம மக்களனைவரும் அறிந்திருக்கும் செய்திதான்! ஊழலே இல்லாத கிராம நிர்வாகம்

முன்பு இருந்தது என்பதை இப்போதைய தலைமுறையினர் அதிசயமாகக் கேட்கிறார்கள்!

நீர்ப்பாசன நடவடிக்கைகள்

1950வரை செட்டிபாளையத்தின் எல்லைக்குள்ளிருந்த நஞ்சை நிலங்களின் பரப்பு நூறு ஏக்கர்களுக்கு குறைவாகவே இருந்தது. அவையனைத்தும் திருமாநிலையூர் வாய்க்காலி லிருந்து நடைநீர்ப் பாசனமாகவோ கவலை இறைவை மூலமோ பாசன உரிமை பெற்றிருந்தன. 1948 வரை 'வாய்க்கால் மணியக்காரர்' திருமாநிலையூர் வாய்க்காலில் வரும் தண்ணீரைப் பகிர்ந்தளிப்பதில் முக்கியப் பங்கு வகித்தார். அவர் தலைமை யில் வாய்க்கால் 'குடிமராமத்து' மூலம் நன்கு பராமரிக்கப் பட்டு வந்தது. கடைசியாக இருந்த 'வாய்க்கால் மணியக்காரர்' திருமாநிலையூரைச் சேர்ந்த டி. சுப்பிரமணிய அய்யர் என்பவர். நேர்மையும் கண்டிப்பும் மிகுந்த இவரது நிர்வாகத்தின்போது வாய்க்கால் தண்ணீர் அதில் உரிமையிருந்தவர்களுக்கு நியாய மாகப் பகிர்ந்தளிக்கப்பட்டு வந்தது. 1948க்குப் பிறகு வாய்க் கால் பராமரிப்பைப் பொதுப் பணித்துறை தன் நேரடியான நிர்வாகத்திற்கு எடுத்துக்கொண்டது.

1960களுக்குப் பிறகு ஆற்று நீரை நேரடியாகப் பாசனத் துக்கு உபயோகிக்கும் வழக்கம் வந்தது. மின் மோட்டார் – டீஸல் இயந்திரங்களை இயக்கித் தண்ணீரை சிமெண்டு குழாய்களில் செலுத்தி மேட்டு நிலங்களைச் சாகுபடி செய்ததைப் பற்றி ஏற்கெனவே விவரித்திருக்கிறேன். இப்படிப் புதிதாகச் சாகுபடி செய்யப்பட்ட நிலங்கள் கிராம நிர்வாக அதிகாரிகளால் 6ஆம் எண் கணக்கில் காட்டப்படுகின்றன. முதலில் ஆற்றோரம் நிலம் வைத்திருந்த பெரிய நிலவுடைமை யாளர்கள்தான் பம்புசெட் – பைப்லைன் முறையைப் பயன் படுத்திப் புதிய நிலங்களைச் சாகுபடிக்குக் கொண்டுவந்தனர். பின்னர் ஆற்றோரத்தில் நிலம் வைத்திருந்த ஒருவர், அவ்வாறு நிலமில்லாத வேறு சிலரோடு கூட்டாக ஒரு 'கூட்டுறவு நீர் ஏற்று நிலைய செயல்முறை ஏற்பாடு (ஸ்கீம்)' செய்து கொண்டு தரிசு நிலங்களைச் சாகுபடி நிலங்களாக மாற்றினார். பிறகு இந்த வழக்கம் அதிகரித்தது. 1977இல் அமராவதியின் உபநதியான குடகனாற்றின் குறுக்கே கட்டப்பட்டிருந்த அணை உடைந்து பெருவெள்ளம் வந்தபோது அமராவதி நதியோரத்திலும் நதிக்குள்ளேயும் அமைக்கப் பட்டிருந்த பல டீஸல் இயந்திரங்கள் அடித்துச் செல்லப்பட்ட பிறகுதான் இத்தகைய 'கூட்டுறவு நீர் ஏற்று நிலைய செயல்முறை ஏற்பாடுகள் அதிகமாக மேற்கொள்ளப்பட்டன. அவற்றுக்கு நேர்மையான வழிகளிலோ நேர்மையற்ற வழிகளிலோ மின்

இணைப்பையும் பெற்றுக்கொண்டனர். ஆற்றுக்கருகிலுள்ள கிணற்று மோட்டாருக்கு மின் இணைப்புப் பெற வேண்டுமெனில் வருவாய்த் துறையிலிருந்து தடையிலாச் சான்றிதழ் பெற வேண்டும். அதற்கு நிறையத் தொகை கையூட்டாக வழங்க வேண்டியிருந்தது. 2000இல் அப்பிபாளையம் கிராமத்தில் 6ஆம் எண் கணக்கில் காட்டப்பட்ட நிலங்களையும் சேர்த்து, நீர்ப்பாசனம் பெற்ற பரப்பு கிட்டத்தட்ட 500 ஏக்கராக உயர்ந்துவிட்டது.

1990களில் சாயப்பட்டறைகள் இந்த வட்டாரத்தில் பெருகின. அவற்றின் தண்ணீர்த் தேவைகளைப் பூர்த்திசெய்யப் பம்பு செட்டுகளுடனிருக்கும் விவசாய நிலங்களை அவர்கள் விலைக்கு வாங்கிக்கொண்டனர். ஆனால் ஆற்று நீரை விவசாயத்துக்குப் பயன்படுத்தாமல் தங்களின் சாயத் தொழிற்சாலைகளுக்கு அவர்கள் பயன்படுத்தினர். ஆனால் விவசாயத்துக்குப் பயன்படுத்துவதாகக் காட்டி மின் கட்டணச் சலுகைகளைப் பெற்றுக்கொண்டனர். கடும் கோடைக் காலங்களில் குடிநீர்த் தேவைகளுக்கும் விவசாயத் தேவைகளுக்கும் சாயத் தொழில் தேவைகளுக்கும் போதுமான அளவுக்கு ஆற்றில் ஊற்று நீர் கிடைப்பதில்லை. சாயப்பட்டறைத் தொழிலதிபர்களிடம் விவசாயிகளைவிடப் பணப் புழக்கம் அதிகமிருந்ததால் தண்ணீர் கிடைப்பதற்கரிய காலங்களில் அவர்கள் தான் அதிக விழுக்காடு நீரைப் பெற முடிந்தது.

2006இல் அரசு அங்கீகாரத்துடன் இந்தப் பகுதியின் ஆற்று மணல் காண்டிராக்டர்களுக்கு விற்கப்பட்டுவிட்டது! இப்பகுதியின் ஐந்து பஞ்சாயத்துத் தலைவர்கள் ஏகமனதாக எதிர்த்ததையும் பொருட்படுத்தாமல் அரசு மணல் வியாபாரிகளின் கோரிக்கையை ஏற்று இப்பகுதியின் மணலை விற்பனைக்கு அனுமதித்துள்ளது. இதன் விபரீத விளைவுகளை இந்தக் கிராமம் வெகு விரைவிலேயே சந்திக்க வேண்டியிருக்கும் என்று அஞ்சவேண்டியிருக்கிறது.

கடன் வசதிகள்

சுதந்திரத்தின்போது கிராம விவசாயிகள் கூட்டுறவுச் சங்கங்களையும் மண்டிக் கடைகளையும் வட்டிக் கடைகளையும் நம்பியிருந்தனர். குறுகிய காலக் கடன்களைக் கூட்டுறவுச் சங்கமும், நீண்டகாலக் கடன்களை நில அடமான வங்கியும் வழங்கிவந்தன. அவை நன்கு செயல்பட்டன. அவற்றில் ஊழல்கள் நிகழ்வதாக உறுப்பினர்கள் சந்தேகிக்கவில்லை. ஆனால் அவை வழங்கிய கடன்களின் அளவு விவசாயிகளின் தேவைக்கு மிகவும் குறைவானதாகவே இருந்தது. வரப்போகிற அறுவடையைப் பொறுத்து மண்டிக்

கடைகளில் முன்பணம் கொடுப்பார்கள். அப்படி முன்பணம் வாங்கியவர்கள் தங்கள் அறுவடையை அந்த மண்டிகளுக்குத் தான் விற்க வேண்டும்.

1970களுக்குப் பிறகு கூட்டுறவுச் சங்கங்களில் அரசியல் நுழைந்து விட்டது. கடன்கள் ரொக்கமாகவும் ரசாயன உரங்கள், பூச்சிக்கொல்லி மருந்துகள், வீரிய விதைகள் போன்ற பொருள்களாகவும் வழங்கப்பட்டன. ஏட்டளவில் இவ்வாறு பொருள்களாக வழங்குவது விவசாயிகளின் நன்மைக்காகவே என்று விளக்கப்பட்டாலும் நடைமுறையில் இவை கூட்டுறவுச் சங்க நிர்வாகிகளுக்கும் அதிகாரிகளுக்கும் துணை வருவாய் தரக்கூடிய வழிகளாகவே மாறியுள்ளன. உதாரணமாக ஒரு விவசாயிக்கு ரூ. 10000க்கு கடன் வழங்க இசைவு உத்தரவில் ரூ. 5000 ரொக்கமாகவும் மீதி ரூ. 5000 ரசாயன உரங்களாகவும் (அல்லது பூச்சி மருந்துகள் போன்றவையாகவும்) கொடுக்கப்படுமென்று தெரிவிக்கப்படுகிறது. ஆனால் கூட்டுறவுச் சங்கத்தில் விவசாயி வாங்க விரும்பும் ரசாயன உர வகை இருக்காது. வேறொரு வகைதான் இருக்கும். அதை வாங்குவதற்குப் பதிலாக அந்த விவசாயி, சங்கத்தின் அதிகாரியிடம் 'ஏற்பாடு' செய்து கொண்டால் அந்த அதிகாரி ரூ. 5000க்கான அந்த உரங்களைத் தனியார் கடைகளுக்கு ரூ. 4500க்கு விற்று, அந்தத் தொகையை விவசாயிக்கு வழங்கு வார். இதற்காக அந்த அதிகாரி விவசாயியிடமும் தனியார் கடையிலும் கமிஷன் வாங்கிக்கொள்வார். விவசாயிகளின் வருவாய் குறைந்துகொண்டே வருகிறது. இதனால் கூட்டுறவுக் கடன்களைத் திரும்பத் தருவதில் மிகுந்த தாமதங்கள் ஏற்படு கின்றன. சமீபத்தில் கூட்டுறவுக் கடன்களை ரத்து செய்தது பல குடும்பங்களின் இன்னல்களைத் தீர்த்திருக்கின்றது என்பதில் ஐயமில்லை. ஆனால் இனிமேல் வரப்போகிற எந்த அரசும், கொடுக்கப்போகிற கூட்டுறவுக் கடன்களை விவசாயிகளிடமிருந்து வசூலிக்க முடியும் என்று நம்புவதற் கில்லை. 1980களிலிருந்து கூட்டுறவுச் சங்கங்களில் அரசியல் நுழைவு அதிகரித்த பிறகு, கூட்டுறவு இயக்கத்திற்குச் சாவுமணி அடிக்கப்பட்டுவிட்டது என்றே தோன்றுகிறது.

வங்கிகள் நாட்டுடைமையாக்கப்பட்ட பிறகு விவசாயி களுக்குத் தனியார் வங்கிகளும் பொதுத் துறை வங்கிகளும் கடன்கள் வழங்குகின்றன. ஏட்டளவில் இத்தகைய கடன்கள் அனைத்து விவசாயிகளுக்கும் வழங்கப்படுவதாகச் சொல்லப் பட்டாலும் நடைமுறையில் இவை பெரிய விவசாயிகளுக்கு மட்டுமே கிடைக்கின்றன. ஏனெனில் அவர்கள்தான் கடனுக்கு ஈடாக நிலங்களை வில்லங்கங்களில்லாத அடமானமாகத் தர இயலுகிறது. அப்படி வங்கிகளில் கடன் வாங்கிய பெரிய

விவசாயிகளில் பலர்கூட அந்தக் கடன்களை ஒழுங்காகத் திருப்பிக்கட்டாததால் இப்போது வங்கிகளிலிருந்து விவசாயக் கடன்கள் பெறுவது மிகவும் கடினமானமாகிவிட்டது.

வறுமை ஒழிப்புத் திட்டத்தின் கீழ் ஐ.ஆர்.டி.பி. கடன்கள் 1980களில் வழங்கப்பட்டன. இதனடிப்படையில் பலருக்கு ஆடு, மாடு வாங்கக் கடன் கொடுக்கப்பட்டது. ஆரம்பத்தில் ஒழுங்காகத் தொடங்கிய இந்தத் திட்டம் காலப்போக்கில் ஊழல் மலிந்ததாக மாறியது. ஐ.ஆர்.டி.பி. கடன்களைத் திருப்பித் தர வேண்டியதில்லை என்கிற எண்ணம் கிராம மக்களிடம் பரவிவிட்டது. அதனால் அந்தக் கடன்களைப் பெறுகிறவர்கள் அதில் ஒரு பகுதியை அதிகாரிகளுக்கு லஞ்ச மாகக் கொடுப்பது வழக்கமாகிவிட்டது. அதிலும் ஆளும் கட்சித் தலைவர்களின் சிபாரிசு இருந்தால்தான் கடன் கிடைக்கும் என்கிற மாயத் தோற்றம் உருவாகிவிட்டது. ஐ.ஆர்.டி.பி. கடன்கள் வாங்குவதற்காகவே ஒரே குடும்பத்தில் கணவர் ஒரு கட்சியிலும் மனைவி இன்னொரு கட்சியிலும் உறுப்பினர் அட்டை வாங்கிக்கொள்வது நடைமுறையாகி விட்டது.

கிராம மக்கள் பைனான்ஸ் கம்பெனிகளில் டெபாஸிட் செய்வதும் கடன் வாங்குவதும் சகஜமாகிவிட்டது. திறமை யான சிறு, குறு விவசாயிகள் பலர், 'கெட்டி மகசூல்'களான வாழை, கரும்பு, மஞ்சள் போன்றவற்றில் சாதகமான ஆண்டு களில் தாங்கள் விவசாயத்தில் சம்பாதித்த பணத்தை பைனான்ஸ் கம்பெனிகளில் டெபாஸிட் செய்வது இலாபகர மானது என்று அறிந்திருக்கிறார்கள். சிலர் பைனான்ஸ் கம்பெனிகளில் பங்குதாரர்களாகியிருக்கிறார்கள். பைனான்ஸ் கம்பெனிகளுக்கும் இந்தக் கிராமப்புறத் தொடர்பு பல நன்மைகளைத் தருகிறது. கடன் வாங்க வருபவர்களின் நம்பகத்தன்மை, சொத்து விவரம் மற்றும் அவர்களைக் கட்டுப்படுத்தும் வழிகள் போன்ற செய்திகளை இந்தக் கிராமப்புறத் தொடர்பு மூலம் அவர்கள் தெரிந்துகொள்கிறார் கள். பைனான்ஸ் கம்பெனிகளின் வருகைக்குப் பிறகு விவசா யத்தில் சம்பாதிப்பதைவிட வட்டித் தொழிலில் சமபாதிப்பது அதிகமாக இருக்கிறதென்பதையும் ஆபத்தை ஏற்க வழிவகை கள் செய்துவிட்டால் எளிதாகவும் இருக்கிறதென்பதையும் கிராம மக்கள் நன்கு அறிந்துகொண்டார்கள்.

பள்ளிகளும் மருத்துவமனைகளும்

இந்தக் குக்கிராமத்தில் 1936இலேயே ஒரு ஆரம்ப நிலைப் பள்ளியை ஜில்லா போர்டு கட்டியது. அதில் இந்த ஊரின் நிலவுடைமையாளர்கள், உழைப்பாளர் வர்க்கக் குழந்தைகள்

மட்டுமின்றித் தாழ்த்தப்பட்டவர்களும் படித்தார்கள். ஆனால் 1940களில்கூடத் தாழ்த்தப்பட்ட வகுப்பு மாணவர்கள் தனியாகப் பிரிக்கப்பட்டு, மற்றவர்களுக்குச் சமமில்லாமல் நடத்தப்பட்டார்கள். சுதந்திரத்திற்குப் பிறகு இந்த வேறுபாடு ஒழிக்கப்பட்டது. 1977 பெரு வெள்ளத்தின்போது இந்தப் பள்ளிக் கட்டிடம் பழுதுபட்டது. அதற்குப் பிறகு இந்தப் பள்ளிக்கூடம் திறக்கப்படவேயில்லை. இந்தக் கட்டிடம் இருந்த இடத்தில்தான் தற்போது பஞ்சாயத்துக் கட்டிடம் அமைந்துள்ளது.

ஆனால் 'காசா' காலனியில் புதிதாக ஒரு அரசு ஆரம்பப் பள்ளி தொடங்கப்பட்டுள்ளது. செட்டிபாளையம் மேற் காலூரின் குழந்தைகள் அதிகமாக இந்தப் பள்ளிக்குப் படிக்கப் போவதில்லை! இப்போது ஊருக்கு நான்கு தனியார் பள்ளி 'வேன்'கள் வந்து மாணவ மாணவிகளை அழைத்துச் செல் கின்றன. பெற்றோரில் பெரும்பான்மையினர் தங்கள் குழந்தைகள் ஆங்கில வழிக் கல்வி பெற வேண்டுமென்று மிகவும் விரும்பு கிறார்கள். அதற்காகத் தங்கள் சக்திக்கு மீறிய தொகையைச் செலவு செய்வதைப் பல குடும்பங்களில் காண முடிகிறது.

செட்டிபாளையத்திலிருந்து கரூர் செல்லும் வழியில் இரண்டு கி.மீ. தூரத்தில் கருப்பம்பாளையம் எல்லைக்குட் பட்ட இடத்தில் 1990களிலிருந்து ஒரு ஆரம்ப சுகாதார நிலையம் இயங்குகிறது. இது செட்டிபாளையம் வட்டாரத்தி லிருக்கும் ஏழைகளுக்கு ஒரு நற்கொடை எனலாம். அரசு நிர்வாகத்தின் குறைகள் இங்கும் இருக்கிறதென்றாலும் இதன் நற்பயன்கள் பரவலாக அறியப் பட்டுள்ளன.

இந்த ஊர் விவசாயத்தில் நிலச் சீர்திருத்தச் சட்டங்களின் தாக்கம் பற்றிப் பிறிதொரு இடத்தில் விவரித்துள்ளேன். பொது வாகக் கூறினால் குடிநீர் வசதி, மின் விளக்குகள், சாலை இணைப்பு போன்ற பொது விவகாரங்களில் பஞ்சாயத்துத் தலைவர்களின் முனைப்புக்கேற்ப நல் விளைவுகள் ஏற்பட் டுள்ளன. கல்வி, சுகாதாரம், கால்நடைப் பாதுகாப்பு போன்ற வற்றில் ஊழல்கள் மலிந்திருந்தாலும் முன்பைவிட வசதிகள் அதிகரித்திருப்பதை நன்கு காண முடிகிறது. கூட்டுறவு இயக்கம் மரணப் படுக்கையில் இருப்பதாகத் தோன்றுகிறது. அரசு தரும் எந்த நன்மையைப் பெறுவதென்றாலும் நேர்வழியில் செல்வதைவிடக் குறுக்கு வழியில் செல்வதுதான் வெற்றி தரும் என்கிற எண்ணம் மிகப் பரவலாகக் காணப்படுகிறது. அதிலும் ஆளும் கட்சியினரின் சிபாரிசுதான் செல்லுபடியாகும் என்றும் நம்பப் படுகிறது. அரசியலில் ஈடுபடுபவர்கள் கட்சிக் கொள்கைகளுக்கு உதட்டளவில்தான் மரியாதை கொடுக்கிறார்கள். அரசியலில் ஈடுபடுவதே பணம் சம்பாதிப்

பதற்கு ஒரு மாற்று வழி என்கிற கருத்து அனேகமாக எல்லோராலும் ஏற்றுக்கொள்ளப்பட்டுள்ளது. அரசு அதிகாரிகள், அரசியல்வாதிகள் ஆகியவர்கள் இணைந்த ஒரு வலைப் பின்னல்தான் பொது நன்மைகளுக்காக அரசு ஒதுக்கும் தொகைகள் இந்தக் கிராமத்துக்கு எந்த அளவுக்குக் கிடைக்கும் என்பதை நிர்ணயிக்கிறது. அதற்கு விலையாக அவர்கள் கிராம வளர்ச்சிக்காக அரசு ஒதுக்கிடும் தொகை களில் ஒரு பகுதியைத் தங்களுக்கு ஒதுக்கிக் கொள்கிறார்கள்!

பொதுவாகச் சொல்வதானால் பஞ்சாயத்து அமைப்பின் மூலம் கிராமத்திற்குச் சாலை மேம்பாடு, குடிநீர் வழங்குதல், தெரு விளக்கு அமைத்தல், பொது இடங்களான மயானம் போன்ற வசதிகளை ஏற்படுத்துதல் ஆகிய எல்லாச் செயல் களையும் செய்ய வாய்ப்புகள் பெருகியுள்ளன. ஆனால் ஒவ்வொரு செயலுக்கும் அதிகாரிகளுக்கும் தேர்ந்தெடுக்கப் பட்ட பிரதிநிதிகளுக்கும் கையூட்டுக் கொடுப்பதும் பெறுவதும் ஏற்றுக்கொள்ளப்பட்ட நியதிகளாகிவிட்டதுதான் சங்கடப் படுத்துகிறது.

முடிவுரை

இந்த நூல் ஐம்பதாண்டுகளில் ஒரு நகரமும் ஒரு கிராமமும் எவ்வாறு மாற்றமடைந்தன என்பதைப் படம் பிடித்துக் காட்ட முயன்றுள்ளது. சாதியை ஒரு குழு அடையாளமாகக் கொண்டால் கிராமத்திலும் நகரத்திலும் அது வலிமையோடே இருக்கிறது. அரசியல்வாதிகள் அதற்குக் கொடுக்கும் முக்கியத் துவம் குறையவேயில்லை. ஆனால் சாதியைச் சக மனிதர் களிடையே உயர்வு – தாழ்வு காட்ட ஒரு காரணியாகக் கண்டால் அது நகரத்தில் கிட்டத்தட்ட அழிந்துவிட்டதாகவும், கிராமத்தில் முழுவதுமாக அழிந்துபோகாமல் மங்கிப்போய் இருப்பதாகவும் தோன்றுகிறது. அவ்வகையில் சாதி அடிப்படை யில் இயங்கிய சமூகச் செயல்பாடுகளில், நகரத்தில் வணிகத் திலும் தொழில் உற்பத்தியிலும் பொருளியல் நிர்ப்பந்தங்கள் காரணமாக மாற்றம் அதிக எதிர்ப்பின்றி நிகழ்ந்திருக்கிறது. ஆனால் விவசாயம் சார்ந்த கிராமத்தில் மாற்றத்திற்கு ஏராள மான எதிர்ப்பு இருப்பதால் இன்னும்கூட அது முழுமையாக நடந்துவிடவில்லை. நகரத்தில் ஏற்றுமதி நிறுவனத்தில் சரக்குகளைக் 'கண்டெய்னர்'களில் ஏற்றிக்கொண்டிருக்கும் தொழிலாளர் ஒருவர், தன்னை ஒட்டி வேலை செய்யும் தொழிலாளி தீண்டத்தக்கவரா தகாதவரா என்று கேள்வி எழுப்பினால் அவருடைய வேலை போய்விடும் என்பதை நன்கு அறிவார். இருக்கிற தொழிலாளர்களைத் தக்க வைத்துக் கொள்வது எப்படி என்பது முதலாளிகளின் பிரச்சினையாக இருக்கும்போது சாதி வேறுபாடுகள் பின்தள்ளப்பட்டிருப்பதில் அதிசயமில்லை. நகரத்தில் தீண்டத்தகாதவரென்று அடையாளம் காண்பதும் அப்படி அடையாளம் கண்டாலும் அதைச் செயல் படுத்துவதும் மிகுந்த திண்டாட்டமானது. ஆனால் கிராமத்தில் அனைவருக்கும் தங்களோடு விவசாயத்தில் வேலை செய்பவர் களைப் பற்றி நன்கு தெரிந்திருக்கும் வாய்ப்பிருக்கிறது. அவர்களை வித்தியாசப்படுத்தி நடத்தும் குழு நடவடிக்கைகள்

இன்னும் தொடரவே செய்கின்றன. மேல்சாதியைச் சேர்ந்த நிலமற்ற விவசாயத் தொழிலாளர்கூட, சாதி ஒழிப்பு நடவடிக்கையை அவருடைய பிறப்பினால் பெற்றிருந்த உயர்வு நிலை உரிமைப் பறிப்பு நடவடிக்கையாகக் காண்பதால் அதை ஒழிக்கும் சட்டங்களைச் செயல்படுத்த ஒவ்வொரு கிராமத்திலும் காவல் துறையினரை நிறுத்த வேண்டுமென்றால் அதற்கே நம் தேசிய வருவாய் முழுவதையும் செலவு செய்ய வேண்டியிருக்கும். மரபு வழி வாழ்க்கை முறையில் சாதி ஏற்படுத்தியிருக்கும் உயர்வு – தாழ்வுத் தாக்கம் அந்த அளவுக்கு உறைந்து காணப்படுகிறது. தனிநபர்களாக இருக்கும்போது சாதியின் தீமையை ஒப்புக்கொள்பவர்கள்கூடக் கிராமக் குழு நடவடிக்கைகளில் அதை உதாசீனம் செய்து மரபுவழிகள் தொடரட்டும் என்றே விட்டுவிடுகிறார்கள். கல்வியை விரிவாக்குவதாலும் சாதி வித்தியாசங்களை ஒழிக்க வல்லவர்கள் தலைமையேற்று முன்னோடிகளாக விளங்குவதாலும், எல்லாவற்றிற்கும் மேலாக விவசாயத்தின் பொருளாதார முன்னேற்றத்தினாலும்தான் கிராமங்களில் சாதி வேறுபாடுகளைக் களைய முடியும் என்று எனக்குத் தோன்றுகிறது. விவசாயத்தில் உழைப்பாளர்கள் பற்றாக்குறை இப்போது ஏற்பட்டுள்ளது. தாழ்த்தப்பட்டவர்களின் நகர் நோக்கிய இடப் பெயர்ச்சி வேகமாக நடைபெறுகிறது. இதோடு விவசாயத்தில் வேகமான வருமானப் பெருக்கம் ஏற்பட்டால் நகரத்தில் நிகழ்ந்தது போலவே கிராமங்களிலும் சாதியின் கொடுமையான தாக்கங்கள் அழிந்துவிடலாம். ஆனால் விவசாயத்தில் வேகமான வருமானப் பெருக்கம் ஏற்படும் அறிகுறிகள் தென்படவில்லை.

வேறு மாற்றங்களில் கரூர் இந்த வட்டார மக்களுக்கு ஒரு நம்பிக்கை நட்சத்திரமாக இருக்கிறது. அங்குதான் தங்களைப் போலவே ஏழைகளாக வாழ்க்கையைத் தொடங்கிய பலர் ஒரே தலைமுறையில் லட்சாதிபதிகளாகவும் கோடீசுவரர்களாகவும் ஆகியிருப்பது வெளிப்படையாகத் தெரிகிறது. முயற்சி செய்தால், கொஞ்சம் அதிர்ஷ்டமும் இருந்தால், தாங்களும் அந்த நிலையை அடைய முடியும் என்று பலரைக் கனவு காண வைத்திருக்கிறது.

கரூரின் வருங்காலம் எப்படியிருக்கும்? புதிய தற்செயல் நிகழ்ச்சிகள் உந்துசக்திகளாக அமைந்து அதனால் நகரம் மேலும் வளர்ச்சியைப் பெறுமா? கொஞ்சம் கொஞ்சமாக அதிகரித்து வரும் கொடுக்கல் – வாங்கல் பரிமாற்றச் செலவுகள் காரணமாக வளர்ச்சி குன்றித் தேக்க நிலையை அடையுமா? புதிய சூழ்நிலைகளுக்குத் தகுந்த மாதிரி தங்களின் நடவடிக்கைகளை மாற்றியமைத்துக்கொள்ளும் வல்லமை காரணமாக நகரின் தொழில் முனைவோர் புதிய உச்சங்களைத் தொடுவார்

களா? ஆடம்பர நுகர்ச்சியிலும் ஊக வாணிபத்திலும் முதலை இழந்து, இருக்கிற நிலையைவிடக் கீழே விழுந்துவிடுவார்களா? மிக மிக முக்கியமாக, சுற்றுச்சூழல் மாசு நீக்குவதில் கரூர் வெற்றி பெறுமா? அதில் அடையும் தோல்வி காரணமாக மற்ற அனைத்து வெற்றிகளும் வலுவிழந்து மொத்தமாக அழிவுவருமா?

மொத்தத்தில் பார்க்கும்போது இங்கிருக்கும் மக்களின் கற்றுக் கொள்ளும் திறன், தன்னம்பிக்கை, உழைப்பு, சூழ்நிலைகளுக்கேற்பத் தங்களை மாற்றிக்கொள்ளும் ஆற்றல் ஆகியவை காரணமாக அவர்களால் வளர்ச்சிப் பாதையில் தொடர்ந்து பயணிக்கும் வாய்ப்பு அதிகமாகவே தெரிகிறது. எனினும் கொடுக்கல் – வாங்கல் பரிமாற்றச் செலவுகள் அதிகரித்துக் கொண்டேயிருப்பது கவலையளிக்கிறது. மாற்றத்தின் திசை எவ்வாறிருக்குமென்று கணித்து முன்னறிவிக்க இயலவில்லை.

செட்டிபாளையம் குக்கிராமத்தின் உயிர்நாடி விவசாயம் தான். விவசாயக் கூலியில் மிச்சம் பிடித்து, நிலம் வாங்கி, விளைச்சல் பெருக்கி, விருந்து படைத்துத் தன் பெருமையைப் பறைசாற்ற வேண்டும் என்பதுதான் அந்தக் காலத்தில் ஒவ்வொரு விவசாயத் தொழிலாளியின் கனவுமாக இருந்தது. அப்போது எந்த விவசாயியும் தன் நிலங்களை விற்க முன்வர மாட்டார். நிலங்களை விற்பதென்பது குடும்பக் கௌரவத்தை இழக்கும் செயலாகக் கருதப்பட்டது. விவசாயம்தான் எல்லா சாதியினரையும் இணைக்கும் சங்கிலியாக இருந்தது.

இப்போது விவசாயத்தில் முன்னேற்றமடையலாம் என்கிற நம்பிக்கை அழிந்துவருகிறது. உழைப்பாளர்கள் வீட்டில்கூட விவசாயத்தை மாத்திரம் சார்ந்திருக்கிற குடும்ப மாப்பிள்ளைகளுக்குப் பெண் கொடுக்கத் தயங்கும் அளவுக்கு விவசாயத்திற்கு மரியாதைக் குறைவு வந்திருக்கிறது. அருகிலிருக்கும் கரூர் நகரைப் போலில்லாமல் குக்கிராமத்தில் தோல்வி மனப்பான்மையும் அவநம்பிக்கையும் பெருகிக் காணப்படுகின்றன. இந்த ஊர் விவசாயிகளின் வளர்ச்சி, அருகில் ஓடும் அமராவதி ஆற்றின் நீர் வரத்தினால்தான் தீர்மானிக்கப்பட்டது. ஆற்றில் நீர் வரத்துக் குறைந்தபோதுகூட அதன் ஊற்றுப் பெருக்கால் வெற்றிகரமாக விவசாயம் செய்தார்கள். ஆனால் கடந்த பத்தாண்டுகளில் ஆற்று மணலும் கொஞ்சம் கொஞ்சமாகச் சுரண்டப்பட்ட பிறகு இங்கு விவசாயத்தில் வருமானம் பெற முடியும் என்கிற எதிர்பார்ப்பே அருகிவிட்டது. அதிலும் 2006ஆம் ஆண்டு பொக்லைன் இயந்திரங்கள் மூலம் மணல் சுரண்டப்பட்ட பிறகு இந்த ஊர் விவசாயத்திற்குச் சாவு மணி அடிக்கப்பட்டுவிட்டது என்பது தெளிவாகத் தெரிகிறது.

— ஒரு நகரமும் ஒரு கிராமமும் —

செட்டிபாளையம் மேற்காலூரில் சில பெரிய நிலவுடைமை யாளர்களின் வாரிசுகள், வெளியூர்களில் வேலை தேடிச் சென்றுவிட்டனர். பலர் தங்கள் நிலங்களை விற்றுவிட்டுக் கரூரில் குடியேறிவிட்டார்கள். பல வீடுகள் காலியாக இருக்கின்றன. இங்கிருப்பவர்களின் ஒரே நம்பிக்கை, கரூரிலிருந்து எட்டு கி.மீ. தூரத்திலிருக்கும் இந்த ஊரில் வெகு விரைவில் மற்ற புறநகர் பகுதிகளில் நிகழ்ந்தது போல் நிலங்களின் விலை எகிறும் என்பதுதான். அதற்கான அறிகுறிகள் சமீப காலங்களில் நன்கு தென்படுகின்றன. இருப்பினும் அவர்களுக்கு விவசாயத்தில் சென்ற தலைமுறையினரைப் போலப் புதிய முயற்சிகள் எடுத்துப் புதிய பயிர்களை விளைவிக்க வேண்டும் என்கிற ஆர்வமே இல்லாமல் போய்விட்டது. சென்ற தலை முறையினர் பம்புசெட் – பைப் லைன் புரட்சியை இந்த ஊருக்குக் கொண்டுவந்தார்கள். மல்லிகை, சூரியகாந்தி, குத்துக் கடலை போன்ற புதிய பயிர்களை அறிமுகப்படுத்தினார்கள். கரும்பு, மஞ்சள் விவசாயம் செய்த பகுதியை விரிவாக்கினார்கள். இப்போது அங்கும் ஒரு தேக்கம் வந்து விட்டது. ஆற்றில் நீர் வரத்து பற்றி அச்சம் வந்துவிட்டது. ஆற்று மணல் போய்விட்டதால் பயிர்களைக் காப்பாற்ற முடியும் என்கிற நம்பிக்கை போய்விட்டது. தோல்வி மனப் பான்மை மேலோங்கிக் காணப்படுகிறது.

எனினும் உழைப்பாளர்களும் குறு நிலக்கிழார்களும் நிறைந்த கிழக்காலூரிலும் புதிதாகக் கட்டப்பட்ட காசா காலனியிலும் தாங்கள் வளர்ந்து விரிவடைய முடியும் என்கிற நம்பிக்கை துளிர்த்திருக்கிறது. அவர்கள் விவசாயத்தோடு வேறு துணைத் தொழில்களைச் செய்வதனாலும், தங்கள் உழைப்பை விற்கத் தயாராக இருப்பதாலும்தான் இந்தத் தன்னம்பிக்கை வளர்ந்திருக்கிறது. மிகுந்த ஆபத்தை ஏற்று 'கெட்டி' விவசாயத்தில் (மஞ்சள், கரும்பு, வாழை போன்ற வணிக விளை பொருள்களை உற்பத்தி செய்தல்) ஈடுபட்டு, அதில் வரும் இலாபத்தைக் கொண்டு மேல்தட்டு நிலக்கிழார் களின் நிலத்தை விலைக்கு வாங்கியதெல்லாம் அமராவதி ஆற்று மணலின் ஊற்றுப் பெருக்கை நம்பித்தான் நடந்தது. அந்த மணல் கொள்ளையடிக்கப்பட்ட பிறகு இனி கெட்டி மகசூல் வைக்கும் வாய்ப்பு மிகவும் குறைந்துவிட்டது. எனவே விவசாயத்தை விட்டு வெளியேறியோ விவசாயத்தை ஓர் உபதொழிலாக வைத்துக்கொண்டோதான் அவர்கள் முன்னேற இயலும் என்று இப்போது அறிந்திருக்கிறார்கள்.

காவிரி ஓரத்திலிருந்து வெளியேறி அப்போது ஜீவ நதியாக ஓடிக்கொண்டிருந்த அமராவதி ஓரத்தில் குடியேறிய இந்தச் செட்டிபாளையம் குக்கிராமத்திற்கு இப்போது காவிரி

யிலிருந்து குடி நீர் கொண்டுவரும் திட்டம் நடைமுறைப் படுத்தப்பட்டுக் கொண்டிருக்கிறது! இருபதாண்டுகளுக்கு முன்புகூடக் கரூர் நகரம் முழுமைக்கும் குடிநீர் அளித்துக் கொண்டிருந்த அமராவதி இப்போது அதன் கரையிலிருக்கும் குக்கிராமங்களுக்குக்கூடக் குடி நீர் அளிக்க இயலாத அளவிற்கு மணல் அள்ளப்பட்ட பிறகும் அரசு இன்னும் அமராவதியில் மணல் அள்ளுவதை அனுமதிக்கிறது என்பது துன்பியல் உண்மை.

இதே வேகத்தில் மணல் அள்ளப்பட்டால் இன்னும் ஐந்தாண்டுகளுக்குள் அமராவதி (வைகை, தாமிரபரணி) போன்ற ஆறுகளின் மணல் முழுதும் அள்ளப்பட்டுவிடும். இரண்டு கோடி ஆண்டுகளில் மெல்லமெல்ல இயற்கை உருவாக்கித் திரட்டி ஆறுகளில் மணலை இருப்பாக்கி, ஆற்று நீரை உறிஞ்சித் தேக்கிவைக்கும் கடல் பஞ்சுபோல் அமைத்து, அவ்வாறு தேக்கிய நீரைச் சிறுகச்சிறுக நிலத்துக்குள் செலுத்தி நிலத்தடி நீரைச் செறிவடையச் செய்வதற்கு ஏற்படுத்திவைத்த அற்புதத்தை, இருபத்தைந்தே ஆண்டுகளில் அரசு அனுமதியுடன் அல்லது அதிகாரிகள், அரசியல்வாதிகள் துணையோடு திருட்டுத்தனமாக, காலி செய்துவிட்ட அநீதி நம் கண்முன்னே நடந்துகொண்டிருக்கிறது. அதற்குக் கட்டுமானத் தொழிலின் தேவையைக் காரணம்காட்டிச் சப்பைக்கட்டு கட்டுகிறார்கள். இன்னும் ஐந்தாண்டுகளில் இந்த நதிகளிலெல்லாம் மணல் மிச்சமிருக்காது. இப்போது சுரண்டப்படும் வேகத்தில் காவிரி மணலே பத்தாண்டுகளில் காலியாகிவிடும். அதற்குப் பின்னரும் கட்டுமானத் தொழில் தொடரத்தான் போகிறது. அருகிலிருக்கும் கேரள அரசு ஆற்றில் மணல் அள்ளுவதற்கு மொத்தமான தடை விதித்த பிறகும் அங்கு கட்டுமானம் நடந்துகொண்டுதானிருக்கிறது. மணல் கொள்ளையால் செட்டிபாளையத்தின் விவசாயம் எந்த அளவுக்குப் பாதிப்புக்குள்ளாயிருக்கிறது என்பதைத் தெரிவிப்பதால் மிச்சமிருக்கிற மற்ற இடங்களிலாவது மணலை விட்டுவைப்பார்கள் என்கிற நம்பிக்கை காரணமாகவே இதை எழுதுகிறேன். ஏனெனில் செட்டிபாளையத்தின் விவசாயம் இனிப் புத்துயிர் பெற வழியில்லை!

கடந்த இரண்டு மூன்று ஆண்டுகளில் இந்தக் குக்கிராமத் தையும் சுற்றுப்புறங்களையும் சார்ந்த பொறியியல், வணிகம், தகவல் தொடர்பு தொழில்நுட்பம் படித்த இளைஞர்களும் இரு யுவதிகளும் நல்ல வேலைகளுக்குச் சென்றிருப்பது இங்கு புதிய நம்பிக்கையை வளர்த்துள்ளது. அதில் சிலர் குறு விவசாயிகளின் வாரிசுகள். செட்டிபாளையம் மேற்காலூரின் ஒளிவட்டம் மங்கிவிட்டாலும் செட்டிபாளையத்துப் பிள்ளை

கள் வெளியூர்களிலும் வெளிநாடுகளிலும் வளர்ந்து செழிப்பார்கள் என்கிற எதிர்பார்ப்பு இருக்கிறது.

சென்னை வளர்ச்சி ஆராய்ச்சி நிறுவனத்தின் இயக்குநராகப் பணியாற்றிவிட்டு 1996இல் அப்பிபாளையத்திற்குத் திரும்பிய நான், இங்கு சொட்டு நீர்ப் பாசனத்தை அறிமுகப்படுத்தி வெற்றிகரமாகப் பழப் பயிர்களை விளைவித்தேன். ஆற்று மணல் முழுவதும் சுரண்டப்பட்டுவிட்ட பிறகு நிலத்தடி நீரே கீழிறங்கிவிட்டதால் பழத்தோட்டம் பாழ் தோட்டமாகி வருவதைப் பார்த்துக்கொண்டு இந்தச் சிக்கலிலிருந்து மீள வழி தெரியாமல் தவித்துக்கொண்டிருந்தேன். அதே சமயத்தில், என் நிலத்துக்கருகில் காலஞ்சென்ற சி.எஸ். சிவசாமிக்கு சொந்தமான, 350 மரங்களடங்கிய சிறந்த காய்ப்புடனிருந்த மாந்தோப்பு, நீர்பாசனப் பற்றாக்குறையால் 2003இலிருந்து கொஞ்சம் கொஞ்சமாகக் காய்ந்துபோக ஆரம்பித்துத் தற்போது முழுமையாகக் காய்ந்து விட்டதை என் கண்ணாலேயே பார்த்துக்கொண்டிருக்கிறேன். இப்போது அங்குப் பத்து மரங்கள்கூடத் தப்பவில்லை. 2006இல், இரண்டே மாதங்களில், (ஆகஸ்ட் – செப்டம்பர்) எங்கள் கிராமத்தின் எல்லையிலிருந்த ஆற்று மணல் ஜே.சி.பி. இயந்திரங்களால் அள்ளப்பட்டு சுமார் 30000 லாரிகளில் பாரமேற்றப்பட்டு வெளியூர்களுக்குக் கடத்தப்பட்டு விட்டதால், ஆற்றில் பல இடங்களில் இப்போது பாறை தெரிகிறது. இனி ஆற்றின் ஊற்றை நம்பி என் மா, கொய்யா, தென்னைத் தோப்புகளைச் சொட்டு நீர்ப் பாசன மூலமாகக் கூடக் காப்பாற்றுவது இயலாதென்று புரிந்து அந்தத் தோப்பு நிலங்களை விற்றுவிட்டேன். நிலத்தை வாங்கியவர்கள் அங்கிருந்த மரங்களை வெட்டி விற்றுவிட்டார்கள். அந்த நிலங்கள் இப்போது ஆடு மேயும் தரிசுகளாகப் பயன்படுகின்றன. 1980 களில் சினிமா தயாரிப்பாளர்களால் பூந்தோட்டத்தின் அழகிற்காகப் படக்காட்சி அமைக்குமிடமாகத் தேர்ந்தெடுக்கப்பட்ட அந்த இடம், இப்போது வானம் பார்த்த பூமியாக வெறுமையாக மாறி நிற்கிறது. விவசாயத்தின் எதிர்காலம் பற்றிய முன்னறிவிப்பாக இதைக் கொள்ளலாம் போலும்!